Vua là Phật
Phật là Vua

VIÊN GIÁC
TÙNG THƯ

VUA LÀ PHẬT - PHẬT LÀ VUA

THÍCH NHƯ ĐIỂN

Viên Giác Tùng Thư - Đức Quốc
United Buddhist Publisher xuất bản lần thứ nhất: Tháng 6/2020
Trách nhiệm: Nguyên Đạo Văn Công Tuấn
Hiệu đính và layout: Nguyên Minh Nguyễn Minh Tiến
Thiết kế bìa: Phan Thị Sao Mai

ISBN-13: 979-8-6626-4098-6

THÍCH NHƯ ĐIỂN

Vua Là Phật Phật Là Vua

Tiểu thuyết phóng tác lịch sử

VIÊN GIÁC
TÙNG THƯ

2020

MỤC LỤC

LỜI GIỚI THIỆU

Ở đời có những cuộc từ giã hùng tráng gây ấn tượng như tạo nguồn cảm hứng sâu đậm trong lòng người qua lịch sử đương thời và mai sau. Điều đó đủ chứng minh tiền nhân có lý do xác đáng để khước từ quá khứ tù hãm, nhắm hướng tương lai không chỉ cho riêng mình mà còn nghĩ tới đồng loại và chúng sanh. Những cuộc từ giã hay nói chính xác hơn là những cuộc vượt thoát can trường mới diễn tả đúng ngữ nghĩa và ngữ cảnh của mỗi sự kiện mà tôi cho rằng ở trong ba thời kỳ: cổ đại, trung hưng và hiện đại.

Có thể nêu một ít trường hợp vượt thoát hy hữu như Thái Tử Tất-đạt-đa (Siddhattha), vua A-dục (Ấn Độ), Pháp sư Huyền Trang (Trung Hoa) thời cổ đại; vua Trần Thái Tông, Trần Nhân Tông (Việt Nam) thời Trung hưng, Đức Đạt Lai Lạt Ma 14 (Tây Tạng) thời hiện đại, và còn nhiều nữa... những bậc Đạo sư, Bồ Tát, Thánh nhân làm bật lên sức sống hào hùng bằng tâm từ bi và tuệ giác của họ, làm nơi nương tựa vững chắc cho chúng ta.

Sách chuyển tải qua 4 chương: về công chúa Thuận Thiên, 3 vua nhà Trần: Thái Tông, Thánh Tông và Nhân Tông mà cả 3 ông đều có nhân duyên sâu dày với Phật pháp lâu đời. Nhưng ít người biết đến Trần Thái Tông và Thánh Tông mà chỉ biết Trần Nhân Tông nhiều hơn. Vì lẽ, đời có muôn mặt: gian tà, trung - nịnh, phò tá - phản trắc, phế lập, phe phái, yêu ghét, thân thù... thì cho dù có trong ngôi vị Hoàng hậu, Quân vương đi chăng nữa thì cũng không thoát khỏi vòng hệ lụy trầm luân của nhân thế.

Nhưng rất may mắn, nước Đại Việt của chúng ta có những vị anh hùng kiệt xuất vừa làm Tướng, làm Tăng và làm Phật như các vua đời nhà Trần, quả thật trong lịch sử chưa thấy tái hiện lại lần thứ hai. Đó là duyên khởi tác phẩm: *"Vua là Phật, Phật là Vua"* của Hòa Thượng Thích Như Điển.

Tác giả, Hòa Thượng Thích Như Điển là nhà tu Phật Giáo đồng chơn xuất gia từ năm 15 tuổi (1964), đã đầu tư năng khiếu và tuệ giác của mình để xây dựng và phát triển Phật Giáo Việt Nam tại Đức và Hải Ngoại nói chung. Tác giả tin tưởng và giao cho tôi có lời giới thiệu sách, tôi dành ra 10 tiếng đọc xong tác phẩm mới lạ này. Nói mới vì tác giả vừa mới viết xong, và lạ vì tựa đề sách dễ gây sự chú ý cho người đọc muốn biết nội dung ra sao.

Duyên Phật Pháp phải nói là trùng trùng vô tận, quý hồ là chúng ta có biết trân quý, có nắm rõ mục đích tu hành là giác ngộ thành Phật. Noi theo dấu chân Phật - Thầy - Tổ, người xuất gia mà sự nghiệp chỉ có trí tuệ với ba tấm y và một bình bát, như qua bài kệ tán dương:

Nhất bát thiên gia phạn
Cô thân vạn lý du
Kỳ vi sanh tử sự
Giáo hóa độ xuân thu.

Nghĩa là:

Một mình dạo khắp Ta Bà
Ôm bình bát pháp mọi nhà xin ăn
Chỉ vì sanh tử đảo điên
Xuân thu giáo hóa gieo duyên độ đời.

Hòa Thượng Thích Bảo Lạc

Lời vào sách

Hôm nay ngày 11 tháng 9 năm 2019 nhằm ngày 13 tháng 8 năm Kỷ Hợi, tôi đặt bút bắt đầu viết tác phẩm thứ 67 của mình tại Tu viện Viên Đức, thuộc miền Nam nước Đức. Sách có tựa đề là: *Vua là Phật, Phật là Vua*. Ở đây phong cảnh tuyệt vời, vì tu viện nằm gần vùng Boden See nên không khí trong lành, cách biên giới Thụy Sĩ chừng 15 cây số, cách biên giới Áo chừng 13 cây số. Đây gọi là vùng tam biên. Hầu như cả 3 nước này đều nói tiếng Đức, nên việc giao tiếp không có gì khó khăn mấy. Đặc biệt, Thụy Sĩ tuy chưa phải thành viên 27 quốc gia sử dụng đồng Euro của Âu Châu, nhưng biên giới giữa Thụy Sĩ và Đức, giữa Thụy Sĩ và Áo hầu như được bỏ trống. Thỉnh thoảng mới thấy một vài cảnh sát biên phòng đứng đó hờ hững với khách qua đường. Đây là dấu hiệu của tự do, của thương mại liên quốc gia, không bị giới hạn bởi rào cản của thuế quan cũng như những luật lệ khắt khe khác.

Từ năm 2007 tôi đã chọn nơi này làm chỗ nghỉ ngơi, sau khi mùa An Cư Kiết Hạ tại Tổ Đình Viên Giác Hannover chấm dứt. Đây cũng là nơi để tôi dịch kinh, viết sách, nhất là sau 10 năm, mỗi năm 3 tháng, kể từ năm 2003 đến cuối năm 2012, tôi đã có dịp tịnh tu nhập thất tại Tu viện Đa Bảo ở vùng Capelltown và Bleu Mountain, Sydney, Úc Châu, thì Ravensburg, nơi Tu viện Viên Đức này vẫn là nơi lý tưởng để tôi thực hiện ý nguyện của mình khi tuổi đã lớn. Đặc biệt năm nay (2019), lễ Khánh thọ 70 tuổi tại Tổ Đình Viên Giác Hannover vào cuối tháng 6 năm 2019 vừa qua đã giúp tôi có thêm năng lượng để tu tập, đọc kinh sách và viết lách trong những ngày còn lại của đời mình.

Cuộc đời con người, nếu lấy mốc 80 năm để tồn tại trên thế gian này thì tôi chỉ còn 10 năm nữa thôi, vì 70 năm trước đã trôi về dĩ vãng rồi. Nếu tôi sống được đến 90 tuổi thì còn 20 năm nữa và nếu 100 tuổi thì tôi còn 30 năm nữa. Nhưng vô thường đến bất cứ lúc nào tôi cũng sẵn sàng chấp nhận thôi. Vì với tôi, như thế cũng đã quá đủ cho một cuộc đời tu hành xuất gia học đạo, đến nay đã trải qua 55 năm và cũng là 55 mùa xuân, hạ, thu, đông như thế. Nếu mỗi ngày thủy triều lên xuống 2 lần, kể không biết bao nhiêu biến thiên của đời người và của lịch sử cho hết được. Sống chết, vui buồn, yêu giận, thương ghét v.v... vốn là những sự thường tình của nhân thế. Người xuất gia tuy cũng không khác biệt với người thế gian, nhưng họ dám chấp nhận, dám dứt bỏ những gì cần dứt bỏ, để có đầy đủ tư lương bước vào con đường của các bậc Thánh, học theo hạnh của những bậc Đại Trượng Phu. Tuy sống giữa trần gian nhưng không bị trần gian làm ô nhiễm, tâm cũng như thân.

Tôi không sợ chết, thậm chí còn rất vui khi biết được mình sẽ chết nữa, nhưng những năm còn lại của cuộc đời, từ 10 năm đến 20 năm hoặc 30 năm nữa, thì cũng chỉ là một phần nhỏ trong 70 năm đã đi qua mà thôi. Do vậy, tôi ý thức rằng mình phải trân quý từng sát na của sự sống, để biết mình là ai và sẽ làm gì trong những ngày còn lại của đời mình. Do vậy, việc viết lách, phiên dịch, diễn giảng của tôi là một trong những niềm an vui khi có được những ngày an lạc trú ngụ tại tu viện này. Tôi sẽ cố gắng làm một cái gì đó thật ý nghĩa cho cuộc đời.

Đôi khi, tôi vẫn thường so sánh với những bông hoa dại ven đường. Chúng nép mình vào những thảm cỏ xanh, tuy không tên gọi, nhưng mỗi khi hoa nở vẫn mang đến cho người những hương sắc đậm đà, khiến người qua đường cũng mát lòng khi cơn nắng hạ đang thiêu đốt. Vậy chúng ta là con người, phải làm sao cho xứng đáng với những gì ta đã tiêu thụ hằng ngày như: năng lượng mặt trời, đất, nước, gió, lửa, cơm gạo, tiền bạc, thuốc men, dầu, muối v.v... Kể ra ta cũng vay mượn của thiên nhiên và vạn hữu không biết bao nhiêu điều, nhưng có bao giờ chúng ta nghĩ đến việc đền đáp lại cho thiên nhiên những không khí hay năng lượng mặt trời đã sưởi ấm cho ta quanh năm suốt tháng chăng? Nếu chúng ta thực tập sâu vào trong từng hơi thở của chánh niệm và sự tỉnh thức thì chắc rằng ta sẽ nhận ra được việc ấy.

Cảm ân là một đức tính của con người cũng như khiêm cung và từ ái đối với muôn loài và muôn vật, nên tôi nguyện sẽ góp cho đời được một cái gì đó, dù thật nhỏ nhoi như cỏ cây ven đường hay những giọt sương mai vào buổi sáng tinh sương khi tiết trời mùa hè oi ả. Hoặc như một dòng nước nhỏ chảy qua khe rạch để nuôi sống cỏ cây, chuồn chuồn, muỗi mòng hay những loài côn trùng nhỏ nhoi nhất. Được như thế tôi cũng đã mãn nguyện lắm rồi.

Năm 2018, tôi viết xong tác phẩm *Mối tơ vương của Huyền Trân Công Chúa* và năm 2019, chùa Viên Giác tại Hannover xuất bản 3.000 cuốn, qua sự tài trợ chi phí in ấn của hai Phật tử Nguyên Hùng và Nguyên Ân ở Florida, vùng Jacksonville, Hoa Kỳ. Nhờ vậy, có nhiều người đã đọc được tác phẩm tiểu thuyết phóng tác lịch sử này. Nói là phóng tác, vì lẽ có nhiều điều sau năm 1308, khi Thượng Hoàng Trần Nhân Tông băng hà và Công Chúa Huyền Trân quyết tâm xuất gia với Pháp danh Hương Tràng, tu tập tại chùa Nộn Sơn ở Bắc Ninh, nay là chùa Hổ Sơn tại Nam Định, cho đến năm 1340, nghĩa là Bà có 32 năm tu hành như vậy, nhưng trong chính sử đã không kể lại chi tiết sự việc này và tôi đã làm việc phóng tác lịch sử ấy. Dĩ nhiên tôi không là nhân chứng của hơn 700 năm về trước vào thời nhà Trần, nhưng giới luật của người xuất gia và sự hành trì tự ngàn xưa cho đến ngàn sau cũng không có gì thay đổi cả. Do vậy mà tôi hình dung được về sự tu hành trong 32 năm của Bà để tạo nên tác phẩm này. Rồi từ đó có một học giả tại Hoa Kỳ, Pháp danh là Nguyên Tánh, tánh danh là Nguyễn Hiền, từng làm Trưởng Phòng Tu Thư Viện Đại Học Vạn Hạnh, khi Cố Ni Trưởng Thích Nữ Trí Hải còn sanh tiền điều hành Thư Viện Đại Học Vạn Hạnh thuở nào. Sau khi đọc xong quyển tiểu thuyết phóng tác lịch sử này, đạo hữu Nguyên Tánh có đề nghị tôi viết một tác phẩm khác cũng tương tự như vậy về nhà Trần, đặc biệt là về Vua Trần Thái Tông và Trần Nhân Tông, không chỉ thuần là lịch sử, mà nên nhân cách hóa những vị vua này để dễ đi vào lịch sử hơn, làm sao cũng giống như tác phẩm Huyền Trân Công Chúa thì rất hay. Đạo hữu cũng yêu cầu tôi đừng viết đoạn kết, chỉ nên viết lời tạm kết mà thôi.

Thế rồi suốt thời gian cả hơn một năm qua như thế, tôi đã đắn đo suy nghĩ thật kỹ là mình nên viết theo thể loại nào? Cũng như viết làm sao để phù hợp với lịch sử, để người đời sau không chê trách khi xem sách của mình viết và cũng không cô phụ tấm lòng anh Nguyên Tánh, soạn giả quyển *Vằng Vặc Một Mảnh Lòng*.

Viết về lịch sử Phật giáo Việt Nam thuộc triều Lý, Trần, từ năm 1010 đến năm 1222, rồi từ 1223 đến năm 1400, đã có nhiều tác giả như Ngài Mật Thể, ông Trần Văn Giáp, Giáo sư Nguyễn Lang (tức Thiền Sư Thích Nhất Hạnh) và gần đây có Giáo sư Lê Mạnh Thát là một học giả trên cả những học giả khác của Phật giáo, đã viết Toàn tập Trần Thái Tông, Toàn tập Trần Nhân Tông v.v... hay quyển Phật giáo Đàng Trong của học giả Giáo sư Nguyễn Hiền Đức, tôi thấy đã quá đủ cho một giai đoạn lịch sử như thế, nên cũng ngại ngùng khi chấp bút viết tác phẩm này. Tuy nhiên tôi nghĩ rằng, nếu chỗ nào chưa viết rõ thì mình thêm vào cho rõ hơn, như nói về Vua Trần Thánh Tông chẳng hạn. Ông cũng là Vua, cũng tu học Phật ở chùa sau khi nhường ngôi cho con là Trần Nhân Tông. Thế nhưng, ông vua này cũng ít ai nhắc đến nhiều như Thái Tông và Nhân Tông. Hoặc giả Tuệ Trung Thượng Sĩ Trần

Quốc Tung vốn là anh ruột của Hưng Đạo Vương Trần Quốc Tuấn, trong nhiều trận đánh với quân Nguyên Mông để lấy lại thành Thăng Long vào năm 1285 và 1288, ta chỉ thấy sử sách nhắc đến Hưng Đạo Vương nhiều nhất, trong khi đó vai trò của người anh ruột là Tuệ Trung Thượng Sĩ thì lịch sử bỏ trống.

Cũng vậy, chúng ta ai cũng biết là Trần Thủ Độ đã ép Lý Chiêu Hoàng lấy Trần Cảnh, tức vua Trần Thái Tông về sau này. Đây là ông vua đứng đầu nhà Trần để dựng xây một cơ nghiệp vĩ đại tồn tại gần 180 năm (1226 - 1400). Điều này không ai là không biết, nhưng Trần Thánh Tông là con của bà Phi hay Hoàng Hậu nào, thì có rất nhiều người lờ mờ. Dẫu biết rằng cái bào thai của bà Thuận Thiên Hoàng Hậu Lý Ngọc Oanh khi kết hôn với Trần Liễu đã được 3 tháng tuổi, thì người này khi sinh ra được đặt tên là Trần Quốc Khang, chính là con của Thuận Thiên Hoàng Hậu với Trần Liễu chứ không phải là con của Trần Thái Tông. Chính Trần Thủ Độ biết rõ điều ấy cũng như triều đình bá quan văn võ đều rõ. Trước đó Trần Thủ Độ đã cho truất phế Lý Chiêu Hoàng vì lý do không có con khi mới vừa 18 tuổi (sau 10 năm chung sống cùng Trần Cảnh). Nhưng ông đã lầm, hoặc vì quá nôn nóng muốn cho Trần Cảnh - vốn là em ruột của Trần Liễu, con cùng cha là Trần Thừa - phải sớm có con nối dõi nên mới làm như vậy, bởi chúng ta biết rằng thực tế sau đó thì Lý Chiêu Hoàng tái giá và vẫn sinh con đẻ cái như thường.

Khi Lý Ngọc Oanh sanh ra Trần Hoảng thì mới chính là con ruột của Trần Thái Tông. Do vậy Trần Thủ Độ và triều đình đã lập Trần Hoảng làm Thái tử, về sau lên ngôi xưng hiệu là Nhân Hoàng, đổi niên hiệu là Thiệu Long từ 1258 - 1272 và đổi thành Bảo Phù từ năm 1273 - 1278. Bây giờ thì mọi người mới rõ, cuộc lương duyên của Lý Chiêu Hoàng và Trần Cảnh chỉ là sự sắp xếp của Trần Thủ Độ nhằm chuyển giao quyền lực từ nhà Lý sang nhà Trần, cho nên Lý Chiêu

Hoàng đã bị truất ngôi Hoàng Đế cuối cùng của triều Lý để trở thành Hoàng Hậu đầu tiên của triều Trần. Để rồi chỉ vì chậm sinh hoàng tử cho nhà Trần, bà đã bị truất phế cả ngôi Hoàng Hậu. Tuy vậy, người không chờ làm Hoàng Hậu là bà Lý Ngọc Oanh, vì bà là chị ruột của Lý Chiêu Hoàng và đã được gả cho Trần Liễu, nhưng có lẽ vì mệnh trời hay duyên số, nhờ vào cái bào thai của Trần Quốc Khang do Trần Liễu tạo nên đã giúp bà lên ngôi Hoàng Hậu Thuận Thiên. Cho dù bà là con của Linh Từ Quốc Mẫu Trần Thị Dung với Lý Huệ Tông, nhưng Đàm Thái Hậu, mẹ của vua Lý Huệ Tông vốn không ưa Trần Thị Dung vì biết rằng Trần Thủ Độ đã cho gài người họ Trần vào nhà Lý để chuẩn bị soán ngôi, nên đứa con gái đầu của Lý Huệ Tông là Lý Ngọc Oanh bị nghi ngờ. Nhưng vua Huệ Tông vẫn yêu mến Trần Thị Dung nên cả vua và Hoàng Hậu đã trốn ra bên ngoài hoàng thành để sinh con. Lịch sử cũng cho biết rằng bà Đàm Thái Hậu nhiều khi có ý bảo Lý Huệ Tông phải giết Trần Thị Dung và thai nhi Lý Ngọc Oanh đi, nhưng Huệ Tông không nghe, vẫn trọng dụng họ Trần để cuối cùng bị ép buộc phải đi xuất gia ở chùa Chân Giáo lấy hiệu là Huệ Quang Thiền Sư. Nhưng rồi cũng chẳng được yên thân. Khi ông đang ngồi nhổ cỏ trước sân chùa, Thủ Độ đi ngang qua bảo rằng: *"Nhổ cỏ thì phải nhổ cho tận gốc."* Hiểu được thâm ý sâu độc của Trần Thủ Độ muốn diệt tận nhà Lý, Thiền Sư Huệ Quang đành phải tự mình kết liễu mạng sống.[1]

Bà Lý Ngọc Oanh không được bà nội là Đàm Thái Hậu thương yêu, nhưng khi Huệ Tông sinh ra em gái bà là Lý Chiêu Hoàng, có lẽ cơn giận đã nguôi, nên Đàm Thái Hậu cũng đồng ý để cho Lý Chiêu Hoàng làm vợ của Trần Cảnh. Vì đến năm 1230 bà mới quy tiên, nên những cảnh này chắc chắn bà đã chứng kiến từ lúc 8 tuổi Trần Cảnh đã vào cung để làm người hầu cho Lý Chiêu Hoàng do sự sắp đặt của

[1] Xem thêm sách "Mối Tơ Vương của Huyền Trân Công Chúa", cùng tác giả.

Trần Thủ Độ và sau đó trở thành bạn thân của Trần Cảnh, rồi lấy Trần Cảnh làm chồng.

Như thế, người mong muốn thì không được, người muốn lại chẳng nên. Đó là nhân duyên theo nhà Phật đã bắt nguồn từ bao đời trước, chứ không phải chỉ có đời nay mà thôi. Vả lại, khi Trần Thị Dung mang thai Lý Ngọc Oanh, chắc rằng lo sợ Đàm Thái Hậu nhiều nên thai nhi cũng bị ảnh hưởng không ít và khi sinh ra bên ngoài hoàng cung không được ai chăm sóc, nên chắc rằng lúc nhỏ Lý Ngọc Oanh cũng bị đối xử không được tốt đẹp gì, dầu cho mang danh là một nàng công chúa.

Cuộc thế lại đổi thay, qua cuộc ép duyên ngang trái em chồng lấy chị dâu của Trần Cảnh với Lý Ngọc Oanh, sau đó sinh ra Trần Hoảng rồi Trần Quang Khải, Trần Ích Tắc, Trần Nhật Duật là những tướng tài, nhưng cũng có người phản quốc *"cõng rắn cắn gà nhà"* như Trần Ích Tắc chẳng hạn. Lịch sử vẫn còn đó, tốt và xấu, lành hay dữ chẳng qua chỉ do nghiệp lực mà thôi. Ai cũng muốn điều tốt, không ai muốn điều xấu, nhưng xấu tốt là hai mặt mà một cuộc đời phải kinh qua, dẫu cho đó là vua chúa hay hoàng hậu, thái tử hay hoàng phi v.v...

Tôi sẽ cố gắng tiểu thuyết hóa những nhân vật lịch sử này để giới thiệu nguồn tư liệu đến với độc giả, nhất là về cuộc đời và sự nghiệp của vua Trần Thánh Tông. Ông có công đứng đầu trong chiến thắng ngoại xâm với quân Mông Cổ lần thứ nhất vào năm 1257, nhưng Thượng Hoàng Trần Thái Tông cũng đã giúp ông thành công trong cuộc đại chiến này. Đến năm 1258, Thượng Hoàng băng hà thì năm này Trần Nhân Tông cũng được sinh ra. Điều đặc biệt cuối đời của Trần Thánh Tông là sau khi nhường ngôi cho Trần Nhân Tông để lên làm Thái Thượng Hoàng, ông cũng như cha mình là Trần Thái Tông đều vào chùa xuất gia tu niệm. Như vậy, triều

Trần không phải chỉ có một vị vua học làm Phật, mà cả 3 ông vua đầu nhà Trần đều như thế cả.

Tác phẩm này mang tên "Vua là Phật, Phật là Vua", ghi lại chuyện những vị vua đã từ giã ngôi vị đế vương quyền quý để xuất gia học làm Phật. Điều này không chỉ có ở Việt Nam, mà từ xa xưa ở Ấn Độ, Thái tử Tất Đạt Đa cũng đã làm như vậy, nên đề tài này quý độc giả có thể hiểu theo nghĩa rộng hơn. Bởi lẽ, đức Phật Thích Ca Mâu Ni cũng đã từng là Thái tử và Thái tử ấy đã bỏ ngôi vua để đi làm Phật. Điều này chứng minh rằng quả vị Phật cao hơn và giải thoát hơn là địa vị của một nhà vua đứng đầu thiên hạ. Khi Phật giáo được truyền sang Trung Hoa, Đại Hàn, Nhật Bản, Việt Nam hay các nước Nam tông Phật giáo như Tích Lan, Miến Điện, Thái Lan, Cao Miên, Lào v.v... cũng đã có rất nhiều nhà vua bỏ ngôi báu để xuất gia tìm tánh Phật của mình. Hoặc giả như ở Tây Tạng, Bhutan, Mông Cổ theo Kim Cang Thừa thì đã có nhiều vị vừa làm vua vừa làm Bồ Tát hay Phật, như Đức Đạt-lai Lạt-ma thứ 14 hiện nay của Tây Tạng.

Trên đây là những nguyên nhân xa và gần khiến tôi phải chấp bút viết tác phẩm này. Lẽ ra tôi đã ngưng viết tiểu thuyết, cho dù là tiểu thuyết phóng tác lịch sử, nhưng vì đạo hữu Nguyên Tánh Nguyễn Hiền đã có ý hay, nên tôi bắt đầu viết tác phẩm này từ ngày 11/09/2019, mãi đến năm 2020 mới đánh máy và in ấn xong để gửi đến quý vị xa gần. Nếu có những sai lầm hay nhận định thô thiển về lịch sử, đều là lỗi của tôi. Cho nên, nếu độc giả thấy có điều gì cần bổ chính thì xin cho chúng tôi biết, để lần sau tái bản sẽ hoàn hảo hơn.

Từ sau khi đạo hữu Giác Đạo Dương Kinh Thành viết xong tuồng cải lương "Chuyện tình Liên Hoa Hòa Thượng", dựa trên tiểu thuyết phóng tác lịch sử từ câu chuyện có đăng trong "Thiền Sư Việt Nam" của Hòa Thượng Thích Thanh Từ và "Lịch sử Phật giáo Đàng Trong" của Nguyễn Hiền Đức, đã được nghệ sĩ Út Bạch Lan, Tô Châu, Phượng Loan trình diễn. Nhiều người xem đã hâm mộ, khen ngợi cũng như tán thưởng vở cải lương này, và đó cũng là động lực để sau khi tôi viết xong tác phẩm tiểu thuyết phóng tác lịch sử "Mối Tơ Vương của Huyền Trân Công Chúa" cũng đã được nhà soạn tuồng cải lương Phật tử Giác Đạo Dương Kinh Thành tiếp tục chuyển thể cải lương. Nhưng đến nay sau hai năm mà kịch bản vẫn chưa xong, vì lẽ đạo hữu đã lớn tuổi, nhiều bịnh duyên, lại khi dùng máy computer để ghi chép thường bấm lộn nút, nên nhiều chương bị xóa mất, phải biên soạn lại. Rất nhiều lần như thế nên cho đến bây giờ tuồng cải lương này vẫn chưa hoàn chỉnh. Dù vậy, hy vọng một ngày không xa quý khán thính giả năm châu cũng sẽ được thưởng thức vở tuồng này.

Đến tác phẩm này, trong khi tôi viết chưa xong nội dung vẫn hy vọng sẽ có Phật tử đứng ra bảo trợ để xuất bản. Và nếu nội dung có ý nghĩa thì một tuồng cải lương hay thoại kịch sẽ ra đời, giúp cho những người yêu thích bộ môn này được thưởng thức cũng không chừng. Cải lương vốn dĩ xuất phát từ miền Nam và ngày nay đa phần giới trẻ chuộng tân nhạc hơn cổ nhạc, nhưng nếu không có người viết sách, soạn tuồng thì các nghệ sĩ cải lương sẽ mai một và trên sân khấu cuộc đời thiếu đi những tuồng tích và 6 câu vọng cổ thì thiệt thòi cho những thế hệ đi sau không phải ít. Tân nhạc ngắn gọn, hát lên nghe dễ hiểu, chỉ trong vòng 5 phút là nghe xong một bài hát về quê hương hay tình mẹ, trong khi đó một tuồng cải lương phải cần không biết bao nhiêu là nhân vật và phải diễn nhiều màn khác nhau mới xong một tuồng. Đó là chưa kể đến điển tích, lịch sử, sự kiện v.v... khó nhớ, khó học thuộc vô cùng. Chỉ những người nào yêu thích bộ môn này mới trân quý mà thôi. Bởi lẽ ngày nay người ta có rất ít thời gian trong 24 giờ của một ngày, nên cần cái gì giản đơn, nhanh chóng hay tiện lợi là hợp thời nhất. Ví dụ như đồ ăn nhanh, đồ uống gọn, đồ mặc hợp thời trang... Truyền hình, Facebook hay điện thoại Viber có hình ảnh v.v... là những phương tiện giao tiếp văn minh của thời đại. Ai đâu có dư thời gian mà ngồi đó để xem tuồng cải lương dài ba hay bốn tiếng đồng hồ. Hơn nữa, xem xong rồi chỉ cần biết kép nào đẹp trai, đào nào đẹp gái v.v... còn nội dung của tuồng thì ít người nhớ hết được.

Nhưng chẳng lẽ vì thế mà người ta không viết sách hay soạn tuồng? Viết sách là dành cho người thích đọc sách, soạn tuồng để dành cho những người thích môn nghệ thuật cổ xưa này qua việc đờn ca của các tài tử tự thuở nào. Người không ưa đọc sách, nếu có bắt buộc, họ cũng chỉ xem qua loa rồi gấp sách lại. Người ham danh lợi, bạc tiền thì bảo rằng: Làm như thế để làm gì, hãy dành thời gian đọc sách, xem tuồng, nghe nhạc ấy để đầu tư kiếm tiền phục vụ cho sự giàu có của mình có phải hữu ích hơn không? Nghĩa là có cả trăm ngàn cách để người ta có thể chọn lựa điều mình ưa thích, nhưng nếu nói cho cùng, nó cũng chỉ là những sự cảm thọ mà thôi. Vui buồn, yêu giận, thương ghét, phiền não, khổ đau, hạnh phúc, giàu nghèo, cao sang, ti tiện, thông minh, ngu dốt v.v... tất cả những gì có hình tướng hay ngay cả không hình tướng, chúng ta không thấy được, đều bị vô thường chi phối. Đã là vô thường thì đều gây ra sự khổ. Nếu biết diệt khổ thì vô ngã hay Niết-bàn sẽ hiện hữu. Lý do chúng ta chưa đạt đến vô ngã là vì chúng ta còn đang bị những cảm thọ chi phối và không tự làm chủ mình, nên mọi việc lại xoay vần như cũ, luân lưu mãi trong vòng sanh tử, luân hồi.

Đạo hữu Nguyên Minh Nguyễn Minh Tiến là chủ biên trang nhà Rộng Mở Tâm Hồn, đã cùng với quý đạo hữu khác như Nguyên Tánh Nguyễn Hiền, Nguyên Trí Nguyễn Hòa và Nguyên Đạo Văn Công Tuấn, trong thời gian qua đã giúp tôi một cách nhiệt tình trong việc chỉnh sửa câu văn, ý tứ hay những đoạn cần phải viết lại của các sách tiếng Việt và tiếng Đức, chừng 10 tác phẩm đã đưa lên trang Amazon, mọi người khắp năm châu bốn biển có thể vào đây để xem qua hình thức, nội dung của sách và đặt mua. Amazon sẽ gửi sách đến tận nhà cho quý vị. Hình thức phát hành này hiện đã có trên khắp Hoa Kỳ, Canada, Âu châu và Úc châu.

Nếu xuất bản tiếng Đức và tiếng Việt riêng thì tôi sẽ có nhiều tác phẩm hơn là 66 tác phẩm như trong hiện tại. Tôi hy vọng quý anh em sẽ tiếp tục giúp tôi đưa toàn bộ những sách tôi đã viết và dịch lên Amazon để lưu trữ tại đó và đáp ứng được nhu cầu của độc giả toàn cầu. Đây là một thư viện trực tuyến lớn mà ai cũng có thể vào đó để xem cũng như chọn mua những quyển sách mình yêu thích.

Cho đến nay, ngoài sách viết tay bằng tiếng Việt, tôi cũng đã dịch từ tiếng Anh, tiếng Hán, tiếng Đức và tiếng Nhật khá nhiều sang Việt ngữ. Văn tôi không hay, chữ tôi không tốt, nhưng tất cả đều là những nỗ lực chân thành của một đời người, nhằm dệt nên những gấm hoa tô điểm cho đời và đạo, cho cuộc sống thêm tươi vui, lợi lạc, cũng giống như những hoa hoang cỏ dại khiêm tốn ven đường. Nếu có ai đó hữu duyên đi vào vườn hoa văn hóa nhỏ bé của tôi thì cũng có thể thưởng thức được hương sắc của những loài hoa văn chương tuy không lấy gì đặc sắc lắm. Đó là ý nguyện của tôi khi chấp bút viết nên những tác phẩm và những dịch phẩm của mình.

Hôm nay ngày 11 tháng 9 năm 2019 chỉ là trong sự tình cờ, nhưng lại trùng hợp với ngày này của năm 2001, nghĩa là cách nay đúng 18 năm về trước tại New York, Hoa Kỳ, sự kiện hai tòa nhà thương mại và Ngũ Giác Đài bị đại họa, khiến cho gần 3.000 người chết. Tiếng kêu cầu khi bị nạn dường như vẫn còn vang vọng cho đến hôm nay. Nơi ấy tôi cũng đã có mấy lần đến cầu nguyện sau biến cố tang thương này. Quả đất vẫn xoay vần và mưa vẫn rơi, tuyết vẫn đổ, chiến tranh vẫn tàn phá nhiều nơi trên quả địa cầu này. Ngoài ra, thiên tai hạn hán cũng là một khổ nạn nặng nề cho nhân loại. Hiện tại nhiều nước Phi châu không đủ nước cho người và gia súc dùng. Tại Á châu, Ấn Độ, Trung Hoa, Việt Nam không đủ lương thực cho mấy tỷ người đang sinh sống trên lục địa này, nên số dân nghèo chịu cảnh đói khát cũng không ít. Hoa Kỳ và Âu châu vẫn bị tai ương dồn dập, nhưng có lẽ nhờ họ có phước báu nhiều đời, vả lại sau chiến tranh Đệ nhất và Đệ nhị Thế chiến, họ khổ đau quá nhiều, nên bây giờ họ biết tu thân cũng như tu tâm, nên đời sống vật chất dù sao cũng tốt đẹp hơn so với những lục địa khác.

Xin nguyện cầu cho tất cả mọi người, mọi loài luôn được sống an lành trong ánh từ quang của Đức Phật. Phật vẫn mãi là bậc đạo sư tối thượng cho cả vua quan hay hàng dân dã. Pháp chính là ngọn đuốc soi đường chỉ lối cho tất cả chúng sanh còn ngụp lặn trong biển trần. Tăng chính là một đoàn thể hòa hợp để mọi người có thể lấy đó làm chỗ dựa cho cuộc sống tâm linh của mình. Tam bảo quý vô cùng, tất cả kẻ tăng người tục đều nên quy ngưỡng về. Có như vậy, phần tâm linh của chúng ta mới đỡ bơ vơ lạc lõng giữa muôn trùng bủa vây của cuộc sống trên trần thế này.

Kính nguyện những tâm thức đã trở thành người thiên cổ luôn gia hộ cho người còn sống được vững chí bình sinh mà đi nốt trên con đường thiên lý của mỗi người và giúp cho những người đã ra đi vĩnh viễn luôn có nơi để hướng về. Đó là ánh sáng từ quang của chư Phật và chư vị Bồ Tát, đặc biệt nhất là sự duỗi tay tiếp dẫn của Đức Phật A Di Đà.

Kính nguyện Đức Dược Sư Lưu Ly Quang Như Lai và Đức Quán Thế Âm Bồ Tát luôn gia hộ cho quê mẹ Việt Nam của chúng con, giữa người và người ngày càng gần gũi, hiểu biết nhau hơn, không nghi kỵ nhau, không thù oán nhau nữa. Bởi vì ông bà tổ tiên của chúng con trong nhiều đời nhiều kiếp từ xưa đến nay đã tạo ra không biết bao nhiêu nỗi oán hờn chồng chất lên nhau và biết đâu họ cũng là chúng con và chúng con cũng là họ, nên ngưỡng mong chư Phật và chư vị Bồ Tát luôn gia hộ cho chúng con có đầy đủ sức mạnh của lòng từ, sự dũng cảm của tâm bi và sự sáng suốt của trí tuệ để đi đúng con đường mà các bậc giác ngộ đã trải qua. Chính các Ngài mới xứng danh là Vô Thượng Y Vương của con người và muôn loài.

Viết xong Lời Vào Sách này lúc 17 giờ
ngày 11 tháng 9 năm 2019
tại Tu Viện Viên Đức thuộc vùng Ravensburg,
miền Nam nước Đức.

I.

NỖI LÒNG CÔNG CHÚA THUẬN THIÊN

Từ khi hai bà Trưng nổi lên chống lại quân Nam Hán. Các Bà liều chết để không chịu nhục khi bị vây thành, nên đã nhảy xuống sông Hát Giang để tự tử. Mãi cho đến Thái Hậu Dương Vân Nga, vợ của vua Lê Đại Hành, thay chồng chấp chính khi nhà vua thân chinh dẹp giặc. Cho đến nhà Lý có Lý Chiêu Hoàng và Lý Ngọc Oanh. Cả hai Bà đều là những liệt nữ. Nếu không có họ, chắc rằng giang sơn Đại Việt của cha ông chúng ta gây dựng từ ngàn xưa sẽ thay ngôi đổi chủ theo hướng khác. Nhiều khi các bà Hoàng Hậu này cũng cố chịu nhục để làm xong một bổn phận, dầu là nữ nhi thường tình.

Sinh ra trong chốn hoàng cung cuối đời Lý, nàng là con gái đầu của vua Lý Huệ Tông, được cha mẹ đặt tên là Lý Ngọc Oanh và là chị ruột của Lý Chiêu Hoàng. Khi mẹ mang thai nàng, bà nội là Đàm Thái Hậu tỏ ra ghét cay ghét đắng và tìm đủ mọi cách để ám hại mẹ nàng là Trần Thị Dung, sau này là Linh Từ Quốc Mẫu, vốn là người dòng dõi họ Trần do Trần Thủ Độ vì mưu cầu chính trị đã gài người vào theo mỹ nhân kế, nhằm khiến cho nhà vua sủng ái và yêu mến cả tài lẫn sắc của Trần Thị Dung, nên câu chuyện oái oăm này chính nàng là người chịu oan khiên đau khổ nhất. Bên tình, bên hiếu nàng phải tính sao đây?

Để bảo toàn tính mạng của chính mình cũng như bào thai đang sắp ngày sinh nở, nhưng không được mẹ chồng thương yêu lại còn tìm cách ám hại, nên Trần Thị Dung đã cùng với Lý Huệ Tông đêm khuya trốn ra khỏi cung thành để chuẩn bị cho ngày lâm bồn. Nhưng trên đường đi, bà Trần Thị Dung đã chuyển dạ hạ sinh Công chúa Thuận Thiên ở Cửu Liên Châu, bên tả ngạn sông Hồng ngày nay. Điều oái oăm là chỉ có một mình người chồng hết mực yêu quý theo cùng, ông lại chẳng biết gì về việc sinh nở, nên thật không an tâm khi bên mình chẳng có kẻ hầu người hạ. Thông thường dẫu cho là một người dân thường đi chăng nữa, khi lâm bồn cũng phải rước một bà mụ để giúp cho mẹ tròn con vuông. Nhưng ở đây tứ bề vắng lặng, không một ai bên cạnh vợ chồng Lý Huệ Tông.

Người lớn dùng thế chính trị qua mỹ nhân kế để mưu bá đồ vương, còn con trẻ có tội tình gì mà phải vướng lụy bởi những âm mưu đen tối ấy? Ngày càng lớn khôn, công chúa Lý Ngọc Oanh càng được cha mẹ thương yêu nhiều hơn, vì lẽ bà nội chẳng đoái hoài đến, thì dẫu cho cha mình có thuyết phục cách mấy đi chăng nữa, việc ấy cũng vô bổ mà thôi. Ngay cả mẹ mình còn bị bà nội nghi ngờ thì làm sao đòi hỏi nội mình thương mình được? Nhưng dẫu sao thì nàng cũng vẫn là người con gái được làm con vua, sánh như cành vàng lá ngọc, nhưng ai hiểu được mối sầu này ở chốn thâm cung bí sử kia. Chỉ có nàng, mặc dầu còn nhỏ, nhưng nàng cũng đã cảm nhận được điều đó.

Khi Lý Ngọc Oanh lớn khôn thì đã có em gái là Lý Chiêu Hoàng ra đời cũng trong hoàn cảnh bà nội chẳng thương, nhưng vì đây là đứa con thứ hai của cha mẹ mình, nên những mũi kim nhọn không còn đâm thẳng vào Chiêu Hoàng nữa. So với em mình, Ngọc Oanh vẫn là người chịu nhiều thiệt thòi hơn, mặc dầu là chị.

Lý Ngọc Oanh vẫn được cha lẫn mẹ chăm lo săn sóc về văn lẫn võ, nên nàng dần dần cũng được Bà Nội dõi mắt theo. Một hôm, đang chơi trong vườn ngự uyển, bỗng thấy Đàm Thái Hậu, bà nội của mình xuất hiện. Thay vì vui mừng đón nhận một nụ hôn nhân hậu từ bà nội, nàng bị khựng lại không dám tiến đến gần mà còn bị gạn hỏi nữa.

- Con biết ta là ai chăng?

- Muôn tâu! Là Nội của con.

- Ai cho phép gọi ta là Nội?

- Con nghĩ rằng cha con là con của nội, thì con gọi Nội là Nội của con.

Đàm Thái Hậu ngẩn người ra, sau đó xoay mặt về hướng hậu liêu và suy nghĩ tiếp. "Kể ra con bé này cũng khôn ngoan đáo để đấy chứ. Vậy ta phải làm cách nào đây cho dòng họ nhà Lý của mình vẫn có thể tiếp tục duy trì?" Tuy nghĩ vậy, nhưng bà biết rằng giữa bà và Lý Huệ Tông, nhất là Trần Thị Dung chưa bao giờ có một ý hướng chung với nhau cả. Nếu bà nghĩ cách này thì hai người kia sẽ dùng chước khác. Bà nghĩ cách khác thì hai người họ lại suy nghĩ cách lạ hơn để làm trái lòng bà. Nhiều khi bà tự nghĩ: Mình là một Thái Hậu, mẹ vua nhưng chẳng có quyền hành gì cả. Nếu có chăng, chỉ là những việc dẹp nội loạn ở cung đình của đám đàn bà con gái trong cung cấm. Ăn no rồi chẳng biết làm gì, ngồi lâu suy nghĩ ra nhiều cách khác nhau, cốt làm sao cho quân vương có thể dừng chân trước cửa phòng của mình để mây mưa và mục đích là cầu cho sanh ra được quý tử để tiếp tục ngôi vị kế thừa. Vì thế nên đã có nhiều cung nữ nghĩ ra cách là lấy lá dâu tằm ăn, nhử cho xe dê của vua dừng lại trước cửa phòng mình và đêm ấy nhất định quân vương sẽ trao tất cả cho người đẹp. Tuy nhiên mỗi người lại nghĩ ra mỗi cách khác nhau, cốt làm sao cho vua phải lụy vì mình. Từ đó phát sinh ra không biết bao nhiêu là điều thị phi nhân ngã và chính Đàm Thái Hậu phải đứng ra giải quyết những việc như vậy. Bởi lẽ bà đã biết quá nhiều khi bà về làm cung phi rồi Thái

Hậu của Tiên đế, nên bà chẳng lạ gì với những việc đàn bà con gái ấy.

Trong hậu cung thường có tam cung, lục viện. Nơi đó chỉ có vua là chúa tể và khi hoàng hậu không con hay đã có con trai rồi thì vua say mê nhan sắc của những cung phi mỹ nữ được tiến cung vào sau đó, nên mới có chuyện kình địch, thù hằn, ganh tị, đố kỵ, hoặc đôi khi còn tìm cách ám hại lẫn nhau. Đó cũng là những chuyện bình thường mà thôi.

Chuyện trong cung cấm từ xưa, ở Trung Hoa hay Việt Nam cũng vậy. Những chuyện "linh miêu tráo chúa" cốt chỉ làm thỏa mãn lòng ích kỷ của mình, khi con mình là con trai, nếu được lên làm vua, cả họ đều nhờ. Hoặc giả cũng có những nàng cung nữ đẹp yêu kiều nhưng không biết toan tính chuyện riêng tư nên cứ ở hoài như vậy để đợi vua đến, mà giờ tốt ấy chẳng biết là khi nào, nên mới viết thành lời thơ và chuyển ra bên ngoài cung cấm để sau này thế nhân gọi là "Khúc ngâm vịnh ai oán của nàng cung nữ". Hoặc đôi khi làm loạn trong nội cung cũng chỉ vì muốn được đấng quân vương sủng ái, nên đã tìm đủ mọi cách để vượt qua lễ nghi triều kiến, dẫu cho việc ấy có dẫn đến tội "khi quân" đi chăng nữa thì cũng sẽ hạ hồi phân giải. Có nàng bị nhốt vào lãnh cung, ngày đêm lạnh lẽo, cô đơn, một thân một mình chẳng có ai bên cạnh để mà mong, mà đợi, mà chờ. Đôi khi chết một cách thê thảm ở những nơi lạnh lẽo như thế mà ít có người tới lui thăm viếng, hỏi han. Như vậy, cuộc đời cung nữ đâu có gì vui? Thế mà thiên hạ ở ngoài thành, nếu thấy ai có con gái đẹp thì cũng mong được tiến cung và mục đích duy nhất, nếu được đấng quân vương ưu ái thì cha mẹ của cung nữ kia sẽ trở thành Quốc trượng. Từ đó quyền hành, tiền bạc, ngựa xe... không thiếu thứ gì cả. Như vậy ai mà không muốn. Chỉ tội cho những tấm thân bồ liễu mà thôi. Ban ngày thêu thùa, may vá. Tối về lo trang điểm soi gương, cốt sao cho ngày qua tháng lại có đấng quân vương ghé đến loan phòng thì đó chính là diễm phúc của một nàng cung nữ.

Ngày xưa cha mẹ sinh con ra, dầu là con trai hay con gái, quyền cưới gả là do cha mẹ quyết định, chứ con cái chẳng được dự phần. Nên sau này người đời không muốn lặp lại chuyện này nữa. Do đó mới có chuyện tự do luyến ái, tự do kết hôn giữa nam nữ và từ đó việc tự do ly thân, ly dị cũng là chuyện bình thường. Việc này xảy ra nhiều như cơm bữa trên thế giới ngày nay. Xưa kia tuy độc tài, độc đoán, nhưng đa phần những cuộc lương duyên như thế cũng khá lâu bền, ít nghe đến việc ly thân hay ly dị, nhưng bây giờ lại trái ngược hoàn toàn. Nhiều khi chắc cũng có việc hai vợ chồng không hiểu nhau, gây gổ và đổ vỡ, nhưng nhờ họ kín tiếng hay nếu có thì cha mẹ chồng hay cha mẹ vợ thường can thiệp giúp đỡ để giải hòa nên tình cũ vẫn trở lại như xưa. Đôi khi vì sĩ diện của gia đình, của dòng họ, nên họ đã quên đi tình riêng và nghĩ đến nghĩa chung, cố gắng sống với nhau cho qua ngày tháng. Đây cũng là một điều hay, mà cũng có khía cạnh dở, vì người con gái bao giờ cũng vẫn chịu sự thiệt thòi nhiều hơn so với người chồng.

Lý Huệ Tông và Trần Thị Dung đoán chắc trước sau gì thì Đàm Thái Hậu cũng sẽ bảo mình chọn gả Lý Ngọc Oanh cho ai đó để đỡ lo hậu họa về sau, nên trong nhiều kế sách, tốt nhất là gả cho Phụng Càn Vương Trần Liễu, vốn là con trai trưởng của Trần Thừa. Họ nghĩ rằng con gái mình được gả đi làm vợ của một người họ Trần thì có thể trực tiếp hay gián tiếp ngăn chặn việc nhà Trần lật đổ ngôi nhà Lý. Đây cũng là một kế sách sử dụng nữ nhi như vật cống, vì giá trị của người đàn bà trong thời đại quân chủ xưa nay vốn thường bị đối xử như vậy. Đây cũng có thể nói là một cuộc hôn nhân có tính cách chính trị và Công chúa Thuận Thiên chỉ là một con bài đã được toan tính trước trong vấn đề tranh giành quyền lực giữa tộc Lý và tộc Trần. Điều này hẳn nhiên là Đàm Thái

Hậu, mẹ của Lý Huệ Tông và là bà nội của Lý Ngọc Oanh rõ hơn ai hết, khi biết dã tâm của Trần Thủ Độ là cấy gài Trần Thị Dung vào làm vợ con trai mình là Lý Huệ Tông, nhằm làm lung lạc lòng người cũng như trăm họ, nên bà muốn ra tay trước nhưng không thành. Bây giờ con trai bà lại nghĩ kế ngược lại, nghĩa là đem con gái đầu lòng là Lý Ngọc Oanh gả cho Trần Liễu để biết đâu Liễu sẽ vì tình chung nghĩa riêng mà không đang tâm chiếm đoạt ngôi của nhà Lý? Bà nghĩ như vậy, đoạn mỉm cười và bỏ vào hậu cung.

Lý Ngọc Oanh khi về làm dâu họ Trần, làm vợ của Trần Liễu và đường đường là chị dâu của Trần Cảnh, rất được người chồng sủng ái yêu thương hết mực và hai năm sau đó tại gia đình của cha mẹ ruột lại xảy ra chính biến. Đó chính là mẹ đẻ của nàng, Trần Thị Dung đã liên kết với Thái Sư Trần Thủ Độ bắt ép cha nàng là Lý Huệ Tông phải thoái vị và nhường ngôi cho người em gái của Ngọc Oanh là Lý Chiêu Hoàng, lúc ấy mới 6 tuổi, lên làm Nữ Hoàng của nước Đại Việt. Nhà vua Lý Huệ Tông bây giờ đã rõ việc can ngăn của Đàm Thái Hậu là đúng, nhưng đâu còn cách nào khác hơn là lánh mặt cuộc đời và giao sơn hà xã tắc lại cho con để vào chùa tu niệm. Chính những ngày biến động trong cung cấm nhà Lý đã làm cho Huệ Tông, tức Thiền sư Huệ Quang, mỗi khi tham thiền, đọc kinh niệm Phật đều rõ mồn một lý nhân duyên và nhân quả của nhiều đời và suy nghĩ rằng:

"Ngày xưa Thái Tử Tất Đạt Đa sau khi gặp cảnh sanh, già, bệnh đã ưu tư khá nhiều về cuộc sống của con người nơi trần thế. Lần cuối cùng Ngài gặp một vị đạo sĩ với dáng đi, đứng, ngồi, nằm thanh cao thoát tục, nên Ngài đã quyết chí xuất gia tìm Đạo. Nếu Ngài ở lại cung son thì một dải giang sơn trên Hy Mã Lạp Sơn chắc chắn cũng sẽ được vua Tịnh Phạn cho nối truyền, nhưng điều Thái Tử đã không màng thì ta ngày nay cũng vậy. Tuy hoàn cảnh khác nhau, nhưng sự thoát tục thì không khác. Ta vì sủng ái Trần Thị Dung, nuông chiều quá mực, nên mới ra như vậy và bởi lẽ ta không có con trai để nối dõi tông đường nên đã truyền ngôi cho con gái thứ là Lý Chiêu Hoàng. Với tuổi 6, 7 đâu biết gì, nhưng đây là ý của Thủ Độ, vì Thủ Độ đã cho Trần Cảnh, vốn là em ruột của Trần Liễu ra vào cung son tự tiện để săn sóc cho Chiêu Hoàng và trai gái gặp nhau dầu là tuổi nhỏ, nhưng rơm và lửa dầu nhỏ đến đâu, ngọn rơm cũng bắt đầu bốc cháy, khi ngọn lửa nhỏ gần kề và đây chính là dã tâm của Trần Thủ Độ để một mực thâu tóm quyền bính về cho nhà Trần."

Lý Huệ Tông xuất gia không phải mục đích như Thái Tử Tất Đạt Đa, mà chính là chán ngán cung cấm cũng như những trò lừa đảo chính trị của Trần Thủ Độ. Bây giờ vợ mình là Trần Thị Dung cũng bị Trần Thủ Độ chiếm đoạt làm vợ. Con chung của hai người bây giờ đều là con dâu của họ Trần và hai anh em Trần Liễu, Trần Cảnh lấy hai chị em ruột Lý Ngọc Oanh và Lý Chiêu Hoàng. Kể ra tình đời thì không trái nghịch nhau mấy. Đó cũng là điều có thể chấp nhận được. Nhưng khi Huệ Tông vào chùa Chân Giáo để tu hành mà nhớ nghĩ đến những sự kiện vừa mới xảy ra cũng ngán ngẩm làm sao. Nhiều khi ông tự trách mình rằng: "Kể từ khi Lý Thái Tổ khai mở cho dòng họ nhà Lý này, tính đến nay cũng đã trên dưới 200 năm (1010-1222). Lúc đầu cũng do Thiền sư Vạn Hạnh và Thiền sư Lý Khánh Vân cùng với Đào Cam Mộc thực hiện việc lên ngôi của Tiên Đế, nhưng đó là vì Lê Long Đĩnh sống đời quá trụy lạc, vô độ, nên những bậc quân thần mới muốn thay ngôi đổi chủ, còn ta đây đâu có gây sự gì với Trần Thủ Độ hay nhà Trần mà phải bị họa lây như thế?"

Một hôm Lý Huệ Tông ra ngồi nhổ cỏ trước sân chùa Chân Giáo, Trần Thủ Độ đi lễ chùa, nhưng cũng cố ý muốn biết Huệ Tông đang làm gì, để đề phòng hậu sự, nếu có việc chuẩn bị nào cho binh biến có thể xảy ra. Thế nhưng Thủ Độ vẫn thấy ngôi chùa yên tĩnh không có động tĩnh gì, nên mới an tâm và khi bước ra ngoài sân Thủ Độ gạn hỏi:

- Bệ hạ đang làm gì đó? À quên, mà thiền sư mới đúng chứ.

- Ta đang nhổ cỏ.

Huệ Tông trả lời.

- Nhớ rằng! Nhổ cỏ thì phải nhổ cho tận gốc đấy!

Thiền Sư Huệ Quang suy nghĩ hồi lâu và thoáng lên trong đầu chuyện triều Lý đã đến thời mạt vận. Đây có lẽ là ý của Thủ Độ muốn tru diệt hết người nhà Lý, nên mới khẩu lịnh với ta như thế chăng? Ngày xưa khi còn làm vua và Thủ Độ dầu cho là Thái Sư đi chăng nữa, thì vẫn còn tung hô trước ta là Bệ Hạ vạn tuế. Nay bách tuế cũng chưa đến, làm sao sống đến vạn tuế được? Thế mà vận số đổi thay. Bây giờ kẻ làm quân sư cho vua nhỏ, người phải ngồi nhổ cỏ tại sân chùa. Huệ Quang tủi phận mình và quyết chọn cái chết cho tròn thanh danh và đền ơn chư liệt Thánh của nhà Lý, chứ sống làm chi khi phải chứng kiến cảnh trái ngang từ trong cung cấm ra đến ngoài nhân thế, khiến cho kẻ bàng quan khi nhắc đến lại chê cười.

Lý Ngọc Oanh đang ở nhà chồng, sống yên ổn với nhà chồng và được Trần Liễu thương yêu rất mực, nhưng khi nhìn về bối cảnh của hoàng cung nhà Lý bây giờ vắng vẻ quá. Bà nội Đàm Thái Hậu vì buồn nản nên đã băng hà. Cha bị ép buộc truyền ngôi sớm cho em mình rồi vào chùa để tu niệm. Nàng suy nghĩ miên man như vậy. Bỗng dưng Chiêu Hoàng đến gặp chị và tâm sự:

- Chị ơi! Lâu nay chị sống ra sao? Kể từ khi chị đi lấy chồng, em buồn lắm, không có ai bạn bè, may mà có anh Trần Cảnh do chú Trần Thủ Độ cho vào hầu hạ rồi trai gái sinh ra mến nhau nên em đã được hứa gả cho Cảnh và nếu em có làm vợ Cảnh thì em vẫn là em của chị mà?

- Việc này tất cả đều do người lớn hai bên sắp đặt cả, chị đâu có biết gì. Mặc dầu cuộc hôn nhân của chị cũng ấm êm đấy chứ, nhưng nhìn về triều ca của dòng họ mình, chị thấy sao buồn quá!

- Biết làm sao hơn. Tất cả chị em chúng ta đều không có anh hay em trai để nối dõi tông đường dòng tộc họ Lý, mà chúng ta chỉ là những nhi nữ bình thường, dẫu cho là công chúa, hoàng đế đi nữa thì cũng làm sao "mặc áo cho qua khỏi đầu" được. Tất cả đều do người lớn đã dọn đường rồi.

- Đành rằng là vậy, nhưng sao em thấy Phụ vương mình tội nghiệp quá, còn Mẹ mình thì sao lại có thể đang tâm nghe theo Trần Thủ Độ để làm những việc tày trời mà người đời ít ai có thể nghĩ ra được!

- Ừ... ừ, ừ! Đúng ra là vậy, nhưng biết làm sao bây giờ. Vả lại chúng ta còn nhỏ dại quá và cũng nữ nhi thường tình quá. Cha mẹ đặt đâu, mình ngồi đó vậy thôi. Cứ để cho con tạo xoay vần xem sao.

- Chị nói như vậy nghe cũng phải. Thôi để chờ xem.

Một năm, hai năm rồi ba năm sau, Trần Thủ Độ thấy Lý Chiêu Hoàng có vẻ chịu được sự săn sóc của Trần Cảnh nên đã sắp đặt với Trần Thị Dung tạo ra một sự ép duyên, một đám cưới có sự tham dự của triều đình. Ai đời con gái mới 8 tuổi mà đã có chồng? Cái tuổi ăn chưa no, lo chưa tới, thế mà hai người lớn họ Trần đã toa rập và bày sẵn ra mưu kế như thế, khiến cho Trần Cảnh và Lý Chiêu Hoàng phải tuân phục mà thôi. Trước khi Trần Cảnh cưới, thì Lý Chiêu Hoàng là Hoàng Đế của Đại Việt, nhưng sau khi Chiêu Hoàng làm vợ Trần Cảnh, bà đã trở thành Hoàng Hậu, phò tá cho chồng. Triều đại nhà Trần chính thức bắt đầu từ đầu năm 1226 và nhà Lý đã cáo chung, nhường lại sơn hà xã tắc này cho Trần Thủ Độ và Trần Thị Dung làm mưa làm gió. Vì đứng ở phương diện nào đi nữa thì Thủ Độ và Thị Dung vẫn là những bậc cha mẹ của cả Trần Cảnh và Chiêu Hoàng. Lúc này những Sắc Dụ ban ra đều do sự cố vấn của Trần Thủ Độ còn Trần Thị Dung thì đứng phía sau màn nhung để nhắc khéo chồng hờ của mình.

Lý Chiêu Hoàng sống với Trần Cảnh từ năm lên 8 đến năm 18 tuổi, nhưng chuyện thai nghén chẳng nghe động tĩnh gì cả, nên cả Trần Thủ Độ và Trần Thị Dung đều lo lắng, vì nghĩ rằng Chiêu Hoàng chắc không thể có con, nên hai người lại tìm mưu tính kế. Thị Dung bàn với Thủ Độ rằng:

- Thuận Thiên đang thời kỳ thai nghén. Bào thai ấy tuy là của Trần Liễu, nhưng chúng ta ép Trần Liễu và Thuận Thiên nhường cái bào thai ấy cho em mình thì có sao đâu? Ông nghĩ sao?

Thủ Độ nhướng mắt nhìn Trần Thị Dung và nói:

- Làm như vậy chỉ sợ là "vải thưa không che được mắt thánh", người ngoài biết chuyện thì sao?

- Thế gian lâu nay chuyện ấy cũng thường tình. Dẫu sao đi nữa thì cái bào thai kia cũng là huyết thống họ Trần.

Trần Thị Dung đáp lại như vậy.

- Tuy là được, nhưng ta thấy hơi khó coi. Vì lẽ Trần Cảnh dẫu sao cũng là em ruột của Trần Liễu, làm sao lấy chị dâu của mình được?

- Xưa nay ông không thấy rằng trong các dòng vua chúa ở xứ ta hay xứ người, họ đều lấy người cận huyết chăng?

- Để làm gì? Thủ Độ vặn hỏi lại.

- Còn để làm gì nữa? Để cho thiên hạ chỉ quy về một mối thôi, dẫu cho có bị lật đổ ngôi báu thì cũng là người trong họ và giang sơn của họ Trần này sẽ không bị đổi qua họ khác.

Trần Thủ Độ nghe lập luận của người tình Trần Thị Dung có lý, nên ông gật đầu và thế là một màn hạ bệ có tính cách chính trị nữa đã được sắp đặt. Ông gọi Chiêu Hoàng vào bảo:

- Đã 10 năm rồi sao con không sinh cho bệ hạ một mụn con nào?

- Việc này đâu phải do con.

- Ta có một việc muốn nói với con. Chắc con không từ chối?

- Xin Thái Sư cứ chỉ bày.

- Đã từ lâu, có thể đã hơn 10 năm nay rồi, ta chờ đợi ngày đêm giữa con và Thái Tông báo tin vui, nhưng sự chờ đợi cũng có giới hạn của nó. Bây giờ ta muốn con thôi làm Hoàng Hậu, trở lại đời sống bình thường và lập chị con là Thuận Thiên lên làm Hoàng Hậu. Vì Hoàng Hậu đang hoài thai. Con nghĩ thế nào?

- Nếu cậu nghĩ như thế thì cháu vâng theo. Dẫu sao đi nữa thì Thuận Thiên vẫn là chị ruột của con, thay thế con trong ngôi vị này cũng xứng đáng thôi.

Bên ngoài thì Chiêu Hoàng nghĩ vậy, nhưng bên trong tự nhiên nàng suy nghĩ rằng: "Làm sao chị mình đang hạnh phúc, lại làm cho hạnh phúc của mình và Trần Cảnh tan vỡ. Dẫu sao đi nữa thì cũng đã có 10 năm cùng chăn gối mặn nồng mà?" Mặt khác giữa Trần Liễu vai anh và Trần Cảnh vai em cũng cảm thấy khó xử cho việc không phải đạo này, nhưng nghĩ cho cùng thì việc này do Trần Thị Dung và Thái Sư Trần Thủ Độ sắp đặt tất cả, chứ cả 4 người gồm 2 cặp vợ chồng trẻ đâu có được ý kiến gì?

Từ đó họ sống bên nhau, nhưng luôn có sự xa cách. Cuối cùng, cũng vì lợi ích của gia tộc và cuộc sống của một công chúa, nên Thuận Thiên đã liều nhắm mắt đưa chân để đi thêm bước nữa với người em rể của mình.

Lẽ ra bà mới là người chính thức làm vợ Trần Cảnh từ trước, nhưng bà bị hất hủi khi mẹ mình mới sinh ra, do bà nội Đàm Thái Hậu không đồng ý, nên Trần Thị Dung khi hoài thai nàng lo âu dồn dập. Do vậy khi thai nhi được sinh ra yếu ớt, đau ốm liên miên và bây giờ biết đâu trong cái rủi ấy lại có cái may, mình không phải người đi chiếm đoạt ngai vàng để trở thành bậc mẫu nghi của thiên hạ, mà ngai vàng ấy tự dưng đưa đẩy đến tay ta thì ta nhận lãnh mà thôi. Dẫu biết rằng em gái Chiêu Hoàng chắc rằng chẳng vui mấy, nhưng ta là chị. Chắc có lẽ ơn trên đã ban cho ta vậy.

Vừa sống với Trần Liễu chẳng được bao lâu và đang mang trong mình dòng máu của chồng, Thuận Thiên thật khó xử khi gọi em chồng là chồng, nó ngờ ngợ làm sao. Những ngày đầu Trần Thái Tông kém vui, nhưng nhờ sự khôn khéo của Thuận Thiên nên cuối cùng rồi mối lương duyên ấy cũng tạm ổn để chuẩn bị hạ sinh cho Trần Liễu và Trần Cảnh một người con chung. Đó là Trần Quốc Khang.

Bên trong triều nội, người vui nhất là Trần Thị Dung và Trần Thủ Độ, vì tất cả kế hoạch sắp đặt từ trước đến nay cứ như thế mà tuần tự đến. Nếu nhớ lại chuyện xưa thì Thủ Độ cũng vui, vì nhờ ông mà Trần Thị Dung được vào cung son, làm vợ của Lý Huệ Tông và cũng chính nhờ ông mà triều Trần đã có con trai để nối dõi tông đường. Không những thế Trần Thị Dung bây giờ cũng giống như Trần Thái Hậu, vợ của Thái Sư chuyên chính này. Ấy chẳng phải mệnh trời là gì?

Tuy nhiên, trong thành Thăng Long dân chúng bàn tán xôn xao. Kẻ bảo thế này, người nói thế khác. Có kẻ cho là hay, lắm người bảo là dở. Nhưng dở hay đâu chưa biết, câu chuyện này đã làm đảo ngược cả luân thường đạo lý. Ai đời em chồng đi lấy chị dâu, xưa nay dù trong dân gian cũng chưa từng có, mà nay chuyện trái đạo này lại xảy ra ngay trong triều đình nhà Trần. Đi đâu cũng nghe thiên hạ bàn tán xôn xao, cuối cùng cũng đến tai vua. Năm ấy thuộc niên hiệu Thiên Ứng Chính Bình thứ 6, tức năm Đinh Dậu (1237), nhà vua chính thức lấy chị dâu là Thuận Thiên làm vợ. Trần Liễu bất bình đã tập hợp quân ở sông Cái để nổi loạn.

Vua trong lòng không yên nên đang đêm bỏ ra khỏi kinh thành, đến núi Yên Tử gặp Quốc Sư Phù Vân nói là "chỉ muốn làm Phật". Nhưng Trần Thủ Độ đâu dễ để cho vua yên, nên bắt buộc vua Trần Thái Tông phải trở về lại cung thành Thăng Long. Ông ta nói: "Nếu bệ hạ không về thì bệ hạ ở đâu, triều đình sẽ đóng tại đó."

Sau khi nghe lời khuyên bảo của Quốc Sư Phù Vân, vốn là bạn cũ của vua, ông cùng Trần Thủ Độ xa giá trở về Thăng Long, sống với Thuận Thiên trong nhiều năm và sau đó sinh ra Trần Hoảng vào năm 1240. Người này mới chính là con ruột của Trần Thái Tông và Công Chúa Thuận Thiên, nên sau này mới được chính thức tôn lên làm vua với miếu hiệu là Thánh Tông, xưng hiệu là Nhân Hoàng, đặt niên hiệu là Thiệu Long (1258-1272) và Bảo Phù (1273-1278). Sau khi vua băng hà, triều thần dâng thụy hiệu là Huyền Công Thịnh Đức Nhân Minh Văn Vũ Tuyên Hiếu Hoàng Đế, xây Lăng mộ là Dụ Lăng (thuộc phủ Long Hưng).

Trần Hoảng là một vị vua anh minh trong sử Việt, trị vì từ năm 1258, nghĩa là sau khi Thái Tông đánh thắng quân Nam Tống vào năm 1257, và đến năm 1278, nghĩa là chỉ 20 năm sau, Thánh Tông cũng nhường ngôi cho Nhân Tông, còn mình thì làm Thái Thượng Hoàng lui về ở phủ Thiên Tường để hỗ trợ cho vua con.

Một năm sau khi sinh Trần Hoảng, nghĩa là năm 1241, Thuận Thiên đã sinh thêm một người con trai cho Trần Thái Tông lấy tên là Quang Khải và sau này là Chiêu Minh Vương Trần Quang Khải. Đây là vị tướng tài, sau này đã giúp cho vua Trần Nhân Tông đánh thắng quân Nguyên Mông hai lần vào năm 1285 và 1288. Sử sách vẫn còn ghi rõ ràng như vậy. Thuận Thiên cũng sinh thêm một Trần Ích Tắc. Ông này thông minh, học rộng, nhưng sau này quy hàng quân Nguyên Mông và bị mang tiếng xấu là "cõng rắn cắn gà nhà" hay "rước voi giày mả tổ". Điều này có lẽ Hốt Tất Liệt biết rõ nội tình của huynh đệ nhà Trần hơn, nên mới tạo ra cảnh nội loạn, ngoại phân như vậy. Hay biết đâu Trần Ích Tắc cũng ganh tị với anh mình là Trần Hoảng nên mới cam tâm chạy theo giặc Nguyên Mông để thừa nước đục thả câu. Tuồng đời xưa nay luôn diễn ra như vậy. Chỉ có điều hoàn cảnh và thời gian khác nhau thôi, nhưng sự kiện trong cung cấm chẳng có gì thay đổi mấy. Cuối cùng cũng chỉ vì chiếc ngai vàng ấy, nên muôn sự cũng từ đây mà ra.

Thuận Thiên Hoàng Hậu cũng sinh thêm cho Trần Thái Tông một hoàng nam nữa. Đó là Chiêu Văn Vương Trần Nhật Duật. Ông này cũng là một tướng tài trong những trận đánh kinh thiên động địa với quân Mông Cổ vào những năm 1285-1288.

Vai trò của Trần Quốc Khang ra sao, sử sách ít đề cập đến, vì lẽ ông chỉ là một con tốt dùng để thí khi ván cờ chính trị đã hạ màn. Ông sinh ra trong sự toan tính dự phòng của Thủ Độ vào lúc nhà Trần chưa có người nối nghiệp, nên khi các hoàng tử nối nhau ra đời thì số phận của ông thật hẩm hiu. Lẽ ra ông đã là Đông cung Thái Tử nếu là huyết thống của Thuận Thiên và Trần Cảnh, nhưng ai cũng biết ông thực sự là con của Trần Liễu nên địa vị này ông phải nhường lại cho em mình là Trần Hoảng, vốn vừa là em cùng mẹ khác cha, nhưng lại cũng là anh em nhà chú nhà bác. Chuyện oái ăm hỗn độn này quả thật chỉ có trong triều Trần mà thôi.

Cuộc đời của công chúa Thuận Thiên quá gian truân, từ khi mới sinh ra cho đến khi lấy chồng và sinh con. Đứa con Trần Quốc Khang ấy, tuy là anh của Trần Hoảng, tức Trần Thánh Tông, nhưng không phải là con của Trần Thái Tông, mà là con của Trần Liễu. Do vậy bà rất đau buồn. Sau đó chính thức Thuận Thiên Hoàng Hậu mới cùng với Trần Thái Tông sinh ra ba người con trai khác như bên trên đã nói lược qua. Bà là công chúa nhà Lý, sau làm hoàng hậu nhà Trần, rồi làm thái hậu khi Trần Thái Tông lên làm Thái Thượng Hoàng, nhường ngôi cho Trần Thánh Tông. Năm 1248, bà qua đời khi mới vừa tròn 32 tuổi và được truy phong là Hiển Từ Hoàng Thái Hậu. Nhưng điều đặc biệt ở tại ấp A Sào, nay là xã An Thái, Quỳnh Phụ, tỉnh Thái Bình người dân đã làm miếu thờ bà bên cạnh đền của người chồng trước là Trần Liễu chứ không phải Trần Thái Tông. Cho hay cái nhân nghĩa ở đời là vậy. Phàm có sóng vì có nước, nếu nước không thì sóng cũng không. Có phân biệt bỉ thử nên mới có sự tranh giành. Nếu một niệm khởi như lúc ban đầu không thiện không ác, thì có đâu lại sanh, lại diệt, có đến có đi, có còn có mất? Ai liễu ngộ được điều này, người ấy sẽ biết được sự vô thường sanh diệt là gì.

Về phía Trần Liễu tức anh ruột Trần Thái Tông, có vợ chung là công chúa Thuận Thiên, con gái lớn của vua Lý Huệ Tông và Hoàng hậu Trần Thị Dung. Đứa con bị gán ép đó tên Trần Quốc Khang mới chính là máu mủ của Trần Liễu và Thuận Thiên công chúa. Như vậy, nhiều người thắc mắc rằng những người con của Trần Liễu về sau này như Tuệ Trung Thượng Sĩ Trần Quốc Tung, Hưng Đạo Vương Trần Quốc Tuấn, Nguyên Thánh Thiên Cảm Hoàng Hậu Trần Triều, là con của bà nào đã kết hôn với Trần Liễu?

Theo Trần Triều thế phả hành trạng thì Trần Liễu kết hôn với bà Trần Thị Nguyệt, tức là Thiện Đạo Quốc Mẫu sinh ra ba người trên. Còn Thuận Thiên Hoàng Hậu sinh ra cho Trần Liễu hai người con trai. Đó chính là Trần Quốc Khang và người anh là Vũ Thành Vương Trần Doãn. Ông này vào năm 1256 đem cả nhà qua nhà Tống thì bị bắt lại. Nếu kể phổ hệ bên Trần Liễu, anh ruột của Trần Cảnh tức Trần Thái Tông, thì có nhiều người nổi tiếng hơn. Nhưng tại sao lịch sử lại oái oăm như vậy? Có phải chăng tất cả ván bài này đã được Thái Sư Trần Thủ Độ và Trần Thị Dung toan tính trước?

Đa phần trong sách sử của Việt Nam ít ghi rõ nét về Tuệ Trung Thượng Sĩ Trần Quốc Tung. Không hiểu lý do tại sao. Có thể vì ông là một bậc thầy quá nổi bật trong thiên hạ lúc bấy giờ và ông là một thiền sư cư sĩ, nên người ta không biết xếp ông vào đâu chăng? Trên thực tế, những trận đánh ở Thăng Long với quân Nguyên Mông cùng với người em ruột là Hưng Đạo Vương Trần Quốc Tuấn, ông là người chỉ huy đại tài trong những trận đánh năm 1285 và 1288. Thế mà lịch sử chỉ tuyên dương công trạng của Hưng Đạo Vương, còn vai trò làm anh của ông, chỉ huy trong những trận này, dường như phai nhạt. Lý do gì đi nữa thì ông vẫn là người anh con nhà bác của Trần Thánh Tông và ông cũng là anh ruột của Hoàng Hậu Thiên Cảm, mà Hoàng Hậu này lấy Trần Thánh Tông để sinh ra Nhân Tông. Như vậy vua Trần Nhân Tông gọi Tuệ Trung Thượng Sĩ Trần Quốc Tung và Hưng Đạo Vương Trần Quốc Tuấn là cậu, nếu xét về phía bên ngoại, và phải gọi là bác nếu xét về phía bên nội.

Sau này vua Trần Nhân Tông lấy Hoàng Hậu Khâm Từ, con gái của Hưng Đạo Vương thì việc gọi theo lớp lang cũng không khác gì cha mình, nghĩa là Hưng Đạo Vương là anh rể của Thánh Tông, Nhân Tông vừa gọi Hưng Đạo Vương là bác mà cũng là cha vợ. Điểm đặc thù của họ Trần là anh em chú bác lấy nhau, con nhà bác lấy con nhà chú, hay ngược lại. Theo đạo lý thông thường thì như vậy gọi là loạn luân, nhưng cũng có thể Trần Thủ Độ đã chủ trương như vậy ngay từ đầu để bảo vệ quyền lực trong dòng họ và về sau mọi người cứ thế mà noi theo, để ngôi vua không lọt vào dòng họ khác.

Thế kỷ thứ 20, 21 này, đa phần nước nào còn vua cũng chỉ lập một Chánh cung Hoàng hậu, ít có thứ phi như những thế kỷ trước. Có lẽ ngoài nhân gian đã cấm việc đa thê thì vua chúa, người đứng đầu của một đất nước cũng phải tuân theo luật pháp. Đời nhà Trần khởi sinh việc con vua cháu chúa chỉ lấy với nhau trong hoàng tộc, nhưng ngày nay nhiều hoàng hậu xuất thân từ dân dã bình thường, như Anh Quốc hay Nhật Bản cũng đều như vậy. Vì theo các nghiên cứu khoa học thì hôn nhân cận huyết như con chú con bác, con cô con cậu lấy nhau sẽ sinh ra nhiều chứng bệnh nan y khó trị.

Riêng bà Thuận Thiên sinh cho Trần Liễu hai người con Trần Quốc Khang và Vũ Thành Vương Trần Doãn cũng là những người bình thường, không có gì đặc biệt, nên lịch sử ít đề cập đến hai người này. Vũ Thành Vương Trần Doãn sau này có lẽ vì bất mãn với Trần Thái Tông và Trần Thánh Tông nên đã dẫn bầu đoàn thê tử chạy sang nhà Nam Tống, nhưng cơ mưu bại lộ, cả nhà đều bị bắt phải quay lại Đại Việt.

Chiến sự, hậu sự ở hoàng cung lâu nay là vậy. Khi một triều đại này lên có nhiều người trong triều đại cũ không phục tùng, nên phải đi lánh nạn để giữ trọn nghĩa trung quân ái quốc. Thời vua Trần Thái Tông và Trần Thánh Tông, quân Mông Cổ thôn tính gần hết nhà Nam Tống. Do vậy những người Hán không chịu hàng quân nhà Nguyên để giữ tròn khí tiết của mình đã chạy sang Đại Việt của chúng ta và Thái Tông cũng như Nhân Tông dang tay ra đón họ. Sau này khi quân Nguyên Mông sang xâm chiếm nước ta dưới thời Nhân Tông thì chính những người tỵ nạn từ Nam Tống này cũng đã góp phần đánh bại quân Nguyên Mông với các vua nhà Trần. Đây là sự trả ơn cho người chủ mới đã bảo toàn tánh mạng và dòng họ của họ khi lưu trú tại xứ người.

Lịch sử là sự lặp lại, nên trước đó không lâu, năm 1226 khi Trần Thủ Độ chuyên quyền ở nhiều lãnh vực, có nhiều người con cháu của nhà Lý không phục nhà Trần mới soán ngôi, đã bỏ nước ra đi, trong đó có Hoàng Tử Lý Long Tường. Theo Bác sĩ Yên Tử Trần Đại Sỹ hiện ở Pháp đã nghiên cứu về những sự kiện trên và ông ta đã đưa ra những bằng chứng rõ ràng về sự ra đi không hẹn ngày trở lại của Hoàng Tử Lý Long Tường cùng thời với Lý Huệ Tông. Huệ Tông ở lại để chịu nhục, không phải để cầu vinh. Vì cái thế của ông phải như vậy, để rồi tự mình phải kết liễu đời mình, vì không muốn bị làm nhục bởi Trần Thủ Độ khi nhà Lý đã mất ngôi vào tay nhà Trần và nhất là vợ mình là Trần Thị Dung cam tâm chịu làm người tình, rồi người vợ của Trần Thủ Độ. Sự kiện ấy đã làm cho Huệ Tông đau lòng, mặc dầu ông đang sống trong chùa, muốn quên đi bao nhiêu sự hưng phế của triều đại và thế sự đã xảy ra chung quanh mình, nhưng nào đâu có dễ.

Trong khi đó, Hoàng tử Lý Long Tường lại cao bay xa chạy để tránh vạ lây. Sử sách cho biết ông đã dùng 3 chiến thuyền chở 6.000 người tộc họ nhà Lý giong buồm thẳng đến các đảo quốc ở phương bắc, trong đó có Đài Loan và Đại Hàn. Khi gần đến đảo quốc Đài Loan, người con của Hoàng tử Lý Long Tường bị bệnh nặng nên một chiến thuyền phải ghé sang đó và sau này làm nên cơ nghiệp tại đây. Khi nghiên cứu về gia phả của nhà Lý tại Đài Loan thì nhiều người quyết đoán rằng Tổng Thống Lý Kính Huy của Đài Loan vào cuối thế kỷ 20 chính là hậu duệ của nhà Lý và con cháu của Lý Long Tường từ thế kỷ 13, đã đóng góp cho đảo quốc này những con người làm nên danh phận như vậy. Cánh còn lại giong buồm đi thẳng đến Đại Hàn, cập bến ở Nam Hoa và sau này khi quân Mông Cổ đến chiếm Triều Tiên, Hoàng tử Lý Long Tường cùng gia thân quyến thuộc đã giúp vua chúa Triều Tiên chống lại sự bành trướng của Thành Cát Tư Hãn từ Trung Hoa. Cuộc chiến thành công, nên vua Triều Tiên mới ban cho Hoàng tử Lý Long Tường danh hiệu là Nam Hoa Tướng Quân. Nếu ông còn ở lại Đại Việt, không biết ông có cộng tác với Hưng Ninh Vương Trần Quốc Tung (Tuệ Trung Thượng Sĩ) và Hưng Đạo Vương Trần Quốc Tuấn để chống lại quân Nguyên Mông chăng? Vì lẽ ôm mối hận nhà Trần cướp ngôi nhà Lý thì khi có thù trong giặc ngoài, chắc rằng ông cũng phải chọn một trong hai, đó là nợ nước hay thù nhà. Nếu xem thù nhà nặng hơn thì chí làm trai sao có thể ngẩng mặt với giang sơn, khi để giặc ngoại xâm lan tràn trên quê hương của mình? Hoặc là chấp nhận xóa thù nhà giữa họ Lý và họ Trần, cùng hợp sức với nhau để giữ vững quê hương Đại Việt.

Điều này dẫu có muốn đi chăng nữa thì Trần Thủ Độ cũng không cần, vì ông chỉ muốn giết sạch hết người nhà Lý. Bằng chứng là ông cho quân lính đào hầm hố chung quanh lăng tẩm của vua chúa nhà Lý vào ban đêm để mọi người khỏi dị nghị, rồi cho chôn cọc nhọn bên dưới, bên trên ngụy trang bằng những tấm ván và thảm cỏ xanh. Xong đâu đó rồi, ông loan báo cho con cháu nhà Lý biết là: Nếu muốn tảo mộ, thăm lăng tẩm của những bậc tiền nhân nhà Lý thì hãy sắm lễ lộc để đi tảo mộ. Thế là mọi người hớn hở xuất hiện để đi thăm viếng lăng mộ của Tổ Tông mình. Nào ngờ đâu hầu như tất cả những người còn lại của con cháu nhà Lý đã bị lừa. Đến khi mọi người tập trung ở các lăng tẩm của các tiên vương, Trần Thủ Độ hạ lệnh cho rút tất cả những tấm ván kê tạm gần lăng mộ, khiến mọi người đang đứng lễ bị sụp xuống hầm chông và Thủ Độ cho quân lính lấp đất lại. Thế là xong một triều đại.

Những người biết trước thời thế và gian tâm của Thủ Độ như Hoàng tử Lý Long Tường nên mới bỏ nước ra đi. Ra đi như vậy không phải là để cầu vinh, mà chắc rằng ai trong 6.000 người của họ cũng trông về cố quốc, muốn trở lại thăm lăng mộ, làng xưa xóm cũ, nhưng khi hay tin Trần Thủ Độ cư xử như vậy, nên đa phần đã quyết định ở lại Triều Tiên cho đến ngày hôm nay. Trải qua hơn 800 năm lịch sử thăng trầm như vậy, vào thế kỷ 20 đã có một người mang dòng họ Lý lên làm Tổng Thống của Nam Hàn. Đó là Lý Thừa Vãng. Ông là hậu duệ của nhà Lý Việt Nam và chính con cháu của ông thời trước 1975 muốn trở về quê hương để thăm lăng mộ của tiên đế nhà Lý tại miền Bắc. Nhưng lúc bấy giờ vì quan san cách trở cũng như chủ nghĩa cộng sản khắt khe nên họ đã không thực hiện được. Và sau này, gần đây nhất là việc con cháu nhà Lý từ Triều Tiên và Đại Hàn đã về thăm lại quê xưa, nhất là lăng mộ của gia tộc nhà Lý. Tuy họ không còn nói tiếng Việt nhuần nhuyễn nữa, nhưng họ Lý vẫn giữ nguyên, cũng có người học và nói tiếng Việt thật giỏi để thi vào quốc tịch Việt Nam trong hiện tại. Đúng là: "Cây có cội, nước có nguồn" là vậy.

Từ khi hai bà Trưng nổi lên chống lại quân Nam Hán. Các Bà liều chết để không chịu nhục khi bị vây thành, nên đã nhảy xuống sông Hát Giang để tự tử. Mãi cho đến Thái Hậu Dương Vân Nga, vợ của vua Lê Đại Hành, thay chồng chấp chính khi nhà vua thân chinh dẹp giặc. Cho đến nhà Lý có Lý Chiêu Hoàng và Lý Ngọc Oanh. Cả hai Bà đều là những liệt nữ. Nếu không có họ, chắc rằng giang sơn Đại Việt của cha ông chúng ta gây dựng từ ngàn xưa sẽ thay ngôi đổi chủ theo hướng khác. Nhiều khi các bà Hoàng Hậu này cũng cố chịu nhục để làm xong một bổn phận, dầu là nữ nhi thường tình.

Kế đến có Huyền Trân Công Chúa vâng lời phụ vương Trần Nhân Tông sang Chiêm Thành làm vợ của Chế Mân, nhưng nhờ thế mà Đại Việt có thêm Châu Ô, Châu Lý. Đến thời Chúa Nguyễn ở Đàng Trong, bà công chúa Ngọc Vạn cũng đã vì giang sơn của Việt tộc mà về làm vợ vua Miên và cuối đời cũng đã dùng lời hay tiếng khéo để cho Thái Tử rõ ước nguyện của mình, nên mới có được Sài Gòn, Gia Định ngày nay. Một bà Vĩnh Tế, vợ của Thoại Ngọc Hầu, nếu không hy sinh vì chồng đi kinh lược xa tận miền Nam để chủ trì cho dân Nam đào kinh, khơi nước thì miền Nam ngày nay đâu có được giao thông tiện lợi như vậy?

Đồng thời cũng có những người đàn bà ác độc như Trần Thị Dung. Lúc thì làm vợ vua, lúc làm người tình của Trần Thủ Độ. Lúc gả con gái trưởng cho người anh, khi lại đồng tình cho phế lập kỷ cương để về làm vợ của người em, cốt chỉ mong con mình làm sao giữ được ngôi Hoàng Hậu của nhà Trần. Và gần đây nhất từ những năm 1954 đến 1963, bà Ngô Đình Nhu cũng là một người đàn bà quá tàn nhẫn khi xem việc tự thiêu của Bồ Tát Thích Quảng Đức vào ngày 20 tháng Tư năm Quý Mão (1963) là việc "nướng thịt".

Những cách hành xử, nói năng của những nữ lưu trong lịch sử Việt Nam vẫn còn đó. Hay hoặc dở, tốt hay xấu, lịch sử vẫn ghi lại trung thực những gì đã xảy ra để người đời sau lấy đó làm bài học cho chính bản thân mình, nhất là khi có quyền thế trong tay phải cần suy nghĩ thật chín chắn trước khi quyết định một việc gì.

Chương Một này nói về việc chính là "Nỗi lòng Công chúa Thuận Thiên", nhưng lịch sử giống như một mắc xích, khi viết việc này không thể không viết việc kia, lại không được và viết bao giờ cho đủ? Thông thường những người viết sử ở mỗi triều đại đều phải tuân theo khuôn phép, luật lệ của triều đại ấy. Tuy hay với triều đại này mà dở với triều đại kia. Chỉ có những ai đứng ngoài vòng tranh chấp mới có được một cái nhìn khách quan hơn.

Tuy vậy sự nhận xét phê phán cũng chỉ có giá trị theo từng người, từng quan điểm và từng thời đại khác nhau, không có gì là chân lý bất biến cả. Do vậy, người đọc sách lịch sử phải tự chọn cho mình một thái độ nghiêm túc để phán xét hay viết về một sự kiện. Có như vậy, người đọc mới dễ lãnh hội hơn. Nói cho cùng, văn chương chữ nghĩa chỉ là vấn đề chuyển tải tư tưởng của người viết. Người đọc sách hay xem truyện hãy tự mình kiểm soát tư tưởng của mình, để khi đọc được nhiều lợi lạc hơn.

II.
VUA TRẦN THÁI TÔNG

Tưởng và tướng hay tướng và tâm không hai. Cái này có trong cái kia và cái kia có trong cái này, nhưng sự tồn tại ấy chúng ta lại không biết. Đây chính là Phật sống của mỗi người vậy. Ta là Phật và Phật là ta. Đây chính là nhận xét của vua Trần Thái Tông. Nếu người tu Phật, ai ai cũng rõ biết được như thế thì sự giác ngộ giải thoát không cần chờ đợi ở kiếp nào xa hơn, mà ngay trong hiện thế chúng ta cũng có thể rõ biết được. Do vậy mà nhận thức "Vua là Phật và Phật cũng là Vua" rất tương ưng với vị thế của Trần Thái Tông.

Vua là một thiền sư, mà thiền sư cũng chính là vua. Khi vua cần quân dẹp giặc, thì hình ảnh ấy là vị vua cai trị muôn dân, có bổn phận với sơn hà xã tắc, nhưng khi vào thiền định thì vua không còn là vua nữa mà đã là một thiền sư. Vì thiền và Phật lúc bấy giờ chỉ là một chứ không hai. Tất cả đều nhất như.

Ai sinh ra trong đời này cũng đều có cha mẹ, ông bà và tổ tiên dòng họ. Nếu tra ngược về nguồn gốc con người từ lúc xuất hiện trên quả địa cầu này, có thể là do sự biến hóa từ những vi sinh vật và động vật mà thành. Trong Đạo Phật có pháp duyên sanh và duyên khởi có thể giải thích về cội nguồn của muôn vật một cách tường tận, qua cái nhìn của tuệ giác siêu việt, không phải bằng lối ước đoán nhị nguyên. Do vậy, sự khảo sát từng thời đại chỉ có tính cách giai đoạn của lịch sử, chỉ có tính cách ngắn hạn, chứ không thể nói tổng quát mọi thời đại được. Ngay như việc họ Lê đổi thành họ Lý, rồi họ Lý đổi thành họ Nguyễn để cho nhà Trần dễ nhận diện thì việc này cũng chỉ là cách suy nghĩ ngắn hạn của người đứng ra chủ trương thuở bấy giờ mà thôi. Hoặc sợ bị theo dõi, bắt bớ, giam cầm. Hay muốn gia nhập vào tộc họ mới cho dễ tiến thân nên nhiều người đã thay tên đổi họ. Đây là những nguyên nhân chính.

Theo Giáo sư học giả Trí Siêu Lê Mạnh Thát, tác giả quyển Toàn Tập Trần Thái Tông, thì vua Trần Thái Tông lên ngôi tôn bà Lê thị là Quốc Thánh Hoàng Thái Hậu, mặc dầu Trần Thừa, cha của Trần Liễu và Trần Cảnh, không hề làm vua. Vả lại, khi người ta có quyền và có địa vị trong xã hội thì người đứng đầu sơn hà xã tắc thời quân chủ muốn phong chức cho ai thì phong, muốn cấp đất cho ai thì cấp, nên sau này người ta nói rằng chủ nghĩa hay chính thể ấy là phong kiến. Phong có nghĩa là phong chức tước cho ai đó và kiến có nghĩa là kiến địa, ban cho thực ấp, đất đai để cho ông quan ấy thâu thuế và lợi nhuận. Vì những đặc quyền đặc lợi như vậy, nên ngôi vua là chỗ tranh bá đồ vương, xưa nay vốn là như vậy.

Ngày nay, những xã hội dân chủ phát triển khắp nơi trên thế giới, nhất là sau cuộc Cách mạng Pháp vào ngày 14 tháng 7 năm 1789 của nền Đệ Nhất Cộng Hòa, thế giới đã có sự đổi thay rõ rệt. Nhân quyền được tôn trọng và mọi người đều có quyền nói lên tiếng nói trung thực của mình, lá phiếu người dân là sự quyết định người lãnh đạo đất nước, chứ không phải uy quyền hay thế lực làm chủ một đất nước dân chủ được.

Đại Việt Sử Lược, quyển 3, tờ 32 b - 33 đã chép về việc lên ngôi của vua Trần Thái Tông như sau:

"Kiến Gia năm thứ 15 Ất Dậu (1225) mùa đông tháng 12 Thượng Vương cho nữ vương nhỏ dại nên lấy làm lo, triệu Phùng Tá Chu vào mưu rằng: 'Trẫm vì bất đức có tội với trời, nên tuyệt không có con nối dõi, truyền ngôi cho con gái, lấy một âm mà cỡi lên một đám dương, bọn chúng không theo, tất đi đến chỗ xấu mất. Theo chỗ ta thấy, không gì hơn là xa bắt chước Đường Nghiêu, gần thể theo Nhân Tổ, chọn người hiền mà trao ngôi. Nay ta thấy con thứ của Thái Úy là Mỗ, tuổi tuy thơ ấu, mà tướng mạo phi thường, tất có thể giúp đời yêu dân, muốn lấy làm con để làm chủ thần khí, đồng thời đem Chiêu Vương gả cho. Các khanh hãy vì Trẫm mà nói với Thái Úy.'

"Thái Tổ cũng chưa tin, tả phụ Nguyễn Chính lại bảo Thái Tổ: 'Họ Nguyễn có nước, vua hiền sáu bảy vị đã tạo nên những ơn đức còn lại thấm vào người dân rất sâu, mà bỗng một hôm lại đem họ khác nối dõi thì ý là để thử xem ta thế nào. Nếu nhân vậy mà nhận, thiên hạ tất bảo Thái Úy có ý soán nghịch.' Thái Tổ muốn làm theo thì Thượng phẩm phụng ngự Trần Thủ Độ nói: 'Lời của Tả Phụ là sai. Giả như Thượng Vương có con trai, lại muốn nhường cho nhị lang, thì xét theo nghĩa là đã không thể vâng chiếu, nhưng nay vì vô tự, mà muốn chọn người hiền để giao, thì ấy là Thượng Vương xa bắt chước việc chân nhượng của Nghiêu Thuấn thì sao lại nghi ngờ? Huống ngôi trời không thể để trống lâu mà ý Thượng Vương nhường ngôi thì đã quyết chọn riêng họ khác để làm kẻ nối dõi, dù muốn không theo có thể được sao? Vả lại, Thượng Vương lấy nhị lang làm người nối dõi, đó là ý trời. Trời cho mà không nhận, thì lại phải nhận lấy tội với trời. Nguyện xin Thái Úy nghĩ kỹ cho.'

"Mùa đông tháng 12, sai Nội thị phán thủ Phùng Tá Chu, Nội hành khiển Tả tự Lang Trung Trần Trí Hoằng đem văn vũ thần liêu trong ngoài, đưa thuyền rồng đầy đủ pháp giá đến phủ Tinh Cương đón Thái Tổ ta, lấy ngày mồng 1 tháng 12 năm đó nhận nhường ngôi tức vị ở điện Thiên An, tôn Thuận Trinh Vương Hậu làm Thái Hậu, giáng Chiêu Thánh Vương thành Vương Hậu, cải nguyên Kiến Trung."[1]

[1] Trích Toàn Tập Trần Thái Tông của Lê Mạnh Thát, trang 25 và 26.

Đọc đoạn văn dịch từ chữ Hán trên đây ta thấy Trần Thái Tông lên ngôi là do vua Lý Huệ Tông chủ động bàn bạc với Phùng Tá Chu và bề tôi của mình. Nếu được như vậy cũng là một điều quá lý tưởng có tính cách dân chủ, nhưng lịch sử lại khác, hầu như không phải như vậy. Đại Việt Sử Ký Toàn Thư quyển 4, tờ 32 b6 - 34 b1[1] lại viết khác như sau:

"Thiên Chương Hữu Đạo năm thứ 2, Ất Dậu (1225) mùa đông tháng 10 (...) Điện Tiền Chỉ Huy Sứ Trần Thủ Độ coi việc quân sự trong ngoài thành thị. Cháu Trần Thủ Độ là Trần Bất Cập làm Cận Thị Thử Lục Cục Chi Hậu, Trần Thiêm là Chi Ứng Cục, Trần Cảnh làm Chính Thủ, bấy giờ mới 8 tuổi, chầu hầu ở ngoài. Một hôm vì phục vụ tắm rửa, nhân thế vào hầu bên trong, Chiêu Hoàng thấy mà thích. Mỗi đêm đi chơi, cho triệu đến cùng đi, thấy Cảnh ở trong chỗ tối thì tự mình đến trêu chọc, hoặc kéo tóc, hoặc đứng lên bóng. Hôm khác, Cảnh bưng chậu nước đứng hầu, Chiêu Hoàng rửa mặt, thì lấy tay vốc nước vảy vào mặt Cảnh mà đùa cười. Đến khi Cảnh bưng khăn cau thì bà lấy khăn cau ném cho Cảnh. Cảnh không dám nói gì, lén đem kể với Trần Thủ Độ. Thủ Độ nói: "Thật có như thế thì làm vua cả họ ư? Chết cả họ ư? Lại một hôm, Chiêu Hoàng lại đem khăn cau ném cho Cảnh. Cảnh vái nói: "Bệ Hạ tha tội cho thần không? Thần xin vâng mệnh". Chiêu Hoàng cười nói: "Tha cho ngươi, nay ngươi đã có trí rồi." Cảnh lại đem báo với Thủ Độ. Thủ Độ sợ việc tiết lộ thì sẽ bị giết chết. Do thế bèn tự đem gia thuộc thân thích vào trong thành. Thủ Độ đóng cửa thành và các cửa cung, sai người chốt giữ, bá quan tiến triều, không được vào. Thủ Độ tuyên bố: "Bệ Hạ đã có chồng rồi." Quần thần đều nói: "Vâng, xin chọn ngày để triều kiến."

---

[1] Về cách ghi các trích dẫn trong sách này, nếu không được ghi rõ thì xin quý độc giả nhận hiểu theo quy ước sau: Đại Việt Sử Ký Toàn Thư 4 tờ 32 b6 - 34 b1, nghĩa là: sách Đại Việt Sử Ký Toàn Thư, quyển 4, trang 32, tờ b, dòng 6 đến trang 34 tờ b, dòng 1.

Tháng đó ngày 21, quần thần tiến triều vái mừng. Chiêu Hoàng xuống chiếu nói: "Đế Vương Nam Việt trị vì thiên hạ đã có từ xưa. Chỉ triều Lý ta, trời yêu cho mệnh, có cả bốn biển, các thánh nối nhau hơn hai trăm năm. Ngặt nỗi, Thượng Hoàng mắc bệnh, nối dõi không người, thế nước nghiêng nguy, bèn sai Trẫm nhận minh chiếu, miễn cưỡng lên ngôi, từ xưa tới nay, việc chưa từng có. Ngặt vì, Trẫm e nữ chúa, tài đức đều thiếu, giúp rập không người, giặc cướp nổi lên như sung, làm sao có thể cầm giữ ngôi báu quá nặng. Trẫm thức khuya dậy sớm, chỉ sợ khó khăn, thường nghĩ tìm hiền nhân quân tử, cùng giúp trị chính, đêm ngày khẩn khoản, đến thế là cùng. Kinh Thi có nói: "Quân tử tìm bạn, tìm mãi không được, thức ngủ nhớ mãi, lâu thay lâu thay." Nay Trẫm một mình tính đi tính lại, chỉ được Trần Cảnh văn chất đủ vẻ, thực lực thể cách của hình nhân quân tử, uy nghi đàng hoàng, có tư chất thánh thần văn vũ, dù Hán Cao Tổ, Đường Thái Tông cũng chưa thể qua được. Sớm hôm nghĩ kỹ, xét có chỗ quen, có thể nhường ngôi lớn, để vui lòng trời, để xứng ý Trẫm, hầu có thể đồng tâm hiệp lực, cùng phò vận nước, hưởng phúc thái bình. Nay bố cáo thiên hạ để mọi người nghe biết."

Ngày Mậu Dần 11 tháng 12, Chiêu Hoàng mở hội lớn ở điện Thiên An, ngự trên giường báu, bá quan mặc triều phục vào chầu, lạy ở dưới sân. Chiêu Hoàng bèn cởi bỏ áo ngự, mời Trần Cảnh lên, bèn lên ngôi Hoàng Đế, cải nguyên Kiến Trung năm thứ nhất, đại xá, xưng là Thiên Hoàng."[1]

Đọc hai tài liệu lịch sử này, một của Đại Việt Sử Lược, một của Đại Việt Sử Ký Toàn Thư, ta thấy một sự kiện nhường ngôi, nhưng có nhiều dữ liệu khác nhau. Nhưng dầu cho sự kiện nào đi chăng nữa thì Trần Thủ Độ vẫn nắm giữ vai trò chủ chốt trong việc nhường ngôi của Lý Chiêu Hoàng cho Trần Cảnh. Sự kiện đầu có sự chủ động của vua cha Lý Huệ

[1] Trích sách như trên cùng tác giả, từ trang 27 đến trang 29.

Tông, mà lúc này ông đã đi xuất gia ở chùa Chân Giáo rồi, lại có sự xuất hiện của Phùng Tá Chu và bầy tôi của mình nữa. Mới nghe thì cũng có lý, vì cha nhường ngôi cho con, lên làm Thái Thượng Hoàng và cha vẫn còn cố vấn cho Nữ Vương, dầu cho người cha đã đi xuất gia đi chăng nữa. Nhưng khi nhớ lại câu "Nhổ cỏ phải nhổ tận gốc" khi Trần Thủ Độ giả dạng đi lễ chùa để thăm dò Lý Huệ Tông đang làm gì và thốt lên câu ấy thì chiếu chỉ nhường ngôi này cũng có thể Thủ Độ ép vua Huệ Tông viết như ý của mình, hoặc giả Thủ Độ viết và bắt vua phải đóng ấn dấu vào là đủ, để khỏi mang tiếng thị phi là Thủ Độ chủ trương đoạt mệnh trời để đem ngai vàng về cho dòng họ của mình.

Nếu xem qua đoạn mô tả về chiếu chỉ của Chiêu Hoàng nhường ngôi cho Trần Cảnh thì đã lộ rõ âm mưu của Thủ Độ rồi. Tất cả đây là chủ trương của Trần Thủ Độ chứ chẳng ai khác. Vì lẽ một đứa trẻ mới lên 8 thì làm sao biết được chuyện trong Kinh Thi viết về quân tử đi tìm bạn. So với một đứa bé thông minh ngày nay, nhiều lắm cũng chỉ mới biết làm toán cộng trừ nhân chia là cùng. Tám tuổi làm gì biết có việc thức khuya, dậy sớm mà dám so với Hán Cao Tổ và Đường Thái Tông bên Trung Hoa? Quả thật Thủ Độ đã quá lời và chiếu chỉ nhường ngôi này của Lý Chiêu Hoàng cho Trần Cảnh cũng là một âm mưu tạo phản, truất phế ngôi vua và nhất là sang tên đổi họ một triều đại. Tất cả đều là chủ trương của Trần Thủ Độ cả.

Nếu chúng ta tra cứu thêm tài liệu từ phía Trung Quốc, thì An Nam Chí Lược,[1] quyển 13, tờ 127 viết về Trần Thị thế gia như thế này: *"Đời thứ hai là con thứ của Thái Tổ, khoan nhân thông tuệ, văn võ gồm đủ, làm rể nhà Lý rồi lấy nước."* Trong khi đó thì An Nam Chí Nguyên 1, tờ 7 càng ghi ngắn

[1] Sách An Nam Chí Lược của Lê Tắc, vốn là một người Việt Nam, nhưng soạn sách này bằng chữ Hán trong lúc sống lưu vong bên Trung quốc. Do đó sách được lưu hành và truyền giữ tại Trung quốc.

gọn hơn như sau: *"Truyền 11 đời đến Sám, không có con trai, rể là Trần Cảnh bèn được nước nó."*

Dầu là sử nào đi chăng nữa thì ta cũng đều biết rằng: Nhà Lý đã chấm dứt qua việc truyền ngôi báu cả thảy 11 đời vua, từ vua Lý Thái Tổ năm 1010 cho đến đời Lý Huệ Tông, rồi Lý Chiêu Hoàng 1225.

Thái Tổ mà An Nam Chí Lược nói đây là Trần Thừa, tức cha của Trần Cảnh. Trần Liễu là anh cả và Trần Cảnh là em thứ. Người Nam Tống nhận xét Trần Cảnh là người khoan nhân thông tuệ, văn võ gồm đủ. Có thể vì thế mà Trần Thủ Độ đã chọn ngay từ lúc nhỏ, cho vào cung để làm người hầu cho Chiêu Hoàng và sau đó trở thành bạn rồi thành chồng chăng?

Nếu thật tình Lý Huệ Tông, tức Thiền Sư Huệ Quang viết chiếu nhường ngôi cho con gái mình rồi Trần Cảnh như vậy thì Huệ Tông đâu cần phải tự kết liễu đời mình? Ông phải sống cho trọn đời của mình, vì lẽ dẫu sao đi nữa thì ông bấy giờ vẫn là cha của vua, mà tân quân ấy là con rể của mình. Tất cả đều do Trần Thị Dung và Thái Sư Trần Thủ Độ toa rập để ép vua Lý Huệ Tông phải làm như vậy. Đây cũng là lỗi của vua, vì không nghe lời mẹ mình là Đàm Thái Hậu qua những lời khuyên vua trước đó.

Trần Cảnh và Chiêu Hoàng chỉ mới 8 tuổi, hầu như tất cả đều chưa biết gì. Chỉ do người bày mưu tính kế như: Cho vào hầu rồi tắm rửa, mang trầu cau mời, trốn tìm, chơi giỡn, đùa cợt, nhảy lên giường v.v... Tất cả những việc này do Thủ Độ bày ra, rồi gán ghép cho hai trẻ nhỏ có tư tình, đoạn đóng cửa cung, không cho tả hữu vào chầu, nhằm toan tính những sở trường và sở đoản của mình, nhằm đánh tráo ngôi vua nhà Lý về cho nhà Trần. Nếu Huệ Tông không là tâm Phật, xem ngai vàng nhẹ hơn cái chết, xem thế sự phù du và chưa chấp nhận thiệt thòi vì mình bịnh hoạn cũng như không có con trai để nối dõi tông đường, thì Trần Thủ Độ dầu có gan hùm đi nữa thì không dễ thâu tóm ngôi nhà Lý cho Trần Cảnh dễ dàng như vậy.

Sau đám cưới cung đình của Hoàng gia hay đúng hơn là của hai đứa trẻ năm 1225, Thủ Độ với tư cách là Thái Sư đứng phía sau Trần Cảnh chỉ huy mọi việc, từ quân sự đến chính trị và cung cấm v.v... Mười năm trôi qua như vậy nhưng Trần Thủ Độ quan sát cả hai người đều không có trạng thái được làm cha mẹ để có con cái nối dõi tông đường, nên lúc bấy giờ Thủ Độ bèn nghĩ ra cách khác độc đáo hơn. Ông nhìn thấy Thuận Thiên Công Chúa, tức chị ruột của Lý Chiêu Hoàng đang mang thai 3 tháng và ông ta nghĩ kế ngay là lợi dụng cơ hội ép Trần Liễu phải nhường cái bào thai này cho em ruột của mình là Trần Cảnh, bấy giờ đã là Trần Thái Tông rồi. Lúc ấy Thái Tông 18 tuổi (1235) và đã hơn 10 năm làm vua. Trần Liễu bị ép như vậy nên rất giận và ông đem quân nổi loạn ở sông Cái gần đó, nhưng Thủ Độ cho quân của triều đình dẹp yên và đòi xử trảm Trần Liễu, nhưng Trần Thái Tông vì nghĩ "Đây là anh ruột của mình" nên đã tha cho tội chết. Thủ Độ làm việc này có nghĩa là chia loan rẽ thúy. Người khác đang có hạnh phúc ấm êm thì mình đương quyền là một bậc Thái Sư lại nghĩ ra câu chuyện thế gian ít có như vậy.

Khi Thuận Thiên về gá nghĩa với Trần Cảnh, vốn là em rể của mình, chắc bà cũng chẳng vui gì, mà có lẽ Thủ Độ cũng lắm lời hăm dọa, nên bà cũng thuận theo. Dẫu sao đi nữa thì Trần Cảnh cũng là em ruột của Trần Liễu, trước sau cũng vẫn là anh em họ Trần. Chắc một điều bà phải hiểu rằng: Cái bào thai ấy không phải của Trần Cảnh, thì đứa con đầu lòng sinh ra đó, chắc gì được làm vua và được nối dõi tông đường, nhưng tại sao bà lại phải bước sang thuyền khác một lần nữa vậy? Vả chăng do uy quyền ép uổng của Trần Thủ Độ hay chiếc ngai vàng của một Hoàng hậu đương triều quan trọng hơn là tình nghĩa chị em ruột của mình? Điều này sau đó lịch sử đã chứng minh là chính Trần Thủ Độ cũng như triều đình bá quan văn võ không lập Trần Quốc Khang, con của Trần Liễu và Thuận Thiên lên làm vua kế vị Trần Thái Tông, mà phải chờ sau này Thái Tông và Thuận Thiên sinh ra Trần Hoảng, đây mới là máu mủ của hai người, để trở thành Trần Thánh Tông, nối ngôi sau này.

Vậy thì kế hoạch của Trần Thủ Độ là gì? Có thể là: Một hòn đá liệng chết hai con chim cùng một lúc. Ông làm như thế để dễ hợp thức hóa giữa mình và Trần Thị Dung trở nên người tình, rồi làm chồng vợ với nhau, thiên hạ sẽ chẳng gièm pha. Thứ đến đánh lạc cách nhìn của mọi người để con cháu nhà Lý quên đi cái hận của quá khứ là mình đã mất ngôi và con cháu nhà Trần nghĩ rằng Thủ Độ là một bậc Thái Sư biết lo cho dân, cho nước. Tất cả chúng ta đã lầm. Nếu có những điều ấy, chẳng qua là cái tự ngã của Thủ Độ quá lớn mà thôi.

Khi Lý Chiêu Hoàng nhường ngôi cho Trần Cảnh, tuy bà không còn là Nữ Vương nữa, nhưng cũng là Hoàng Hậu của đương triều nhà Trần đến 10 năm. Bây giờ với lý do không con, bà bị Trần Thủ Độ bắt ép phải nhường chồng của mình cho chị ruột và bà trở về cương vị là một Lý Chiêu Hoàng, tuy có chức vương đi kèm, nhưng bây giờ Chiêu Hoàng cũng chẳng khác bà Trần Thị Dung là mấy. Tuy vậy, sau này bà kết hôn lại, Lý Chiêu Hoàng vẫn sinh ra nhiều người con như thường. Vậy âm mưu của Trần Thủ Độ dầu che lấp đến cỡ nào đi chăng nữa thì lịch sử cũng đã lột trần được rồi. Đó chẳng qua vì việc riêng của mình, chứ không phải trung với vua với nước như người xưa đã thể hiện.

Bấy giờ Trần Thái Tông ngồi trên ngai vàng như trên đống lửa. Ông cảm thấy hơn 10 năm là bạn, là chồng chung sống với Lý Chiêu Hoàng và chính người ấy đã nhường ngôi báu cho mình để lên làm vua, khởi đầu cho cơ nghiệp của triều Trần, nhưng bây giờ nhìn đâu cũng chẳng thấy. Tuy Thuận Thiên không lớn hơn Chiêu Hoàng mấy tuổi, nhưng khi nhìn cái bào thai trong bụng nàng càng ngày càng lớn lại sinh âu sầu ảo não nhiều hơn. Mặc dầu Thủ Độ và Thị Dung bày đủ mưu mô, dựng đủ kế sách, nhưng nhà vua không vui, chán cảnh cung son và vợ con nên đêm mồng 3 tháng 4 năm Bính Thân, nhằm ngày 9 tháng 5 năm 1236 đã xảy đến nơi hoàng cung Thăng Long thuở ấy.

Đó là một ngày lịch sử, không phải mồng 8 tháng 2 như Thái Tử Tất Đạt Đa đã rời cung thành Ca Tỳ La Vệ bên Ấn Độ cách đó 1.700 năm về trước để thực hiện giấc mộng làm Phật của mình và khi ấy Thái Tử Tất Đạt Đa cũng đã có Công Chúa Da Du Đà La và La Hầu La nữa. Tình phụ tử phu thê Ngài quyết đoạn lìa để vào núi tu hành và giờ đây ở tại nước Đại Việt cũng có một ông vua như vậy.

Theo Đại Việt Sử Ký Toàn Thư, quyển 5, tờ 9b5-10b4 đã ghi lại vào năm Thiên Ứng Chính Bình thứ 6, tức năm Đinh Dậu (1237): "Nạp vợ anh Hoài Vương Liễu là Công Chúa Thuận Thiên họ Lý làm Hoàng Hậu Thuận Thiên, giáng Chiêu Thánh Lý Chiêu Hoàng làm Công Chúa. Bấy giờ Chiêu Thánh không có con, mà Thuận Thiên đã có thai Quốc Khang 3 tháng. Trần Thủ Độ cùng Công chúa Thiên Cực (tức Trần Thị Dung) mật mưu với vua mạo nhận để nhờ về sau, nên có lệnh ấy. Liễu do vậy hợp quân ở sông lớn[1] làm loạn."

Vua trong lòng không yên, đang đêm ra khỏi thành, đến núi Yên Tử ở với Quốc Sư Phù Vân (Sư là người bạn cũ của Trần Thái Tông). Sáng hôm sau, Thủ Độ đem quần thần đến đón vua về kinh sư. Vua nói: "Trẫm vì tuổi trẻ chưa cáng đáng nổi công việc nặng nề, mà phụ hoàng đã vội lìa bỏ. Trẫm sớm mất chỗ tin cậy, nên không dám ở ngôi vua để làm nhục xã tắc." Thủ Độ ba lần cố mời, vẫn chưa nhận được sự đồng ý

[1] Nguyên bản Hán văn dùng đại giang (大江), ở đây dịch là sông lớn. Gọi như vậy rất chung chung, không phải cách ghi lại của người chép sử, còn nếu là tên sông thì Hà Nội không có con sông nào tên sông Lớn, chúng tôi ngờ rằng người chép sử dùng chữ này để chỉ sông Cái, vốn là tên gọi thời trước của sông Hồng.

của vua, bèn bảo mọi người: "Hễ xa giá ở đâu, tức đó là triều đình." Liền cắm nêu trong núi, nói chỗ này là điện Thiên An, chỗ kia là gác Đoan Minh, sai người xây dựng. Quốc Sư nghe nói tâu rằng: "Bệ hạ nên gấp hồi loan, chớ khiến chặt phá núi rừng của bần tăng." Vua bèn trở về kinh đô. Được hai tuần. Liễu tự nghĩ thế cô, khó lòng đối lập, ngầm đi thuyền độc mộc, giả làm người đánh cá, đến chỗ vua xin ăn.[1] Bấy giờ vua đang ở thuyền rồng, nhìn nhau mà khóc.

Thủ Độ nghe được, thẳng đến thuyền vua, rút kiếm thét to: "Giết thằng giặc Liễu." Vua giấu Liễu ở trong thuyền, vội vàng bảo Thủ Độ: "Phụng Càn Vương (Phụng Càn là hiệu cũ của Liễu đời nhà Lý) đến hàng đó thôi. Đồng thời lấy thân mình mà đỡ cho Liễu. Thủ Độ tức lắm, ném kiếm xuống sông, nói: "Ta là con chó săn thôi, đâu biết anh em nhà ngươi thuận nghịch thế nào." Vua hòa giải, rồi bảo Thủ Độ rút quân. Lấy các đất Yên Phụ, Yên Dưỡng, Yên Sinh, Yên Hưng và Yên Bang làm ấp thang mộc của Liễu, nhân thế phong Yên Sinh Vương đất ấy. Quân lính làm loạn ở Sông Cái đều bị giết cả." [2]

Đọc đoạn lịch sử trên đây, ta thấy nhiều điều đáng truy cứu. Việc thứ nhất là Quốc Sư Phù Vân, ở đây nói là bạn cũ của Thái Tông. Như vậy trước khi đi xuất gia, chắc chắn vua đã tìm hiểu kinh Phật, cũng như việc bỏ ngôi vua vào núi tu, không phải là chuyện đơn thuần. Nơi cung vua đầy đủ tiện nghi, nhưng ở tại núi rừng Yên Tử chỉ có cây cỏ, chim muông. Ngoài ra chẳng có ai là bạn bè hay người hầu hạ cả. Do vậy, việc xuất gia ấy chẳng phải đơn thuần là giận Trần Thủ Độ đã ép duyên chị dâu lấy em chồng. Do vậy, vua mới quyết chí ra đi trong đêm hôm như vậy. Vua lấy cớ là cha mẹ chết sớm không nơi nương nhờ và không có ai đáng tin cậy, ngay cả Trần Thủ Độ đang ở trước mặt mình, nên chẳng dám ở ngôi vua, sợ làm

[1] Nguyên bản Hán văn là "詣帝乞降" (nghệ đế khất hàng), ở đây dịch là "xin ăn" e là chỉ đến chữ "khất", lẽ ra phải dịch là "xin đầu hàng" (khất hàng).

[2] Trích sách đã dẫn cùng tác giả trang 33 đến 34.

nhục cho sơn hà, xã tắc. Đấy chỉ là một cái cớ để biện minh, nhưng Thủ Độ cũng chẳng phải là tay vừa khi lập luận rằng: "Bệ Hạ ở đâu thì triều đình ở đó." Điều này không làm cho vua Trần Thái Tông lo, mà chính Quốc Sư Phù Vân phải lo lắng. Vì lâu nay nơi đây là chỗ tu hành thanh tịnh của Quốc Sư, mà bây giờ nhà vua lên đây làm náo loạn cửa thiền, thì điều ấy Quốc Sư khó chấp nhận được. Vả lại khi Quốc Sư chấp nhận ở lại núi rừng để tu niệm, có nghĩa là người đã chọn thiên nhiên làm chỗ ở. Bây giờ nếu nhà vua ở đây thì phải chặt phá núi rừng, mà nơi ấy có không biết bao nhiêu là cây cối và chim muông đang trú ngụ tại đó. Đây quả thật là lòng từ bi vô lượng của Quốc Sư, nên vua nghe theo và hồi kinh.

Trong khi đó Trần Liễu tự cảm thấy cô thế nên mới giả người đánh cá đến chỗ vua xin đầu hàng. Có như thế Thái Tông mới có thể gặp được. Lúc ấy thì tình huynh đệ đã thể hiện một cách chân tình và Thái Tông đã tha cho anh ruột của mình, trong khi đó Trần Thủ Độ sai thuộc cấp giết hết tất cả những quân lính dưới trướng của Trần Liễu để tránh sự mưu phản về sau. Như vậy Thủ Độ đâu chỉ có cho giết tập thể người nhà Lý hay truất phế ngôi vua của Chiêu Hoàng, mà ngay cả những lính nhà Trần được sự tin tưởng của Trần Liễu mộ tập vẫn bị Thủ Độ cho giết như thường. Đấy chẳng qua vì để bảo vệ cho chỗ đứng của chính mình thì đúng hơn là cho sơn hà xã tắc nhà Trần. Dầu ông tự nói trong cơn giận dữ rằng mình "chỉ là con chó săn thôi". Chính sự trung quân, ái quốc trong sự đãi bôi đó, mà bao nhiêu vạn sinh linh đã bị chết một cách oan uổng qua việc thay ngôi đổi chủ giữa nhà Lý và nhà Trần này. Cuối cùng rồi tình huynh đệ đã chiến thắng, nên Thủ Độ buông kiếm xuống sông và Trần Liễu được tha tội chết.

Tuy nhiên, theo Thánh Đăng Ngữ Lục, tờ 8a8 - b2 lại ghi nhận, theo lời dịch của Học giả Lê Mạnh Thát, như sau:

"Năm Bính Thân, Thiên Ứng Chính Bình thứ năm, tháng tư (4/1236) nửa đêm vua vượt thành, qua sông đi về phía Đông, thẳng đến chùa Hoa Yên núi Yên Tử, tham vấn Quốc Sư Trúc Lâm Viên Chứng, do thế dốc chí học thiền. Những lúc rảnh rỗi việc công, bèn họp các bậc kỳ túc để tham vấn. Vua thường đọc kinh Kim Cang, đến câu: *"Ưng vô sở trụ nhi sinh kỳ tâm"* mới bỏ quyển kinh xuống, trong lúc trầm ngâm, bỗng nhiên đại ngộ. Bèn đem chỗ ngộ của mình làm bài *"Thiền Tông Chỉ Nam Ca"*.

Trong bài tựa của Khóa Hư Lục xuất bản vào năm Tự Đức 36 (1883) thì thông tin về sự kiện ngày mồng 3 tháng 4 năm Bính Thân (1236) một cách chính xác và chi tiết do tác giả là vua Trần Thái Tông kể lại như sau:

"Vả Trẫm lúc tuổi nhỏ mới biết, nghe thoáng Thầy thiền dạy bảo thì ý lắng hết lo, trong sạch chút ít, bèn để tâm vào nội giáo, tham cứu đạo Thiền, hạ mình tìm thầy, thành khẩn mộ đạo. Tuy lòng hướng vào đạo đã sinh, nhưng cơ cảm xúc chưa tới. Vừa mười sáu tuổi, Thái hậu đã chán cõi trần, Trẫm nằm rơm gối đất, huyết lệ nát lòng, ngoài nỗi buồn đau, rảnh đâu việc khác.

"Thế rồi mới mấy năm sau, Thái Tổ Hoàng Đế tiếp bỏ ngôi trời. Niềm nhớ mẹ chưa nguôi, tình thương cha càng nặng. Ngổn ngang đau xót, khó nỗi khuây lòng. Nghĩ tới mẹ cha nuôi con vỗ về ôm ấp không thiếu cách gì, con dù thịt nát xương tan cũng không đủ báo đền trong muôn một. Huống chi, đấy hoàng khảo Thái Tổ (Trần Thừa) ta xây dựng cơ nghiệp rất mực gian nan, trị nước giúp đời lại càng khó nhọc. Người đem ngôi báu trao lại cho ta từ lúc ấu thơ, khiến ta đêm ngày lo sợ, không chút thảnh thơi.

"Ta tự bảo mình: Trên đã không có cha mẹ để tựa nương, dưới lại e chẳng xứng với lòng dân trông đợi, biết làm thế nào? Suy đi tìm lại, không gì hơn lui về chốn núi rừng cầu học đạo Phật, để hiểu rõ nghĩa lớn của việc lớn tử sinh, cùng đền đáp ân đức khó nhọc của cha mẹ, thế chẳng tốt hơn sao? Vậy là chí Trẫm đã quyết.

"Đêm mồng 3 tháng 4 năm Bính Thân, niên hiệu Thiên Ứng Chính Bình thứ năm, Trẫm cải dạng ra khỏi hoàng cung, bảo với tả hữu rằng: 'Trẫm muốn ra ngoài chơi để lắng nghe tiếng nói của dân, xem xét lòng dân, ngõ hầu biết được mọi khó khăn của công việc.' Bấy giờ tả hữu theo Trẫm chỉ bảy tám người. Giờ Hợi đêm ấy Trẫm cưỡi một ngựa lặng lẽ ra đi. Qua sông về hướng đông, mới mang tình thực nói với tả hữu. Họ đều ngạc nhiên, rơi nước mắt.

"Giờ Mão hôm sau, đến bến đò núi Phả Lại, sông Đại Than. Sợ có người biết, Trẫm lấy nón che mặt qua sông, tắt đường núi mà đi. Đến tối vào nghỉ ở chùa Giác Hạnh, đợi sáng lại đi. Lặn lội vất vả, núi hiểm, suối sâu, ngựa mỏi không tiến lên được nữa, Trẫm liền bỏ ngựa, vin vách đá mà lần bước. Giờ Mùi mới đến sườn núi Yên Tử. Sáng hôm sau lên thẳng đỉnh núi, vào yết kiến Quốc Sư là Đại Sa Môn phái Trúc Lâm, Quốc Sư vừa thấy Trẫm thì mừng rỡ, rồi ung dung bảo rằng: 'Lão Tăng lâu ở núi hoang, xương gầy mặt võ, ăn rau đắng, nếm hạt dẻ, chơi cảnh rừng, uống nước suối, lòng như mây nổi, theo gió đến đây. Nay Bệ Hạ bỏ ngôi nhân chủ, tìm sự nghèo hèn nơi rừng núi, chẳng hay Bệ Hạ muốn cầu điều gì mà đến chốn này?'

"Trẫm nghe Sư nói, rơi hai hàng nước mắt, đáp lại rằng: 'Trẫm đương trẻ thơ, mẹ cha vội mất, trơ vơ đứng trên dân chúng, không chỗ tựa nương. Lại nghĩ sự nghiệp đế vương thuở trước, hưng phế bất thường, cho nên tìm đến núi này chỉ muốn cầu làm Phật, chứ không cầu gì khác.'

"Sư nói: 'Trong núi vốn không có Phật. Phật ở ngay trong lòng. Lòng lặng mà hiểu, đó chính là chân Phật. Nay nếu Bệ Hạ giác ngộ tâm đó thì lập tức thành Phật, không nhọc tìm kiếm bên ngoài.'

"Bấy giờ thúc phụ Trần Công (Trần Thủ Độ) là em họ tiên quân (Trần Thừa), người được gởi gắm con côi. Khi tiên quân bỏ quần thần, Trẫm đã phong làm Thái Sư, tham dự quốc chính, nghe tin Trẫm bỏ đi, liền sai tả hữu khắp kiếm dấu vết. Rồi ông cùng các bậc quốc lão tìm đến núi này. Gặp Trẫm, ông đau đớn nói: 'Thần nhận sự ủy thác của tiên quân, tôn phụng Bệ Hạ làm chúa tể dân thần. Lòng dân kính yêu, trông đợi Bệ Hạ chẳng khác nào con nhỏ quyến luyến mẹ cha. Huống nay cố lão trong triều chẳng một ai không là bề tôi thân thuộc, chúng dân sĩ thứ chẳng người nào không vui vẻ phục tùng. Cho đến đứa trẻ lên bảy cũng biết Bệ Hạ là bậc cha mẹ dân. Vả, Thái Tổ bỏ thần mà đi, nắm đất trên mồ chưa khô, lời trăn trối bên tai còn đó. Thế mà Bệ Hạ lại lánh gối ẩn cư nơi núi rừng, để theo đuổi cái thú riêng mình. Như thần nghĩ, Bệ Hạ tính kế tự tu đã vậy, nhưng còn quốc gia xã tắc thì sao? Nếu chỉ để lời nói suông lại cho đời sau, sao bằng đem thân mình làm gương trước cho thiên hạ. Nhược bằng Bệ Hạ không nghĩ lại thì chúng thần và người trong thiên hạ xin cùng chết ngay hôm nay, lòng quyết không về nữa.'

"Trẫm thấy Thái Sư cùng các cố lão khăng khăng không chịu bỏ Trẫm, liền đem lời nói ấy ra bày tỏ với Quốc Sư. Quốc Sư cầm tay Trẫm nói: 'Phàm làm bậc nhân quân thì phải lấy ý muốn của thiên hạ làm ý muốn của mình, lấy tấm lòng của thiên hạ làm tấm lòng của mình. Nay thiên hạ muốn đón Bệ Hạ về thì Bệ Hạ không về sao được! Duy có việc nghiên cứu nội điển xin Bệ Hạ đừng chút xao lãng mà thôi.'

"Vì thế Trẫm cùng mọi người về kinh, miễn cưỡng lên ngôi. Trong khoảng hơn chục năm, mỗi khi được rảnh việc, Trẫm lại hội họp các vị tuổi cao đức cả để tham vấn đạo thiền. Đến các kinh điển của đại giáo thì không kinh nào không nghiên cứu. Trẫm thường đọc kinh Kim Cương, đến câu: Ưng vô sở trụ nhi sinh kỳ tâm, vừa gấp sách lại ngâm nga, bỗng nhiên tỉnh ngộ, liền đem những điều giác ngộ được làm bài ca này, đặt tên là Thiền Tông Chỉ Nam. Năm ấy, Quốc Sư từ núi Yên Tử về kinh, Trẫm cho ở chùa Thắng Nghiêm để trông coi việc khắc bản in kinh sách. Nhân đó, Trẫm viết ra bài ca, đưa cho Quốc Sư xem. Mới đọc qua một lần, Sư đã mấy phen tán thưởng nói: Tấm lòng của chư Phật ở cả trong bài ca này, sao không khắc in thành kinh bản để chỉ dẫn cho kẻ hậu học?"[1]

Như vậy, theo lời tựa của Thiền Tông Chỉ Nam lại nói khác đi một ít với Đại Việt Sử Lược và Đại Việt Sử Ký Toàn Thư. Hai quyển này do triều đình chủ trương biên soạn, nên dưới cách nhìn khác, còn Thiền Tông Chỉ Nam có thể do chính Vua Trần Thái Tông kể hay những người đệ tử viết lại có tính cách nhân rộng ra một chút về lời lẽ cũng như ý nghĩa của việc xuất gia, nên ta thấy nội dung ở phần trên của Thiền Tông Chỉ Nam viết là vì cha mẹ chết sớm, nên mới tìm Thầy học đạo Thiền. Thái Tông mất mẹ năm 16 tuổi và mất cha mấy năm sau đó. Thời gian này ông vẫn còn sống với Hoàng Hậu Lý Chiêu Hoàng. Như vậy thì do việc hiểu đạo của ông nên ông quyết đi xuất gia, vì cho rằng Thái Sư Trần Thủ Độ làm sai, chứ không phải vì ông chán ngán cảnh cung son? Theo như bài tựa này thì sự đi xuất gia của Vua rất chính đáng. Một điều đặc biệt ở đây chúng ta cũng nên quan tâm đến là Trần Thừa thân phụ của Trần Liễu và Trần Cảnh không làm vua và mẹ cũng không là Hoàng Hậu, nhưng khi Trần Cảnh lên làm vua thì phong cho thân phụ mình là Thái Tổ và mẹ là Hoàng Thái Hậu.

Việc giả dạng người thường để đi ra khỏi cung son, trong khi hai bên tả hữu không ngờ được, thì đó là việc lanh trí của nhà vua, chờ cho đến lúc qua sông rồi mới báo cho tả hữu biết. Quả là một diệu kế. Đọc phần tầm sư học đạo trên núi Yên Tử ở Việt Nam của Vua Trần Thái Tông, ta cứ ngỡ như chuyện vua Tần Bà Sa La từ Vương Xá Thành khi lên đảnh

[1] Trích sách đã dẫn cùng tác giả từ trang 35 đến trang 39.

lễ Đức Thế Tôn trên núi Linh Thứu không khác là bao. Dĩ nhiên là vua Tần Bà Sa La đến thăm Đức Phật không phải muốn đi xuất gia, mà là chỉ muốn thăm viếng và đảnh lễ Đức Thế Tôn mà thôi. Nhưng vua vẫn vất vả bỏ ngựa, vin vách đá, đi bộ vào Linh Thứu để thăm Đức Phật và ở đây mô tả việc vua Trần Thái Tông lên núi Yên Tử để tìm Quốc Sư Phù Vân cũng không khác với câu chuyện của vua Tần-bà-sa-la cách đó 1.700 năm về trước là bao.

Hai câu đối đáp của Vua Trần Thái Tông và Quốc Sư Phù Vân nơi đây mới là điều đáng quan tâm và chúng ta có thể làm đề tài mỗi khi thiền quán. Vua nói: *"Trẫm tìm đến núi này chỉ muốn cầu làm Phật chứ không cầu gì khác."* Rõ ràng mục đích của nhà Vua chỉ muốn đi tìm tâm Phật của mình. Trong khi đó Quốc Sư lại phán cho một câu còn hơn một công án của Thiền Tông, nên vua lại tỏ ngộ và quay về với chốn triều ca. Điều này chẳng phải do Trần Thủ Độ hăm dọa là quần thần sẽ chết nơi núi Yên Tử hay lấy uy quyền để phá rừng xây điện đài tại núi này, mà tất cả đều do Quốc Sư Phù Vân khi trả lời rằng: *"Trong núi không có Phật, Phật ở ngay trong lòng. Lòng lặng mà hiểu, đó chính là chân Phật. Nay nếu Bệ Hạ giác ngộ tâm đó, thì lập tức thành Phật, không nhọc tìm kiếm bên ngoài."*

Ngày xưa, cách đây 2.563 năm (tính đến 2019) về trước, Đức Phật Thích Ca Mâu Ni trên Pháp hội Linh Sơn cầm cành hoa sen đưa lên, trong đại chúng hiện diện chẳng ai hiểu gì, chỉ riêng Ngài Ca Diếp mỉm cười. Như vậy là Ngài Ca Diếp đã hiểu ý của Phật, còn những vị khác thì ngơ ngác chẳng rõ ý Phật như thế nào. Theo Thiền tông của Nhật Bản thì gọi đây là "Ishin denshin!", có nghĩa là "dĩ tâm truyền tâm" - dùng tâm để truyền cho tâm. Như vậy trình độ và sự cảm nhận ngang nhau mới có thể nhận ra được, khi người Thầy muốn trao truyền cho đệ tử điều gì.

Khi Đức Phật còn tại thế Ngài hay dạy cho chúng đệ tử xuất gia cũng như tại gia về thiền An Ban Thủ Ý, có nghĩa là thiền quán niệm về hơi thở. Hít vào thở ra, ta biết mình đang hít vào thở ra. Nghĩa là chính mình phải tự biết, tự kiểm soát là mình đang làm gì và đang theo dõi hơi thở đến lần thứ mấy rồi, khi người ấy có tập trung chánh niệm.

Khi Phật giáo Nam Tông phát triển, có thêm Thiền Vipassana, có nghĩa là Tuệ Minh Sát hay Minh Sát Tuệ. Thiền này chia chẻ tâm thức ra các phần vi tế và tập trung vào việc quán đề mục, cho đến khi nào trí tuệ phát sanh mới được.

Đến khi Phật giáo được truyền qua Trung Hoa thì các vị thiền sư của phái Tào Động chủ trương quán thoại đầu. Thiền này có dụng ý rằng khi hành giả ngồi, việc gì xảy ra cứ để tự nhiên nó trôi qua trong tâm thức của mình. Đây gọi là thiền mặc chiếu, có nghĩa là yên lặng chiếu soi.

Trong khi đó thiền Lâm Tế lại quán về nghi tình hay suy nghĩ về một hay nhiều công án. Công án là đề tài rất hóc búa, giữa thầy và trò, giữa câu hỏi và trả lời, đôi khi chẳng ăn nhập vào đâu cả. Thế nhưng đó là một đề tài thả lỏng, để cho ai muốn hiểu sao thì hiểu, nhưng cái hiểu đó không đi ra ngoài việc soi sáng nội tâm bằng trí tuệ, tỉnh giác.

Khi sang đến Việt Nam, nào là Thiền Tỳ Ni Đa Lưu Chi vào thế kỷ thứ 6, rồi Vô Ngôn Thông, Thảo Đường và kế đến là Trúc Lâm Yên Tử dưới triều Lý và triều Trần ở vào thế kỷ 12 và 13, là một loại Thiền đặc biệt như câu đối đáp giữa Phù Vân Quốc Sư và vua Trần Thái Tông mà ta đã thấy đoạn trích dẫn trên. Rõ ràng là nhà vua chỉ muốn làm Phật chứ không muốn gì khác. Vua đã là vua, bây giờ vua không thích làm vua, vua chỉ thích làm Phật thôi. Tuy nhiên Quốc Sư Phù Vân trả lời rằng: "Trong núi vốn không có Phật, nếu tâm Bệ Hạ yên, tâm ấy chính là tâm Phật." Đề tài thiền quán này quá khó đối với nhà vua Trần Thái Tông rồi. Vì lẽ ở trong núi còn không yên được, thì làm sao khi ngồi trên ngai vàng mà giữ cho tâm mình an yên được? Quả là điều thiên nan, vạn nan. Nhưng vì lẽ Quốc Sư đã khuyên và Trần Thủ Độ đứng đó nghe, chỉ chờ có vậy để xa giá hồi cung, chứ thật ra Trần Thủ Độ cũng chưa rõ được dụng ý của Quốc Sư muốn nói điều gì.

Ở đây chúng ta thấy có hai vấn đề. Một là Quốc Sư muốn trao cho Vua Trần Thái Tông một công án khác. Đó là phải lo cho dân, cho nước. Dân sẽ không yên khi giặc Nam Tống ở phương Bắc tràn vào nước ta, khi nước không có vua và một vấn đề khác nữa theo như bài tựa của Thiền Tông Chỉ Nam thì nhà vua đã tụng kinh Kim Cang và đã rõ được lẽ sắc không rồi, nhất là khi tụng đến câu *"Ưng vô sở trụ, nhi sinh kỳ tâm"* vậy. Câu này có nghĩa là: *"Nên ở chỗ không trụ để sinh ra tâm này."* Chỗ không trụ là chỗ nào? Đó chính là chỗ không chấp có và không chấp không, không chấp còn, không chấp mất, nghĩa là không bị dính mắc vào bất cứ một thứ gì, dẫu cho đang ngồi trên ngai vàng để cai trị thiên hạ đi chăng nữa, tâm kia sẽ không bị dao động.

Ngài Lục Tổ Huệ Năng bên Trung Hoa, nối dòng Thiền từ Ngài Hoằng Nhẫn cũng vậy. Vị này không đắc pháp trực tiếp từ thầy của mình, mà nhận ra pháp khi nghe câu kinh Kim Cương như trên. Một vị vua khi đọc và nhận ra chân lý nơi câu này trong kinh Kim Cang và một người dốt không biết chữ, nhưng khi nghe câu này cũng ngộ được lẽ sắc không, nên đã được đại ngộ. Việc giác ngộ ấy không khác, chỉ có con đường đi đến sự giác ngộ của hai người khác nhau mà thôi.

Cũng như thế ấy, trong kinh Đại Bát Niết Bàn Hậu phần, quyển thứ hai, phẩm thứ 7 với tựa đề là "Ứng tận hoàn nguyên", có nghĩa là việc ứng thân của Đức Phật vào thế giới Ta Bà này của Đức Phật Thích Ca Mâu Ni đã xong và nguyện ấy đã mãn, nên Ngài đã trở về chỗ uyên nguyên xưa kia. Vậy chỗ nguyên thủy ấy là gì? Đó là bản lai diện mục của Phật Tánh vậy. Phật Tánh vốn không đến, không đi, không còn, không mất, không tốt, không xấu, không tăng, không giảm. Vì vậy trong phẩm này có đoạn viết chỉ 9 chữ thôi. Thế mà đã giúp cho nhiều người được nhận ra pháp. Đó là: "Thể tánh của vô minh vốn là giải thoát." Thật là tuyệt vời! Nếu vô minh và giải thoát không khác nhau thì phiền não và bồ đề vốn chỉ là một, cũng như sanh tử và Niết Bàn vốn không phải hai. Nếu ta chấp tướng thì một và hai khác nhau, nhưng khi chúng ta lìa tướng để quan sát thì trong hai có một và trong một có hai. Cả hai cùng tồn tại và cả hai cùng thay đổi, biến chuyển không ngừng. Đôi khi ta hiểu rằng: Vô minh thì không có thể tánh. Do vậy làm sao có thể giải thoát được. Vậy lấy gì để giải thoát? Không lẽ lấy bản tánh của vô minh để tự tạo giải thoát cho mình? Ở đây ta phải hiểu ngược lại. Nếu không có vô minh thì sự giải thoát ấy không có ý nghĩa. Cũng như thế đó, nếu không có phiền não thì làm sao có bồ đề và sanh tử đã không, thì Niết Bàn đâu cần hiện hữu? Đây là những phạm trù mà người tu Phật phải nắm bắt thật chính xác thì mới an lạc trong sanh tử được.

Sau khi Vua Trần Thái Tông chấp nhận lời yêu cầu của Thái Sư Trần Thủ Độ và nghe theo lời khuyên của Quốc Sư Phù Vân vốn là bạn cũ mà cũng là Thầy của mình trên phương diện Thiền học, nên nhà vua đã hoan hỷ trở về lại Thăng Long để trị vì thiên hạ. Khi Trần Thủ Độ nói rằng: "Như thần nghĩ, Bệ Hạ tính kế tự tu đã vậy, nhưng còn quốc gia xã tắc thì sao?" Câu hỏi này thật khó trả lời và nhất là Thủ Độ đòi chết tại Yên Tử, nếu Trần Thái Tông không chịu hồi cung. Lúc bấy giờ trong tâm vua chắc chắn có nhiều so đo lưỡng lự vì nhiều lý do khác nhau. Đứng về phương diện thế tục mà nói thì nhà vua đã chán ông Thái Sư này quá rồi. Do sự ép uổng mình phải lấy chị dâu làm vợ, nên trong lòng áy náy không yên, nhất là cái bào thai kia không phải con ruột của mình, nhưng cũng vì lý do cha mẹ chết sớm, không muốn giữ ngôi vị thiên chủ nên vào núi để tu thân. Cả hai lý do này đều chính đáng cả. Nhưng qua sự tỏ ngộ kinh Kim Cang rồi, nên vua Trần Thái Tông mới hồi kinh và ở một đoạn khác trong bài tựa của Thiền Tông Chỉ Nam, nhà vua có thuật lại rằng: "Trong khoảng hơn chục năm (1236-1246), mỗi khi được rảnh việc, Trẫm lại hội họp các vị tuổi cao đức cả để tham vấn đạo thiền. Đến các kinh điển của Đại Giáo thì không kinh nào nghiên cứu. Trẫm thường đọc kinh Kim Cương..." Những vị đạo cao đức cả đây có thể là những cư sĩ thâm nho, thuần Phật, trong đó có cả Quốc Sư Phù Vân (hay Viên Chứng) và cũng có thể là những người cư sĩ đã tỏ ngộ đạo Thiền.

Nếu tất cả kinh điển của Đại Giáo không kinh nào là không nghiên cứu, điều ấy có nghĩa là Hoa Nghiêm, Niết Bàn, Bảo Tích, Pháp Hoa, Bát Nhã v.v... Trần Thái Tông ròng rã trong hơn 10 năm ấy đã trì tụng hay đọc qua. Ở đoạn này cho chúng ta thấy nhà vua ban ngày thì lo quốc sự, triều chính và đêm về lại chong đèn đọc tụng kinh văn và nhất là kinh Kim Cang. Kinh này chỉ có 32 đoạn ngắn, so với những kinh khác dài hơn 100 hay 1.000 trang. Tuy nhiên lập luận của kinh này chỉ dành cho những bậc tối thượng thừa và cuối cùng thì Vua Trần Thái Tông đã liễu ngộ đạo mầu qua đoạn kinh văn *"Ưng vô sở trụ nhi sanh kỳ tâm"* như Lục Tổ Huệ Năng đã ngộ 8 chữ này trong kinh Kim Cang cách đó chừng 600 năm về trước.

Theo Thiền Uyển Tập Anh thì cho rằng Thiền Sư Hiện Quang (? - 1221) từng sống trên núi Yên Tử, rồi đến khi Vua Trần Thái Tông lên Yên Tử vào năm 1236 thì Thiền Tông Chỉ Nam tự ghi là gặp "Quốc Sư Trúc Lâm Đại Sa Môn", trong khi đó Đại Việt Sử Ký Toàn Thư 5 tờ 9b9 chép là gặp Phù Vân Quốc Sư. Còn Thánh Đăng Ngữ Lục tờ 8b4, Thiền Tông bản hạnh và Đại Nam Thiền Uyển kế đăng lược lục đều ghi là Vua Trần Thái Tông đã gặp Quốc Sư Viên Chứng. Vì Thiền Uyển Tập Anh có ghi đệ tử của Hiện Quang tên là Đạo Viên, nên rất có thể Viên Chứng chính là Đạo Viên.

Nếu quả thật Viên Chứng và Đạo Viên đều là tên của Phù Vân Quốc Sư thì ta có thể chắc chắn rằng Viên Chứng đã sống cho tới những năm 1278. Bởi vì, theo Thánh Đăng Ngữ Lục tờ 495, khi Vua Trần Thái Tông sắp mất, Vua Thánh Tông đã *"sai hai Quốc Sư Phù Vân và Đại Đăng giảng pháp xuất thế gian"* cho Vua Thái Tông, nhưng đã bị Vua khước từ.[1] Đọc đoạn đã trích dẫn này ta có thêm nhiều chi tiết cần làm sáng tỏ hơn về danh hiệu Quốc Sư và Đại Sa Môn. Quốc Sư là bậc Thầy mô phạm của vua và cho cả nước. Ví dụ như dưới thời Vua Lê Đại Hành năm 981, Vua đã phong cho Khuông Việt Quốc Sư lo phò Vua và giúp nước. Do vậy những lời khuyên của vị Quốc Sư này rất quan trọng đối với Vua. Nếu nhà Vua chỉ toàn nghe những lời tâu của nịnh thần thì đã có những trung thần như các vị Quốc Sư can gián. Nếu không có những vị này thì dân sẽ chịu khổ, nếu vua là một bậc hôn quân. Quân sư có thể là cư sĩ, nhưng không là tu sĩ. Còn Quốc Sư dĩ nhiên phải là Tăng Sĩ, mà không thể là cư sĩ. Đến đầu triều nhà Lý và cuối thời tiền Lê chúng ta lại có Quốc Sư Vạn Hạnh và Thiền Sư Lý Khánh Vân, vốn là những bậc mô phạm về đạo đức cũng như chính trị, giáo dục v.v... nên Lý Công Uẩn tức Lý Thái Tổ mới nhận những vị này làm Thầy của mình và phong cho những vị này là Quốc Sư. Điều này cũng dễ hiểu, vì Nho học chưa thịnh hành, nên chưa chọn được người tài ra hỗ trợ cho vua, trong khi đó những nhà Sư ở trong chùa từ lúc nhỏ, tinh thông Hán học qua việc đọc tụng kinh điển bằng chữ Hán, nên đối với các Ngài việc viết, nói, đọc, nghe chắc chắn không có gì khó khăn mấy, nên các vua Lê, Lý, Trần mới cần đến sự cố vấn của quý Ngài.

Danh từ Đại Sa Môn ở đây muốn ám chỉ bậc Sa Môn,

[1] Trích sách đã dẫn cùng Tác giả, trang 58-59.

người ly dục vĩ đại, ấy chính là Phù Vân Quốc Sư. Nghe chỉ riêng Pháp hiệu này của Sư, ta đã thấy rằng: Ngài là bậc Thầy như "mây nổi". Mây thì vô định, hôm nay chỗ này, ngày mai chỗ nọ, nên gọi là "phù". Mây bay về đâu? Ai biết được. Cho nên chức vụ Quốc Sư, dưới cái nhìn của một Thiền Sư cũng chỉ là một áng mây vô định, không thật tướng mà thôi. Vì lẽ Sa Môn là bậc ly dục của thế gian thì cần chỗ đứng trong thiên hạ để làm gì?

Ngoài ra một người xuất gia đa phần đều mang thêm 2 tên khác ngoài Pháp Danh. Đó là Pháp Tự và Pháp Hiệu. Do vậy Phù Vân hay Đại Viên hoặc Viên Chứng có thể chỉ là một vị chứ không phải là hai hay ba vị.

Thông thường, một đời vua chỉ cần một vị Quốc Sư và sau khi vua cha băng hà thì Thái Tử đăng quang sẽ tìm một vị Quốc Sư khác để làm cố vấn cho mình, chứ trong cùng một thời đại ít có hai vị Quốc Sư cùng hỗ trợ vua lo cố vấn cho triều đình. Như vậy chức vụ Quốc Sư không phải chỉ có rành rẽ về Phật Pháp mà các lãnh vực khác như chính trị, tôn giáo, chiêm tinh, văn hóa... cũng đều phải làu thông. Có như vậy mới có thể làm cố vấn cho nhà vua được.

Nhưng tại sao khi vua Trần Thái Tông sắp băng hà và Thánh Tông mời hai Quốc Sư Phù Vân và Đại Đăng giảng pháp xuất thế gian thì bị vua khước từ? Có lẽ vua Trần Thái Tông đã liễu ngộ về tánh không của Thiền gia rồi, nên không cần nghe thêm việc giảng đạo về pháp xuất thế gian của hai Quốc Sư nữa. Nếu có nói gì thêm, cũng không ngoài hai chữ Sắc Không, nên Trần Thái Tông đã cản lại, không muốn nghe gì thêm, cốt để cho tâm của mình rảnh rang và muốn chiêm nghiệm lại những gì của vô thường, khổ, không và vô ngã để rõ biết mặt thật của sanh tử là gì rồi.

Vua Trần Thái Tông về lại với triều đình vào năm 1236 và mặc dầu trong hơn 10 năm này (1236-1246) nhà vua ban ngày thì lo quốc sự, triều chính, khi đêm về lại lo đọc kinh sách Đại Thừa. Những bộ kinh lớn, không kinh nào mà chẳng đọc. Ngoài ra năm Đinh Mùi (1247) lần đầu tiên một khoa thi Tiến Sĩ có hạng bậc được mở ra, mà thông thường gọi là Tam Khôi, tức là ba người đỗ đầu nhất, nhì, ba của khoa thi Tiến Sĩ. Theo Đại Việt Sử Ký Toàn Thư 5, tờ 15a9-b3 đã chép lại như sau: "Mùa Xuân tháng 2, mở thi lớn, lấy học trò, cho Nguyễn Hiền đỗ Trạng Nguyên, Lê Văn Hưu đỗ Bảng Nhãn, Đặng Ma La đỗ Thám Hoa Lang và 48 người đỗ Thái Học Sinh xuất thân khác nhau. Trước đó, hai khoa Nhâm Thìn (1232) và Kỷ Hợi (1239) chỉ lấy Giáp, Ất làm tên, chưa có lối tuyển Tam Khôi, đến nay mới đặt ra.[1]

Như vậy, đến năm 1247 học vị tiến sĩ mới bắt đầu xuất hiện ở nước ta, mà ngày nay các nước như: Trung Hoa, Đại Hàn, Nhật Bản gọi là bác sĩ, nghĩa là người học rộng, biết nhiều. Trong khi đó, Âu Mỹ ngày nay gọi là: bác sĩ triết học, bác sĩ y khoa, bác sĩ nha khoa, bác sĩ nhãn khoa v.v... Chữ tiến sĩ có thể hiểu là những người được tiến thân qua thi cử và đứng đầu trong các kỳ thi khó nhất của triều đình và thông thường những trạng nguyên luôn được nhà Vua chọn làm phò mã. Có như vậy công chúa mới có chỗ nương thân, gá nghĩa phu thê chồng vợ và làm lợi ích cho triều đình nữa.

Phật và Lão là đạo xuất thế gian. Tuy sống trong thế gian, nhưng hướng về sự giải thoát sau khi chết là chính. Còn Nho giáo là đạo nhập thế, vì đời và vì quốc gia, sơn hà xã tắc mà hiện hữu. Vậy cho nên thời kỳ này của Trần Thái Tông, Trần Thánh Tông và Trần Nhân Tông gọi là thời kỳ Tam Giáo Đồng Quy. Tại sao là Tam giáo đồng quy? Vì lẽ những Nho sĩ khi đi thi cũng phải biết về Phật giáo và Lão Giáo. Tiêu biểu cho việc này là bài thi tiến sĩ năm Cảnh Thống Nhâm Tuất (1502) của Trạng Nguyên Lê Ích Mộc (1460 -?). Bài thi này có cả thảy 47 câu hỏi, trong đó có đến 6 câu hỏi liên hệ về

[1] Trích sách đã dẫn cùng tác giả, trang 71 và 72.

Phật giáo. Đó là những câu hỏi thứ 17, 20, 24, 28, 39 và 47 (Theo Lê Mạnh Thát). Như vậy khoa thi Tam Giáo bắt đầu từ năm 1247 đến đầu thế kỷ 16 (1502) triều đình Đại Việt vẫn lấy khoa thi Tam Giáo này làm chuẩn mực để chọn người tài ra giúp nước. Có lẽ trong lịch sử Việt Nam từ khi khai thiên lập địa cho đến bây giờ, trên dưới 2.000 năm như vậy, chưa có thời nào mà được tự chủ như Lý, Trần và cũng chưa có thời nào mà nền văn hóa giáo dục của Đại Việt có được kỷ cương cũng như rộng lượng như vậy. Bởi vì thuở bấy giờ trên từ vua quan, dưới cho đến thứ dân đa phần có tín ngưỡng Phật giáo, nhưng không vì thế mà Phật giáo dựa vào đó để chiếm độc tôn cho tôn giáo của mình, mà vua cũng như quan đồng một lòng lo cho dân, cho sơn hà xã tắc, nên mới vì họ mà lập ra những khoa thi cả ba tôn giáo như thế để chọn người tài. Đây là những chủ trương sáng suốt của vua Trần Thái Tông cũng như những vị vua sau này của Đại Việt vậy.

Bên cạnh vấn đề phát triển văn hóa giáo dục, vua Trần Thái Tông còn lo cho đời sống kinh tế của toàn dân nữa. Kinh tế cơ bản của Đại Việt thời đó là nông nghiệp. Cho nên công tác thủy lợi và phòng chống lũ lụt là một công tác quan trọng của nền kinh tế ấy. Đại Việt Sử Ký Toàn Thư, quyển 5, tờ 15b7-16a1 đã chép vào năm Mậu Thân (1248) như sau: "Tháng 3 ra lệnh các lộ đắp đê phòng chống nước lụt, gọi là đê Đĩnh Nhĩ, từ đầu nguồn cho đến bờ biển để chống lại nước lụt tràn ngập. Đặt chức Hà đê chánh phó để trông coi. Chỗ đắp thì đo xem đắp vào, mất bao nhiêu ruộng đất của dân thì theo giá trả lại bằng tiền. Đắp đê Đĩnh Nhĩ bắt đầu từ đó."[1]

Đọc qua đoạn văn này, ta thấy vua quan thời Trần Thái Tông rất nhân đức, biết lo cho dân cho nước. Dân có thương người lãnh đạo, thì kẻ đứng mũi chịu sào đất nước ấy mới nhờ cậy được. Nhất là việc tiến chiếm Đại Việt của quân Nam

[1] Trích sách đã dẫn cùng tác giả trang 74.

Tống vào năm 1257 đã chứng minh được điều này. Lúa nếu bị ngập thì úng hết cả cây và bông, thì dân chỉ có đói, mất mùa, cơ hàn lại xảy ra, nhà nước căn cứ vào đâu để đánh thuế. Do vậy, vua Trần Thái Tông mới bắt đầu cho xây đê Đĩnh Nhĩ, có như vậy mới đảm bảo chống được việc lụt lội bất thường, cũng như thay vì lấy đất của dân để xây dựng đê điều, thì vua Trần Thái Tông cho người đo đạc chỗ đất đắp vào nhiều ít từ ruộng của dân, rồi quy ra tiền để trả lại sòng phẳng cho dân, thì quả thật đây là một ông vua quang minh chính trực và là một trong nhiều vị vua có tâm Phật của cả triều Lý lẫn triều Trần.

Ngày 12 tháng 12 năm Đinh Tỵ, niên hiệu Nguyên Phong thứ 7, tức ngày 17 tháng giêng năm 1258, cuộc đọ sức giữa đế quốc Nguyên Mông và quân dân Đại Việt chính thức bắt đầu. Vua Trần Thái Tông làm vua từ năm 1225 và nhường ngôi cho con là Trần Thánh Tông vào năm 1254. Như vậy nhà vua ngồi trên ngai vàng 29 năm và bây giờ là lúc lui về cung Thiên Trường để trở thành Thái Thượng Hoàng. Tuy làm Thái Thượng Hoàng, nhưng vua vẫn bên cạnh vua con. Do vậy cuộc chiến thắng quân Nguyên Mông lần thứ nhất vào năm 1258 dưới thời vua Trần Thánh Tông không thể thiếu sự cố vấn và điều hành trực tiếp của vua cha được.

An Sinh Vương Trần Liễu kết hôn với Thuận Thiên sinh ra Vũ Thành Vương Trần Doãn và Trần Quốc Khang. Khi Thuận Thiên về làm vợ của Trần Cảnh, tức Trần Thái Tông thì sinh ra Trần Hoảng, tức Trần Thánh Tông, Chiêu Minh Vương Trần Quang Khải, Chiêu Ích Vương Trần Ích Tắc và Chiêu Văn Vương Trần Nhật Duật.

Về phía Trần Liễu, anh ruột của Trần Thái Tông, sau đó lấy bà Lê Thị Diệu, tức Thuận Từ Hoàng Thái Hậu, bà này tiếp tục sinh cho Trần Liễu những người quan trọng cho lịch sử Việt Nam như: Tuệ Trung Thượng Sĩ Trần Quốc Tung,

Hưng Đạo Vương Trần Quốc Tuấn và Thiên Cảm Hoàng Hậu. Đây là Hoàng Hậu, vợ của Trần Thánh Tông để sau này sinh ra Nhân Tông Trần Khản. Như vậy họ là anh em cận huyết với nhau, không bên nội thì cũng bên ngoại, không con nhà chú cũng là con nhà bác. Người cùng họ lấy nhau như vậy cho đến hết đời nhà Trần.

Nguyên Mông lấy cớ đi đánh Chiêm Thành, nằm về phía nam Đại Việt, nên mượn đường của nước ta để đi chinh phạt, nhưng trên thực tế thì Hốt Tất Liệt và thuộc hạ quyết chinh phạt Giao Chỉ, mặc dầu thuở ấy dân ta đã độc lập tự chủ từ lâu rồi, ít nhất cũng sau thời Ngô Quyền thắng quân Nam Hán vào năm 938. Như vậy đến năm 1258, ít ra chúng ta cũng có đến 320 năm thanh bình an lạc đối với phương Bắc. Nhưng người phương Bắc không để yên cho ta sống thanh bình, mà họ đã gây ra chiến tranh, khiến cho thế giới phải kinh hoàng, nhất là việc Thành Cát Tư Hãn cho đoàn quân xâm chiếm cả Triều Tiên và Nhật Bản. Về phía tây thì họ lấn chiếm gần đến Âu Châu và Đông Nam Á họ tiến gần đến Úc Châu. Vó ngựa chinh phạt của quân Nguyên Mông đã nhiều lần chiếm lấy Thăng Long vào năm 1250 rồi 1285 cũng như 1288. Đây là sự khôn ngoan của vua chúa Đại Việt. Ban đầu giả thua, để cho địch quân tha hồ vào thành quậy phá. Tưởng rằng hay, nhưng đã bị mắc mưu kế của vua quan Đại Việt là khi quân Nguyên Mông tiến vào thành Thăng Long rồi thì Trần Thái Tông và Trần Thánh Tông đã được Hưng Đạo Vương Trần Quốc Tuấn và Tuệ Trung Thượng Sĩ Trần Quốc Tung cho di dời đến nơi khác rồi. Cuối cùng thì những thuyền bè chở lương thực tiếp tế cho quân Nguyên Mông muốn đến Thăng Long lại bị các cánh quân của Quang Khải, Nhật Duật chặn lại và ở mạn Bắc Hưng Đạo Vương hợp quân với Tuệ Trung Thượng Sĩ cùng kéo về Thăng Long bao vây thành, khiến cho địch quân tổn thất nặng nề. Phần vì khí hậu nước Nam nóng lạnh thất thường, phần vì lính Nguyên Mông bữa no bữa đói, không còn tinh thần chiến đấu, nên khi ra trận chỉ mang lại sự thất bại nặng nề. Các tướng Nguyên Mông như Hốt Tất Liệt, Phàn Tiếp và sau này là Ô Mã Nhi phải tìm cách thoát thân về Tàu để bảo toàn tánh mạng.

Thế là trong cuộc đọ sức lần đầu với quân Nguyên Mông vào năm 1259, Đại Việt chúng ta toàn thắng. Một điều đặc biệt là những trận đánh lịch sử này đều có sự hiện diện của Tuệ Trung Thượng Sĩ, vốn là một cư sĩ thiền sư, anh ruột của Trần Hưng Đạo và là bác ruột của vua Trần Nhân Tông, nhưng ít thấy lịch sử nước nhà nhắc đến, ngay cả Đại Việt Sử Ký Toàn Thư hay Đại Việt Sử Lược. Không biết vì lý do gì? Có thể Lê Văn Hưu và Ngô Sĩ Liên là những nhà Nho, nên không muốn nhắc đến sự hiện diện của những nhà Phật học chăng? Như thế thì quá hẹp hòi. Vì lẽ khi Phật giáo thịnh hành dưới thời Thái Tông, Thánh Tông và Nhân Tông và ngay cả Anh Tông về sau này nữa, thì những ông vua này vẫn cho mở khoa thi tam trường gồm cả Phật, Nho, Lão và lập đền thờ Khổng Tử cũng như 72 vị hiền thần. Đâu phải vua chỉ thờ Phật và chỉ riêng đề cao tôn giáo của mình? Thế mà khi Nho thịnh thì những nhà Nho này họ chẳng mấy khi quan hoài đến Phật giáo, lại còn ém nhẹm vai trò chủ đạo của họ trong việc chiến thắng quân Nguyên Mông nữa. Từ lý do này nên trong quyển "Mối Tơ Vương Của Huyền Trân Công Chúa" có hai Chương được viết về Tuệ Trung Thượng Sĩ và Hưng Đạo Vương Trần Quốc Tuấn thật rõ ràng từ trang 147 đến trang 201 (Tác giả Thích Như Điển) quý độc giả có thể tham cứu 2 Chương này trong quyển sách trên để rõ biết vai trò của 2 vị tướng tài này dưới thời Thái Tông và Thánh Tông cũng như Nhân Tông đã dùng sức mạnh của chính mình qua việc tu thiền định và sức mạnh của nhân dân qua việc ban lòng từ của vua chúa, thương dân như chính con ruột của mình, cho nên sau này những Hội Nghị ở Bình Than và Điện Diên Hồng vào những năm 1285 và 1287 thành công đột phá là nhờ vào tinh thần của Phật giáo không ít. Cho nên, tác phẩm này lấy tên: "Vua là Phật, Phật là Vua" cũng không ngoài những ý nghĩa vừa nêu trên.

Việc khen chê Trần Thủ Độ lâu nay sử sách đã viết nhiều và tùy theo quan điểm của từng người cũng như từng thời đại. Tuy nhiên cũng phải khen câu nói của Trần Thủ Độ khi quyết đánh bại quân Nguyên Mông lần đầu vào năm 1258 là: "Đầu thần chưa rơi xuống đất, xin Bệ Hạ khỏi nhọc lo nỗi khác." Nhờ vậy mà Thái Tông mới an lòng tiếp tục chiến đấu với các tướng tài khác cũng như ẩn mình cùng Thái Tử khi không cần phải xuất hiện để nghinh địch. Vì lẽ nhiều trận đánh lớn đã có Trần Thủ Độ, Hưng Đạo Đại Vương, Tuệ Trung Thượng Sĩ, Trần Quang Khải và Trần Nhật Duật ứng phó rồi.

Ngoài ra, trong những trận thủy chiến còn có hai tướng tài ít ai quan tâm đến nhiều. Đó là Yết Kiêu và Dã Tượng. Hai ông có tài lặn rất lâu và rất giỏi, nhằm tìm cách đục thủng thuyền của giặc Nguyên Mông, khiến cho nước tràn vào và những chiến thuyền chở lương thực bị chìm hết. Điều ấy các tướng cũng như quân Nguyên Mông không bao giờ ngờ đến được.

Ngày kinh thành Thăng Long ca khúc khải hoàn là 24 tháng chạp năm Đinh Tỵ, niên hiệu Nguyên Phong thứ 7, tức ngày 29 tháng giêng năm 1258, vua Trần Thái Tông đã về đến kinh đô Thăng Long và ngày mồng một tháng giêng năm Mậu Ngọ Nguyên Phong thứ 8 (1258) theo Đại Việt Sử Ký Toàn Thư 5 tờ 23b 5 - 8 viết, nhân dịp Tết Nguyên đán, vua Trần Thái Tông tổ chức ăn mừng năm mới, đồng thời định công khen thưởng cho các tướng lĩnh có công trong cuộc kháng chiến chống quân Nguyên Mông vừa qua. Khi thưởng cho quan quân, dĩ nhiên cũng có phạt những người có tội, trong đó có Hoàng Cự Đà, nhưng sau vua Thái Tông đã mở lượng hải hà khoan dung và buộc Cự Đà hãy lập công chuộc tội. Đây là hành động của một nhà lãnh đạo đại tài, để làm gương cho con cháu muôn đời về sau.

Mặc dầu quân ta thắng trận, nhưng vua quan nhà Trần biết rằng, thế nào quân Nguyên Mông cũng sẽ tìm cách sang nước ta phục thù lần nữa, nên cho sứ qua triều đình nhà Tống để quan hệ. Đó là điều thiết yếu. Một mặt để xem động tĩnh bên Nam Tống - Nguyên Mông có chuẩn bị gì cho cuộc chiến tranh lấn chiếm nước ta trong thời gian tới không. Mặt khác, dẫu sao đi nữa Đại Việt ta vẫn là một nước nhỏ nằm sát một nước lớn cận kề và có thắng đi nữa thì cũng nên cầu hòa mới an vui cho trăm họ. Đây là diệu kế mà nhiều đời sau các vua chúa Việt Nam đều làm như vậy. Dĩ nhiên là người Tống chẳng tin gì việc này, nhưng việc cầu sắc phong cho Vua An Nam là điều cốt để cho nhà Tống an lòng.

Ngày 24 tháng 2 năm Mậu Ngọ (1258) Trần Thái Tông truyền ngôi cho con là Trần Hoảng, lui về Bắc Cung. Thái Tử lên ngôi Hoàng Đế, cải nguyên Thiệu Long thứ nhất, đại xá, xưng là Nhân Hoàng, tôn Thượng Hoàng là Hiển Nghiêu Thánh Thọ Thái Thượng Hoàng Đế. Như vậy một đời làm vua trong 29 gần 30 năm của vua Trần Thái Tông quá tuyệt vời. Bởi vì lúc bỏ ngôi đi xuất gia ở chùa Yên Tử hay khi trở lại triều đình, ngồi trên ngai vàng để chăn dân trị nước, nhưng nhà vua vẫn không quên thiền quán cũng như kinh kệ. Sau khi đại thắng quân Nguyên Mông ca khúc khải hoàn, ấy cũng là lúc nên nhường ngôi cho con để lên làm Thái Thượng Hoàng. Cái được và cái mất xưa nay vốn thường tình trong cuộc đời này. Do vậy khi đã hiểu hai chữ sắc không rồi thì vua Thái Tông cũng chẳng muốn bám víu làm gì, mà sau khi thưởng công phạt tội cho quan quân, nhà vua muốn lui về nơi chốn yên tĩnh để tiếp nối giấc mộng khi xưa, sống như một thiền sư, mặc dầu bên mình có đủ cả tam cung lục viện.

Cũng chính trong thời gian trực tiếp nắm quyền lãnh đạo

ấy, vua Trần Thái Tông đã viết chú giải cho một bản kinh cơ bản, làm nòng cốt cho hệ ý thức của Phật giáo Thiền Tông Trung Quốc, đó là Kim Cương tam muội kinh, mà ta sẽ bàn kỹ dưới đây. Bản chú giải này nay đã mất. Nhưng may mắn là bài tựa của bản chú giải này, giống như trường hợp của bài tựa Thiền Tông Chỉ Nam, vẫn còn được bảo lưu trong Khóa Hư Lục. Chính trong lời tựa này, vua Trần Thái Tông đã nói:

"Trẫm kém đức, chủ trì ngôi báu, dây mục chăn dân. Từng lo vất vả, chẳng ngại sớm hôm. Tuy một ngày trăm việc, cũng trộm lúc rảnh rang. Chăm việc tiếc giờ, học càng tăng tiến. Một chữ "đinh" lo chưa biết đến, đêm canh hai còn gắng tìm xem. Đã duyệt phần điển Khổng Khâu, lại xét kinh đạo Thích. Kinh này vừa gặp, trăm cảm đã sinh, sâu kín mối manh, suy đi nghĩ lại. Nhấm nháp mùi nghĩa lý, thu thập vẻ văn hoa. Làm rõ ràng lời nói thánh nhân, để giúp ích ít nhiều hậu học. Lạm đem chút kiến thức "vằn báo" hẹp hòi, hầu mở mang tâm trí "vượn đàn" giận ngốc. Do đó rộng tỏ cõi lòng, tự thân chú giải. Dò nghĩa thẳm ở Long cung, tìm lời hay Thứu lĩnh. Khơi giọt nước ở tận nguồn chánh giác, đắp bụi xa nơi cửa ngõ chân như. Phát huy ý chỉ, rộng mở chân tông. Khiến cho vừa thoáng xem văn, đã hiểu rõ ràng nghĩa lý. Phá giậu phên bền vững của bọn tà, làm mẫu mực lễ nghi cho môn đệ.

Vọng kiến mênh mang, dầu biết ngôi cao hướng bắc, đường mê quấn quýt, tạm hay lối thẳng về nam. Xin làm chỗ dựa cho người sau, để thấy lòng ta không tiếc. Cho nên ta làm bài tựa này."[1]

Đây là lời tựa của Kim Cang chú giải kinh, thuộc Phật giáo Thiền Tông Trung Quốc, sau khi vua Trần Thái Tông đọc sách xong mới viết. Quả thật lời văn bóng bẩy, sáng sủa vô cùng, mà dịch giả Lê Mạnh Thát dịch sang Việt ngữ càng lộng lẫy hơn nữa, chứng tỏ rằng vua là bậc minh quân hiền

[1]Trích tác phẩm Toàn tập Trần Thái Tông của Lê Mạnh Thát, trang 123.

đức, còn Giáo sư Lê Mạnh Thát là bậc học giả nổi tiếng xưa nay ở thế kỷ 20, 21 này, mới tạo nên được một áng văn tuyệt mỹ như vậy. Chỉ có vài từ khó hiểu sẽ giải thích sau.

Riêng việc vua lúc nhàn rỗi lại xem kinh, vì kinh hay quá nên xem đến tận canh hai, tức là từ 1 đến 2 giờ sáng vua mới an giấc. Không những đọc Phật thư mà còn duyệt qua những phần lý giải của Khổng giáo nữa. Quả là một vị vua có nhiều khả năng về nội và ngoại điển như vậy. Hai chữ "vằn báo" đối lại với hai chữ "vượn đàn" là ý nói chỗ hẹp hòi, nông cạn so với số nhiều, có trí tuệ. Nghĩa của kinh này sâu thẳm như dưới Long cung và lời lẽ thì hay như Đức Phật đã giảng nơi núi Linh Thứu. Khi đọc và viết lời tựa cho tác phẩm này vua Trần Thái Tông vẫn hướng về phương Bắc, tức là vua chúa của Trung Hoa và sau đó lại đi thẳng về quê hương Đại Việt mình qua tư tưởng đã liễu đạt nghĩa lý của kinh văn, nên mới viết lời tựa này để người đời sau lấy đó làm chỗ tìm học. Nhưng rất tiếc là cả tác phẩm này không còn nữa, chỉ còn lời tựa này do vua Trần Thái Tông viết khi đang làm vua trong thời gian từ năm 1236 - 1258.

"Ngay cả một tác phẩm còn bảo lưu nguyên vẹn là Lục Thời Sám Hối khoa nghi, vua Trần Thái Tông cũng viết trong thời gian nắm quyền của mình như lời tựa đã ghi: "Trẫm nhờ trời yêu mến, hưởng ngôi chí tôn. Việc dân vất vả, việc nước bộn bề. Ngoài thì phồn hoa cám dỗ, trong thì thị dục xé vò. Miệng chán mùi ngon, mình đầy vàng ngọc. Mắt, tai, tôi tớ sắc thanh, ăn ở yên lành đài tạ. Lại nữa, thói đời khinh bạc, nhân pháp suy vi, kẻ học bướng mù, gốc lành yếu mỏng. Ngày thì bụi căn va chạm, lưới nghiệp kéo lôi; tối thì màn ngủ lấp che, dây lười trói buộc. Ngày đêm theo duyên, đâu chẳng là lỗi gây họa chuốc hiểm. Trẫm lấy điều đó ghi nhớ trong lòng, thương cảm ngổn ngang, quên ăn mất ngủ. Nhân lúc việc triều rảnh rỗi, xem hết kinh luận và các nghi văn, biên soạn phép "lợi mình lợi người" để chỉ bảo chúng sanh. Sau đó lại nghĩ rằng: Phàm những nghiệp chướng tích tụ, đều do sáu căn tạo thành. Do thế, Thích Ca Văn Phật khi chưa thành đạo, trước vào Tuyết Sơn khổ hạnh sáu năm, cũng là vì sáu căn đó. Vậy Trẫm phỏng theo ý ấy, chia sáu căn thành 6 thời, mỗi thời sám hối một căn. Trẫm tự tay viết ra lời lễ sám, gọi là Lục thời sám hối khoa nghi."[1]

Tuy là ở trong cung son có thê thiếp người hầu, nhưng vua Trần Thái Tông cảm nhận được rằng do mắt, tai, mũi, lưỡi, thân, ý là cội nguồn gây ra những chướng duyên trong cuộc sống, dẫn đến lưới nghiệp bủa vây. Do vậy vua mới chong đèn đến khuya để đọc kinh văn, tìm chân lý. Nhà vua suy nghĩ rằng 6 năm tu khổ hạnh ấy tượng trưng cho sáu căn. Đây là cách suy nghĩ cũ, nhưng cũng rất mới, vì xưa nay ít có kinh sách nào nói như vậy, như vua Trần Thái Tông đã viết trong Lục thời sám hối khoa nghi này. Điều Đức Thích Ca tu khổ hạnh trong núi Hy Mã Lạp Sơn là thật. Cả Nam Truyền và Bắc Truyền Phật giáo đều công nhận như vậy. Chỉ có khác nhau ở điểm là năm tháng xuất gia mà thôi.

Bên kinh điển Nam Truyền thì cho rằng: Thái Tử Tất Đạt Đa đi xuất gia năm 29 tuổi. Tu 6 năm khổ hạnh trong Hy Mã Lạp Sơn và 35 tuổi chứng đạo quả thành Phật cộng với 45 năm thuyết pháp độ sanh thành 86 tuổi nhập Đại Bát Niết Bàn. Bên Bắc Truyền thì chỉ giống nhau ở tuổi thọ và 6 năm khổ hạnh, nhưng tuổi xuất gia và giảng kinh lại khác. Đó là 19 tuổi xuất gia, 6 năm khổ hạnh. Ba mươi tuổi thành đạo (còn 5 năm nữa chưa biết làm gì và ở đâu). Thuyết pháp độ sanh trong 49 năm để 80 tuổi thì nhập Đại Bát Niết Bàn. Nhưng ở đây vua Trần Thái Tông chỉ đề cập đến 6 năm khổ hạnh, tượng trưng cho 6 căn của mỗi người. Đó là điều đáng quan tâm mỗi khi chúng ta thiền quán.

Theo tác giả Lê Mạnh Thát thì việc truyền ngôi cho con

---

[1] Trích tác phẩm như trên cùng tác giả, trang 124.

mình là Trần Hoảng sau khi đại thắng quân Nguyên Mông lần thứ nhất vào năm 1258 là do nhà vua đã đọc qua "Lục Độ Tập Kinh" rồi và kinh này là một trong những bản kinh xưa cũ nhất của Phật giáo Việt Nam chúng ta. Theo Giáo sư Lê Mạnh Thát thì kinh này có từ thời Khương Tăng Hội, tức là vị Sơ Tổ của Phật giáo Việt Nam chúng ta kể từ thế kỷ thứ 1, thứ 2 và kinh được viết bằng tiếng Việt, nhưng đã thất truyền. Đây có thể là một sự thật, mà cũng có thể là một giả thuyết. Vì giai đoạn gần 1.000 năm Bắc thuộc từ sau thời Hai Bà Trưng, Bà Triệu cho đến khi Ngô Quyền chống lại quân Nam Hán và giành lại tự chủ cho nước nhà năm 938 thì dân tộc ta bị Hán hóa và chữ Hán vẫn phải được học cũng như viết và giao dịch hằng ngày, nhưng chúng ta cũng có thể nghĩ rằng: Dân ta không khuất phục người Hán, nên nói tiếng Việt khi gặp nhau chào hỏi, còn sách sử bắt buộc phải viết bằng chữ Hán, thì đó là điều có thể lý giải được. Theo ông, bài thơ Vật Bất Năng Dung của Tuệ Trung Thượng Sĩ Trần Tung còn lưu lại trong Thượng Sĩ Ngữ Lục tờ 267 b3-7, mà hai câu mở đầu là một tóm tắt nội dung kinh Chi Lõa Quốc của Lục Độ Tập Kinh quyển 5, nằm trong Đại Tạng Kinh (Đại Chánh Tạng), Tập 3, kinh số 152, từ trang 29, tờ c, dòng thứ 11 đến trang 30, tờ a, dòng 9:

"Vui xứ mình trần, cởi áo đi
Phải đâu quên lễ, tục tùy nghi"

(Lõa quốc hân nhiên tiện thoát y,
Lễ phi vong giả tục tùy nghi.)

Giáo sư học giả Lê Mạnh Thát cũng quyết đoán rằng bản thân vua Trần Thái Tông đã đọc qua Lục Độ Tập Kinh rồi, vì trong bài Phổ khuyến phát Bồ-đề tâm của khóa Hư Lục, quyển thượng, 9b 1-2, khi bàn đến việc xả thân cầu đạo, vua Trần Thái Tông đã nhắc đến tích xả thân cứu cọp. Tích này nằm trong Lục Độ Tập Kinh, quyển 1, Đại Tạng Kinh (Đại

Chánh Tạng), Tập 3, kinh 152, trang 2, tờ b, dòng 8 -26, kể chuyện tiền thân của Đức Phật khi còn làm vị Bồ Tát thấy một con cọp mẹ vì đói quá muốn ăn thịt con của mình, nên đã đưa đầu cho nó ăn. Đây là hành động của Bồ Tát khi phát tâm bồ-đề để cứu khổ chúng sanh và cũng theo Giáo sư Lê Mạnh Thát việc nhường ngôi cho con của vua Trần Thái Tông không thấy trong các điển tịch của Trung Quốc, nhưng Kinh Vua Ma Điều (摩調王經) của Lục Độ Tập Kinh, quyển 8, thuộc Đại Tạng Kinh, kinh số 152. Tại trang 48, tờ c, dòng 18 đến dòng 23, ghi lại mô hình này qua lời vua Ma Điều (摩調) dạy con như sau:

『吾頭生白，白者無常之證信矣，不宜散念於無益之世。今立爾為帝，典四天下，臣民繫命于爾，爾其愍之。法若吾行，可免惡道；髮白棄國，必作沙門。立子之教，四等五戒十善為先。』明教適畢，即捐國土，於此廬地樹下，除鬚髮著法服作沙門。

"Ngô đầu sinh bạch, bạch giả vô thường chi chứng tín hỹ. Bất nghi tán niệm ư vô ích chi thế. Kim lập nhĩ vi đế, điển tứ thiên hạ, thần dân hệ mệnh vu nhĩ, nhĩ kì mẫn chi. Pháp nhược ngô hành, khả miễn ác đạo. Phát bạch khí quốc, tất tác sa môn. Lập tử chi giáo, tứ đẳng ngũ giới thập thiện vi tiên." Minh giáo đích tất, tức quyên quốc độ ư thử lư địa thụ hạ, trừ tu phát, trước pháp phục, tác sa môn.

> *"Đầu ta sinh tóc bạc, mà tóc bạc là dấu hiệu rõ rệt của vô thường. Không nên tán tâm tạp niệm một đời này vô ích. Nay [ta] lập con làm vua, cai trị bốn thiên hạ, đời sống muôn dân phụ thuộc nơi con, con phải biết thương xót họ. [Con] làm theo như ta thì có thể tránh khỏi [rơi vào] đường ác. [Đó là,] khi có tóc bạc hãy từ bỏ ngôi vua, quyết làm sa-môn. Việc dạy con phải [chú trọng] trước hết vào bốn tâm vô lượng (từ, bi, hỷ, xả) cùng năm giới và mười điều lành." Dạy rõ những điều ấy xong, vua lìa bỏ cõi nước, đến chỗ lều tranh dưới*

gốc cây này, cạo bỏ râu tóc, mặc pháp phục, làm người xuất gia."[1]

Việc truyền ngôi của vua Ma Điều tương đương với văn bản của kinh Pali như các kinh Makkhàdeva - Jàtaka (137), Sàdhànajàtaka (444) và Nimijàtaka (541) và những kinh này được khắc trên tháp Bharhut. Có điều đáng ghi nhận nơi đây theo vua Ma Điều khi thấy mình tóc bạc, có nghĩa là đã già. Chứng tỏ rằng vô thường đã đến, nên phải nhường ngôi lại cho con để đi xuất gia làm sa-môn và quyết không can dự vào triều chính nữa. Nhưng vua chúa nhà Trần thì khác, nghĩa là sau khi thắng quân Nguyên Mông lần thứ nhất 1258 vua Thái Tông đã nhường ngôi cho Thánh Tông. Sau khi thắng quân Nguyên Mông lần thứ ba, năm 1288, vua Trần Nhân Tông đã nhường ngôi cho con là Anh Tông để đi xuất gia và hình ảnh của những vị Thái Thượng Hoàng này vẫn luôn cận kề bên cạnh vua con khi đánh giặc chống ngoại xâm, cũng như khi an bình thịnh trị và việc cố vấn này có giá trị mãi cho đến khi vua cha băng hà mới thôi.

Theo truyền thống của Ấn Độ giáo hay Bà La Môn giáo mà Đạo Phật không phải là không bị ảnh hưởng ít nhiều. Đó là việc xuất gia làm Sa Môn khi việc đời đã đi vào chỗ ổn định. Do vậy mà có Sa Môn Thích Tử, Sa Môn Bà La Môn, Sa Môn ngoại đạo v.v... Như thế ta có thể nói rằng: Vua Trần Thái Tông vừa ảnh hưởng tư tưởng trong Lục Độ Tập Kinh theo Nam Truyền Phật giáo, mà cách xử sự nhường ngôi, nhưng tại vị ngồi phía sau vua con với tư cách là Thái Thượng Hoàng cố vấn như vậy, chỉ Việt Nam mới có, chứ Trung Quốc thì không. Trung Quốc đa phần từ thời nhà Đường, Tống, Nguyên, Minh, Thanh hay trước đó, con lên làm vua thì vua cha đã băng hà, hoặc giả khi một triều đại thay đổi, bắt buộc phải thay họ đổi tên, chứ những nước quân chủ phía Bắc đều

[1] Nguyễn Minh Tiến Việt dịch từ nguyên bản Hán văn.

không giống như Đại Việt của chúng ta ngày xưa. Ngay khi Đại Hàn hay Nhật Bản lúc còn vua cha thì Thái Tử không chấp chính lên ngôi. Trừ phi vua đó theo cách tân như vua Heisei (Bình Thành) của Nhật Bản mới đây vào năm 2018 đã nhường ngôi vua khi vua cha trên 80 tuổi và vua con là Reisei (Lệnh Hòa) lên làm vua trong hiện tại. Có lẽ đây là lần đầu tiên trong lịch sử vua chúa Nhật Bản hơn 128 đời mới có đời này như vậy. Vả chăng lịch sử đã đổi thay, nên con người, quốc gia và xã hội bắt buộc cũng phải thay đổi theo vậy. Đây quả là những chuyển biến tốt của xã hội.

Đọc trong Đại Chánh Tân Tu Đại Tạng Kinh bằng chữ Hán xuất hiện vào thời vua Đại Chánh (Taisho) ở Nhật Bản vào đầu thế kỷ thứ 20 thỉnh thoảng ta vẫn thấy những bản kinh do các vị Sư người nước Phù Nam dịch từ tiếng Phạn sang chữ Hán, nhưng ngày nay hỏi nước Phù Nam nằm ở đâu thì ít có ai biết được. Mới đây có những Giáo sư học giả người Hoa Kỳ cùng với những Sinh viên đã tốt nghiệp Tiến Sĩ, trong đó có cả những vị Tăng Sĩ của Phật giáo Việt Nam về tận Việt Nam để truy nguyên ra nguồn gốc của quốc gia này. Đại khái một thời quốc gia này đã có lãnh thổ từ một phần phía Bắc Miến Điện rồi Thái Lan và miền Nam Cam Bốt, kéo dài mãi cho đến miền Nam Việt Nam từ Nha Trang đến Sài Gòn Gia Định ngày nay. Vậy lịch sử đã biến thiên không ngừng và đã từng có những dân tộc như thế, nhưng vì qua bao cơn binh biến, nên thế nước lòng dân đã hợp thức hóa nhiều dân tộc nhỏ bé hơn dân tộc này và đôi khi lớn hơn cả những dân tộc kia, mà bây giờ chỉ còn tiếng gọi như Chiêm Thành hay Phù Nam cũng là điều mà lịch sử đã chứng minh khá rõ ràng.

Đọc lịch sử hình thành chùa Todai (Đông Đại) ở Nara (Nại Lương) tại Nhật Bản, ta thấy trải qua hơn 1.300 năm lịch sử, ngôi chùa này vẫn còn tồn tại mãi cho đến ngày nay, tuy qua bao nhiêu cơn động đất và thiên tai, ngôi chùa không còn lối kiến trúc nguyên vẹn như xưa nữa, nhưng tượng đồng được khánh thành vào năm 752 dưới thời Thánh Vũ Thiên Hoàng vẫn còn nguyên vẹn. Đây là tượng của Đức Phật Tỳ Lô Xá Na. Đến đây để nhớ lại một sự kiện lịch sử huy hoàng của quốc gia Phù Nam là dường nào. Thuở ấy Thánh Vũ Thiên Hoàng cho người sang nước Phù Nam để thỉnh Ngài Bồ Đề Tiên Na người Thiên Trúc và Ngài Phật Triết xuất thân từ nước Phù Nam sang Nhật Bản để làm lễ khai nhãn cúng dường tượng Phật bằng đồng này. Sự kiện lịch sử này cho phép ta có những nhận xét khách quan như sau:

Thứ nhất là vào thế kỷ 8, Phật giáo Nhật Bản mới được trực tiếp truyền vào từ Triều Tiên trước đó chừng 300 năm, nên chưa có những bậc danh tăng đáng kính nào hiện hữu, nên nhà vua mới cho người đi thuyền đến tận nước Phù Nam để thỉnh cầu hai vị Đại Sư này. Thật là một đại kỳ công.

Thứ hai là chắc rằng hai vị này phải đặc biệt giỏi về ngoại ngữ hay âm nhạc, nên mới được Thiên Hoàng Thánh Vũ mời. Rõ ràng là trong lịch sử truyền thừa nền âm nhạc hay nói đúng hơn là lễ nhạc Phật giáo thời ấy, mà nay Hoàng cung Nhật Bản vẫn còn duy trì. Đó là những điệu tán tụng và các điệu múa Obon mà ngày nay Nhật Bản vẫn còn gìn giữ lại. Câu chuyện này cho chúng ta thấy rằng: Vật chất có thể mất đi, nhưng tinh thần bao giờ cũng vẫn tồn tại, dẫu cho người Phù Nam qua Ngài Phật Triết hay Ngài Bồ Đề Tiên Na qua thân xác của người Ấn Độ. Bây giờ thể xác của các Ngài không còn nữa, nhưng những gì các Ngài truyền lại cho dân tộc Nhật Bản, qua hơn 1.300 năm vẫn còn đó.

Thứ ba là chiêm nghiệm được sự vô thường một cách rõ rệt nhất. Bằng chứng là một quốc gia Phù Nam phồn thịnh như vậy, mà nay còn đâu nữa và những người Phù Nam thuở ấy, bây giờ là hiện thân của ai? Có ai muốn dân tộc mình bị mất nước đâu? Nhưng nước vẫn bị mất. Đâu có ai ngờ chỉ trong nháy mắt biển cả đã nổi cao và núi đồi lại chìm xuống thành biển cả. Tất cả chỉ là những sự biến hóa, bị chi phối bởi luật vô thường trong thế gian này mà thôi.

Từ những chứng cứ lịch sử nêu trên, chúng ta thấy rằng việc gì cũng có thể xảy ra cho nhân loại cả. Nếu có khác đi, chỉ là những sự biến thiên theo thời gian, phong tục và tập quán của mỗi nước, còn cốt lõi của sự thay đổi vẫn là những việc mà trong kinh Phật Bản Hạnh Tập như trong Đại Chánh Tân Tu Đại Tạng Kinh thường hay nhắc đến. Cũng thế đó, ngày xưa khi Đức Phật còn tại thế, nơi nào Ngài đến, chỗ nào Ngài ở đều mang một tính cách lịch sử nhất định của nó. Bây giờ sau 2.563 năm nếu có ai trở lại Ấn Độ để đảnh lễ những Thánh tích, chúng ta chỉ thấy toàn là những đống tro tàn đã đổ nát, ngoại trừ một vài nơi được trùng tu lại như Bồ Đề Đạo Tràng, nơi Phật thành đạo hay vườn Lộc Uyển và Kuhinagara v.v... còn nhiều nơi khác đã trở thành phế tích. Sau Phật nhập diệt khoảng 300 năm, khi vua A Dục trị vì tại Ấn Độ thì Phật giáo là Quốc giáo. Vua cho xây dựng 8.400 ngọn tháp để thờ Xá Lợi Phật chung quanh khắp nước Ấn Độ, nhưng nay đâu còn bao nhiêu tháp tồn tại? Do vậy, qua kinh văn, giáo dục, văn hóa, lịch sử v.v... chúng ta cố gắng bảo tồn và phát huy để từ từ sẽ tìm ra được tất cả những sự thật của lịch sử đã một thời như vậy.

Ở đây tác giả Nguyễn Lang tức Thiền sư Thích Nhất Hạnh hay Học giả Giáo sư Lê Mạnh Thát đã xiển dương lại và chứng minh lịch sử này qua kinh văn còn lại hay lịch sử đương đại qua việc khảo cổ tìm tòi của những nhà khảo cổ học. Ấy là những điều đáng trân quý biết bao, trong đó có việc chứng minh là Đạo Phật trước khi đến Trung Hoa đã có mặt tại Việt Nam chúng ta (thời đó gọi là Giao Châu) và Lục Độ Tập Kinh chính là bản kinh lâu đời nhất có xuất xứ từ Giao Châu. Học giả Lê Mạnh Thát còn chứng minh rằng trong thời kỳ Ngài Khương Tăng Hội đang ở Giao Châu thì Ngô Tôn Quyền thỉnh Ngài sang đất Ngô để giảng pháp và Ngô Tôn Quyền đã quy y với

Ngài Khương Tăng Hội. Đây là một vinh dự của Phật giáo và dân tộc Việt Nam chúng ta, qua Lục Độ Tập Kinh mà sử gia Học giả Giáo sư Lê Mạnh Thát đã chứng minh như vậy. Ngay cả việc các vua nhà Trần nhường ngôi cho con để lên làm Thái Thượng Hoàng cũng đã ảnh hưởng bởi câu chuyện của vua Ma Điều truyền ngôi cho con trong Lục Độ Tập Kinh cũng là một điều hợp lý có thể tin được.

Vua Trần Thái Tông cho xây chùa Phổ Minh vào tháng 2 năm Nhâm Tuất, niên hiệu Thiệu Bảo thứ 5 (1262) ở phía tây cung Trùng Quang, rõ ràng là để phục vụ cho những sinh hoạt Phật giáo của vua Trần Thái Tông. Khi cầm quyển kinh trong tay, Trần Thái Tông vẫn dành thời gian rảnh rỗi để viết Lục Thời Sám Hối Khoa Nghi, mà theo nhà vua là để sám hối 6 căn của mỗi người và do vậy mỗi ngày chia làm 6 thời để tụng sám. Chắc hẳn chùa Phổ Minh được làm ra để vua Trần Thái Tông thực hành nghi thức sám hối này, ngay cả khi tại vị cũng như sau khi thoái vị lên làm Thái Thượng Hoàng. Tương truyền rằng mỗi ngày như vậy tại chùa Phổ Minh có nhiều bậc cao tăng đại đức đến để bàn luận việc đạo và hằng ngày tại chùa này cúng dường trai tăng cho cả 500 vị cũng như độ được 30 đệ tử xuất gia.

Năm Đinh Sửu Bảo Phù thứ 5 (1277) theo Đại Việt Sử Ký Toàn Thư 5 tờ 35a 5 - 36b 9 chép rằng: "Mùa hạ tháng 4 ngày mồng một, Thượng Hoàng (Trần Thái Tông) băng ở cung Vạn Thọ. Trước đó, Thượng Hoàng đến ngự đường, bỗng thấy con rết bò lên áo ngự. Thượng Hoàng kinh ngạc, lấy tay phủi đi, con rết rớt xuống đất, kêu lên một tiếng keng, hóa ra là một chiết đinh sắt. Bói toán là điềm về năm Đinh. Vua từng có lần đùa bảo Minh tự Nguyễn Mặc Lão, dùng phép nội quan, nghiệm xem điềm lành hay dữ. Hôm sau, Mặc Lão tâu: "Thấy một cái hòm vuông, bốn mặt đều có chữ nguyệt. Trên hòm có một cái kim, một chiếc lược". Thượng Hoàng lại đoán rằng: "Hòm tức là cái quan tài, bốn bên có chữ nguyệt, đó là tháng

4, kim có thể xâu vật gì, tức là vô quan tài. Chữ sơ (梳) là cái lược, đồng âm với chữ sơ (疎) là xa, tức là sẽ xa các người."[1] Lại lúc ấy đang làm trò múa rối, thường có câu: 'chóng đến ngày mồng một thay phiên', Thượng Hoàng lại đoán rằng đó là ngày mồng một ta sẽ mất. Năm trước, Thượng Hoàng bỗng một hôm bảo với tả hữu rằng: 'Đến tháng 4 sang năm ta tất chết'. Đến đây quả nhiên như thế (...).

"Mùa Đông tháng 10 ngày mồng 4, chôn ở Chiêu Lăng, miếu hiệu là Thái Tông, thục hiệu là Thống Thiên Ngự Cực Long Công Mậu Đức Hiển Hòa Hựu Thuận Thần Văn Thánh Vũ Nguyên Hiếu Hoàng Đế (...). Ngày Thượng Hoàng băng, Công Chúa Thiều Dương, thứ nữ của Thượng Hoàng (tên Thúy), mới ở cữ, chợt nghe tiếng chuông đổ liên hồi, hỏi: Há chẳng phải việc dữ đến rồi sao? Tả hữu nói dối, Bà không nghe, bèn khóc thương, gào mãi rồi nhắm mắt mà mất. Trước đó Thượng Hoàng không khỏe, Công chúa lúc ấy đã gả cho Thượng Vị Văn Hưng Hầu (khuyết tên) nhiều lần sai người đến thăm hỏi, tả hữu đều trả lời Thượng Hoàng đã bình phục, vô sự. Đến khi nghe tiếng chuông, bèn thương khóc, gào mãi mà mất. Người trong nước ai cũng thương."[2]

Như vậy Thượng Hoàng Trần Thái Tông biết trước ngày tháng của mình ra đi hơn một năm, qua việc đoán mộng và ngay cả sự cảm nhận của mình. Ngày xưa trong cung, ngoài thành hầu như bất cứ chuyện gì xảy ra đều nhờ đến những Thầy tướng số để giải mã cho những điều nghi. Dĩ nhiên là không hoàn toàn đúng hết cả, nhưng đối với đời thường thì đây là việc làm có cả tốt lẫn xấu. Tốt là làm cho người ta tránh ác làm thiện, tu nhân tích đức và xấu có nghĩa là dễ

[1] Bản chữ Hán chép là "梳疎也" - sơ sơ dã, nghĩa là Thượng hoàng đoán chữ sơ (梳) đồng âm với chữ sơ (疎) là xa cách. Điều thú vị là nếu hiểu chữ sơ (梳) đồng âm với chữ sơ (初) chỉ ngày đầu tháng thì hóa ra điềm báo này hoàn toàn chính xác: Thượng Hoàng băng vào ngày mồng một tháng 4.

[2] Trích sách đã dẫn cùng tác giả, trang 155.

trở thành mê tín dị đoan. Ngay cả Đức Đạt Lai Lạt Ma thứ 14 cũng vậy. Ngài có một vị Thần bổn mạng và ở triều đình, hay có bất cứ một vấn đề khó xử nào của quốc gia đại sự. Tất cả cũng đều phải đem đến trước vị thần bổn mạng của Ngài để hỏi việc tốt xấu. Nếu vị này nói tốt, cứ như thế mà theo. Nếu vị này nói xấu thì rất nhiều người hoang mang, nhất là cái chết của một bậc quân vương có công rất nhiều trong việc hình thành phổ hệ nhà Trần này.

Theo Thánh Đăng Ngữ Lục, tờ 10b 5 - 11b 4 chép rằng: "Đến khi Thượng Hoàng không khỏe, Thánh Tông hầu bệnh, nhân thế hỏi: 'Chân không và ngoan không, giống hay là khác?' Vua trả lời: 'Hư không thì một thôi. Chỉ vì tâm có mê ngộ, nên có sự khác nhau giữa chân và ngoan, ví như buồng nhà, mở thì sáng, đóng thì tối, sáng tối không giống nhau, nhưng buồng nhà là một.' Hôm sau Quốc sư Đại Đăng vào thăm hỏi: 'Bệ Hạ ốm à?' Vua đáp: 'Bốn đại thì ốm, chứ cái đó xưa nay sanh tử vẫn không liên quan, thì lặng nhìn trong bệnh được ư?' Trải qua mấy ngày, vua im lặng không nói, đuổi tả hữu ra, đem việc nước di chúc lại cho Thánh Tông xong. Thánh Tông muốn sai hai Quốc sư Phù Vân và Đại Đăng đến giảng pháp xuất thế gian, vua nghiêm giọng nói: 'Đến đây rồi, bớt một mảy tơ, như trên thịt khoét vết thương, thêm một mảy tơ, như trong mắt dính bụi. Ba đời các Đức Phật bốn mắt nhìn nhau, các Tổ Sư hư thân có phận, dù Phù Vân bàn huyền, Đại Đăng nói diệu, đều là lời thừa, có ích gì với cái ấy.' Nói xong, vua lặng lẽ thị tịch, tức năm Thiệu Bảo thứ nhất, Kỷ Mão, thánh thọ 60, có Văn tập một quyển, Chỉ Nam Ca một quyển, Thiền Tông khóa hư 10 quyển."

Qua lời đối đáp cũng như giải thích xen lẫn sự dạy bảo của Thượng Hoàng Trần Thái Tông cho Trần Thánh Tông cho ta thấy Thượng Hoàng đã liễu ngộ giữa đời thường, ngay khi còn làm vua hay lúc đã trở về ngôi vị Thái Thượng Hoàng. Thái Tông ví dụ buồng nhà này cho ta thấy Phật tâm và Phật tánh không hai. Nó giống như sáng và tối. Mở cửa ra thì sáng, đóng cửa lại thì tối. Sáng tối có thật, nhưng buồng nhà kia thì không sáng mà cũng chẳng tối. Điều này cho chúng ta liên tưởng đến một ví dụ khác của nhà Thiền như sau: Nếu ai đó đứng bên ngoài cánh cửa, khi muốn vào trong thì gọi là đi vô hay đi vào. Lúc đi ra, ra khỏi cánh cửa kia thì gọi là đi ra, nhưng trên thực tế, cánh cửa kia không ra, không vô gì cả. Sở dĩ chúng ta có cảm nhận được sự ra vô là do con người lấy mình làm đối tượng, nghĩa là nhân ngã vẫn chưa xả, vẫn còn nằm trong sự đối đãi. Cho đến khi nào sự ra vô ấy không còn bị chi phối bởi bản ngã của ta, thì lúc ấy Phật tánh sẽ hiển lộ. Nó cũng giống như âm thanh tiếng vỗ của hai bàn tay. Trước và sau đó không có, nhưng do sự cọ sát mà âm thanh hình thành, nhưng sau đó âm thanh đi đâu thì nào ai biết? Chỉ do duyên hợp thì thành, duyên mất thì tan, nhưng chơn như diệu tánh, Niết Bàn vô trụ luôn vẫn tồn tại, chỉ tại ta còn buông lung trong cõi sinh tử luân hồi mà thôi.

Ở đây như chúng ta đã thấy, khi Thái Tông sắp băng hà, Thánh Tông định cho mời hai Quốc sư Phù Vân và Đại Đăng đến nói pháp xuất thế gian, nhưng Thái Tông đã khoát tay bảo đừng, lại còn dạy tiếp cho Thánh Tông và chúng ta những lời cực vi diệu như trong Thánh Đăng Ngữ Lục có chép. Đó là: "Đến đây rồi, bớt một mảy tơ, như trên thịt khoét vết thương; thêm một mảy tơ, như trong mắt dính bụi..." Như vậy, sự đạt ngộ của Thái Tông rõ ràng đã đến chỗ "không thêm không bớt" như trong Tâm kinh Bát-nhã đã nói, không còn có thể thêm vào, cũng không thể bớt đi, dù chỉ một mảy tơ. Nếu có một chút thêm bớt thì chẳng khác nào khoét thịt trên da, dính bụi vào mắt, đều chỉ là làm chuyện tổn hại, không ích gì cho chân như pháp tánh. Bởi vậy nên khẳng định, dù cho các vị Quốc sư "Phù Vân bàn huyền, Đại Đăng nói diệu, đều là lời thừa". Đã là thừa thì chẳng những không có ích mà còn gây tổn hại, cho nên Thái Tông không muốn nghe nữa. Bản tánh chơn như diệu hữu ba đời chư Phật trong quá khứ, hiện tại và vị lai là: Không đến, không đi, không còn, không mất, không tăng, không giảm... Phật và Tổ bốn mắt nhìn nhau đã quá rõ ràng về sanh tử rồi. Vì Phật tánh vốn sẵn có đó. Cho nên dầu Phù Vân có nói chuyện sâu xa huyền diệu của lẽ sắc không và Đại Đăng sẽ cho ta biết về những diệu dụng của Phật Pháp... tất cả những thứ ấy đối với Thượng Hoàng là thừa. Tại sao vậy? Vì thể tánh chân như tự tại, Niết Bàn diệu tâm đã hiện rõ nơi tâm thức của Thượng Hoàng rồi. Câu nói: Có ích gì với cái ấy. Cái ấy đây chính là tâm Phật và với tâm này, mọi người nếu cố công luyện tập như Thượng Hoàng thì sẽ tỏ ngộ được chân tâm, chứ không cần hai vị Quốc Sư ấy khai ngộ nữa.

Thánh Đăng Ngữ Lục là do người đời sau viết, chứ không phải chính Thượng Hoàng Trần Thái Tông hay vua Trần Thánh Tông viết. Cho nên cái khẩu khí không cần hai Quốc Sư Phù Vân và Đại Đăng đến để khai thị cho Thượng Hoàng trước khi băng hà, cho ta thấy được sự nhận chân ra lẽ hư thực của cuộc đời qua bản tánh chân như diệu hữu. Vẫn ở trong đời, nhưng không bị đời làm vẩn đục và theo Giáo sư Lê Mạnh Thát thì đây chính là thái độ của người viết muốn đánh giá việc làm vua của Thượng Hoàng khi còn sống cũng như chết, đều như vậy cả. Người ấy không ai khác hơn là Thiền Sư Kim Sơn (1300-1375) đã ghi lại lời nói khước từ của Thái Tông với Thánh Tông vậy.

Như vậy ông vua này cũng là Phật Vua và Phật Vua kia cũng là Vua Phật. Bởi vì khi làm vua, tâm vua là tâm Phật. Khi đã giác ngộ thành Phật rồi thì tâm ấy đã từ vua mà sanh ra. Cho nên Vua là Phật hay Phật là Vua cũng giống như việc "cư trần bất nhiễm trần" hay tư tưởng "cư trần lạc đạo" của vua Trần Nhân Tông về sau này.

Vua Trần Thái Tông là bậc văn võ song toàn. Đánh giặc thắng trận, nhờ võ công oanh liệt và sau khi giặc yên vừa trị nước chăn dân vừa tu học, vừa làm thơ, viết văn v.v... Như vậy, Thái Tông là một nhà vua đại tài trên diễn đàn văn học Việt Nam. Theo Đại Việt Sử Ký Toàn Thư (quyển 5, trang 17, tờ a, dòng 4) thì: *"Vua đích thân viết bài minh ban cho các Hoàng tử, dạy về trung, hiếu, hòa, tốn, ôn, lương, cung, kiệm."* và bài bia thứ hai đề ở bia sanh từ của Trần Thủ Độ mà Đại Việt Sử Ký Toàn Thư 5 tờ 29a 9 - b1 đã ghi lại, nhân khi Trần Thủ Độ mất vào năm Giáp Tý Thiệu Long thứ 7 (1264): "Vua Thái Tông từng viết văn bia đề ở sinh từ để tỏ sự quý mến khác thường [đối với ông]."[1] Tại sao lại khác thường? Vì lẽ ít ai làm được việc như ông. Vì Trần Thủ Độ đối với Thái Tông vừa là người ân, mà cũng vừa là người oán. Ân vì Thủ Độ đã trao ngôi báu từ Lý Chiêu Hoàng qua tay Trần Cảnh. Thế là nhà Trần được ngôi Thiên Chủ, nhưng chắc rằng, nếu Thái Tông không học hạnh Phật, thì nỗi oán hờn Thủ Độ khi bắt mình phải lấy chị dâu làm vợ, không cho ông đi xuất gia, mà bắt ép ông phải về lại triều đình để làm vua. Nếu là một người bình thường không tu học gì thì chắc gì nhân danh Thái Thượng Hoàng để đề lên văn bia nơi nhà Thủ Độ để tán dương công hạnh phò vua dẹp giặc của ông này, mà lý ra phải cách ly ông khỏi chốn triều ca mới đúng. Nhưng ở đây thì ngược lại, Thái Tông đã trọng dụng Thủ Độ cho đến lúc ông này qua đời vào năm 1264.

Ngoài tác phẩm Khóa Hư Lục ra, Thái Tông còn soạn văn bản Lục Thời Sám Hối Khoa Nghi, Bình Đẳng Lễ Sám Văn... Còn có Tứ Sơn Dụ, Phổ Thuyết Sắc Thân, Phổ Khuyến Phát Bồ Đề Tâm và những tác phẩm khác hiện còn trong Khóa Hư Lục là:

1. Thiền Tông Chỉ Nam Ca
2. Kim Cương Tam Muội Kinh Chú Giải
3. Bình Đẳng Lễ Sám Văn
4. Lục Thời Sám Hối Khoa Nghi

[1] Nguyên văn chữ Hán: "太宗嘗製生祠碑文以寵異之 - Thái Tông thường chế sinh từ bi văn dĩ sủng dị chi."

Chỉ có Lục Thời Sám Hối Khoa Nghi là còn bản lưu trọn vẹn, còn ba phần trên, theo Giáo sư Học giả Lê Mạnh Thát thì ngày nay chỉ còn lời tựa mà thôi.

Ngô Thì Sỹ ở Việt Sử tiêu án 3 tờ 14a-6 thì cho rằng: *"Thái Tông những năm đầu tà hạnh, đều do Thủ Độ dẫn dắt. Những năm cuối lưu ý học vấn, tấn tới rất sâu, lại thêm nghiên cứu nội điển, viết ra Khóa Hư Lục, mến chuộng cảnh núi rừng, coi sanh tử như nhau. Tuy ý gần trống vắng, nhưng chí nhằm ở chỗ rộng xa. Cho nên bỏ ngôi báu như cởi chiếc dép rách."*[1]

Rõ ràng là như vậy. Nếu Thái Tông ham quyền quý và ngôi cao lộc cả do Trần Thủ Độ sắp đặt thì làm sao có đêm mồng 3 tháng 4 năm Bính Thân (9.5.1236). Đêm ấy Thái Tông từ giã cung vua vào núi Yên Tử gặp Quốc Sư Phù Vân và rõ ràng là ngai vàng lúc ấy Thái Tông đã xem như chiếc dép rách. Chiếc dép rách ấy chính là chỗ ông muốn từ bỏ và không một chút ngại ngùng quyến luyến. Thế mới là một đấng quân vương trước uy vũ không chịu khuất phục. Nhưng lúc ấy nếu không nhờ Quốc Sư Phù Vân khai thị cho một công án tuyệt vời thì làm sao trong những năm còn lại làm vua, khi ngồi trên ngai vàng vẫn an nhiên tự tại và ngay cả ở những ngày cuối đời vào năm 1277 cũng không bị sanh tử chi phối? Đó chính là: "Trong núi vốn không có Phật. Phật ở tại ta. Nếu tâm Bệ Hạ yên, ấy chính là tâm Phật." Lời dạy ấy vẫn theo đuổi nhà vua suốt mấy mươi năm ngồi trên ngai vàng, nên Ngô Thì Sỹ sau này mới nhận xét như vậy.

Trong Lục Thời Sám Hối Khoa Nghi, Trần Thái Tông đã viết như sau:

> *"Tham đủ mọi vị, thích xét tinh thô, nếm hết các thức, biết ngay béo gầy. Sát hại muôn vật, nuôi vỗ thân mình, quay rán cá chim, nướng xào cầm thú. Thanh tao nhờn*

[1] Trích sách đã dẫn trang 189.

miệng, hành tỏi đầy lòng. Ăn rồi đòi nữa, chưa từng no luôn. Hoặc tối đàn chay, cầu thần lễ Phật, cố chịu đói bụng, đợi lúc việc rồi. Buổi sớm ăn chay, cơm ít nước nhiều, khác chi người ốm, cháo thuốc gắng xong. Mỡ màng đầy mắt, cười nói ran ran, rượu chuốc cơm mời, nóng thay nguội đổi. Bày tiệc đãi khách, cưới xin cho con, giết hại chúng sanh, vì ba tấc lưỡi."[1]

Giới này sám hối về sự sát sanh thuộc về thân và sự ăn uống thuộc về sự tham muốn không dừng, dẫu cho ăn chay hay ăn mặn. Ăn thịt chúng sanh muốn cho ngon miệng, nên người đời đã tìm cách xào, nấu, chiên, hầm, cốt sao cho khoái khẩu và chưa bao giờ cảm nhận được cái khổ của chúng sanh khi chết là gì, nên ngày đêm phải nên sám hối. Ngay cả người ăn chay đi chăng nữa mà vẫn còn tâm tham lam hoặc giả chay mặn chẳng chừa, thì ác tâm giết hại chúng sanh và tâm tham đắm kia phải cần sám hối. Sự ngon miệng của thân xác chúng sanh khi ăn vào hay rượu chè, chay lạt đi chăng nữa, chẳng qua khi qua khỏi 3 tấc lưỡi rồi thì cái cảm thọ ngon, dở kia không còn hiện hữu nữa. Thế mà ta đã trực tiếp hay gián tiếp sát hại những sinh linh này thì tội lỗi biết là dường bao! Nên vua viết tiếp về giới này:

"Luôn làm bạo ngược, không nghĩ nhân từ. Giết hại bốn loài, biết đâu một thể. Lỡ tay hay cố sát, mình làm hoặc sai người. Hoặc tìm thầy bùa, đem về yểm đảo, hoặc làm thuốc độc, để hại sinh linh. Chỉ cốt hại nhân, không hề thương vật. Hoặc thiêu núi rừng, hoặc tát khe suối. Buông chài bỏ lưới, đuổi chó thả chim."

Đọc qua đoạn này ta thấy tâm vua như tâm của người xuất gia, tuy thân vẫn còn là bậc đế vương đang nắm giữ vương quyền. Nếu vua mà có tâm nhân từ đối với tất cả 4 loài chúng sanh, từ thai sanh, thấp sanh, noãn sanh cho đến

[1] Trích sách đã dẫn cùng tác giả trang 210.

hóa sanh, đều có tình thương không giới hạn, thì làm sao nước nhà không thịnh trị? Chỉ có những người sát sanh hại vật mới cần phải sám hối để chừa bỏ lỗi xưa, nhất là giới sát. Đoạn này cũng có nói về việc đốt thiêu núi rừng để thú vật chạy ra cho mình bắt, như thế phạm một lúc cả hai tội. Đó là tội phá hoại thiên nhiên và tội giết hại chúng sanh. Cho đến việc tát khe suối, sông để tìm cách đánh bắt những loài chúng sanh đang tìm cách trốn chạy ở dưới nước sâu kia hay bủa lưới, buông chài để bẫy chim, bắt cá... tất cả đều thuộc về tội sát sanh cả.

Viết đến đây người viết nhớ lại việc học luật Sa Di cách đây 55 năm về giới thứ nhất bằng Hán văn như thế này:

一曰不殺生。上至諸佛。聖人。師僧。父母。下至蜎飛蝡動 。微細昆蟲。但有命者。或自殺。或教他殺。或見殺隨喜。

Nhất viết bất sát sanh. Thượng chí chư Phật, thánh nhân, sư tăng, phụ mẫu, hạ chí quyên phi xuẩn động vi tế côn trùng. Đãn hữu mạng giả, hoặc tự sát, hoặc giáo tha sát, hoặc kiến sát tùy hỷ...

Nghĩa là: Giới thứ nhất không sát sanh. Trên từ chư Phật, thánh nhân, chư tăng, cha mẹ, dưới cho đến loài bò bay, máy cựa, côn trùng nhỏ nhặt. Phàm là những loài có mạng sống, hoặc tự mình giết, hoặc bảo người giết, hoặc thấy người khác giết mà mình sinh tâm vui mừng... [đều thuộc về giới sát cả.]

Mười giới của một chú tiểu sa di lúc mới vào chùa cho đến khi thọ giới tỳ-kheo hay khi thành Đại Đức, Thượng Tọa hay ngay cả Hòa Thượng đi chăng nữa thì bất cứ là ai phạm vào những điều giới này, đều phải được ngăn cấm cả.

Tiếp đó vua Trần Thái Tông nói về giới uống rượu như sau:

> *"Kẻ thân suy thì đức hạnh thường suy. Người uống rượu thì nói năng lắm lỗi. Khí xông nát ruột, vị ngấm*

hư lòng. Rối loạn tinh thần, hôn mê tâm tính. Song thân không ngó, năm ác chuyên làm. Hoặc điếm chợ huyên thuyên, hoặc ngỏ đường lảo đảo. Chửi trời mắng đất, chê Phật gièm Tăng. Miệng lảm nhảm *mà hát ca, thân lõa lồ mà nhảy múa. Chẳng siêng tiếp Phật cúng* dường, *những để khăn thâm lệch lạc. Hại thân mệnh cũng từ đó mà sinh, mất nước nhà cũng từ đây mà có."*

Điều này cũng không khác giới thứ 5 trong Luật Sa-di:

五 曰不飲酒 。飲酒者。謂飲一 切能醉人之 酒。西域酒有多種。甘蔗蒲萄。及與百花。皆可造酒。此方止有米造。俱 不可飲。除有重病。非酒莫療者。白衆方服。無故一 滴不可沾唇。乃至不得齅酒。不得止酒舍。不得以 酒飲人。儀狄造酒。禹因痛絕。紂作酒池。國以滅亡。僧而飲酒。可恥尤甚。昔有優 婆塞。因破酒戒。遂併餘戒俱破。三十六 失。一飲備焉。過非小矣。貪飲之人。死墮沸屎地獄。生生愚癡。失智慧種。迷魂狂藥。烈於砒酖。故經云。寧飲烊銅。慎無犯酒。噫。可不戒歟。

Ngũ viết: Bất ẩm tửu. Ẩm tửu giả vị ẩm nhứt thiết năng túy nhơn chi tửu. Tây Vức tửu hữu đa chủng cam giá, bồ đào cập dữ bách hoa giai khả tạo tửu. Thử phương chỉ hữu mễ tạo, câu bất khả ẩm. Trừ hữu trọng bịnh, phi tửu mạt liệu giả. Bạch chúng phương phục, vô cố nhất trích bất khả triêm thần. Nãi chí bất đắc khứu tửu, bất đắc chỉ tửu xá, bất đắc dĩ tửu ẩm nhơn. Nghi Địch tạo tửu, Võ Nhơn thống tuyệt. Trụ tác tửu trì, quốc dĩ diệt vong. Tăng nhi ẩm tửu, khả sỉ vưu thậm. Tích hữu Ưu Bà Tắc, nhân phá tửu giới, toại tịnh dư giới câu phá. Tam thập lục thất, nhất ẩm bị yên, quá phi tiểu hỉ. Tham ẩm chi nhơn, tử đọa phí thỉ địa ngục, sanh sanh ngu si, thất trí huệ chủng, mê hồn cuồng dược, liệt ư tì đam. Cố kinh vân: Ninh ẩm dương đồng, thận vô phạm tửu. Y! Khả bất giới dư!

Nghĩa là: Giới thứ năm: Không uống rượu. Uống rượu là nói việc uống tất cả những loại rượu, bia, những chất gây say. Rượu Ấn Độ có nhiều loại như: mía, nho và các loài hoa đều có thể làm thành rượu. Ở Trung Quốc này chỉ có rượu làm từ gạo, tất cả đều không được uống. Trừ phi có bệnh nặng, không dùng rượu thì không trị được. [Khi ấy] phải bạch trước chúng Tăng biết rồi mới được uống. Nếu không có duyên do thì dù một giọt rượu cũng không được nhấm môi. Thậm chí không được ngửi mùi rượu, [khi đi đường] không được dừng bước nơi quán rượu, không được cho người khác uống rượu. Nghi Địch làm ra rượu mà vua Vũ [nhà Hạ] do đó phải dứt mất. Vua Trụ [nhà Ân] xây ao rượu, do vậy phải mất nước. Làm vị tăng mà uống rượu thật đáng nhục, đáng xấu hổ hết sức. Thuở xưa có người cư sĩ do phạm giới uống rượu mà hết thảy các giới khác cũng đều phạm vào. 36 loại mất mát,[1] chỉ do một việc uống rượu là gây ra đủ cả, lỗi lầm như vậy thật không phải nhỏ. Kẻ tham uống rượu, sau khi chết bị đọa vào địa ngục phí thỉ (chứa đầy phẩn uế). Đời đời ngu si, mất đi hạt giống trí tuệ. [Nó là] thứ thuốc làm cho tinh thần người ta mê muội điên cuồng, chìm đắm trong sự đam mê tham muốn. Cho nên, trong kinh dạy rằng: Phải thận trọng giữ gìn, thà uống nước đồng sôi, không phạm giới uống rượu. Ôi! Có thể nào không răn giữ được sao?[2]

Ngài Quy Sơn Linh Hựu (771-853) ra đời bên Trung Quốc trước vua Trần Thái Tông (1218-1277) gần năm trăm năm, khi viết bài văn Cảnh sách cũng đã dựa theo các giới cấm căn bản của chư chế định, các Tổ đã hành trì và truyền đạt lại

[1] Nguyên văn: Tam thập lục thất (三十六失), 36 loại mất mát. Kinh Thiện ác sở khởi (善惡所起經) có kể rõ 36 loại này như là: Thứ nhất là mất mát tài sản vốn liếng, thứ hai là đời nay nhiều bệnh tật, thứ ba là thường phải tranh giành đấu đá với người khác, thứ tư là thường phát triển việc giết hại sinh mạng v.v...

[2] Tất cả các phần nguyên bản Hán văn được trích dẫn, nếu không có dẫn chú khác thì đều là sử dụng bản Việt dịch của Nguyễn Minh Tiến.

mãi cho đến ngàn sau, nội dung cũng chỉ thế mà thôi. Nghĩa là chư Tổ, chư Tăng không chế ra các giới. Chỉ có Đức Phật mới chế ra giới luật mà thôi. Chư Tổ chỉ chế ra những ước lệ, nghi quỹ, quy tắc mà thôi.

Ngay như việc không tham lam trộm cắp, trong Lục Thời Sám Hối Khoa Nghi vua Trần Thái Tông cũng đã viết như sau:

> *"Của người lấy làm của mình, tự coi là lợi, nhân tình nhẫn tâm không đoái, chỉ biết ích ta. Hay đâu phú quý do trời, mặc ý tham lam vơ vét. Đào nhà hỏi chó, khoét vách đục tường. Theo gót tướng quân sơn dương, quen làm lương thượng quân tử. Nghịch trời trái đất, dối pháp khinh hình."*

Giới trộm cắp này cũng không khác với giới thứ hai trong Luật Sa-di. Đến giới thứ ba thuộc về giới không được tà hạnh. Vua Trần Thái Tông đã viết như sau:

> *"Tóc mượt lưng ong hay khiến mịt mờ tâm tính, mặt hoa da phấn dễ xui rời rã tinh thần, mắt đưa lấp lánh như dao, ai không đứt ruột, lưỡi uốn ngọt ngào tựa sáo, hết thảy nghiêng tai. Người đắm đuối, nghĩa tình xa bỏ, kẻ đam mê, đạo đức tiêu tan. Trên thì phong giáo đắm chìm, dưới thì cửa nhà tán loạn. Không kể kẻ phàm người học, đều sang áo pháp điểm trang. Cương kỷ quốc gia đổ vỡ chốn Tô đài, tấm thân trai giới hầu tàn trong dâm thất. Chỉ dồn mắt bề ngoài nhìn ngắm, không quay đầu hướng nội nhận xem. Cởi bỏ là lượt quấn thân, thì hở làn da bọc thịt. Độc giác gần nữ am mà hoàn tục. Chân quân xa thán phụ mà thăng thiên. Người không phạm, được ngũ thần thông. Kẻ phạm nó mất toàn giới hạnh."*

Đoạn trên đây có thể nhập vào giới dâm dục và giới vọng

ngữ. Nói chung là sáu căn bị sáu trần làm lay động. Nếu sáu thức làm chủ được thì tất cả đều hướng thượng. Nếu sáu thức cứ mãi chạy theo tài, sắc, danh, thực, thùy hay sắc, thanh, hương, vị, xúc, pháp thì chỉ có thể đi xuống mà thôi. Do vậy người tu Phật cần hướng vào nội tâm nhiều hơn là ngoại cảnh và biết mình quan trọng hơn là biết người.

Trong quyển Thiền Tông Chỉ Nam Ca, vua Trần Thái Tông cũng đã mở đầu như sau: *"Trẫm thầm nhủ: Phật không Nam Bắc, đều có thể tu mà tìm; tính có trí ngu, cũng nhờ vào hiểu mà ngộ. Vì vậy, phương tiện dạy dỗ đam mê, đường tắt tỏ bày sanh tử, ấy là đại giáo của Đức Phật ta. Đặt mực thước cho hậu thế, làm khuôn mẫu cho tương lai, ấy là trọng trách của bậc tiên thánh. Cho nên, Lục Tổ có nói: 'Thánh nhơn đời trước với đại sư không khác.' Thì biết đại giáo của Đức Phật ta phải nhờ tiên thánh mà truyền lại cho đời. Thế thì nay lẽ nào Trẫm không coi trách nhiệm của tiên thánh là trách nhiệm của mình, giáo lý của Đức Phật là giáo lý của chính mình ư!"*

Đọc lời tựa Thiền Tông Chỉ Nam Ca, chúng ta thấy được tấm lòng của vua đối với nước và với Đạo. Vua tin Phật là bậc toàn năng, toàn trí, toàn giác và vua đã đem giáo lý ấy áp dụng cho vua quan cũng như thứ dân, cốt làm cho yên bờ cõi. Đâu đâu cũng thái bình an lạc dưới cái nhìn của từ bi và trí tuệ, cho nên ta khẳng định rằng Phật giáo dưới các triều Lý, Trần là quốc giáo cũng không sai. Vì lẽ vua đã đem Phật học và cả Nho giáo vào dạy dân các giới hạnh cũng như nhân nghĩa. Vừa nhập thế, vừa xuất thế. Cốt làm sao rõ được đức tin để trở về lại với chính mình, mới là điều quan trọng hơn hết. Dạy người mê, chỉ rõ lối sanh tử là giáo lý của Đạo Phật. Lấy mực thước làm nền tảng cho hậu thế. Đó là khuôn mẫu cho tương lai. Rõ ràng đây là cái khuôn làm người của Nho gia. Nếu Nho và Phật, ngay cả Lão Trang nữa cũng hỗ tương cho nhau thì con người sẽ được an vui, hạnh phúc biết bao. Bởi vì Phật không phân chia Nam Bắc bao giờ. Tại sao vậy? Vì Phật tánh thì Bắc hay Nam ai cũng giống nhau. Tánh ấy là tánh chơn như hằng hữu. Chỉ bị lu mờ bởi thời gian sanh tử lưu chuyển, ta quên đi đường về. Bây giờ nhớ lại, ta trở về ngôi nhà xưa tâm linh, ấy là bến giác.

Quốc Sư Phù Vân cũng dạy cho vua Trần Thái Tông rằng: "Tâm lặng mà biết. Đó là chân Phật." Phật chính là tự tánh chân như, ai ai cũng bình đẳng như nhau, chỉ vì mê nên chưa ngộ, mà khi đã ngộ rồi thì sẽ hiểu rõ chân như. Mê và ngộ chỉ là một lằn ranh nhỏ. Ở bên này lằn ranh là mê và vượt qua khỏi lằn ranh bên kia là ngộ. Trong Niệm Phật Luận, vua Trần Thái Tông còn nói rõ hơn nữa: "Tâm tức là Phật, không cần tu thêm; niệm tức là bụi trần, không vướng một mảy may. Trần và niệm vốn tịnh, nên nói là như như bất động. Đó là Phật thân. Phật thân tức thân ta ấy vậy, không có hai tướng. Tướng và tướng không hai, lặng lẽ tồn tại thường hằng. Tồn tại mà không biết. Đó gọi là Phật sống."[1]

Đọc qua đoạn văn Niệm Phật Luận của vua Trần Thái Tông, ta thấy không khác với việc quán Bổn Tôn của Phật giáo Tây Tạng là mấy. Chính mỗi người trong chúng ta khi phát tâm bồ-đề rồi phải vững tiến trên đường đạo và tự thiết lập cho mình một Đức Phật trong tương lai, mà Đức Phật đó đôi khi lại là chính mình. Ví dụ như khi ta niệm Di Đà thì ta xem mình là hiện thân của Đức Phật A Di Đà. Khi niệm Quán Thế Âm Bồ Tát thì quán thân mình cũng giống như thân của Bồ Tát. Phật giáo Việt Nam đời Trần đã thể hiện được điều đó. Còn bây giờ cả 7, 8 thế kỷ sau vẫn còn giậm chân tại chỗ, sợ hãi bởi chính mình. Tuy niệm Phật và ngồi Thiền, nhưng là cái niệm của chúng sanh, chứ không phải cái niệm của Phật Thánh. Thiền tuy ngồi đó, nhưng vọng động vẫn còn nhiều, làm sao thấy được tâm Phật?

[1] Trích sách đã dẫn cùng tác giả, trang 255.

Tưởng và tướng hay tướng và tâm không hai. Cái này có trong cái kia và cái kia có trong cái này, nhưng sự tồn tại ấy chúng ta lại không biết. Đây chính là Phật sống của mỗi người vậy. Ta là Phật và Phật là ta. Đây chính là nhận xét của vua Trần Thái Tông. Nếu người tu Phật, ai ai cũng rõ biết được như thế thì sự giác ngộ giải thoát không cần chờ đợi ở kiếp nào xa hơn, mà ngay trong hiện thế chúng ta cũng có thể rõ biết được. Do vậy mà nhận thức "Vua là Phật và Phật cũng là Vua" rất tương ưng với vị thế của Trần Thái Tông.

Vua là một thiền sư, mà thiền sư cũng chính là vua. Khi vua cầm quân dẹp giặc, thì hình ảnh ấy là vị vua cai trị muôn dân, có bổn phận với sơn hà xã tắc, nhưng khi vào thiền định thì vua không còn là vua nữa mà đã là một thiền sư. Vì thiền và Phật lúc bấy giờ chỉ là một chứ không hai. Tất cả đều nhất như.

Ngoài ra, vua Trần Thái Tông cũng là một hành giả của pháp môn niệm Phật nữa. Trong Niệm Phật Luận vua đã viết rằng:

"Tâm khởi điều thiện tức là niệm thiện. Niệm thiện khởi thì thiện nghiệp báo lại. Tâm khởi điều ác tức là niệm ác. Niệm ác nảy sinh thì ác nghiệp ứng theo. Như gương hiện ảnh, như bóng theo hình."[1]

Niệm có nghĩa là nhớ nghĩ. Vậy nhớ nghĩ đến ai? Nhớ nghĩ đến Phật, đến Pháp, đến Tăng, đến giới, đến thí, đến thiên, đến an-ban, đến hưu tức, đến sanh diệt và đến sự biến đổi vô thường của tứ đại. Đây là 10 niệm trong kinh Nam Truyền và từ đó, câu Phật hiệu khi được truyền sang các nước phía Bắc Á Châu thì nó phóng khoáng hơn một chút, ngoài vòng trói buộc của tư duy chỉ có về thập niệm ấy, mà còn có thể niệm danh hiệu của Đức Phật A Di Đà hay Đức Quán Thế Âm Bồ Tát hoặc Đức Dược Sư Lưu Ly Quang Như Lai v.v... Nếu niệm lành khởi lên thì quả lành sẽ đến và niệm

[1] Trích sách cùng tác giả, trang 266.

ác khởi lên thì quả ác sẽ chiêu cảm. Đây là một định luật không thể trái được. Thiện và ác cũng giống như gương hiện ra ảnh và như bóng theo hình. Cứ hình ngay thì bóng thẳng, hình vạy thì bóng cong vậy.

Nhà vua nói tiếp:

"Nay kẻ học muốn khởi niệm chính để dập tắt ba nghiệp cũng là nhờ công niệm Phật vậy. Niệm Phật dập tắt được ba nghiệp là cớ sao? Vì rằng trong lúc niệm Phật, thân thẳng, ngồi ngay, không làm việc tà. Như vậy là tắt được nghiệp thân. Miệng tụng lời chân, không nói điều bậy, thế là tắt được nghiệp miệng. Ý chăm tinh tiến, không nảy niệm tà, thế là tắt được nghiệp ý."

Tham, sân, si là ba độc. Ta chỉ có thể dùng đến, giới, định, huệ để trừ khử. Nếu dùng được tam vô lậu học này trừ khử được ba độc thì tam-muội giải thoát sẽ hiện hữu ở thân, miệng và ý. Nếu nói xa hơn nữa như Mật Tông là "tam mật nhất như". Đó là thân mật, khẩu mật và ý mật đồng một thể. Thể ấy là thể tánh chân như, thể tánh của sự giác ngộ và sự bình đẳng với muôn vật.

Trần Thái Tông vừa làm vua, vừa ngồi Thiền, vừa niệm Phật, nên tánh Phật nơi ông đã hiển lộ khá rõ ràng qua lời văn sau đây của vua:

"Bậc thượng trí thì tâm tức Phật, không cần tu thêm. Niệm tức là bụi trần, không vướng một mảy may. Trần và niệm vốn tịnh, nên nói là như như bất động. Đó là Phật thân. Phật thân tức thân ta ấy vậy, không có hai tướng. Tướng và tướng không hai, lặng lẽ tồn tại thường hằng. Tồn tại mà không biết đó gọi là Phật sống."

Điều này cũng tương ưng với sự quán sát của Đức Phật Thích Ca Mâu Ni sau khi thành đạo. Ngài nghĩ rằng: Những chúng sanh thượng căn thượng trí tự tu sẽ đắc thành Phật quả, thì những người này không cần sự hiện diện của Ngài.

Những chúng sanh hạ căn hạ trí, không tin nhân quả và tội báo thì với Ngài, cũng không đủ duyên để độ họ, nên họ cũng không cần đến ngài. Chỉ có hạng chúng sanh ở khoảng giữa, vừa có niệm ác, vừa có niệm thiện, sẽ nhận được lợi ích từ sự giáo hóa của ngài, cho nên Ngài quyết ở lại thế gian này qua lời thưa thỉnh của chư thiên chính là vì những chúng sanh này. Đối với hạng chúng sinh này, từ niệm thiện mà tu tập thì sẽ đi vào đường lành nhưng cũng từ niệm thiện ấy, nếu không tu tập sẽ rất dễ chuyển thành niệm ác. Tuy nhiên, ngay từ lúc khởi niệm ban đầu thì ác và thiện không có ranh giới. Người trí thấy tâm mình là tâm Phật, hạnh mình là hạnh Phật, an lạc vắng lặng hoàn toàn. Họ không bị một mảy may bụi trần làm vướng bận. Nên chân như hay như như bất động là đây. Ấy chính là Phật hay Bồ Tát. Sự tồn tại của thân và tâm ấy không hai, vì bản tánh đã là nhất như, là tánh Phật. Do vậy không cần đi tìm bên ngoài hay ở đâu xa cả, mà ở ngay nơi chính mình.

Còn bậc trung trí thì thế nào? Vua nói tiếp:

"Bậc trung trí ắt nhờ vào niệm Phật. Chú ý tinh cần, niệm niệm không quên thì tâm mình thuần thiện. Niệm thiện đã hiện thì niệm ác liền tiêu. Niệm ác đã tiêu thì chỉ còn niệm thiện. Dùng niệm mà ý thức về niệm thì niệm niệm đều diệt. Khi niệm đã diệt, ắt về chánh đạo. Lúc mệnh hết qua đời sẽ được niềm vui cõi Niết Bàn. Thường, lạc, ngã, tịnh là Đạo của Phật."

Phần niệm Phật của những người trung trí này cần phải dùng sự tự nhiên, lấy niệm thiện lấn át niệm ác thì mới mong trí tuệ hiện hữu. Nếu chẳng may niệm ác vẫn sanh thì việc niệm Phật kia vẫn bị chi phối bởi nhân quả như thường, nghĩa là phải trở lại trong vòng sanh tử. Tuy nhiên, người đã có tâm niệm Phật như vậy thì cái ác cũng sẽ bị đẩy lùi khi người niệm Phật quyết chí không thối lui.

Tuy vậy, Vua Trần Thái Tông cũng chỉ ra cho những người hạ trí một phương pháp niệm Phật như sau:

"Kẻ hạ trí miệng siêng niệm lời Phật, lòng muốn thấy hình tướng Phật, thân nguyện sanh ở nước Phật. Ngày đêm siêng năng tu, không thoái chí thay đổi. Như vậy đến khi mệnh hết qua đời sẽ theo niệm thiện mà được sanh ở nước Phật, sau đó lãnh hội được chánh pháp của chư Phật nêu ra mà chứng được bồ-đề cũng vào quả Phật."

Như vậy trong 3 cách niệm này, cách niệm thứ 3 tương đối dễ nhất, vì không nương vào tự lực, mà hoàn toàn tin tưởng vào chư Phật ở cõi Tây phương hay Đông phương rồi khởi niệm, nương theo tha lực của quý Ngài để khi mạng chung được sanh về thế giới ấy, tiếp tục tu học, sẽ chứng được quả Vô thượng Bồ-đề. Vua Trần Thái Tông cũng đã viết về 3 cách niệm Phật ấy như sau:

"Ba hạng trí ấy nông sâu không giống nhưng cái nhận được là một. Nhưng bậc thượng trí nói thì dễ, làm thì khó. Đời nay kẻ muốn theo mà học, vì không có thang bậc nâng đỡ, nên chỉ nhìn bờ rồi thoái lui, càng khó đặt chân tới được.

"Bậc trung trí, nếu có thể chăm chỉ tu hành như đã nói ở trên thì lập tức thành Phật. Nhược bằng các lậu chưa hết mà đã chết thì tùy theo nhân quả mà sinh trở lại trên đời để nhận nghiệp thiện báo ứng. Khi thiện báo đã hết, nếu không có người cảnh tỉnh, lại sẽ rơi vào cõi ác. Nhưng người như thế thì cũng khó đắc đạo vậy.

"Kẻ hạ trí lấy niệm làm bậc, lấy sự tinh tiến làm thang, chú ý đến thiện duyên, nguyện sanh vào nước Phật. Nếu chuyên cần, không nhác, tâm tánh thuần thục thì sau khi chết đi sẽ tùy theo ý nguyện mà được sanh vào nước Phật. Đã sinh ở nước Phật thì thân mình có mất đi đâu.

"Kẻ học ngày nay đã lấy thân người, ắt ba nghiệp đều có. Thế mà không dùng niệm Phật để cầu sinh vào nước Phật, chẳng cũng khó sao! Như muốn niệm Phật, hãy lấy cách của kẻ hạ trí làm đầu. Sao vậy? Bởi vì có sự chú ý mà thôi. Ví như làm một tòa lâu đài ba tầng mà không làm tầng dưới trước, thì đó là điều chưa từng có vậy."

Xem ra những việc niệm Phật này không dễ mà cũng chẳng khó, không khó mà cũng chẳng dễ. Dễ hay khó là tùy theo căn cơ của mỗi chúng sanh đang nằm vào vị trí của thượng căn thượng trí, trung căn trung trí hay hạ căn hạ trí mà thôi. Thật ra bậc thượng căn thượng trí ngày nay khó gặp, khó biết, khó nhận ra. Bậc trung căn trung trí cũng thế, thoạt ẩn, thoạt hiện, biết đâu mà lường. Chỉ có bậc hạ căn hạ trí, đại biểu là chúng ta, chúng ta dễ nhận ra và từ đó cứ niệm Phật một cách tiệm tiến, trước sau gì chúng ta cũng sẽ nương vào lời nguyện của Đức Phật A Di Đà để vãng sanh về cõi Cực Lạc.

Nếu căn cứ vào cửu phẩm liên hoa ở cõi Tây Phương Cực Lạc của Đức Phật A Di Đà thì 3 cảnh giới của người trí này tiêu biểu cho thượng phẩm, trung phẩm và hạ phẩm. Ai sinh về hạ phẩm xem như là người hạ trí. Ai sanh về trung phẩm xem như trung trí và ai sanh về thượng phẩm xem như thượng trí, nhưng ở phần cửu phẩm liên hoa của Tịnh độ tông Trung Hoa hay Việt Nam còn chia ra nhiều chi tiết nữa, mỗi phẩm thượng, trung, hạ, đều có phân chia ra hạ sanh, trung sanh và thượng sanh, do vậy mới hợp thành chín phẩm. Ở đây không thể giải thích hết được việc này, quý độc giả có thể xem thêm quyển "Tư Tưởng Tịnh Độ Tông" của Tác giả Thích Như Điển để rõ hơn.

Như vậy đến đời nhà Trần, Tịnh độ tông đã tiến triển khá nhanh qua việc giải thích cũng như hướng dẫn của Vua Trần Thái Tông. Các nhà nghiên cứu về Tịnh độ tông Việt Nam chưa ấn định rõ ràng là Tịnh độ tông đã du nhập vào Việt Nam tự lúc nào, nhưng theo người viết sách này thì cho rằng đó là vào khoảng năm 352, tức thế kỷ thứ 4, qua việc Ngài Đàm Hoằng đã tu theo Pháp môn Tịnh Độ và hành trì kinh Quán Vô Lượng Thọ trước khi tự thiêu tại núi Tiên Du ở Bắc Ninh. Như vậy ta có thể kết luận rằng: Tịnh Độ Tông Việt Nam có mặt còn sớm hơn Thiền tông nữa. Dĩ nhiên là vào thế kỷ thứ nhất, thứ hai Phật giáo đã có mặt tại Giao Châu như các Ngài Khương Tăng Hội, Mâu Bác, Chi Cương Lương, Ma Ha Tăng Kỳ Vực v.v... nhưng thuở ấy các Ngài không phải chỉ truyền riêng tông thiền, mà là một Phật giáo tổng quát, để chờ đến thế kỷ 6 khi Ngài Tỳ Ni Đa Lưu Chi sang Giao Châu chúng ta thì lúc ấy phái Thiền đầu tiên mới hiện diện nơi này và dân chúng bắt đầu thâm nhập thiền học. Kế theo có Thiền Vô Ngôn Thông, Thiền Thảo Đường, rồi Thiền Trúc Lâm Yên Tử tiếp tục hiện hữu trên quê hương Đại Việt của chúng ta. Tuy nhiên, qua tác phẩm Niệm Phật Luận của Vua Trần Thái Tông viết, ta thấy nhà vua là một hành giả đã chứng đắc chỗ tối thắng của Thiền, mà cũng vừa là một bậc trí giả thượng nhân của Tịnh độ tông nữa. Từ đây, vấn đề "Thiền Tịnh song tu" của Phật giáo Việt Nam đã được truyền thừa cho đến thế kỷ 20, 21 này, mà các quốc gia khác như Trung Hoa, Đại Hàn hay Nhật Bản đều không thấy được nét tiêu biểu của "Thiền Tịnh song tu" như của ở Phật giáo Việt Nam chúng ta.

Về việc sám hối nghiệp của mắt, vua Trần Thái Tông đã giảng rằng:

"Dốc lòng sám hối, bọn chúng con từ vô thỉ vô lượng kiếp nay, quên mất bản tâm, không biết chính đạo, sa ba đường khổ, bởi sáu căn sai. Nếu không sám trước, khó kịp hối sau.

Nghiệp căn mắt là: Ác nhân xem kỹ, nghiệp thiện coi khinh. Nhận lẫn hoa không, quên xem trăng thật. Ghét yêu đua dấy, đẹp xấu tranh giành. Mắt quáng sinh lầm, mờ đường chính kiến. Xanh qua trắng lại, tía đúng vàng sai. Nhìn lệch mọi thứ, khác chi gã mù. Gặp người đẹp sắc, liếc trộm nhìn xiên, mù mất đời sau, bản lai diện mục. Thấy của người khác, nhìn ngó đăm đăm, gặp kẻ nghèo hèn, mắt che chẳng đoái. Người dưng chết chóc, nước mắt ráo khô, thân quyến qua đời, đầm đìa lệ máu. Khi thấy Tam Bảo, lúc tới chùa chiền, gần Phật gần kinh, mắt không thèm ngó. Phòng Tăng điện Phật, gặp gỡ gái trai, cuối mắt cuối mày, ham mê sắc dục. Không kiêng Hộ Pháp, chẳng sợ Long Thần, trố mắt ham vui, đầu chưa từng cúi. Những tội như thế, vô lượng vô biên, tự căn mắt sinh, phải sa địa ngục. Trải hà sa kiếp, mới lại thụ sinh. Dẫu có thụ sinh, lại chịu mù chột. Nếu không sám hối, khó được tiêu trừ. Nay trước Phật đài, thảy đều sám hối."[1]

Việc sám hối đã có từ thời Đức Phật. Trong 12 năm đầu thuyết pháp của đức Phật, chúng Tăng đều thanh tịnh, không phạm những lỗi lầm đáng trách và đa phần là những vị Thánh Tăng, có tu, có hành và có chứng. Kể từ năm thứ 13 trở đi, vì trong chư Tăng có người làm sai giới luật, Đức Phật mới bắt đầu chế giới để ngăn ngừa, trên tinh thần chế giới để ngăn người phạm giới và người phạm giới rồi cũng cho phép sám hối ăn năn để làm thanh tịnh chính mình. Như vậy, giới luật là một sự bảo hộ, một sự răn dạy để giúp người tu hoàn thiện, chứ không phải một sự trừng phạt. Do vậy, sám hối là một hành động dành cho tất cả mọi người, không phân biệt tăng hay tục. Ở đây vua Trần Thái Tông cho tăng ni sám hối một ngày 6 thời, sám hối 6 căn mắt, tai, mũi, lưỡi, thân và ý. Đây là một trong nhiều phép tu như niệm Phật hay ngồi Thiền hoặc trì chú v.v...

Về phương diện ngồi thiền thì vua Trần Thái Tông quan tâm đặc biệt và cho rằng: "Người học đạo chỉ cốt cầu thấy tính. Tuy thọ hết mọi tịnh giới mà không ngồi thiền thì định lực không sinh. Định lực không sinh thì niệm vọng không diệt, thế mà lại muốn thấy tính, chẳng cũng khó sao!"

[1] Trích sách đã dẫn cùng tác giả, trang 290-291.

Đây là lời văn viết trong Tọa Thiền Luận. Nhà vua quan niệm việc thấy tính, tức là bản lai diện mục của mỗi người hay chân như Phật tính là quan trọng, nhưng nếu không ngồi thiền để gạn đục khơi trong thì chẳng bao giờ có thể thấy tính được. Dầu có thọ tất cả giới mà không chú tâm về thiền định, thì tâm giới hay thân giới ấy vẫn chưa làm cho ta sáng ra được. Việc tỏ ngộ qua thiền cơ cũng giống như con gà con tự chui ra khỏi vỏ trứng. Trong trứng sẵn có gà con, nhưng con gà con ấy muốn chui ra được khỏi lớp vỏ trứng thì phải cần có tự lực cũng như ngoại duyên.

Qua 43 bài tập Thiền mà vua Trần Thái Tông đã ghi chú lại xuất phát từ chư Phật trong quá khứ, chư Tổ của Trung Hoa, Việt Nam và ngay cả chính tự bản thân của nhà vua soạn ra nữa. Từ đó nhà vua kết luận rằng:

"Nếu lúc ngồi mà các niệm không tắt, tâm vượn tranh dậy, ý ngựa đua rong, hoặc loạn tưởng mà nhớ tiền trần, hoặc vô ký mà quên tự tánh, dựa giường dựa vách, nhắm mắt che ngươi, dãi chảy ngủ mê, lưng cong đầu cúi, dẫu mang tiếng ngồi thiền mà như ngồi dưới núi Hắc Sơn trong hang quỷ."

Rõ ràng là như vậy, dầu cho quán thoại đầu, hay mặc chiếu hay công án, nhưng thiền sinh các niệm không dập tắt, cứ suy nghĩ mông lung, không định tâm vào một chỗ. Đôi khi tâm của mình chạy nhảy đó đây như vượn chuyền cây mà không dừng lại được, chẳng khác nào ngựa chẳng có cương, cứ băng rừng, lội suối, trèo đèo. Hoặc giả sự quan niệm ấy không nhất tâm mà quên sau nhớ trước, quên trước nhớ sau, khiến cho đề mục quán tưởng bị quên mất. Chỉ lo nhớ nghĩ đến những chuyện không đâu, khiến cho tâm bị rối loạn. Đôi khi vì bản tâm nghiệp nặng chất chồng, nên dù có cố gạn lọc đến đâu đi chăng nữa, thì tự tánh của mình khơi dậy mãi không xong.

Tuy có ngồi đó, nhưng ngồi để mà ngồi, sinh ra mệt mỏi, đoạn dựa chỗ này, ngã nghiêng qua chỗ kia. Nếu có nhắm mắt lim dim cũng chỉ để ngăn không nhìn thấy, chứ thật ra chẳng tập trung vào đề mục để quán tưởng. Khi ấy thì nước mũi chảy dài, chẳng tài nào kềm chế lại nổi trong lúc mê man như vậy.

Ngồi Thiền lưng phải thẳng, mắt phải ngay, nhưng vì trong tâm loạn tưởng quá nhiều, nên lưng cong lúc nào chẳng rõ. Đúng là ngồi thiền như vua Trần Thái Tông nói ở đây cho ta thấy rằng người ngồi ấy khổ tâm lắm, chẳng khác nào mình ngồi trong núi đen thăm thẳm, nơi ấy có nhiều ma quỷ hiện hành.

Vậy chúng ta phải ngồi sao cho đúng? Muốn thiền tọa, thiền hành, thiền trụ, thiền ngọa cho đúng cách thì phải làm ngược lại những điều trên. Nếu tâm an thì cảnh sẽ an. Tâm vắng lặng thì chân như diệu hữu sẽ hiện tiền. Đó là chánh niệm, chánh tư duy, sẽ nhận rõ được bản lai diện mục của chính mình. Có một thí dụ đơn giản có thể giúp cho hành giả của Thiền cũng như Tịnh Độ, hay ngay cả Mật Tông cũng có thể ứng dụng được. Đó là chúng ta để một ly nước đục và một ly nước trong bên cạnh nhau. Nếu chúng ta đem ly nước trong ấy đổ hết vào ly nước đục thì nước đục kia sẽ tràn ra hết. Ngược lại, nếu chúng ta đem ly nước đục ấy đổ hoàn toàn vào ly nước trong, thì nước trong ở trong ly kia biến mất, chỉ còn lại ly nước đục. Đục là tượng trưng cho tình trần, sự nhiễm trước, dục vọng, khổ đau. Trong là tượng trưng cho trí tuệ, minh mẫn, giải thoát, tự tại v.v... Vậy điều căn bản của người tu là phải biết gạn đục khơi trong. Có như vậy Phật tánh của mỗi chúng sanh mới có thể hiện hữu được.

Về phương diện văn học, thơ văn, Phật học v.v... vua Trần Thái Tông xứng danh là một đại thi hào, một Phật học gia, một thiền sư liễu ngộ theo đạo thiền. Một điều cần quán chiếu thêm là Vua sanh năm 1218 và sống chưa được 60 năm, nghĩa là năm 1277 vua đã băng hà. Đọc qua lịch sử, chúng ta thấy rằng năm 1225-1226 thì Lý Chiêu Hoàng nhường ngôi cho Trần Cảnh. Vậy lúc ấy Trần Cảnh cũng chỉ 8 tuổi, cái tuổi ấy mà đã được Trần Thủ Độ cho dựng vợ gả chồng. Đến 10 năm sau, nghĩa là Trần Cảnh 18 tuổi, hai người sống chung với nhau nhưng chưa có con, thế là sự kiện ngày mùng 3 tháng 4 năm Bính Thân (1236) đã xảy ra, nhà vua vào núi Yên Tử gặp Quốc Sư Phù Vân muốn xuất gia làm Phật. Vậy thì trong thời gian 10 năm của thời niên thiếu này tại Thăng Long, vua Thái Tông đã được Trần Thủ Độ hoặc trực tiếp hay gián tiếp mời những bậc kỳ lão dạy cho chữ nghĩa và cách làm vua. Trí thông tuệ sáng đã giúp vua ý niệm được cuộc đời là khổ, cho nên mới tìm cách xuất gia học đạo. Sau khi trở về Thăng Long vào năm 1236 nhà vua chong đèn học Phật vào ban đêm, suy tầm lẽ đạo. Có lẽ nhờ thế mà vua đã ngộ được thiền cơ. Lúc ngồi trên ngai vàng, ông đã làm vua với tâm Phật. Nhờ vậy mà nước nhà thịnh trị, mưa thuận gió hòa, nơi nơi an cư lạc nghiệp.

Tinh thần vua thảnh thơi nên đã xem hết kinh này đến kinh khác và tự mình soạn Khóa hư lục hay Lục thời sám hối khoa nghi giúp đời sau nương theo đó mà sám hối các căn để được rảnh rang, giải thoát. Cuối cùng rồi nhà vua cũng đã ngộ rõ được lý vô thường của vạn hữu, nên ông đã soạn biểu nhường ngôi cho con như sau:

Năm Bảo Hựu thứ 6 (1258) của nhà Tống, vua Trần của An Nam nhường ngôi, dâng biểu:

"Thần nghe: Người phải biết đủ, thân lui chẳng đợi tuổi già. Khi con đã gánh vác được việc nhà, nên cho nối dõi để không bị mất thờ cúng. Đó là lẽ thường của đạo trời xưa nay, và thật cũng giống với tình người trên dưới, nên dám bày lời truyền ngôi cho con, bèn dám phiền bậc tột cao nghe đến.

"Nép nghĩ, thần không công nghiệp mà được vua ban tước, lại thêm phong hầu. Nhận mệnh từ triều đình, lại cản trở lễ đến chầu ngắm, dâng lời trung với nước, mà lòng chưa

hề báo đền ơn nước. Nay nghĩ khó khăn, tôi rất sợ hãi, trông cây bồ liễu trước mùa thu, dám xin tha gánh nặng, để trộm được chút yên. Lòng như hoa quỳ hướng về mặt trời, nghĩ muốn gần nơi chốn thanh quang mà không gặp. Thời trước đã cản trở việc thỉnh mệnh, sau này lại dám tâu xin phong. Nên suốt ngày run rẩy, xét mình lom khom, kính dâng lễ mọn bao mao, để tỏ lòng thành cầu hiến, bắt chước chút lễ đến sân, hèn làm hết chức phận.

"Cúi trông bệ hạ vung ánh sáng lớn đến nơi đèn tối, vận hết đức ở hồi rực rỡ, xét lòng thần ngu muội, thương cho gánh nặng thần đang đội là chứa dân, nuôi chúng, làm rõ nghề học có thể truyền, cùng cứu cơ vi, gởi củi chặt có thể gánh được, ban cho áo mũ, để tỏ sủng minh, bền tợ núi sông, khiến đều thề thốt, lòng nguyện cầu của thần, trời tất muốn theo, ban hiệu Thái Tông quốc chúa, mong chiếu đủ mười hàng ban xuống. Nếu được thỏa tình thô lậu, thì ấp mọn thật được sủng minh. Thần dám không suốt đời làm đúng, giữ tất trung trinh, tấm lòng vàng đá, mãi gắng đức càn khôn để đền ơn hải hà trong muôn một."[1]

Như vậy nhà vua ở ngôi vua gần 32 năm (1226-1258), sau đó nhường ngôi cho con trai Trần Hoảng, tức Trần Thánh Tông sau này. Lúc này Thái Tông mới 40 tuổi. Cái tuổi trưởng thành của một ông vua, nhưng đã vội nhường ngôi cho con và lên làm Thái Thượng Hoàng, đến năm 1277 thì Thái Tông băng hà. Sau khi chiến thắng quân Nguyên Mông lần thứ nhất vào năm 1258 thì chính năm ấy vua đã nhường ngôi cho con và đã cho người dâng biểu qua vua Nam Tống bên Trung Hoa để xin nhường ngôi. Qua lời biểu này, chúng ta thấy Thái Tông rất khôn ngoan. Mặc dầu Đại Việt lúc bấy giờ đã độc lập, đánh bại cả một đạo quân hùng mạnh của Nam Tống và Nguyên Mông. Thế mà nhút nhát đều van xin như thể mình đang ở nơi yếu thế lắm. Ví dụ nhà Nam Tống bắt vua đến chầu thì vua viện lý lẽ

[1] Trích sách toàn tập Trần Thái Tông của Lê Mạnh Thát, trang 465 và 466.

rằng: Đường xa cách trở, phong thổ không hợp nên chẳng sang. Đây chỉ là lý do phụ mà thôi. Lý do chính là vua tôi Đại Việt nghĩ rằng mình chỉ cần cống phẩm vật là đủ, chứ kẻ thắng trận không quỳ gối trước người thua trận, nếu sang Trung Quốc. Đây là lần đầu và hầu như các lần khác dưới thời các vua nhà Trần từ năm 1226 đến 1400 đều theo một cách như Thái Tông mà giao hảo với nước lớn nằm cạnh bên mình. Dĩ nhiên là nhà Nam Tống và Nguyên Mông biết rõ điều ấy, nhưng không có lý lẽ nào để bắt bẻ lại được.

Bây giờ ta thử phân tách từng chữ, từng câu, từng đoạn trong biểu nhường ngôi này, vua đã cho sứ thần sang Trung Quốc để đệ trình lên vua Nam Tống. Qua đó ta sẽ rõ biết từng chi tiết khi được phân tích tỉ mỉ.

Khi xưng "thần" có nghĩa là người dưới tâu lên bậc trên. Đó là vua hay hoàng đế của Trung Quốc. Câu "người phải biết đủ" có nghĩa là sống cũng như ngồi trên ngôi vua bao nhiêu lâu mới là đủ thì chính kẻ chăn dân trị nước phải tự xét phận tri túc của mình. Do vậy thân lui về chốn an tĩnh để chờ cho đến tuổi già. Vì lẽ con (Trần Thánh Tông) đã có thể gánh vác được việc nhà, việc nước rồi, nên vua Trung Hoa nên hiểu giùm cho điều này để nhà Trần có người nối dõi, thờ cúng Tổ Tiên. Khi nêu lên điều kiện tiên quyết này, vua Nam Tống cũng khó khước từ. Vi lẽ hiếu đạo là điều mà Nho gia lâu nay vẫn thường hay dạy cho môn đồ của Khổng Tử, thì việc nối dõi tông đường, đâu có gì là trái đạo mà có thể cản ngăn? Đạo thờ cúng ông bà Tổ Tiên xưa nay đều như vậy. Điều này cũng thuận với Trời đất và tình người có trên có dưới, nên vua Thái Tông đã truyền ngôi cho con mình và kính nhờ vua Nam Tống cố gắng lắng nghe.

Xét thấy mình chẳng có công trạng gì mà được vua Trung Quốc ban cho tước làm An Nam Quốc Vương, lại nhận thêm được nhiều lợi lộc từ nơi cai trị. Đúng là phải tuân thủ mệnh lệnh từ Trung Quốc gởi sang Đại Việt, nhưng lại chưa bao giờ Thái Tông có một lần đến sân chầu để bệ kiến tôn dung của Bệ Hạ. Theo lời biểu dâng thì An Nam Quốc Vương luôn trung thành với mẫu quốc nhưng chưa hề báo đền được ơn vua, lộc nước là gì. Nay thật là khó nói hơn nữa và sợ hãi bậc trưởng thượng nên trộm nghĩ rằng: Cây liễu đẹp vào mùa xuân khi đâm chồi nảy lộc, nhưng khi thu sang, lá đã đổi màu, điều này chứng tỏ sự vô thường của nhân thế và ai mà chẳng chạnh lòng. Do vậy gánh nặng này nay không thể tiếp tục cưu mang nữa, mà sẽ thoái vị cho con để được hưởng những ngày còn lại bình an trên cõi thế. Lòng của Thái Tông lúc nào cũng hướng về phương Bắc, nơi ấy có Hoàng Đế Trung Quốc đang trị vì để tung hô vạn tuế, giống như hoa hướng dương luôn tìm về hướng mặt trời mà xoay hướng. Luôn nghĩ và hướng đến chỗ cao cả sáng suốt ấy mà đã chưa từng gặp được. Lúc trước đã cản trở việc tới lui, mà nay lại còn tâu lên Thánh Thượng ban thêm cho nhiều ân tứ nữa. Quả là điều đáng trách vậy. Bây giờ chẳng biết làm sao, chỉ khiêm nhường dâng lên lễ mọn, mang đến trước bệ rồng để dâng lên Thánh Thượng, bày tỏ tấm lòng thành kính. Kính mong Thánh Thượng đoái thương.

Bệ Hạ giống như một ánh quang minh, hãy nên dùng ánh sáng này để chiếu soi cho những nơi tối tăm đày đọa, hãy dùng đức trị thanh cao mà ban cho chúng thần như những người ngu muội. Hãy thương cho Thái Tông trong hiện tại là hai vai đều đang gánh nặng, cốt làm sao cho yên dân, yên nước. Hãy chỉ rõ những điều có thể lãnh hội được rồi ban cho áo mũ như xưa và chính sự ban ân báo đức bằng áo mão của triều đình cũng như ban chiếu chỉ Thái Tông bây giờ trở đi là Thái Thượng quốc chúa để cho thần dân bổn quốc biết đến mà tri ân. Nếu được như vậy thì còn gì quý hơn nữa. Thần làm sao suốt đời không tuân thủ được và lúc nào cũng như lúc nào, luôn giữ khí tiết trung với vua và hiếu với nước. Tấm lòng này như vàng như đá, thật khó phai và điều ấy có nghĩa là Thần luôn mang ơn của bệ hạ, dầu cho trời đất có đổi thay thì tấm chân tình này vẫn không bao giờ thay đổi.

Viết về Trần Thái Tông lâu nay đã có nhiều người viết, nhưng đa phần dưới cái nhìn của Nho giáo, còn Phật giáo chỉ có thể tìm rải rác ở các văn kiện đơn lẻ rời rạc. Tuy nhiên Tác giả Lê Mạnh Thát là một học giả uyên thâm về Phật học và Hán văn cũng như Anh văn và những ngoại ngữ khác nữa. Từ mùa đông năm Quý Mùi 2003, Giáo sư đã viết lời nói đầu, nghĩa là tốn nhiều năm tháng như vậy Giáo sư mới hoàn thành được tác phẩm "Toàn Tập Trần Thái Tông" này, nhưng mãi trước đó ngày 22 tháng 12 năm 1999 thì giấy phép xuất bản đã có. Thế mà đến tháng 4 năm 2004 mới in xong 1.000 cuốn và phổ biến rộng rãi ở trong cũng như ngoài nước. Nhờ vậy mà người viết tác phẩm này mới có cơ hội đọc cũng như tham khảo được những sự kiện quan trọng trong cuộc đời của vị vua đầu nhà Trần này. Ông vừa làm Vua, mà cũng vừa làm Phật, mặc dầu ông chưa được ai truy phong danh hiệu ấy như vua Trần Nhân Tông sau này.

Giáo sư Lê Mạnh Thát là người am tường sử học nước nhà và nhất là sử Phật giáo, ngoài ra Giáo sư còn so sánh được với những bản dịch từ Nhật ngữ hay Anh ngữ để thẩm định sự đúng, sai qua sự việc đề cập đến những vị vua đời Trần qua cái nhìn lịch sử của một thời như vậy. Giáo sư cũng rất rành chữ Hán, nên một số tài liệu tiêu biểu liên quan về Phật giáo mà vua Trần Thái Tông đã sáng tác khi còn tại vị, chưa có ai dịch sang Việt ngữ, thì trong tác phẩm này đã được Giáo sư triển khai ra hết cho quần chúng biết qua 650 trang như vậy. Nhờ vậy mà Phật giáo chúng ta mới có được những sử sách về Phật học đáng tin cậy hơn.

Từ những căn bản rất chi tiết đó, người đời sau chúng ta mang ơn Giáo sư không phải là ít. Ngay như người viết tác phẩm này, nếu không có sách vở của Giáo sư soạn về Trần

Thái Tông và Trần Nhân Tông thì chắc rằng sự nhận xét đã thô thiển lại càng nông cạn hơn nữa. Nay đọc được tác phẩm này của Giáo sư nên xin trích ra một số đoạn để làm tiêu đề nghiên cứu cho chương này. Kính mong Giáo sư hiểu cho sự trích dẫn này. Đồng thời văn dịch thuật của Giáo sư rất sáng sủa dễ hiểu, khiến ai đó đọc vào là hiểu ngay, không cần phải tra cứu thêm sách vở hay tự điển nào nữa cả. Ví dụ bài kệ bằng chữ Hán - Thái Tông Hoàng Đế Khuyến Chúng Kệ ở trang 475 như sau:

生老病死	Sanh lão bệnh tử
理之常然	Lý chi thường nhiên
欲求解脫	Dục cầu giải thoát
解縛添纏	Giải phược thiêm triền
迷而求佛	Mê nhi cầu Phật
惑而求禪	Hoặc nhi cầu thiền
禪也不求	Thiền dã bất cầu
杜口忘言 。	Đỗ khẩu vong ngôn.

Đây cũng là bài kệ cuối trong Khóa Hư Lục[1] và bên dưới có hàng chữ Hán như sau: *Thái Tông Hoàng Đế ngự chế Khóa Hư Tập quyển hạ hoàn.* (太宗黃帝御製課虛集卷下完)

Giáo sư Lê Mạnh Thát đã dịch sang Việt ngữ như sau:

---

[1] Sách Thiền Uyển Tập Anh, trang 67, tờ b, nằm trong phần ghi chép về Ni sư Diệu Nhân tức Lý Ngọc Kiều (1041-1113) đời Lý, nội dung giống hệt bài này, chỉ khác câu thứ hai là "Tự cổ thường nhiên", câu thứ ba là "Dục cầu xuất ly", hai câu 5, 6 thay vì chữ "nhi" lại là chữ "chi", câu thứ bảy là "Thiền Phật bất cầu" và câu cuối cùng là "Đỗ khẩu vô ngôn". Cả thảy có 6 chữ khác biệt, nhưng ý nghĩa vẫn tương tự như nhau, thậm chí câu thứ bảy của bài này còn hợp lý hơn trong bối cảnh theo sau hai câu 5, 6: "Mê chi cầu Phật, hoặc chi cầu thiền". Như vậy, rất có khả năng là Trần Thái Tông đã sử dụng chính bài thơ của Ni sư Diệu Nhân để đưa vào Khóa hư lục, chỉ sửa lại mấy chữ.

Sinh già bệnh chết,
Lẽ ấy thường nhiên.
Muốn cầu giải thoát,
Cởi buộc thêm triền.
Mê mà cầu Phật,
Lầm mà cầu thiền.
Thiền cũng chẳng cầu,
Ngậm miệng quên nói.

Dịch như vậy, không ai có thể dịch hay hơn được. Vì thế những gì mà Giáo sư đã dịch, giải và bình chú trong tác phẩm này, khiến cho chúng ta có lòng tin về độ chính xác nhiều hơn các tác phẩm đã có xưa nay vậy.

Từ trang 475 đến trang 645 là phần chữ Hán cổ đã được khắc in trên bản gỗ qua nhiều đời khác nhau, nhưng Giáo sư đã dày công phiên dịch cũng như chú giải, khiến cho người đời sau của chúng ta với những người ít rành chữ Hán, tiện lợi vô cùng. Dĩ nhiên là cũng có một số câu, số chữ tác giả hay nói đúng hơn là dịch giả muốn dịch cho thuận vần Việt ngữ, nên đã có chút ít gượng ép, nhưng không sao. Đó chỉ là thủ thuật của người viết văn vậy.

Nhìn chung về cuộc đời của vị vua đầu nhà Trần này, phải nói là tuyệt hảo. Ban đầu ở tuổi vị thành niên chưa biết gì nhiều, nhưng đã sớm phải chịu người lớn bày đặt đủ điều, kể cả chuyện gán ép để thỏa lòng người chủ trương là Trần Thủ Độ. Nhưng về sau, nhất là sau khi việc xuất gia vào đêm mồng 3 tháng 4 năm Bính Thân (1236) đã là một bước ngoặc quá lớn trong những ngày tháng còn lại của Vua Trần Thái Tông, ít nhất là 42 năm sau này. Trong 42 năm ấy, ông vừa làm Vua, vừa làm Thái Thượng Hoàng, vừa làm thiền sư v.v... kể cả văn, thơ, phú, bình luận... đều hiển thị một cách rõ nét trong thời gian này. Cho nên ta có thể gọi ông là Phật trong Vua và Vua trong Phật.

Ở Việt Nam, vào thế kỷ thứ 13 chưa xuất hiện việc tái sinh của các vị Hoạt Phật như Tây Tạng và ngay như cả Tây Tạng phái Nyingma (Cổ Mật) cũng phải chờ cho đến Ngài Tsongkhapa (Tông Khách Ba) ra đời vào thế kỷ thứ 14 (1357-1419). Vị này xiển dương giáo lý của Ngài Asita để chủ trương Phật giáo hiện thế và kể từ đó truyền thống Đạt Lai Lạt Ma Tây Tạng đã ra đời. Đời thứ nhất bắt đầu từ thế kỷ thứ 14 và nay đời thứ 14 kéo dài giữa thế kỷ thứ 20 đến đầu thế kỷ 21 này. Truyền thống này cho biết rằng, Đức Đạt Lai Lạt Ma là hóa thân của Đức Quán Thế Âm Bồ Tát và cứ hóa thân sau nhận ra đúng những gì của hóa thân trước để lại thì các Đạo Sư có tuổi đạo lớn sẽ thừa nhận là người kế nhiệm và ở đời thì được phong vương, còn ở đạo danh từ gọi khác đi, nhưng những vị Hoạt Phật này cũng nắm cả hai cương vị vừa đời vừa đạo như Phật giáo Tây Tạng vậy. Có nghĩa là vị cai trị thiên hạ của nhân dân Tây Tạng từ thế kỷ 14 đến nay vừa là Tăng Vương, Pháp Vương và cũng vừa là Quân Vương nữa. Chỉ có điều khác với Trần Thái Tông hay những vị vua của nhà Trần ở Đại Việt về sau này như Trần Thánh Tông, Trần Nhân Tông, Trần Anh Tông... là các vị Hoạt Phật Tây Tạng không có gia đình riêng, không có Hoàng hậu đi kèm, không có tam cung lục viện, mà chỉ được chọn ra qua các dấu hiệu của việc tái sanh mà thôi. Trong khi đó các vua nhà Trần tuy là thiền sư, nhưng là những thiền sư cư sĩ, ngoại trừ vua Trần Nhân Tông về sau này xuất gia, và những ông vua này vẫn có hoàng hậu, hoàng phi và thái tử, công chúa để nối dõi tộc họ nhà Trần.

Nếu bảo rằng có sự liên hệ máu mủ để giữ lại ngôi báu cho nhà Trần như Trần Thủ Độ mong muốn, thì nhà Trần của Đại Việt cũng chỉ tồn tại từ năm 1226 đến năm 1400 mà thôi. Trong gần 200 năm lịch sử ấy đã có biết bao nhiêu sự thăng trầm vinh nhục của một triều đại. Riêng chế độ Hoạt Phật của Tây Tạng không lấy chuyện sanh con đẻ cái để nhường ngôi, mà lấy sự tái sanh để định hình một vị Tăng Vương trong tương lai. Tuy không phải là con, cháu ruột của một dòng họ, mà là sự liên tục hóa thân của Bồ Tát Quán Thế Âm, để mang Đạo vào Đời. Nếu tính kỹ thì từ thế kỷ thứ 14 đến đầu thế kỷ thứ 21 này, Đức Hoạt Phật của Tây Tạng cũng đã trên dưới 700 năm lịch sử rồi. Trên thế gian này thật ra ít có triều đại vua chúa nào mà có thể truyền thừa lâu dài như thế.

Từ năm 1959 đến nay, Đức Đạt Lai Lạt Ma thứ 14 đã hiện diện tại Ấn Độ mà các nước trên thế giới, Ngài đã tham gia với những chính khách khác đòi lại sự tự trị cho dân tộc Tây Tạng sau khi Trung Cộng xua quân xâm chiếm lãnh thổ của Ngài từ năm 1950. Có lẽ Ngài đã tiếp xúc khá nhiều với các chính thể tự do ở Tây Phương, Hoa Kỳ, Canada, Úc Châu, Á Châu v.v..., nên cách đây không lâu, độ chừng 10 năm, Ngài đã tự chấm dứt nhiệm vụ của mình như là một Quân Vương của dân Tây Tạng và Ngài chỉ nhìn nhận mình là một tăng sĩ của Phật giáo Kim Cương Thừa. Còn việc tái sanh của Ngài như thế nào thì Ngài chưa cho biết rõ ràng, vì cho đến năm nay 2019, Ngài đã trên 84 tuổi và vẫn còn cư trú tại Dharamshala, Ấn Độ. Lịch sử đã sang trang và Ngài đã cho bầu ra chức Thủ Tướng là một người Tây Tạng bình thường, thay Ngài để lo những vấn đề đối nội, đối ngoại của Tây Tạng. Tuy vậy hình ảnh và tư tưởng của Ngài ngày nay không những chỉ ảnh hưởng trực tiếp với người dân Tây Tạng mà cả thế giới gần 7 tỷ người khắp năm châu, bốn biển, hầu như không ai là không nghe biết đến Ngài. Với người dân Tây Tạng luôn quy ngưỡng về Ngài, Ngài dạy rằng: "Nếu đa số người dân Tây Tạng mong đợi, thì Ngài sẽ tái sanh. Trách nhiệm ấy Ngài giao cho số đông, chứ không phải tự Ngài quyết định." Thật là trí tuệ. Chúng ta hãy chờ xem.

Tổ Đình Viên Giác tại Hannover, Đức Quốc có nhân duyên cung đón Ngài hai lần. Lần thứ nhất Ngài đến viếng thăm và giảng pháp, có dùng trưa tại chùa vào ngày 18 tháng 6 năm 1995. Ngày ấy và bây giờ mới đó mà đã 25 năm rồi. Năm ấy chúng tôi chuẩn bị thật kỹ càng. Ngài đã đến và đã đi, nhưng đã để lại không biết bao nhiêu sự kính mến, trân quý của người Phật Tử Việt Nam, Đức cũng như Tây Tạng. Sau đó Ngài cũng đến Đức để giảng pháp nhiều lần, nhưng Ngài không ghé qua Tổ Đình Viên Giác. Mãi cho đến ngày 20 tháng 9 năm 2013, chúng tôi lại có nhân duyên một lần nữa để cung đón Ngài về chùa chỉ để viếng thăm trong mấy tiếng đồng hồ, giảng pháp và chụp hình lưu niệm, rồi Ngài lại ra đi như lần trước.

Lần đầu vào năm 1995, Thầy Hạnh Tấn, Christoff và Đức Thụ đảm nhận phần thông dịch từ tiếng Tây Tạng hay tiếng Anh, Đức và Thầy Hạnh Tấn cùng Đức Thụ dịch sang Việt ngữ cho hơn 1.000 Phật Tử Việt Nam và Đức nghe. Đến lần thứ 2 vào năm 2013 chỉ một mình Thầy Hạnh Giới dịch thẳng từ tiếng Anh do Ngài thuyết giảng sang tiếng Việt. Lần thứ 2 này cũng có rất đông Phật Tử Việt Nam và Phật Tử người Đức đến nghe Ngài thuyết giảng.

Sau lần thứ nhất cũng như khi được học Phật Pháp trực tiếp với Ngài tại Schneverdingen, tôi về lại chùa đã chấp bút viết quyển sách tiếng Việt nhan đề là Tiếp Kiến Đức Đạt Lai Lạt Ma thứ 14, sau đó nhờ sự tài trợ của Bộ Nội Vụ Cộng Hòa Liên Bang Đức, nên chúng tôi đã xuất bản quyển sách này cho Cộng đồng người Việt. Thầy Hạnh Tấn thuở ấy đã dịch sang tiếng Đức và xuất bản chung với tiếng Việt cùng một lúc. Đến đầu những năm 2019 này, để kỷ niệm 70 tuổi đời và 55 năm xuất gia học đạo của tôi, một số các anh em trong Ban Biên Tập báo Viên Giác đề nghị nên cho tái bản lại những sách của tôi viết, ít nhất là 10 cuốn cho đến ngày 28.6.2019, trên trang nhà của Amazon, nơi có thể trực tiếp mua sách và được gửi về tận nhà.[1] Quyển sách này được chia

[1] Mời quý vị xem và mua sách trực tuyến tại trang này: https://amazon.com/author/thichnhudien/

ra làm 2 quyển cho độc giả của hai văn hóa khác nhau. Đó là người Việt và người Đức. Hy vọng trong những ngày sắp tới, qua sự bổ khuyết, phụ chính của nhiều người, gần 70 tác phẩm của tôi cũng sẽ lần lượt được đưa lên trên mạng Amazon để bà con Việt Nam và người Đức có cơ hội vào đó đặt mua sách.

Sách vở là món ăn tinh thần tuyệt vời nhất. Vì ngoài vấn đề món ăn vật chất hằng ngày mà ta phải dùng để nuôi sống cơ thể này, thì tinh thần cũng là một món ăn quan trọng, tại sao chúng ta lại không chấp nhận, mà hay quay mặt làm ngơ và thường hay biện minh rằng mình có ít thời gian để đọc. Nếu chúng ta không tập trung những tư liệu có tính cách lịch sử lại thì ngày sau này chừng ba bốn trăm năm nữa, nếu có ai đó muốn tìm về một giai đoạn phát triển của lịch sử Phật giáo Việt Nam tại nước Đức này từ sau năm 1975 đến nay cũng sẽ không có một tư liệu nào khả dĩ để chứng minh được, nếu chúng ta không quan tâm đến vấn đề in ấn cũng như xuất bản sách.

Cũng như thế đó, bây giờ ở vào cuối thế kỷ thứ 20, đầu thế kỷ thứ 21, Giáo sư Học giả Trí Siêu Lê Mạnh Thát, người có khả năng đọc và dịch lại tất cả những sách vở bằng Hán văn hay Anh văn, nhưng tiếc thay những văn kiện in ấn bằng bản gỗ thời Trần Thái Tông, nay chỉ còn lại một "Khóa Hư Lục" là trọn vẹn và Giáo sư tìm đủ mọi cách để khảo sát các bản in cũ, nhưng Niệm Phật Luận hay lời tựa của Kinh Kim Cương chú giải cũng không còn nội dung trọn vẹn. Quả là điều đáng tiếc biết bao. Bây giờ có người dịch và chú giải, nhưng lại không còn bản chính thì phải làm sao đây?

Từ những lý do chính đáng ấy mà riêng cá nhân tôi đã chấp bút dịch từ tiếng Anh, Đức, Hán, Nhật ra Việt ngữ hay viết thành nhiều tác phẩm bằng tiếng Việt khác, tôi cũng chỉ viết bằng tay, qua giấy trắng mực đen, sau đó xem kỹ lại nhiều lần nữa để rồi giao cho thư ký đánh máy và dò lại lỗi chính tả, layout, in thành sách để gởi đi các nơi trên thế giới. Thông thường kinh sách của tôi dịch và viết số lần được in ấn ít nhất là 1.000 cuốn hay 2.000 và nhiều nhất là 3.000, trong đó có nhiều sách đã tái bản nhiều lần như: "Những mẩu chuyện linh ứng của Đức Địa Tạng Vương Bồ Tát" hay "Đại Thừa Tập Bồ Tát Học Luận" v.v...

III.
VUA TRẦN THÁNH TÔNG

Vua Trần Thánh Tông hiểu Phật pháp như vậy mà cử Đỗ Quốc Tá vốn là người bên nhà Nho làm cố vấn cho Hoàng Đế về việc triều chính thì quả rằng nhà vua có một cái nhìn thật là toàn mỹ. Vì vua Thánh Tông nghĩ rằng: Chính mình thiên lệch cho Phật giáo ư? Nên vua mới cử người khác tôn giáo của mình đang phụng thờ làm cố vấn. Như vậy nhà Vua cũng đã quá dân chủ. Ngoài ra vua không dùng những hoạn quan làm tham mưu nữa, mà chỉ dùng những người tài lo cho dân cho nước, dầu cho việc ấy có "trung ngôn nghịch nhĩ" đi nữa thì đó cũng là chuyện đáng làm, chứ không phải lúc nào cũng nghe theo đám nịnh thần, còn trung thần thì bỏ phế. Do vậy người đời sau tôn xưng vua Thánh Tông là bậc minh quân hiền đức cũng phải.

Vua Trần Thái Tông đi xuất gia vào đêm mùng 3 rạng ngày mùng 4 tháng 4 năm Bính Thân (1236) và qua sự khuyên bảo của Quốc Sư Phù Vân trong núi Yên Tử cũng như lời ép khéo của Thái Sư Trần Thủ Độ, nên vua đã phải trở về lại Thăng Long. Thời gian này ông chỉ mơ tưởng đến việc học Phật, tuy là đang làm vua ở tuổi 18 (ông sanh năm 1218) và ông cho biết là khi nào rảnh rỗi thường hay triệu tập các vị bô lão tài đức trong triều để luận bàn Phật sự cho đến canh hai.

Đến ngày 25 tháng 9 âm lịch năm Thiên Ứng Chính Bình thứ 9 (tức ngày 12 tháng 10 năm 1240), nghĩa là 4 năm sau khi vào núi Yên Tử, hoàng hậu sinh ra Trần Hoảng, vua lập làm Đông cung Thái tử. Như vậy đứa con trước đó là Trần Quốc Khang do Thuận Thiên Hoàng Hậu Lý Ngọc Oanh sinh ra chính là con của Trần Liễu, chứ không phải của Trần Cảnh, tức là Trần Thái Tông. Do vậy, khi Trần Hoảng sinh ra, tuy là con thứ của Thuận Thiên, nhưng lại là con trưởng giữa Thuận Thiên với Trần Cảnh, nên Trần Hoảng được nối truyền ngôi vua đúng pháp, tức là Trần Thánh Tông. Điều này Trần Thủ Độ và Trần Thị Dung cũng chấp nhận thôi, vì thật ra Trần Quốc Khang chỉ là nước cờ dự phòng của họ khi thấy Trần Thái Tông chưa có con nối dõi.

Ông có rất nhiều tên, chẳng biết tại sao mà theo sử Trung Quốc thì ông có tên là Trần Uy Hoảng, Trần Quang Bính và Trần Nhật Huyên. Có lẽ do thời thế chiến tranh với quân Nam Tống vào năm 1258, khi đó ông đã được 18 tuổi và nhất là sau 2 lần chiến thắng quân Nguyên Mông năm 1285 và năm 1288 đều có ảnh hưởng đến việc thay tên đổi họ này chăng? Ông mất vào ngày 3 tháng 7 năm 1290, lúc ấy ông 50 tuổi. Trải qua 3 lần chiến thắng quân Nguyên Mông, Trần Thánh Tông đều có dự phần. Đây cũng là ông vua đặc biệt và cũng là một thiền sư, sau khi nhường ngôi cho con là Trần Nhân Tông để lên làm Thái Thượng Hoàng.

Theo bộ Đại Việt Sử Ký Toàn Thư do sử quan Ngô Sĩ Liên biên soạn vào năm 1479, thời vua Lê Thánh Tông thuộc nhà Hậu Lê, thì khi Hoàng Hậu Thuận Thiên mang thai Trần Hoảng, Thái Tông nằm mơ thấy Thượng Đế trao tặng cho bà một thanh gươm báu. Thanh gươm báu ở đây tượng trưng cho uy quyền của một bậc đế vương mà đế vương này lại do trời ban cho nữa. Ngay sau khi được sinh ra, Trần Hoảng được vua lập làm Đông Cung Thái Tử.

Sách An Nam Chí Lược do quan nhà Nguyên gốc Việt là

Lê Tắc soạn năm 1307 có mô tả ngoại hình của ông "dáng người hòa nhã khôi ngô có nhã lượng". Còn quyển Thánh Đăng Ngữ Lục, một tác phẩm khuyết danh về sự nghiệp tu Phật của 5 vị vua đầu thời Trần, được viết vào khoảng thế kỷ 14, diễn tả về ông rằng: "Thánh Tông bản chất thiên tài, toát ra ngoài sáng ngời, xử sự dứt khoát, không chỉ làu thông kinh sử Nho gia mà còn hiểu sâu giáo pháp nhà Phật nữa." Đến đây ta có thêm sử liệu về 5 ông vua đầu nhà Trần đều quan tâm về Phật giáo và nhiều ông đã đi xuất gia sau khi trở thành Thái Thượng Hoàng như vua Trần Thái Tông, Trần Thánh Tông và Trần Nhân Tông. Còn 2 vua sau là Trần Anh Tông và Trần Minh Tông cũng có rất nhiều công lao với Phật giáo, nếu có dịp sẽ đề cập đến sau.

Cứ theo Thánh Đăng Ngữ Lục như Hòa Thượng Thích Thanh Từ giảng giải thì bản chất của Thánh Tông thiên tài. Trong thiên hạ thường có nhân tài, hiền tài và trên hết là thiên tài. Đây là do việc bẩm sinh của đời trước liên hệ đến đời này. Có lẽ do Thái Tông chuyên tâm tu Phật và Hoàng Hậu Thuận Thiên cũng đã bị áp lực từ nhiều phía, nên sau 4 năm chung sống, họ mới cho ra được một Hoàng tử như vậy. Đúng là "con vua thì lại làm vua, con sãi ở chùa thì quét lá đa" là vậy. Năm ấy Thái Tông vừa tròn 22 tuổi mới có con đầu lòng, mặc dầu ông đã sống chung với Chiêu Hoàng từ năm lên 8 đến lúc 18 tuổi nhưng hai người vẫn chưa có con để nối dõi tông đường và khi này được sinh con trai vào năm 1240 liền phong cho làm Đông Cung Thái Tử. Từ bản chất thông minh, đỉnh đạc của một hoàng tử khiến cho mọi người chung quanh phải nể vì, nhất là việc xử sự dứt khoát qua cách ứng phó công việc. Ông lớn lên được ảnh hưởng bởi cha mình là bậc văn hay chữ tốt, làu thông kinh sử cả Nho, Phật và Lão, nên sự hấp thụ học hỏi rất nhanh chóng. Ngoài ra Thái Tông còn cho người dạy thêm về chữ nghĩa cũng như thơ văn, nên ông đã sớm biết phải làm gì khi nước nhà cần đến.

Ông có 3 người em trai cùng một cha một mẹ. Đó là Chiêu Minh Đại Vương Trần Quang Khải, một Tể Tướng đầu triều qua ba đời vua Thánh Tông, Nhân Tông và Anh Tông; Chiêu Văn Vương Trần Nhật Duật là một tướng lĩnh, một nhà ngoại giao, làm Tể Tướng thời vua Anh Tông, Minh Tông và Hiếu Tông; Chiêu Quốc Vương Trần Ích Tắc cũng là em ruột của ông, người này học rộng, biết nhiều, nhưng sau này vì quyền lợi riêng tư đã phản lại Thánh Tông trong chiến tranh với Nguyên Mông và được đưa về Trung Quốc. Hốt Tất Liệt nhân cơ hội này đã lợi dụng ông mang quân về đất tổ, muốn theo giặc phương Bắc đánh cướp non sông để lên làm vua. Có lẽ Trần Thái Tông cũng đau lòng lắm, nhưng cuối cùng Trần Ích Tắc bị thua, lại chạy về Tàu và sống những ngày còn lại tại đó một cách buồn thảm cho đến chết.

Về phía An Sinh Vương Trần Liễu, sau khi Thuận Thiên đi rồi thì ông kết hôn với bà Lê Thị Diệu, vốn là con cháu dòng dõi vua Lê Đại Hành nhà tiền Lê và sinh ra cũng 3 người con rất đặc biệt gồm 2 trai 1 gái. Đó là: Tuệ Trung Thượng Sĩ Trần Quốc Tung, Hưng Đạo Vương Trần Quốc Tuấn và Thiên Cảm Hoàng Hậu. Như vậy cả hai cánh của hai anh em ruột Trần Liễu và Tràn Cảnh đã sinh ra cho đất nước Đại Việt toàn là những bậc hiền tài và chính vì không muốn ngôi báu nhà Trần lọt vào tay họ khác, nên Thiên Cảm Hoàng Hậu được gả về cho Thánh Tông và hai người này sinh ra Nhân Tông để nối nghiệp đế. Như vậy là con trai nhà chú, lấy con gái nhà bác. Thánh Tông và Thiên Cảm Hoàng Hậu gọi Tuệ Trung Thượng Sĩ bằng anh, ngay cả Hưng Đạo Vương Trần Quốc Tuấn cũng vậy. Có lẽ lúc nhỏ họ chơi đùa bên nhau trong cung cấm, nên tình thân lại kết chặt với nhau như thế. Chỉ có Trần Ích Tắc vì giận hờn trong gia đình hoàng tộc hay do vì giặc Nguyên muốn ly tán gia đình, nên mới phản trắc như vậy. Nhưng dẫu nói thế nào đi chăng nữa thì đây là thời gian quan trọng nhất của lịch sử nước nhà trong 3 lần đại thắng quân Nam Tống vào năm 1258 và Nguyên Mông vào năm 1285 và 1288.

Năm 1258 lúc ấy Thái tử Trần Hoảng đã 18 tuổi, theo cha là Trần Thái Tông tham gia cuộc kháng chiến chống quân Nguyên Mông lần thứ nhất. Sau những trận đầu tiên, quân Đại Việt vì yếu thế không cản nổi quân Nguyên Mông. Thái Tông chủ động cho quân rút lui về sông Thiên Mạc nhưng đã kịp di tản dân chúng ra khỏi kinh thành Thăng Long, thực hiện kế hoạch "đồng không nhà trống". Quân Mông Cổ tràn vào chiếm được Thăng Long chỉ thấy một kinh thành trống rỗng và vua tôi nhà Trần đã thoát đi nơi khác, nên một mặt họ cho đi tìm tông tích của vua nhà Trần, mặt khác phải lục lọi khắp nơi để tìm kiếm lương thực cho quân lính. Nhưng do việc di tản khỏi Thăng Long là một kế sách chủ động của nhà Trần, nên quân dân Đại Việt đã dọn sạch không để lại bất kỳ món gì khả dĩ có thể làm lương thực cho quân Nguyên. Do vậy, tuy quân Nguyên Mông chiếm giữ được Thăng Long nhưng bắt đầu rơi vào tình trạng đói thiếu lương thực. Cơn đói khát hoành hành, nên họ đã chia nhau đi cướp bóc khắp nơi ở ngoài thành, nhưng bị dân chúng phản công lại một cách quyết liệt. Trong khi đó quân Đại Việt sau khi chỉnh trang lại đã dốc toàn lực phản công. Ngày 28 tháng 1 năm 1258, vua Thái Tông ngự trên thuyền rồng cùng Thái tử Trần Hoảng chỉ huy cuộc phản kích vào Đông Bộ Đầu, đánh tan quân Mông Cổ, lấy lại thành Thăng Long. Sự thành công này là do sự chỉ huy của hai vua, nhưng quan trọng không kém là việc ra hiệu lịnh của Hưng Đạo Vương Trần Quốc Tuấn hợp lực cùng anh mình là Tuệ Trung Thượng Sĩ mai phục ở hướng bắc Thăng Long và đánh úp vào Thăng Long. Lúc bấy giờ còn có những cánh quân của Chiêu Minh Vương Trần Quang Khải và Chiêu Văn Vương Trần Nhật Duật nữa. Đây là sự thành công của một đất nước, một dân tộc, dưới sự lãnh đạo tài ba của đại gia đình họ Trần vào giữa thế kỷ 13.

Quân Mông Cổ thua tơi tả, mở đường chạy về Vân Nam để cố rút lui về Quảng Đông và dọc đường bị thổ quan Hà Bổng chặn đánh, một lần nữa tàn quân ấy không còn lại bao nhiêu người. Khi cuộc kháng chiến kết thúc, vua tôi nhà Trần về lại Kinh Đô Thăng Long và lúc ấy Thái Tử Hoảng cũng xin vua cha trị tội tên tiểu hiệu Hoàng Cự Đà, người có biểu hiệu bất trung trong lúc rút lui về sông Thiên Mạc, nhưng nhà vua tha chết, chỉ giáng chức mà thôi. Có lẽ Hoàng Cự Đà không tin tưởng Linh Từ Quốc Mẫu nên mới có những biểu hiện ấy chăng? Thái Tông đã mở lòng từ và khoan hồng cho Hoàng Cự Đà, vì dẫu sao đi nữa thì quân Đại Việt cũng đã toàn thắng, ca khúc khải hoàn, nên đã tha tội chết cho Cự Đà, chỉ giáng chức và tạo ra cơ hội cho Cự Đà đoái công chuộc tội về sau này.

Sau khi ca khúc khải hoàn và thưởng công chuộc tội ấy vào ngày 24 tháng 2 năm Mậu Ngọ, niên hiệu Nguyên Phong thứ 8, tức ngày 30 tháng 3 năm 1258, Trần Thái Tông chính thức nhường ngôi cho Thái tử Trần Hoảng và lui về Bắc Cung làm Thái Thượng Hoàng. Mục đích của Thái Tông là để cho Trần Hoảng làm quen với việc nước, đồng thời tránh xung đột tranh ngôi giữa các Hoàng tử với nhau. Ở đây ta có thể nhận xét như sau: Giả sử như trận đánh này với quân Nguyên Mông thua thì chắc rằng vua Trần Thái Tông không nhường ngôi cho Trần Hoảng để lên làm Thái Thượng Hoàng, mà chính nhà vua phải có trách nhiệm đối với giang sơn của Đại Việt tiếp tục chiến đấu, nên sự nhường ngôi ấy chắc chắn sẽ không xảy ra. Lúc ấy ông mới 40 tuổi và Trần Hoảng mới 18 tuổi. Cả hai cha con đều còn trẻ, nhưng đã vua nhường ngôi cho con, quả là một sự quyết đoán cân nhắc mực thước, xứng đáng là một bậc minh quân ở đầu nhà Trần.

Bản thân chúng tôi cũng thế, sau khi từ Nhật Bản qua Đức năm 1977, đến năm 1978 khai sơn ra Niệm Phật Đường Viên Giác tại thành phố Hannover, sau đó dời về đường

Eichelkampstr. rồi Karlsruherstr. như hiện nay. Mãi cho đến năm 2003 qua 25 năm khai sơn phá thạch và tôi đã ở vào tuổi 54, 55 (1949-2003), nên khi ấy dưới sự chứng minh của Cố Hòa Thượng Thích Tâm Châu, Hòa Thượng Thích Hộ Giác, Hòa Thượng Thích Minh Tâm v.v... tôi đã trở về ngôi Phương Trượng, công cử Thầy Hạnh Tấn lên làm Đệ nhất Trụ trì từ năm 2003 đến 2008 và Đệ nhị Trụ trì là Thầy Hạnh Giới từ năm 2008 đến 2017, Đệ tam Trụ trì là Thầy Hạnh Bổn từ 2017 cho đến nay. Mọi Phật sự vẫn trôi chảy, hanh thông. Riêng tôi có nhiều thời gian hơn để dịch kinh, viết sách và với ngôi Tổ Đình Viên Giác tại Hannover hay Tu Viện Viên Đức tại vùng miền Nam nước Đức, Ravensburg, tôi chỉ giữ nhiệm vụ cố vấn mà thôi. Riêng về phương diện hành chánh cũng như tài chánh thì các Thầy trụ trì đương nhiệm quản thủ. Từ việc này đạo hữu kiến trúc sư Trần Phong Lưu là nhà kiến trúc vẽ họa đồ cho Tổ Đình Viên Giác và Khánh Anh tại Evry, Pháp Quốc đã có lần viết bài so sánh cách làm việc của tôi ở đầu thế kỷ thứ 21 này không khác mấy với việc các vua nhà Trần đã nhường ngôi cho con lúc còn trẻ để lên ngôi vị Thái Thượng Hoàng. Bởi lẽ tại Việt Nam, sau khi vị Trụ Trì trước viên tịch thì trong số những người đệ tử trước đó đã được Sư Phụ chỉ định để lên kế tiếp thì lên làm Trụ Trì của chùa nọ, nên không thấy được đệ tử của mình hành xử với nhiệm vụ Trụ Trì như thế nào, nên tôi đã nghĩ trước ra việc này như thế, mà tính cho đến nay cũng đã 17, 18 năm rồi. Tại Việt Nam nhiều chùa lớn vị Trụ Trì cũng lui về Phương Trượng đường, nhưng gọi là Viện Chủ của chùa ấy. Tuy nhiên, Viện Chủ cũng còn nhiều quyền hạn, chi phối Đệ tử mình, khiến cho Đệ tử khó làm việc. Nếu vị Thầy ấy buông bỏ hẳn ngôi vị Trụ Trì thì những người nối tiếp theo sau sẽ dễ tự chủ hơn.

Cho nên trong Đại Việt Sử Ký Toàn Thư, phần Kỷ nhà Trần - Thái Tông Hoàng Đế, trang 24, tờ a và tờ b, sử gia Ngô Sĩ Liên đã nhận xét như sau:

"Từ khi Hạ Vũ truyền ngôi cho con thì cha chết con nối, anh chết em thay, đã thành phép thường mãi mãi.

"Gia pháp họ Trần lại khác thế: Con đã lớn thì cho nối ngôi chính, còn cha lui về ở cung Thánh Từ, xưng là Thượng Hoàng, cùng trông coi chính sự. Thực ra truyền ngôi chỉ để yên việc sau, phòng lúc vội vàng, chứ mọi việc đều do Thượng Hoàng quyết định. Vua kế vị không khác gì Hoàng Thái Tử cả. Như vậy thì có hợp đạo không?

"Có nghĩa là lấy nghĩa quẻ Càn lui ở phương tây bắc và quẻ Chấn tiến ra phương đông. Nhưng chưa đến lúc già nua thì không được lười mỏi. Sao bằng cứ truyền nối như Tam Vương để đúng lẽ thủy chung là hơn cả. Mạnh Tử nói: 'Theo phép của Tiên Vương mà lỗi lầm thì chưa bao giờ có thế.'"

Đây là lời lẽ của những nhà Nho thời nhà Hậu Lê vào thế kỷ thứ 15 có nhận xét như thế, nhưng ở đây ta có thể phân tích cặn kẽ như sau:

Chuyện bên Trung Hoa, Việt Nam ta bao nhiêu đời nay cứ lặp lại y như vậy. Đó là cha truyền ngôi cho con, anh chết thì em thay và cứ như thế lặp đi lặp lại cả mấy ngàn năm như vậy. Ví dụ như tư tưởng "quyền huynh thế phụ", có nghĩa là khi cha chết thì người anh cả trong gia đình có toàn quyền định đoạt, nhưng nếu rủi người anh ấy bị bịnh tật thì sao? Chắc rằng phải lập con thứ lên thay. Như vậy đâu có còn giống như Hạ Vũ bên Trung Quốc nữa. Hoặc giả tư tưởng: "Không nam mới dụng nữ, không tử mới dụng tôn", nghĩa là nếu gia đình ấy không có con trai thì con gái mới được ưu tiên và ngay cả việc con cái không có (của người con trai) thì mới dùng đến cháu, hoặc giả: "Nhứt nam viết hữu, thập nữ viết vô", nghĩa là một người con trai thì gọi là có, còn 10 người con gái cũng không có giá trị gì. Tư tưởng này theo Khổng Giáo ngày xưa thì ở Âu Mỹ và ngay cả tại Á Châu vào thế kỷ thứ 20 hay 21 này đều không còn có giá trị nữa. Ngay như Đài Loan trong hiện tại, Tổng Thống là một người đàn bà và biết đâu Trung Cộng sẽ không có một Hoàng Đế Võ Tắc Thiên hay Từ Hy Thái Hậu khác ra đời?

Trong khi đó ở Đại Việt của chúng ta từ đầu thế kỷ 12, vua tôi, cha con nhà Trần đã làm được việc nhường ngôi trong khi vua cha còn rất trẻ thì cũng quý chứ sao lại phải lấy gương của nhà Hán, nhà Đường bên Trung Hoa làm mẫu mực? Dẫu biết rằng khi lên làm Thái Thượng Hoàng Trần Thái Tông không trực tiếp can dự vào triều chính, để cho Thánh Tông trực tiếp lo, nhưng sau khi xong quốc sự, nhà vua lại lui về phủ Thiên Trường để đọc kinh, viết sách. Trong suốt gần 20 năm ấy kể từ năm 1258 đến năm 1277 khi Thái Tông băng hà lúc 60 tuổi, ít ra ông cũng thấy con mình đã trưởng thành với chừng ấy thời gian, nên chắc rằng Thái Tông an lạc khi ngồi trước bàn Phật để tụng kinh hay suy nghiệm việc đời, nhất là việc chiến thắng quân Mông Cổ hồi đầu tháng giêng năm 1258. Như vậy há không là một việc lưỡng lợi sao? Nếu bảo rằng không hợp đạo thì không đúng. Vì lẽ con cái bao giờ cũng tôn trọng cha mẹ và ông bà của mình, dầu cho người ấy còn đang sống hay đã qua đời.

Nhà Nho lại suy đoán thêm về quẻ Càn và quẻ Chấn nữa để làm cho tâm có chỗ dựa, nhưng chắc rằng khi Thái Tông đã lấy giáo lý của Đạo Phật làm chỗ dựa tinh thần thật vững chãi cho mình và con mình cũng như hoàng tộc nhà Trần, nên có lẽ Thánh Tông cũng như Thái Tông không tin vào vận may hay bói toán, vì ông vua này đã ngộ Thiền cơ, nên mới soạn ra được bộ Khóa Hư Lục như vậy. Việc lui về nơi ẩn dật để tu niệm không phải là việc lười biếng hay mỏi mệt, mà để chiêm nghiệm cuộc đời cũng như lẽ đạo mà thôi.

Trường hợp bản thân của chúng tôi cũng vậy. Trước năm 2003, ông Cố Vấn cho chùa Viên Giác là Dr. Meihorst đã khuyên rằng: "Thầy nên chuẩn bị sẵn sàng cho những năm còn lại của đời mình, vì sau khi ở vào ngôi Phương Trượng rồi thì chắc chắn sẽ có nhiều sự hụt hẫng." Tôi nhìn ông mỉm cười và trả lời rằng: "Xin cảm ơn ông đã cố vấn cho tôi cũng như chùa Viên Giác lâu nay, nhưng như ông biết, việc tôi trở về ngôi Phương Trượng là do tự mình lựa chọn, để có những ngày tháng rảnh rang lo dịch kinh, viết sách, niệm Phật v.v... chứ sẽ không bao giờ có thời gian rảnh rỗi đâu". Câu trả lời ấy đến nay tôi vẫn còn giữ đúng. Qua 3 đời Trụ Trì như đã kể bên trên và trải qua 17 năm từ năm 2003 đến năm 2019 tôi đã có những ngày tháng thật là an lạc. Trong từng ấy năm tôi đã giữ lời hứa là cứ mỗi năm 3 tháng tôi tịnh tu nhập thất tại Á và Úc Châu (2003-2012) và trong 10 năm ấy, tôi đã tụng nhiều bộ kinh Kim Cang vào mỗi đêm trên núi đồi Đa Bảo cũng như vùng Blue Mountain ở Úc và cũng trong cùng những năm ấy tôi đã hoàn thành 20 tác phẩm cũng như dịch phẩm. Rồi từ năm 2012 đến nay mỗi năm tôi vẫn cố gắng hoàn thành một tác phẩm như vậy. Đây là tác phẩm thứ 67 kể từ năm 1974 đến 2019, chỉ trong vòng 45 năm có được những thành quả như vậy không phải câu chuyện của một giờ, một ngày, một tháng hay một năm, mà là nhiều năm làm việc liên tục, tích tụ lại mới được như vậy. Ngoài ra công phu hằng ngày, lễ bái kinh hằng đêm sau 35 năm (1984-2019) như thế đã giúp cho mình có một chỗ đứng nhất định trong tâm linh của chính mình và sau khi lạy xong các bộ kinh Pháp Hoa, Đại Bát Niết Bàn mỗi chữ mỗi lạy, bây giờ Thầy trò chúng tôi đã bắt đầu vào tụng kinh Đại Bảo Tích, rồi Đại Bát Nhã (600 cuốn) v.v... hay vào Đại Tạng Kinh để nghiên tầm giáo điển. Chỉ chừng ấy việc thôi, thời gian mỗi ngày 24 tiếng đồng hồ hình như không đủ, chỉ có riêng giấc ngủ là của mình thôi và những giờ khác trong ngày là của chuyện công, chuyện làm lợi lạc cho mình và cho người ở phần tâm linh cao cả.

Vua Trần Thái Tông nhường ngôi cho con là Trần Thánh Tông lúc chỉ mới 40 tuổi (1258) và sống trong Phủ Thiên Trường cạnh con mình ở kinh đô Thăng Long gần 20 năm như thế

(1258-1277), chắc rằng ông cũng mãn nguyện lắm rồi. Bởi vì hằng ngày ngoài những việc công phu thiền tọa, niệm Phật, sám hối hồng danh, Thái Thượng Hoàng còn góp ý cho Thánh Tông về việc chăn dân trị nước. Biết đâu khi mình không còn làm vua nữa, những nhận xét, những ý kiến có lúc lại còn hay hơn lúc đương quyền chăng? Vì lẽ khi người ta có quyền bính đang nắm trong tay cũng có nghĩa là mình đang ở giữa vòng tròn, trung tâm của mọi sự kiện để cho mọi người ngắm vào mà đánh giá, do vậy mình khó thấy được cái vòng ấy tròn hay méo. Chỉ khi nào mình đứng ngoài nhìn vào thì mới khách quan thấy được nó méo hay tròn. Cho nên, chính sự mà Thái Tông đã áp dụng vào đời nhà Trần, các vua Trần sau này đều lặp lại như vậy và theo người viết sách này cho rằng: Đó là một kế sách hay tuyệt diệu mà những đời vua chúa của nước Đại Việt ta về sau này thấy ít có ông vua hay triều đại nào thể hiện được như nhà Trần từ năm 1226 đến năm 1400.

Thái Tử lên ngôi Hoàng Đế xưng hiệu là Nhân Hoàng và được bầy tôi tặng cho tôn hiệu là Hiếu Thiên Thể Đạo Đại Minh Quang Hiếu Hoàng Đế mà sau này sử sách gọi ông là Trần Thánh Tông. Tháng 8 năm 1258, Hoàng Đế lập con gái thứ 5 của An Sinh Vương Trần Liễu làm Thiên Cảm phu nhân, ít lâu sau phong bà làm Thiên Cảm Hoàng Hậu. Nếu đứng về phương diện gia đình thì đây là con nhà chú lấy con nhà bác.

Bên Trần Cảnh, tức Trần Thái Tông có 4 người con trai. Đó là: Trần Hoảng, tức Trần Thánh Tông, Chiêu Minh Vương Trần Quang Khải, Chiêu Quốc Vương Trần Ích Tắc, Chiêu Văn Vương Trần Nhật Duật.

Trong khi đó Trần Liễu kết hôn với Công Chúa Thuận Thiên sinh ra được Trần Quốc Khang và Vũ Thành Vương Trần Doãn. Đây là con chung của 2 người. Sau khi Thuận Thiên về làm vợ của Trần Cảnh thì Trần Liễu lấy bà Lê Thị Diệu sinh ra 2 người con trai và một người con gái. Đó là: Tuệ

Trung Thượng Sĩ Trần Quốc Tung, Hưng Đạo Vương Trần Quốc Tuấn và Thiên Cảm Hoàng Hậu. Bà này đối với Trần Thánh Tông là chị con nhà bác, sau lấy Trần Thánh Tông sinh ra Trần Nhân Tông.

Bên phía Tuệ Trung Thượng Sĩ Trần Quốc Tung không có người nối dõi tông đường, vì ông là một thiền sư dù là một thiền sư cư sĩ. Sau này ta có thể thấy được quan điểm của ông về việc chay tịnh khi trao đổi với Hoàng Hậu Thiên Cảm là em ruột của mình, sẽ thấy rõ được tư cách của ông phóng khoáng là dường nào.

Như vậy Trần Nhân Tông là con Trần Thánh Tông, phải gọi ông cũng như Hưng Đạo Vương là bác, nếu gọi theo bên cha và gọi bằng cậu cũng không sai, nếu gọi theo bên mẹ.

Riêng Hưng Đạo Vương Trần Quốc Tuấn thì có những người con trai tài ba đồng tuổi với Trần Nhân Tông như: Hưng Vũ Vương Nghiễu, Hưng Hiếu Vương Uất, Hưng Nhượng Vương Tăng và Khâm Từ Hoàng Hậu. Họ đã giúp cho Thánh Tông và Nhân Tông thành công trong hai trận đại chiến với quân Mông Cổ vào năm 1285 và 1288.

Khâm Từ Hoàng Hậu làm vợ của Nhân Tông sinh ra Anh Tông là Trần Thuyên, Huệ Vũ Vương Trần Quốc Chẩn và Huyền Trân Công Chúa.

Cả 4 đời vua này đều giống nhau ở cách cưới gả của hai bên con nhà chú với con nhà bác.

Trong 21 năm trị quốc, vua Trần Thánh Tông đã dùng hai niên hiệu là Thiệu Long từ năm 1258 đến năn 1273 và Bảo Phù từ năm 1273 đến 1278. Ông đã ban hành nhiều chính sách về hành chính, kinh tế, giáo dục, quốc phòng, ngoại giao nhằm củng cố thực lực của Đại Việt. Ông còn nổi tiếng là một Hoàng Đế đức độ, hòa ái đối với mọi người từ trong ra ngoài. Đại Việt Sử Ký Toàn Thư, quyển 5, trang 31, tờ b chép lời ông nói với các tôn thất rằng:

帝嘗謂宗室曰。天下者祖宗之天下，承祖宗之業者當與宗室兄弟同享富貴。雖外以天下奉一人之尊而內則與卿等骨肉同胞。憂則共憂樂則共樂。卿等當以此語傳之子孫使久勿忘，則宗社萬年之福也。

Đế thường vị tông thất viết: Thiên hạ giả tổ tông chi thiên hạ. thừa tổ tông chi nghiệp giả, đương dữ tông thất huynh đệ đồng hưởng phú quý. Tuy ngoại dĩ thiên hạ phụng nhất nhân chi tôn nhi nội tắc dữ khanh đẳng cốt nhục đồng bào. Ưu tắc cộng ưu, lạc tắc cộng lạc. Khanh đẳng đương dĩ thử ngữ truyền chi tử tôn, sử cửu vật vong, tắc tông xã vạn niên chi phúc dã.

> *"Thiên hạ là thiên hạ của tổ tông, người nối nghiệp của tổ tông phải cùng hưởng phú quý với anh em trong họ. Tuy bên ngoài có một người ở ngôi chí tôn, được cả thiên hạ phụng sự, nhưng bên trong thì ta với các khanh là ruột thịt cùng dòng tộc. Lo thì cùng lo, vui thì cùng vui. Các khanh nên truyền những lời này cho con cháu để chúng đừng bao giờ quên thì đó là phúc muôn năm của tông miếu xã tắc."*

Trần Thánh Tông nói ra được điều này, bởi vì ông không muốn có một Trần Ích Tắc hay một Trần Doãn nữa. Nếu trong tộc họ nhà Trần, dầu cho con nhà bác hay nhà chú thì cũng cùng một ông nội Thái Tông và ông cố là Thái Tổ Trần Thừa. Nếu nghĩ xa được như vậy, không có chuyện bỏ ta theo giặc như người anh họ và người em ruột kia. Giả sử nếu Thái Tông và Thánh Tông thua quân Nguyên Mông thì người Trung Quốc sẽ đem Trần Doãn và Trần Ích Tắc về làm vua bù nhìn ở nước Đại Việt để người phương Bắc giày xéo quê hương ta, thì có ích lợi gì. Cho nên Thánh Tông đã phủ dụ cho toàn thể tông thất nhà Trần hiểu được ý vua để cùng nhau xây dựng đất nước và cùng hưởng phú quý vinh hoa khi nước nhà thái bình thịnh trị và cùng nhau góp sức, góp tài đánh đuổi ngoại xâm để đất nước được thái bình an lạc. Đó là sự thật, không phải là lời hứa suông.

Để thể hiện điều này, sau những buổi làm việc ở triều ca, vua Thánh Tông cho phép các vương hầu, tôn thất vào nội cung ăn uống nô đùa mà không phân tôn ti trật tự. Các hoàng thân trong nội điện thường ăn chung một cỗ và cùng ngủ chung một giường, một chăn với nhau. Chỉ lúc nào có việc công, hay buổi chầu, thì mới phân thứ tự theo lễ phép.

Một người lãnh đạo đất nước không nhất thiết phải là một người lớn tuổi. Trẻ tuổi cũng có thể làm việc này nếu có tài năng. Ở đây có thể lấy một ví dụ cụ thể như sau: Người cha là trung sĩ, nhưng khi ra quân trường gặp người con mang quân hàm đại úy, thì theo quy định trong quân đội người cha ấy vẫn phải đứng nghiêm chào con mình. Vì cấp dưới phải tôn trọng, tuân hành cấp chỉ huy trên mình. Trong khi đó, nếu người con này về sống trong gia đình thì phải cung kính với cha, với mẹ chứ không thể giữ cương vị chỉ huy. Ở đây, dưới thời Trần Thánh Tông, nhà vua đã cư xử với các hoàng thân quốc thích bằng tình cảm thân thiện của con cháu trong một nhà, nên ai lại không thích. Cho nên khi quốc gia hữu sự gọi mời thì những người thân quen này không có lý do gì mà ngoảnh mặt làm ngơ, không đóng góp công sức mình cho đại cuộc cả. Cho nên khi đứng trước bệ rồng thì vua ra vua, bầy tôi ra bầy tôi là vậy.

Về việc hành chánh, tháng 2 âm lịch năm 1262, Trần Thánh Tông nâng cấp phường Tức Mặc - đất phát tích của Hoàng triều - thành Phủ Thiên Trường. Ông cho lập cung Trường Quang, cung Trùng Hoa và Chùa Phổ Minh ở hướng tây cung Trùng Quang. Cung Trùng Quang được chọn làm nơi Thượng Hoàng ở, còn cung Trùng Hoa là nơi Hoàng Đế trú khi về thăm Thượng Hoàng. Chùa Phổ Minh là nơi để vua, Hoàng Hậu và con cháu tông thất lễ bái nguyện cầu. Vua Trần Thánh Tông còn cho đặt ra các chức quan để cai quản Phủ Thiên Trường nữa.

Tháng 3 âm lịch, năm 1265 Trần Thánh Tông đổi tên Ty Bình Bạc (cơ quan quản lý hành chánh ở kinh đô Thăng Long) thành Đại An Phủ Sứ. Nhà vua tuyển chọn quan Đại An Phủ Sứ theo một quy trình nghiêm ngặt, được Đại Việt Sử Ký Toàn Thư thuật lại như sau: "Theo chế độ trước, An Phủ Sứ qua trị nhậm các Lộ, đủ lệ khảo duyệt thì vào làm An Phủ Sứ phủ Thiên Trường, lại đủ lệ khảo duyệt nữa thì bổ làm việc ở Thẩm Hình Viện, rồi mới được làm An Phủ Sứ Kinh Sư."

Tháng 3 âm lịch, năm 1267, Trần Thánh Tông ban hành hệ thống "kim chi ngọc diệp" (cành vàng lá ngọc) quy định việc phong ấm cho con cháu vương hầu, công chúa, theo đó, cháu 3 đời của vương hầu, công chúa sẽ nhận được tước hầu hoặc quận vương, cháu 4 đời tước minh tự, cháu 5 đời tước thượng phẩm, chi tiết tước phong tùy thuộc vào hạng trung "ngũ phục", tức 5 hạng tang phục dựa trên quan hệ huyết thống.

Có thể chữ "kim chi ngọc diệp" chính thức có từ vua Trần Thánh Tông vào năm 1267, nếu tính đến nay 2019 là 752 năm. Những thời về sau đó các vua chúa các triều đại khác thường hay dùng đến danh từ này để chỉ cho cành vàng lá ngọc là con cháu của Hoàng gia. Đúng như câu tục ngữ Việt Nam mình mà ông bà mình hay nói là: Một người làm quan cả họ được nhờ là vậy. Từ tước, hầu hay quận chúa của triều đình khi tiên quân hay hoàng hậu băng hà phải đội khăn tang để trả ân, trả hiếu và chính từ nơi khăn tang ấy thể hiện rõ nét là người ấy đang nằm trong phẩm trật nào. Cũng từ cách phân chia này mà họ có những thực quyền, thực lợi khác nhau khi họ lãnh lương của triều đình để chu toàn nhiệm vụ của họ.

Tháng Tư âm lịch, năm 1267, vua Trần Thánh Tông lập ra các chức Hàn lâm viện học sĩ (chức quan giám sát việc biên soạn các văn bản chiếu lệnh, sắc dụ của vua) và Trung Thư Sảnh Trung Thư Lệnh (cố vấn cho Hoàng Đế về triều chính). Ông chọn hai văn thần Nho học là Đặng Kế làm Hàn Lâm Viện Học Sĩ, Đỗ Quốc Tá làm Trung Thư Sảnh Trung Thư Lệnh.

Theo sĩ phu thời Nguyễn là Phan Huy Chú, trong bộ Lịch Triều Hiến Chương loại chí, thì buổi đầu thời Trần, triều đình chỉ dùng các hoạn quan như Phạm Ứng Mộng, Lê Tông Giáo v.v... làm chức Hành Khiển, chứ không hề dùng Nho sĩ. Cho nên việc vua Thánh Tông dùng Đỗ Quốc Tá là dấu hiệu giới Nho gia bắt đầu có ảnh hưởng mạnh vào bộ máy nhà nước.

Ngày xưa các triều đình vua chúa ở Trung Hoa và Việt Nam chúng ta rập khuôn giống y hệt như vậy là trong Hoàng cung chỉ dùng toàn là những người hoạn quan, vì trong chốn cung son chỉ một mình nhà vua là đàn ông, con trai thật sự, còn tất cả những người hiện diện nơi hậu cung là hoàng hậu, hoàng phi cùng các hoạn quan mới được lui tới nơi này, vì sợ việc lấy nhau sẽ trở thành ngôi báu của dòng họ khác. Từ đó có những người muốn trung với vua thì có thể tự nguyện cắt bỏ bớt một phần thân thể của mình để phục vụ cho nhà vua và hoàng hậu. Từ đó mới có những hoạn quan chuyên quyền và nổi loạn trong hậu cung.

Tham dục là một trong những nguyên nhân thôi thúc người ta sa vào tội lỗi mạnh mẽ nhất. Tất cả các thứ dục như: thanh dục, sắc dục, tình dục, danh dục, lợi dục, tài dục v.v... đều do tâm khởi lên, chứ không phải do thân khởi. Tâm mới là chủ động, còn thân là bị động. Thân chỉ làm theo mệnh lệnh của tâm, chứ tâm không làm theo mệnh lệnh của thân. Do vậy, nếu tâm biết ngăn dừng thì mọi việc sẽ yên lặng, nếu tâm còn lăng xăng chạy ngược chạy xuôi, tán loạn đủ điều thì thân phải mang khổ lụy mà thôi. Do vậy mà Ngài Nagarjuna (Long Thọ) người Ấn Độ, Tổ Sư của 8 tông phái như: Thiền, Tịnh, Mật, Duy Thức, Hoa Nghiêm, Pháp Hoa, Luật, Bát Nhã đã có lời khuyên về việc ngăn chặn các cơn dục của chúng sanh như sau: "Mọi cơn dục của chúng sanh đều giống như những cơn ngứa, càng gãi thì càng ngứa, ước gì không có cơn ngứa ấy." Lời dạy nguyên thủy thì như vậy, nhưng tôi xin thêm vào câu ấy như sau: "Mọi cơn dục của chúng sanh đều giống như những cơn ngứa, càng gãi thì càng ngứa, tốt nhất là đừng gãi." Ai chịu đựng được một thời gian thôi thì mọi sự cảm thọ ấy sẽ thay đổi liền, giống như mây mù tan đi thì ánh sáng mặt trời sẽ rạng tỏ. Chúng ta bị các cảm thọ về vui, buồn, giận, hờn, yêu, ghét, khổ v.v... nó chi phối mà không hề hay biết. Khi nào chúng ta làm chủ được mình, như vua Trần Thái Tông đã nói trong Khóa Hư Lục, thì chính mình là Phật vậy. Điều này đối với một người bình thường đã rất khó, còn với người làm vua, khi mọi thứ tham dục đều sẵn sàng được thỏa mãn thì ôi thôi, khó biết là dường nào! Nhưng tại sao những vị vua này làm được, mà mình lại không làm được? Họ đang ở trên ngai vàng, nhưng không đắm trước mùi tục lụy, như vua Trần Thái Tông hay Nhân Tông sau này thì chính họ là những vị Phật. Vậy Vua là Phật, Phật là Vua, cũng từ quan điểm này mà ra vậy.

Vua Trần Thánh Tông hiểu Phật pháp như vậy mà cử Đỗ Quốc Tá vốn là người bên nhà Nho làm cố vấn cho Hoàng Đế về việc triều chính thì quả rằng nhà vua có một cái nhìn thật là toàn mỹ. Vì vua Thánh Tông nghĩ rằng: Chính mình thiên lệch cho Phật giáo ư? Nên vua mới cử người khác tôn giáo của mình đang phụng thờ làm cố vấn. Như vậy nhà Vua cũng đã quá dân chủ. Ngoài ra vua không dùng những hoạn quan làm tham mưu nữa, mà chỉ dùng những người tài lo cho dân cho nước, dầu cho việc ấy có "trung ngôn nghịch nhĩ" đi nữa thì đó cũng là chuyện đáng làm, chứ không phải lúc nào cũng nghe theo đám nịnh thần, còn trung thần thì bỏ phế. Do vậy người đời sau tôn xưng vua Thánh Tông là bậc minh quân hiền đức cũng phải.

Cũng trong năm 1267, Trần Thánh Tông chia cơ quan Hành Khiển làm hai Ty (đều đặt tại kinh sư) gồm Hành Khiển Tả Hữu Ty trong cung Thánh Từ (cung riêng của Thượng Hoàng) và Hành Khiển Ty trong cung Quan Triều (nơi ở riêng của Hoàng Đế). Cả hai Ty được gọi chung là Nội Mật Viện. Tháng 11 âm lịch, năm 1273, Hoàng Đế Thánh Tông lại đặt chức Nhập nội phán đại tông chính phủ Đại tông chính (chuyên lo việc Tôn thất), giao cho Nhân Túc Vương Toản nắm chức này. Cuối năm 1274 nhà Vua đặt thêm các chức Trừ cung giáo thụ (chức quan dạy học cho Thái Tử) và Nội thị học sĩ.

Một triều đại mà các thứ bậc quan lại từ triều đình bá quan văn võ cho đến thứ dân được phân chia, cất nhắc rõ ràng như thế thì đúng là một triều đình có minh quân. Từ đó dân mới an cư và từ sự an cư này, các nghề nghiệp mới phát triển, thịnh vượng. Nếu dân chúng sống trong cảnh thái bình, an cư lạc nghiệp với mưa hòa, gió thuận thì làm sao dân không giàu, nước không mạnh được? Đây chính là điều kiện ắt có và đủ để cho một quốc gia tự cường tự quyết về mọi phương diện trong cuộc sống hằng ngày như: kinh tế, giáo dục, xã hội, chính trị, ngoại giao, tôn giáo v.v...

Trần Thánh Tông còn chú trọng đến giáo dục và khoa cử. Theo Đại Việt Sử Ký Toàn Thư ghi nhận rằng: Vào tháng 10 âm lịch năm 1272, Hoàng Đế đã xuống chiếu "Tìm người tài giỏi, đạo đức, thông hiểu kinh sách làm Tư Nghiệp Quốc Tử Giám" (tức Hiệu Trưởng Trường Quốc Tử Giám). Ngoài ra vua Trần Thánh Tông còn khuyến khích em là Chiêu Quốc Công Trần Ích Tắc (một người nổi tiếng học giỏi biết nhiều, nhưng sau này theo giặc phương Bắc) mở trường dạy học văn sĩ. Theo sử cũ trường này đã đào tạo được nhiều người có ích cho đất nước, tiêu biểu là Mạc Đĩnh Chi - Trạng Nguyên khoa thi năm 1304 đời Trần Anh Tông.

Hầu như ít có ông vua hay hoàng hậu nào lâu nay có bằng cấp tiến sĩ, cao học, nhưng họ đã trị vì thế giới này mấy ngàn năm rồi. Dĩ nhiên họ nhờ cái đức mà trị dân được an ổn như vậy. Còn ở thế kỷ thứ 20 này người ta hay dùng cái tài để cai dân, trị nước, nhưng đa phần chiến tranh lại xảy ra nhiều hơn trong quá khứ, vì chỉ trọng tài mà ít quan tâm đến đạo đức con người và đạo đức xã hội. Nhà vua Thái Tông hay Thánh Tông cũng thế, tuy không đỗ đạt cao, nhưng cái đức trị dân lại nổi bật, nên mới được dân thương, dân mến và từ đó khi nào vua cần đến sức dân thì dân sẽ hỗ trợ hết mình. Nhà vua đã cho mở trường dạy học để chiêu dụ nhân tài, nên phải cần một nền giáo dục thật là nhân bản. Vậy chúng ta thử nên định nghĩa hai chữ giáo dục, để chúng ta thấy được thâm ý của người xưa như thế nào.

Chữ giáo (教) có nghĩa là dạy bảo. Chữ dục (育) có nghĩa là nuôi dưỡng. Nếu ghép chung hai chữ này lại thì có nghĩa là nuôi dạy để một người được trưởng thành với sự hiểu biết, qua sự dạy dỗ ấy để học hỏi. Từ đó ta phải biết rằng phạm trù của sự giáo dục rất rộng sâu, mà người lãnh đạo cần phải biết. Đó là quá khứ, hiện tại và tương lai. Chiếc cầu giáo dục từ quá khứ không thể bắt thẳng đến chiếc cầu giáo dục của tương lai được, mà chúng ta cần phải có một nhịp cầu ở giữa để nối kết lại. Đó là hiện tại. Vì hiện tại chính là kết quả của quá khứ và là cái nhân của tương lai, chúng ta không được phép quên việc này. Nếu quên đi một nhịp cầu thì sẽ nguy hiểm cho nền giáo dục đó vô cùng.

Ngoài ra, nhà vua còn chọn những người tài qua kết quả những cuộc thi cử nữa. Đây chính là bậc thầy mô phạm trong thế gian này. Nếu cuộc đời này không có người giỏi đứng ra giúp vua cứu nước khi lúc quốc gia lâm nguy hay cả lúc thời bình, thì kẻ làm trai ấy không thể gọi là lương đống được. Lương đống chính là trụ cột chống giữ lại ngôi nhà mà con người đang xây dựng.

Từ năm 1994 đến năm 2011, 2012 chúng tôi và chùa Viên Giác tại Hannover cấp phát học bổng cho 187 Tăng Ni Việt Nam và ngoại quốc đang du học tại Ấn Độ, Đài Loan, Trung Quốc, Hoa Kỳ, Đức v.v... Qua gần 19 năm như thế đã có 132 tiến sĩ là Tăng Ni đã tốt nghiệp ở các trường tại các quốc gia đã đi du học. Số tiền đó được gần một triệu US dollar, ấy là do quý Phật tử cúng dường và chúng tôi quyên góp được. Một trăm ba mươi hai nhân tài ấy sẽ làm nên văn hóa cho Phật giáo và văn hóa của dân tộc Việt Nam cho bây giờ và mai hậu. Bởi vì họ là những người không thể "ăn quả không nhớ kẻ trồng cây" được. Nếu không có A thì B sẽ không có, mà B không có thì C làm sao hiện hữu được. Vì thế tôi cũng thường hay nói với quý Thầy Cô rằng, "Sự học không làm cho người ta giác ngộ, giải thoát được. Nhưng nếu muốn mở cánh cửa giải thoát kia, không thể thiếu sự tu và sự học." Tuy tôi không có bằng cấp tiến sĩ như 132 vị Tăng Ni kia, nhưng tôi là người kết nối họ lại và tạo thành nhân duyên để cho họ học và có cơ hội ra trường. Nếu họ chưa phụng sự được cho Dân Tộc cũng như Đạo Pháp Việt Nam những điều gì rõ nét, thì ít ra họ cũng đã giúp cho chính họ thoát ra khỏi những nơi chốn tối tăm, mà chỉ có con đường giáo dục, khoa cử mới có thể trợ duyên cho họ được như vậy.

Câu chuyện của Lưỡng Quốc Trạng Nguyên Mạc Đĩnh Chi thời vua Trần Anh Tông năm 1304, đến nay hầu như không có người Việt Nam nào không biết đến. Đó là trong thời này ông được vua Trần Anh Tông phái đi sứ sang Trung Hoa. Lúc ấy có một công chúa qua đời và nhà Nguyên muốn thử tài Trạng Nguyên Việt Nam nên mời ông đọc văn tế mà không báo trước. Đến lúc ông bước lên trước mọi người để đọc, mở tờ văn tế được viết sẵn ra thì chỉ thấy có 4 chữ nhất (一) thôi, ngoài ra không có gì khác. Trạng Nguyên vẫn thản nhiên nâng tờ văn tế lên như đang đọc trong đó, nhưng ứng khẩu ngay một bài văn tế có 4 chữ nhất như sau:

晴天一朵雲	*Thanh thiên nhất đóa vân,*
烘爐一點雪	*Hồng lô nhất điểm tuyết,*
上苑一枝花	*Thượng uyển nhất chi hoa,*
瑤池一片月	*Dao trì nhất phiến nguyệt.*
噫！雲散雪消	*Y! Vân tán, tuyết tiêu,*
花殘月缺 。	*Hoa tàn, nguyệt khuyết!*

Dịch nghĩa:

Một đám mây trên trời xanh
Một bông tuyết trong lò lửa đỏ

Một nhành hoa trong vườn thượng uyển
Một vầng trăng hồ Dao trì
Ôi! Mây tản, tuyết tan, hoa tàn, trăng khuyết!

Triều đình nhà Nguyên gần như xiêu hồn lạc phách, vì bài thơ quá hay của Trạng Nguyên Đại Việt, cho nên vua nhà Nguyên phong cho Mạc Đĩnh Chi là Lưỡng Quốc Trạng Nguyên (Trạng Nguyên cả hai nước Việt Nam và Trung quốc). Bài này diễn tả rằng: Trên trời xanh kia chỉ có một đám mây duy nhất đang trôi lơ lửng. Trong lò lửa đang cháy phừng phựt như vậy mà lại có một hạt tuyết. Dưới ao kia ánh trăng thượng tuần dọi chiếu xuống mặt hồ. Trong vườn Ngự uyển chỉ có một bông hoa đẹp duy nhất. Thế mà giờ đây đâu còn nữa. Mây đã tan, tuyết đã chảy, hoa đã tàn và trăng đã khuyết. Quả thật là đại tài. Điều này thật đáng hãnh diện biết bao khi Mạc Đĩnh Chi xong nhiệm vụ sứ giả trở về Đại Việt trình lên cho Thái Thượng Hoàng Trần Nhân Tông và Trần Anh Tông cũng như bá quan văn võ triều đình biết.

Vua Thánh Tông đã hai lần mở khoa thi để chọn người tài ra giúp nước. Khoa thi thứ nhất (tháng 3 năm 1266) lấy được 51 người trúng tuyển, gồm Trần Cố đậu Kinh Trạng Nguyên (người ở các vùng từ Ninh Bình trở ra), Bạch Liêu đậu Trại Trạng Nguyên (Trạng Nguyên ở hai châu Hoan, Ái), một người không rõ tên đậu Bảng Nhãn, Hạ Nghi đậu Thám Hoa Lang và 47 Thái Học Sinh.

Đến khoa thi thứ hai (tháng 3 âm lịch năm 1275, các chức danh Kinh và Trại Trạng Nguyên đã được hợp lại làm một. Kỳ thi này lấy được 3 người đỗ Tam Khôi (Trạng Nguyên Đào Tiêu, Thám Hoa lang Quách Nhẫn và những bộ sử hiện có không nêu được tên Bảng Nhãn) và 27 Thái Học Sinh xuất thân từ nhiều tầng lớp khác nhau.

Thánh Tông cũng tổ chức thi Lại Viên vào năm 1261 với hai môn toán và viết để tuyển dụng thư Lại, bổ dụng làm duyện lại ở Nội lệnh sử. Riêng hai Ty Thái y và Thái chúc thì thi tuyển theo chuyên môn và tùy theo chuyên môn để bổ dụng.

Trần Thánh Tông còn cho Hàn Lâm Viện Học Sĩ kiêm Quốc Sử Giám Tu Lê Văn Hưu tiếp tục biên soạn sách Đại Việt Sử Ký Toàn Thư, gồm 30 quyển, chép từ đời Triệu Vũ Vương đến Lý Chiêu Hoàng. Việc biên soạn bộ sử này được khởi đầu từ thời vua Trần Thái Tông, đến niên hiệu Thiệu Long thứ 15, năm Nhâm Thân (1272) đời Thánh Tông mới hoàn tất. Vua rất hài lòng, xuống chiếu ban thưởng.

Đây là một bộ sử đáng tin cậy, mà hầu như các sử gia hay những nhà nghiên cứu lịch sử Việt Nam về sau luôn sử dụng để tra cứu, tham khảo. Vì lẽ Lê Văn Hưu là một Nho gia, một Hàn Lâm học sử, kiêm Quốc sử Viện Giám Tu, nên ông đã ghi chép lịch sử bắt đầu từ Bà Trưng, Bà Triệu, cho đến Lý Nam Đế hay Lý Phật Tử, rồi Ngô Quyền, Đinh Tiên Hoàng, Lê Đại Hành, nhà Lý, nghĩa là từ thế kỷ thứ nhất đến thế kỷ 13, vào khoảng 1225 thì chấm dứt. Những triều đại còn lại như Thái Tông (1226-1258) và Thánh Tông (1258-1277) vì là cận sử nên Lê Văn Hưu không chấp bút.

Nếu một nước không có sử thì xem như nước đó không có cội nguồn và từ đó đến nay nào là nhà Hồ, nhà Mạc, nhà Trịnh, nhà Nguyễn v.v... đã có rất nhiều sử gia viết đến. Mỗi một thời như thế những nhà viết sử thường phải theo quy định của triều đình đương đại để chấp bút. Nếu không như vậy thì dễ mất chức hoặc thậm chí là mất mạng.

Ví dụ dưới thời nhà Nguyễn, vua Quang Trung (Nguyễn Huệ) khi đánh tan hai mươi vạn quân Thanh xâm chiếm nước ta vào đầu năm 1789 thì với dân tộc Việt Nam, ông là một bậc anh hùng, nhưng khi Gia Long lên ngôi dựng đế hiệu và kinh đô tại Huế vào năm 1802 thì đã cho người đào mồ mả của Quang Trung Nguyễn Huệ lên và cho rằng: Đây là Ngụy

Tây Sơn, chứ không phải là anh hùng của dân tộc. Từ đó ta phải thấy rằng: Khi đọc sử, chúng ta phải đứng ra ngoài sự tranh chấp hay đứng lên trên quan niệm cố chấp cá nhân đương thời, ngay cả vua chúa, quan quyền thì ta mới có một cái nhìn trung thực được.

Cũng như thế ấy, từ thời vua Trần Nhân Tông chúng ta đã có Đại Tạng Kinh bằng chữ Hán, được thỉnh từ Trung Quốc về[1] mà mãi đến năm 2014 chúng ta mới có được một bộ Đại Tạng Kinh khá hoàn chỉnh bằng tiếng Việt là Linh Sơn Pháp Bảo Đại Tạng Kinh, do Cố Hòa Thượng Tiến Sĩ Thích Tịnh Hạnh chủ biên gồm 203 tập, mỗi tập dày độ từ 500 đến 1.000 trang. Bản được in thành sách có 187 tập và những tập còn lại trước sau gì cũng sẽ được in, nhưng trên các trang nhà điện tử của Đại Tạng Kinh Việt Nam.org, hay viengiac.de và Hoavouu.com đều có cho đăng tải đến hết tập 203 rồi. Chỉ trong một thời gian ngắn 20 năm mà Hòa Thượng Thích Tịnh Hạnh ở Đài Loan đã chủ trì cho biên tập, dịch thuật, chú giải hoàn thành như vậy là một công đức không nhỏ, có một không hai trên thế gian này. Chỉ có điều hơi tiếc là trong bộ Đại Tạng Kinh bằng chữ Việt này dịch từ nguyên tác Đại Chánh Tân Tu Đại Tạng Kinh (Taisho Shinshu Daizokyo) thành Linh Sơn Pháp Bảo Đại Tạng Kinh còn nhiều lỗi chính tả và nhiều đoạn kinh văn do nhiều người dịch hợp lại mà thành, nên ý và lời còn tối nghĩa nhiều chỗ. Hy vọng đây là cái sườn đã có sẵn mà hơn 1.300 năm nay chúng ta mới có được một bộ Đại Tạng Kinh bằng Việt ngữ hoàn toàn như vậy là quá quý rồi. Những thế hệ đi sau, từ từ sẽ tra cứu và hiệu đính lại.

Chỉ riêng bộ Đại Tạng Kinh Nam Truyền gồm 13 cuốn, do Cố Hòa Thượng Tiến Sĩ Thích Minh Châu dịch thẳng từ tiếng

[1] Đúng ra thì lần thỉnh Đại Tạng Kinh đầu tiên trong lịch sử hiện được biết là vào năm 1007 (Đinh Mùi), do vua Lê Long Đĩnh sai người em là Lê Minh Xưởng cùng đi với Hoàng Thành Nhã sang Trung Hoa cầu thỉnh và được vua Tống ban cho mang về. (Đại Việt Sử Ký Toàn Thư, phần Bản kỷ, quyển 1, trang 28, tờ b)

Pali sang tiếng Việt từ tập thứ nhất đến tập thứ 7 và Nữ sĩ Trần Phương Lan pháp danh Nguyên Tâm đã tiếp tục dịch 6 quyển còn lại từ tiếng Anh do Hội Maha Bodhi Society ở Anh ấn hành bằng Anh ngữ và Nữ sĩ đã trực tiếp dịch sang tiếng Việt. Tổng cộng thành 13 tập. Tất cả độ 25.000 trang sách. Đây là hai gia tài pháp bảo kể cả Bắc và Nam Tông, quý hơn là vàng và là những quốc bảo của Phật giáo Việt Nam mà bao đời nay, đến cuối thế kỷ thứ 20 đầu thế kỷ thứ 21 này chúng ta mới có được. Bây giờ cả hai Hòa Thượng Minh Châu cũng như Tịnh Hạnh không còn có mặt trên trần thế nữa, nhưng tên tuổi của quý Ngài từ bây giờ cho đến ngàn năm sau nữa, hậu thế vẫn còn ghi. Quả là một công việc bất khả tư nghì vậy.

Về kinh tế, Trần Thánh Tông tiếp tục chủ trương chú trọng đến nông nghiệp. Tháng 10 âm lịch năm 1266, ông xuống chiếu yêu cầu các vương hầu, cung phi, phò mã phải chiêu mộ, quy tụ những người dân nghèo, dân lưu lạc không sản nghiệp để hướng dẫn họ khai khẩn ruộng hoang, lập điền trang, nhằm mở rộng diện tích canh tác và tạo kế sinh nhai cho dân nghèo. Kể từ đây đó, các vị vương hầu bắt đầu sở hữu đất đai, điền trang do họ có công kiến lập.

Như vậy đất đai nhà Trần đã được chia ra làm tư hữu cho dân chúng, mà tiên phong là các vương hầu, cung phi cùng với phò mã đã giúp đỡ dân nghèo những phương tiện để dân có đất ruộng canh tác và từ đó họ có quyền tư hữu và có trách nhiệm với chính thửa ruộng của mình. Việc nông trang, cày sâu, cuốc bẩm vẫn là công chuyện xưa nay của dân Việt mình, nên cấy lúa, trồng khoai, nuôi tằm, dệt lụa v.v... vốn là sở trường của người dân. Khi nhà vua có quan tâm đến dân chúng thì chắc rằng người dân sẽ an vui để sinh sống làm ăn và phát triển kinh tế tự túc cho mỗi gia đình.

Nhà vua cũng quan tâm đến việc nâng cao thực lực quốc phòng của Đại Việt. Theo Đại Việt Sử Ký Toàn Thư thì từ đầu năm 1261, Thánh Tông vừa lên ngôi đã ra lệnh *"chọn đinh tráng các lộ làm lính, còn thì sung làm sắc dịch các sảnh, viện, cục và đội tuyển phong các phủ, lộ, huyện".*

Đến tháng 3 âm lịch năm 1262 ông xuống chiếu cho các đội quân phải lo việc chế tạo thêm vũ khí và chiến thuyền, đồng thời tổ chức tập trận lục quân và thủy quân tại chín bãi phù sa dọc theo sông Bạch Hạc (nay thuộc Việt Trì, Phú Thọ).

Sau đó, tháng 8 âm lịch, năm 1267, Trần Thánh Tông chia quân đội làm nhiều quân, mỗi quân có 30 đô, mỗi đô gồm 80 người lính, lại chọn những người trong tông thất giỏi võ nghệ và binh pháp để cho làm chỉ huy. Ông còn chọn những tướng lĩnh tài ba như Lê Phụ Trần làm Thủy quân Đại Tướng quân (1259) và Chiêu Mạnh Đại Vương Trần Quang Khải - em ruột Hoàng Đế - làm Thái úy (1262), rồi Tướng quốc Thái úy (1271).

Ngoài ra vào tháng 9 âm lịch, năm 1262, nhà vua truyền lệnh xem xét lại tình trạng của tù nhân. Phần lớn tội phạm đều được ân xá, riêng những người đã đầu hàng quân Mông Cổ trong cuộc chiến tranh năm 1258 thì bị trừng trị.

Mùa xuân năm 1277, dân mán Lão (蠻獠) nổi dậy ở động Nẩm Bà La (phủ Bố Chính - nay là Quảng Bình) Hoàng Đế Trần Thánh Tông cùng Thái úy Trần Quang Khải đích thân đi đánh dẹp, bắt sống hơn ngàn người giải về kinh sư.

Thái Tông và Thánh Tông cả hai vua đều biết chắc rằng giặc Nguyên Mông sẽ không để yên cho Đại Việt sau khi đã thua lần đầu vào năm 1258, nên thế nào cũng sẽ tấn công Đại Việt lần thứ hai, vì vậy việc chuẩn bị cho thực lực quốc phòng của Đại Việt là một điều phải làm, không thể lơ là. Khi việc chuẩn bị đã sẵn sàng, nếu nước nhà có nguy biến thì quan quân sẽ chủ động việc nghinh chiến với địch quân. Những tướng lĩnh tài ba như Lê Phụ Trần hay Trần Quang Khải là những người đã được tôi luyện trong chiến tranh, dày công hãn mã, nên đều được cả hai vua giao cho việc thống lĩnh quân đội cũng là điều hiển nhiên không phụ lòng người.

Mùa Đông năm 1262, nghĩa là Thánh Tông mới lên ngôi được 4 năm, vua đã ra lệnh xem xét đời sống của tù nhân để phủ dụ. Lòng nhân này chắc chắn Thánh Tông đã ảnh hưởng từ vua cha, mà cha ông, Trần Thái Tông là một ông vua Phật tử thuần thành, nên ông cũng đã học theo hạnh ấy mà đối xử với tù nhân như vậy.

Trong cuộc chiến tranh với quân Nguyên vào năm 1257-1258, Cự Đà mắc tội không chống giặc, chạy thoát thân riêng mình, nhưng sau vẫn được tha bổng. Thánh Tông khuyên Cự Đà nên đoái công chuộc tội và tất cả tù binh người Mông Cổ đều thả cho về, sau khi giam giữ một thời gian ở Đại Việt. Đây là tấm lòng từ của một bậc Đế Vương Nam Việt, khiến cho quân Nguyên Mông cũng phải suy nghĩ.

Hồi đó Đại Việt của chúng ta đất đai mới đến Quảng Bình, Quảng Trị. Mãi cho đến thời Trần Nhân Tông, con của Trần Thánh Tông, do việc gả Huyền Trân Công Chúa cho Chế Mân mà ta có thêm Châu Ô và Châu Rí, tức từ ngoài Huế vào hết xứ Quảng Nam, Quảng Ngãi bây giờ. Do vậy khi người Chiêm Thành ở phía Nam quấy phá bờ cõi của Đại Việt thì các vua nhà Trần và các vua ở các đời sau nữa phải đem quân đi đánh dẹp.

Đại Việt Sử Ký Toàn Thư chép rằng, vào năm 1261, "Nhà Nguyên phong vua làm An Nam Quốc Vương, ban cho 3 tấm gấm tây, 6 tấm gấm kim thục." (Quyển 5, trang 26, tờ b).[1] Xem ra thì sau khi thất bại nặng nề trước quân dân Đại Việt, họ đành phải "xuống nước làm hòa" để chờ đợi thời cơ khác sẽ thực hiện giấc mộng xâm lược. Nhưng rồi giấc mộng này cũng đã tan tành sau 2 lần chiến thắng của quân dân Đại Việt vào năm 1285 và 1288. Thời kỳ đó, gót giày quân Mông Cổ đã giẫm nát Á Châu, sang tận Úc Châu và đã đến Âu Châu rồi.

[1] Chỗ này Đại Việt Sử Ký Toàn Thư đã nhầm lẫn về tên gọi, vì lúc đó vẫn còn là Mông Cổ. Đến năm 1271, Hốt Tất Liệt mới chính thức lập nên triều Nguyên ở Trung quốc.

Đến đâu họ cũng gặp cảnh vườn không nhà trống và cứ thế như lửa rơm cháy ngút ngàn trên các địa lục. Nhưng khi đến Đại Việt, cả ba lần đánh phá đều phải nhận lãnh thất bại và nhục nhã quay trở về Trung Quốc.

Đây là những chiến thắng lừng lẫy của người Việt Nam với quân Mông Cổ mà mãi cho đến bây giờ sử sách vẫn còn ghi. Năm 1268, Sứ giả Mông Cổ là Hốt Lung Hải Nha và Trương Đình Trân mang chiếu vua Mông Cổ sang, vua nhận chiếu không quỳ lạy, lại bảo bọn Trương Đình Trân rằng: "Các ngươi làm quan một triều, ta đây là vua một nước, có lẽ nào các ngươi làm lễ ngang hàng với ta được sao?" Vua Mông Cổ giận, sai người sang trách móc, lời qua tiếng lại nhưng Thánh Tông giữ cương vị vua một nước độc lập, tuy cũng tìm lời khéo léo giải bày nhưng vẫn không chịu quỳ lụy. Đến năm 1271, Mông Cổ đổi thành nhà Nguyên, việc giao hảo giữa hai bên vẫn như cũ. Vua Nguyên sai sứ sang dụ Thánh Tông sang chầu. Vua lấy cớ có bệnh, từ chối không đi.

Ngoài việc khéo léo ngoại giao với Mông Cổ, sau đó là nhà Nguyên, vua Thánh Tông cũng tiếp tục giữ bang giáo với nhà Nam Tống. Việc duy trì quan hệ với Nam Tống ngoài ý nghĩa giao hảo với nước lớn, còn nhằm mục đích nắm bắt tình hình của phương Bắc nữa. Sau năm 1279, Nam Tống bị nhà Nguyên diệt mất, nhiều quan lại, binh sĩ, đạo sĩ ở Nam Tống không thần phục người Mông Cổ đã trốn sang xin nương nhờ Đại Việt để tỵ nạn. Trong số họ có những người như Trần Trọng Vy, Tăng Uyên Tử, Triệu Trung... đã được vua Trần Thánh Tông và các thân vương đối đãi trọng hậu. Sử sách còn ghi, tháng 10 âm lịch năm 1274, khi quân Tống liên tục thua trận trước quân Nguyên, nhiều thương gia người Tống từ Giang Nam vượt biển sang Đại Việt, đem theo gia quyến và nhiều của cải. Đại Việt Sử Ký Toàn Thư nói rõ về cuộc "vượt biên" lánh nạn này có đến 30 chiếc thuyền lớn chở đầy người và của cải. Vua Thánh Tông cho người Tống lập nghiệp ở Phường Nhai Tuân (thuộc Thăng Long). Tại đây họ đã mở chợ bán các mặt hàng như vải lụa, thuốc men v.v...

Từ những điểm trên của lịch sử, chúng ta có thể rút ra được rất nhiều bài học như: Kẻ thắng trận cũng chẳng phải là không bại trận. Người Nam Tống cứ ngỡ là nhà Nguyên sang giúp mình, nhưng Hốt Tất Liệt chỉ biết Mông Cổ chứ đâu có quan tâm đến việc giúp Tống. Thế rồi chỉ mới đó mấy năm thôi, từ 1268 đến 1272, 1273 rồi 1274 thế nước lòng dân đã khác rồi. Quân Mông Cổ đã chiếm gần hết nước Trung Hoa, Hốt Tất Liệt lên ngôi Đại Hãn năm 1264, đến năm 1271 thì đổi quốc hiệu thành Đại Nguyên và đến năm 1279 thì diệt hẳn nhà Nam Tống. Do vậy mà quan lại, binh sĩ, đạo sĩ lại chạy sang nước ta để xin tỵ nạn. Ngày ấy chưa có danh từ xin "tỵ nạn chính trị", nhưng rõ ràng những người bỏ Tống và không chấp nhận quân Mông Cổ cai trị quê hương mình là một hành động chính trị và vua Trần Thánh Tông đã mở rộng hai tay để đón họ vào Đại Việt và cho họ lập nghiệp ngay tại Thăng Long. Sau này, trong 2 cuộc chiến tranh chống quân Mông Cổ vào năm 1285 và 1288, những người từ nhà Tống sang Đại Việt đã giúp cho vua tôi Đại Việt chống lại quân Nguyên Mông một cách có ý thức. Vì họ đã chạy trốn Nguyên Mông thì ngay cả Nguyên Mông đến Đại Việt họ cũng không chấp nhận. Việc này cũng giống như Hoàng Tử Lý Long Tường khi ra đi tỵ nạn tại Triều Tiên vào năm 1225, bởi vì lúc bấy giờ bất mãn chính sách tiêu diệt nhà Lý của Thái Sư Trần Thủ Độ và không chấp nhận nhà Trần lên thay ngôi nhà Lý, nên họ đã ra đi và đến giữa thế kỷ thứ 12 quân đội Nguyên Mông sang xâm chiếm Triều Tiên thì chính Hoàng Tử Lý Long Tường cũng đã cùng với quân dân Đại Việt đang tỵ nạn tại đó hợp lực với quân đội nhà Kim đánh lui quân Nguyên Mông về nước, nên ông được phong cho tước hiệu là Nam Hoa Tướng Quân. Như vậy câu tục ngữ Việt Nam "ăn cây nào rào cây nấy" vẫn còn có giá trị muôn đời cho nhân thế, dầu cho ta có ở bất cứ nơi nào trên thế gian này.

Đây có lẽ là lần đầu tiên của nước Đại Việt chúng ta đã đón nhận những người tỵ nạn từ phương Bắc dưới thời vua Trần Thánh Tông. Sau này, vào thời nhà Minh, nhà Thanh hay cuộc Cách Mạng năm Tân Hợi 1911, Việt Nam chúng ta cũng đã đón nhận những người Hoa như thế không ít, mặc dầu trước đó cả hàng ngàn năm chúng ta chẳng có tội tình gì với họ mà họ cứ mang quân sang chinh phạt nước ta. Có lẽ chỉ có một lý do duy nhất là họ muốn mở mang biên giới về phương Nam để quê hương họ có nhiều đất đai hơn nữa. Có như vậy họ mới có thể nuôi sống hằng trăm triệu dân thời ấy và bây giờ thì trên cả tỷ người rồi. Bởi lẽ chúng ta không thù hận gì với họ, mà họ đem quân sang xâm lược ta để làm thuộc địa, nên vào thời nhà Lý, Lý Thường Kiệt đã dạy cho quân Nam Tống một bài học đích đáng rằng:

南國山河南帝居，	Nam quốc sơn hà, Nam đế cư,
截然定分在天書。	Tiệt nhiên định phận tại thiên thư.
如何逆虜來侵犯，	Như hà nghịch lỗ lai xâm phạm,
汝等行看取敗虛。	Nhữ đẳng hành khan thủ bại hư.

Nghĩa:

Non nước phía Nam, Vua Nam ở,
Đó là mệnh trời đã rõ ràng.
Cớ sao bạo ngược sang xâm lấn,
Chúng bây chắc chắn thất bại thôi.

Đúng là lời gang thép của một tướng tài thuộc nhà Lý và nhà Trần thì còn nhiều tướng giỏi như Trần Hưng Đạo, Trần Quang Khải, Trần Nhật Duật, Trần Tung v.v... hay ngay cả Trần Bình Trọng nữa, mặc dầu bị giặc bắt làm tù binh, nhưng ông không chịu hàng và còn dõng dạc tuyên bố rằng: *"Ta thà làm quỷ nước Nam, không làm vương đất Bắc."*

Ở phía Nam, quan hệ giữa Đại Việt và Chiêm Thành cũng diễn biến rất tích cực trong thời kỳ trị vì của Trần Thánh

Tông. Khi nhà Trần mới thành lập, Chiêm Thành từng đưa quân sang quấy nhiễu biên giới, nhưng sau khi bị Trần Thái Tông đánh bại năm 1252, họ đã chính thức thần phục Đại Việt. Theo Đại Việt Sử Ký Toàn Thư ghi nhận, trong những năm Thánh Tông làm vua, Chiêm Thành đã 6 lần cử sứ thần sang dâng cống vật. Đó là những năm 1262, 1265, 1266, 1267, 1269 và 1270. Xu hướng quan hệ tốt đẹp này được duy trì sau năm 1278, khi Trần Thánh Tông đã nhường ngôi cho con là Trần Nhân Tông và lên làm Thái Thượng Hoàng.

Ông bà chúng ta thường nói rằng: Không có lửa làm sao có khói. Nếu Chiêm Thành không gây hấn thì Đại Việt đâu có đánh, vì lúc ấy bờ cõi của Chiêm Thành lớn hơn Đại Việt. Từ Quảng Trị trở vào đến Nha Trang, Khánh Hòa là đất đai của Chiêm Thành. Thanh Hóa ngày xưa cũng thuộc Chiêm Thành, mà ông cha ta đã tìm cách lấn dần về phương Nam, nên họ quấy phá chúng ta cũng là một lý lẽ đúng thôi, nhưng không ngờ vì thời Trần, Đại Việt chúng ta có quá nhiều tướng tài nên Chiêm Thành đã thất bại, phải thần phục và triều cống nhiều lần.

Sau này, khi vua Trần Nhân Tông có giao hảo tốt với Chế Mân, nhất là việc hứa gả Huyền Trân Công Chúa cho Chiêm Thành nữa, thì sự giao hảo càng tốt hơn và bờ cõi của Đại Việt dần dần mở rộng xuống phương Nam mà không cần đánh chiếm. Từ đó danh vẫn chánh và ngôn vẫn thuận. Ngày nay, nếu ai đó tìm đến vùng cố đô Mỹ Sơn ở Trà Kiệu thuộc tỉnh Quảng Nam bây giờ hay đến thăm Phật Học Viện Đồng Dương nay thuộc huyện Thăng Bình tỉnh Quảng Nam. Hay đến cố đô Đồ Bàn ở Bình Định thì không thể ngờ rằng một thời vang bóng của Chiêm quốc như thế mà nay có còn gì đâu? Cuộc tang thương dâu bể là thế. Cho nên Đức Phật đã dạy cho chúng ta về vô thường từ lâu, mà đâu có ai ngờ đến. Biết là biết như vậy, nhưng nhận ra được giáo lý này để thực hành không phải dễ.

Cuộc đời, thế giới, con người, sự vật v.v... tất cả chúng ta chỉ là khách qua đường, dừng chân nơi quán trọ tại cõi Ta Bà này chừng 100 năm là cùng, mấy ai sống được lâu hơn mà phải tranh danh đoạt lợi để làm gì? Nếu tất cả chúng ta đều hiểu Phật pháp và thực hành giáo lý Phật đà một cách triệt để như các vua Trần Thái Tông, Trần Thánh Tông, Trần Nhân Tông, Trần Anh Tông, Trần Minh Tông v.v... thì bộ mặt thật của thế giới đã thay đổi nhiều rồi. Cuối cùng rồi con người cũng chỉ vì tham vọng cá nhân rồi nhân danh "chính nghĩa" để đi thống trị những kẻ yếu hơn mình, nên chiến tranh mới từ đó phát sinh.

Người Mông Cổ tuy thất bại trong cuộc chiến năm 1258, nhưng vẫn chưa bỏ mộng thôn tính Đại Việt. Tuy nhiên Mông Cổ đang dồn sức chinh phạt Nam Tống và đánh dẹp một cuộc nổi dậy ở phía Bắc, nên họ tạm thời giữ hòa bình với Đại Việt. Năm 1261, Đại Hãn Mông Cổ là Hốt Tất Liệt phái sứ bộ sang nước ta. Khâm Định Việt Sử Thông Giám Cương Mục chép rõ việc này như sau: "Trước đây Hiến Tông nước Mông Cổ sai Nạp Thích Đinh sang dụ nhà vua rằng: 'Ngày trước nước Mông Cổ sai sứ sang thông hiếu, thì sứ thần bị bắt không được trở về, vì thế mới có cuộc hành quân năm trước (1258); đến khi sai hai sứ thần sang chiêu an, lại bị trói đưa trả lại, nay đặc phái sứ thần sang hiểu dụ một lần nữa, nếu quyết lòng xin phụ thuộc vào Trung Quốc thì vua phải thân hành sang chầu.' Nhà vua tiếp được thư, trả lời rằng: 'Đợi khi nào có chiếu chỉ của Thiên tử, lúc ấy sẽ cho ngay con sang làm con tin.' Đến đây, Thế Tổ nước Mông Cổ mới lên ngôi, lại sai Lễ bộ lang trung là Mạnh Giáp, Viên ngoại lang là Lý Văn Tuấn sang dụ rằng: 'Quan lại, sĩ thứ nước An Nam, phàm áo mũ lễ nghi đều được theo chế độ cũ nước mình. Trung Triều đã hạ lệnh răn bảo quan lại ở ngoài biên giới không được tự tiện đem quân xâm nhiễu, vậy hai bên đều nên giữ việc trị an như cũ.'"

Đọc lại đoạn sử này, chúng ta thấy rõ sở dĩ một triều đình hung hãn như Mông Cổ thời đó mà phải nhún mình hòa hoãn với Đại Việt chẳng qua vì quân dân Đại Việt đã chứng tỏ được quyết tâm và sức mạnh của mình trong việc bảo vệ chủ quyền đất nước, khiến họ nhất thời chưa thể làm gì hơn được. Một nước nhỏ bé phải "thần phục", phải "triều cống", vậy mà dám bắt nhốt sứ thần không cho về, lần sau lại trói sứ thần rồi mang trả về cho "nước lớn". Triều đình Đại Việt đã chứng tỏ được sự khôn khéo trong ngoại giao nhưng cũng không hề yếu hèn mỗi khi bị lấn lướt. Chính vì vậy mà Hốt Tất Liệt trong lời chiếu lần này đã phải vỗ về cho phép nước ta "lễ nghi đều được theo chế độ cũ nước mình" và đã "hạ lệnh răn bảo quan lại ở ngoài biên giới không được tự tiện đem quân xâm nhiễu". Sau này các vua Trần thường trích dẫn tờ chiếu này để bác bỏ các lý lẽ của người Mông Cổ khi họ đòi Đại Việt phải thay đổi nghi thức tiếp sứ (1271) hoặc cho Thoát Hoan mượn đường đánh Chiêm Thành (1284).

Ông cha ta giữ nước và dựng nước đã trải qua nhiều giai đoạn khác nhau của lịch sử như vậy. Có lúc cương, có lúc nhu. Dầu cho có thắng trận đi nữa, nhưng người xưa đã đối đãi với nhau hòa nhã trở lại, đôi khi còn làm thân cầu hòa bằng cách chấp nhận triều cống cho nước thua trận, vì nước ấy lớn hơn nước Đại Việt của chúng ta. Nếu so về địa lý mà Mông Cổ và Trung Quốc cộng lại thì nước Việt ta chỉ là một thẻo nhỏ trên bản đồ của Châu Á mà thôi. Trong khi đó, Hốt Tất Liệt chưa bình định xong Trung Quốc, vả lại còn đánh ở trận phương Bắc nữa, họ đã dồn lực lượng vào đó nên phía Nam tạm được thả lỏng một thời gian. Những người Trung Quốc thuộc nhà Nam Tống làm sao ngồi đó để nhìn thấy quê hương của mình bị lọt vào tay người Mông Cổ được, nên đã tìm nhiều cách để kháng cự lại, hay bỏ nước ra đi tìm tự do cho gia đình và bản thân mình, nên đã tìm cách sang Đại Việt để xin tỵ nạn. Vua Trần Thái Tông và Trần Thánh Tông đã mở rộng vòng tay đón tiếp những người này. Vì thế Mông Cổ sau khi chiếm hết Trung Quốc, vào năm 1285 và 1288 họ đã tiến đánh nước Nam ta và cũng chính những người Hoa bất mãn những người Mông Cổ này đang tỵ nạn tại Đại Việt đã cùng chúng ta khởi nghĩa chống lại quân của Hốt Tất Liệt một cách kiên cường. Đây là cách để báo đền ơn cứu tử của vua Trần Thái Tông và Trần Thánh Tông đã cưu mang họ trong thời gian họ được sinh sống tại nước Đại Việt.

Để an lòng dân Nam nên Hốt Tất Liệt vào năm 1260 đã ra chiếu chỉ như trên, nên sau này hầu hết các vua nhà Trần đều không sang Trung Quốc để chầu. Họ viện dẫn đủ mọi lý do để không phải phủ phục trước sân rồng. Dĩ nhiên vua tôi quân Nguyên Mông dư biết những lý lẽ biện minh của vua tôi nhà Trần, nhưng họ không thể trách cứ được, vì nhà Trần đã vin theo chiếu chỉ của Hốt Tất Liệt để biện giải cho những việc không cần thiết của mình. Ví dụ như vua nhà Trần viện dẫn lý do vì không quen với khí hậu phương Bắc, nên sợ bị chết dọc đường, mà cha mẹ khi nghe con chết, làm sao cha mẹ có thể vui được, nên đó là lý do chính để các vua nhà Trần không đến chầu các vua Trung Quốc và Nguyên Mông. Nhà Trần chỉ cho sứ giả đến Tràng An tiến cống những vật quý hiếm như ngọc ngà, châu báu, tơ lụa, voi, ngựa v.v... nhưng người tài giỏi hay những quan lại của triều đình Đại Việt không đem tiến cống các vua Nguyên Mông. Hoặc giả sau này người Mông Cổ muốn mượn đường của nước ta cho Thoát Hoan mang quân sang đánh Chiêm Thành năm 1284, nhưng vua quan ta đều từ chối. Chắc hẳn các tướng tài như Tuệ Trung Thượng Sĩ Trần Quốc Tung, Hưng Đạo Vương Trần Quốc Tuấn, Chiêu Minh Vương Trần Quang Khải, Chiêu Văn Vương Trần Nhật Duật... đều dư biết ý đồ của Hốt Tất Liệt và Thoát Hoan rằng: Đó chỉ là cái cớ để thôn tính Đại Việt dễ dàng hơn và việc đánh Chiêm Thành không phải là lý do gì chính đáng cả. Nếu có, đó chỉ là mục đích bành trướng, muốn xâm chiếm lãnh thổ của lân bang để tạo nên thanh thế cho quê hương của mình mà thôi, nên Trần Bình Trọng cũng như các tướng tài khác của Đại Việt luôn tìm cách bác bỏ luận điệu này của Thoát Hoan. Có lẽ đây cũng là cái cớ để năm sau (1285) họ mang quan quân trực tiếp vào muốn đánh chiếm nước Đại Việt của chúng ta.

Năm 1261, Trần Thánh Tông được vua Mông Cổ phong làm An Nam Quốc Vương. Đến năm 1262, Mông Cổ yêu cầu nhà vua phải cống nạp ba năm một lần, mỗi lần đều phải cống nho sĩ, thầy thuốc, thầy bói và thợ thuyền mỗi hạng 3 người, cùng với các sinh vật như sừng tê giác, ngà voi, đồi mồi, châu báu... Trong suốt thời gian trị vì của mình, Trần Thánh Tông duy trì đều đặn việc cống sản vật, nhưng chỉ để lấy lệ (vì thế năm 1275, Hốt Tất Liệt có gởi chiếu thư trách vua Trần rằng: "Các đồ cống đều không dùng được") và không bao giờ chịu cống người.[1]

Cũng trong năm 1262, vua Mông Cổ sai Nur-ud Din (Nạp Thích Dinh) sang làm Darughachi (Đạt Lỗ Hoa Xích) đi lại giám trị các châu quận Đại Việt. Mục đích của Mông Cổ là can thiệp chính trị, tìm hiểu nhân vật, tài sản Đại Việt để liệu đường mà đánh chiếm. Hai vua Trần Thái Tông và Trần Thánh Tông bề ngoài chịu thần phục, nhưng bên trong dốc sức mở rộng và huấn luyện quân đội.

Năm 1263 cử Thống Quốc Thái Sư Trần Thủ Độ đi tuần biên giới Lạng Sơn. Hai vua cũng tạo nhiều khó khăn, cản trở công việc của Nur-ud Din. Một trong những biện pháp đó là cấm dân cư tiếp xúc với các thương gia người Hồi, vốn thực chất là nội gián của Nur-ud Din trà trộn vào xã hội Đại Việt.

Chiếu thư của vua Mông Cổ gửi Trần Thánh Tông năm 1267 có đoạn: *"Nay nghe Nur-ud Din ở bên ấy có nhiều sự thường bị chống báng cấm đoán, không cho được hội đàm. Quả như thế thì có phải lễ nghĩa thân mật trong một nhà*

[1] Phạm Văn Ảnh - 2013 "Văn thư ngoại giao thời Trần: Nội dung và Nghệ thuật" - wikipedia.vn.

đâu! Nghĩa vua tôi cũng như tình phụ tử, có lẽ gì tôi mà phản vua, con mà phản lại cha sao? Nếu Trẫm không nói ra, thì đãi khanh không có sự thành thật, khanh nên nghĩ lại cho chín chắn để tròn sự giao hảo trước sau như một."[1]

Hốt Tất Liệt viết thư trách cứ vua Trần Thái Tông và Trần Thánh Tông có nhiều ý khác nhau. Ý thứ nhất nếu vua tôi nhà Trần không tuân lệnh thì hãy chờ đó, nhà Nguyên sẽ dạy cho những bài học tiếp theo. Ý thứ hai là hăm dọa, thử thách như thế để xem ra Đại Việt có thực hiện không? Nếu không thực hiện những điều như trong chiếu thư thì Hốt Tất Liệt mới có cái cớ mà mang quân sang đánh nước ta. Ta biết rằng ở đâu trên thế giới này cũng giống nhau cả. Nói thì cho quốc gia, sơn hà, xã tắc, nhưng làm thì đa phần chỉ phụng sự cho cá nhân, tự kỷ nhằm để củng cố bản ngã, chỗ ngai vàng mà mình đang trị vì, chứ câu *"Dân vi quý, xã tắc thứ chi, quân vi khinh"* (Dân là quý, đất nước tiếp theo, vua là nhẹ) cho đến bây giờ có mấy ông vua, ông tổng thống, ông thủ tướng thực hiện được?

Vua Trần Thái Tông và Trần Thánh Tông quả khôn ngoan, nên đã chờ cơ hội như vậy để củng cố quân ngũ của mình và đồng thời cho Thái Sư Trần Thủ Độ lên đến Lạng Sơn để tuần tra biên giới, nhằm thăm dò ý hướng của quân địch mà phòng hộ cũng như chống trả lại khi cần. Mặt khác hai vua tuyên truyền cấm dân chúng không được làm ăn buôn bán với những người Hồi giáo, vì lẽ họ là nội gián của Nur-ud Din, giả vờ làm ăn để theo dõi sự tình của Đại Việt. Từ đó ta đã nhận và nghe được chiếu chỉ của Hốt Tất Liệt đã viết và trách móc hai vua Đại Việt như trên.

Các vua nhà Trần rất khiêm cung, khi dâng biểu tấu lên vua nhà Nguyên đều xưng là Thần và gọi vua Nguyên là Bệ Hạ. Do vậy Hốt Tất Liệt nghĩ là cha con, phụ tử, nhưng

---

[1] An Nam Chí Lược - Lê Tắc, 1961, quyển 2, trang 28.

đâu có ngờ rằng cách hạ mình ấy, chỉ vì muốn giữ vững cơ đồ của Đại Việt được tồn tại và không muốn quê hương mình bị chiến chinh, khiến cho người dân bị khổ sở khi việc chết chóc xảy ra cho mọi người. Đó là tình thương của vua đối với dân. Nếu không từ Đạo Phật ra mà có được điều này thì đi tìm ở đâu cũng khó có ai bình tâm để làm được những hành động như vậy. Hốt Tất Liệt cuối cùng thì cũng phải làm hòa. Nhưng trong lòng cay đắng muôn phần, vì vua nói một đàng, mà kẻ bầy tôi không tuân phục, lại đi làm một nẻo.

Năm 1267, Hốt Tất Liệt vin vào "thánh chế" của Thành Cát Tư Hãn, xuống chiếu đòi hai vua nhà Trần phải làm sáu việc:

1. Đích thân tới chầu
2. Nộp sổ sách dân số
3. Thu thuế khóa
4. Gởi người Tôn thất sang làm con tin
5. Chi viện quân cho tỉnh Vân Nam
6. Tiếp tục chịu sự kiểm soát của các Darughachi.

Cả 6 điều này, vua Trần Thánh Tông đều không thực hiện, trừ những lúc phải miễn cưỡng chấp nhận Darughachi do Mông Cổ sai tới. Ông viện cớ "có kẻ thù là nước Chiêm Thành quấy rối, nên không thể trợ binh cho Mông Cổ" dù rằng Chiêm Thành đang thần phục và thường triều cống Đại Việt. (An Nam Chí Lược - sđd, trang 19).

Ngày xưa, cách đây hàng mấy chục thế kỷ về trước, nước ta đã bị người Trung Quốc chiếm lấy hàng ngàn năm, bắt dân ta làm nô lệ, cho nên đến năm 938, Ngô Quyền mới đứng lên đánh đuổi quân Nam Hán ra khỏi bờ cõi nước ta và chúng ta đã độc lập tự chủ từ thuở ấy. Thế mà mấy trăm năm sau, người Hán và bấy giờ là người Nguyên Mông tưởng như Đại Việt vẫn còn là một thuộc địa, nên vẫn còn sử dụng chính sách thực dân trên quê hương Đại Việt của chúng ta như thế.

Về điều thứ nhất, chúng ta thấy tất cả vua nhà Trần không có vua nào sang Trung Quốc trong thời chiến cũng như thời bình. Điều này chứng tỏ rằng những ông vua này rất có bản lĩnh. Những lý do như đi đường xa, khí hậu khắc nghiệt, phong thổ không hợp v.v... chỉ là những sự viện cớ để không đến chầu mà thôi. Vả lại những ông vua Đại Việt làm vua một nước có chủ quyền, làm sao phải quỳ trước mặt Thiên Triều được. Vua với vua phải đối xử ngang hàng. Vả lại Trung Quốc thua Đại Việt chứ Đại Việt đâu có thua Trung Quốc. Lẽ ra khi Trung Quốc thua trận năm 1258, Trung Quốc phải đền bù tất cả những tổn thất về nhân mạng, của cải tài sản cho con dân Đại Việt và vua Trung Quốc phải sang cầu hòa Đại Việt mới đúng. Cớ sao vua Đại Việt phải sang chầu vua Nguyên Mông, vốn là những người không đối lại được với Đại Việt?

Điều thứ hai là phải nộp sổ sách dân số. Tại sao lại phải như vậy? Nếu vua quan Đại Việt nộp cho Hốt Tất Liệt tất cả tên tuổi, số dân cư... thì chẳng khác nào "lạy ông tôi ở bụi này" để cho họ vào nước ta, qua các quan trấn thủ Darughachi, sẽ kiểm soát dân ta một cách dễ dàng. Nước ta là một nước có chủ quyền và vì sự độc lập của dân tộc, toàn vẹn lãnh thổ của quê hương Đại Việt, nên hai vua Trần đã không thực hiện điều này như Hốt Tất Liệt yêu cầu qua việc vin vào thánh chế của Thành Cát Tư Hãn.

Điều thứ ba là thâu thuế khóa. Họ ở đâu xa lơ, xa lắc và chẳng có lý do gì để dân Nam phải nộp thuế cho họ. Nộp cống là một điều quá khiêm nhường rồi, mà bây giờ còn nộp thuế nữa. Hóa ra Đại Việt là đứa con ngoài hôn thú của Trung Hoa, bây giờ phải đưa chúng trở lại quê mẹ để dễ bề kiểm soát hơn chăng?

Điều thứ tư là gởi người tông thất làm con tin. Chỉ có những kẻ đầu hàng và muốn cõng rắn cắn gà nhà như Trần Ích Tắc mới "nộp thân về dưới triều đình" như vậy, chứ những tông thất nhà Trần ai lại chịu cúi mình để làm nô lệ cho ngoại bang như vậy được. Vua Trần Thái Tông sinh ra 4 người con trai đều đặc biệt. Trong đó có Trần Hoảng tức Trần Thánh Tông, Chiêu Minh Vương Trần Quang Khải, Chiêu Quốc Vương Trần Ích Tắc và Chiêu Văn Vương Trần Nhật Duật. Cả 4 người này đều là con của Trần Cảnh tức Trần Thái Tông và Thuận Thiên Hoàng Hậu, nhưng tại sao Trần Ích Tắc lại làm phản, nghịch lại với cha và anh mình? Dĩ nhiên trong đó có nhiều lý do xa gần, nhưng lý do quan trọng nhất có thể là vì muốn được "vinh thân phì gia" nên đã hàng giặc và cung cấp tình hình nội bộ của vua quan nhà Trần, nên Hốt Tất Liệt đã đối xử với Trần Ích Tắc là một con tin đáng tin cậy và dĩ nhiên sẽ được bổng lộc nhiều hơn. Nếu quân Nguyên Mông đánh thắng Đại Việt thì Chiêu Quốc Vương Trần Ích Tắc sẽ được đưa về làm vua bù nhìn, để chúng có cơ hội bòn rút xương tủy của dân Nam. Cho hay lâu nay thế gian này đều như thế cả. Ngoài trung thần lại có nịnh thần, ngoài những nhà ái quốc luôn muốn lo cho dân cho nước, lại có những kẻ phản lại tổ quốc của mình, nên người xưa thường gọi là *"mãi quốc cầu vinh"*, mà lịch sử đã chứng minh Trần Ích Tắc là một trong những người như vậy.

Điều thứ năm là chi viện quân cho tỉnh Vân Nam. Vì sao vậy? Đây có thể là cách hợp thức hóa của quân Đại Việt với quân của Hốt Tất Liệt. Thiết nghĩ rằng: Hốt Tất Liệt không thiếu quân. Vì lúc này họ đã đánh đuổi hết được quân của Nam Tống và bình định xứ sở Trung Quốc to lớn này được, thì cần một số quân nhỏ của Đại Việt để làm gì. Do vậy vua Trần Thái Tông và Trần Thánh Tông lấy cớ quân dân ta phải lo chiến đấu với quân Chiêm Thành ở bờ cõi phía Nam, nên không cung cấp quân lính được. Trên thực tế thì vào những năm đó chính quyền Chiêm Thành vẫn triều cống nước ta thì làm gì có chuyện quấy phá.

Chỉ có điều thứ sáu thì vua quan nhà Trần miễn cưỡng chấp nhận, xem những Darughachi như là những sứ thần của Mông

Cổ sai tới, khi nào muốn diện kiến vua quan nhà Trần thì phải vào triều dâng biểu, tấu chương, chứ không phải ngang nhiên kiểm soát người dân Đại Việt một cách vô căn cứ.

Tất cả 6 khoản yêu cầu của Hốt Tất Liệt trên đây đối với vua Trần Thái Tông và Trần Thánh Tông đều xem như là bị vô hiệu hóa. Điều này chứng tỏ rằng các vua rất kiên cường qua quân sư Trần Thủ Độ cố vấn. Hưng Đạo Vương lãnh đạo đại quân cũng như những tướng tài đã không chịu sự khuất phục quân Nguyên Mông, nên nhà vua đã tự hào đứng lên chống lại chủ nghĩa đế quốc của Thành Cát Tư Hãn và chính thái độ của vua quan đầu nhà Trần như vậy, nên dân chúng mới tin theo và phò vua giúp nước cho đến những thắng lợi sau cùng.

Cuối năm 1268, Hốt Tất Liệt sai Qurung Quya (Hốt Lung Hải Nha) sang làm Darughachi, cùng Phó sứ Trương Đình Trân (người Hán), trách Trần Thánh Tông cống nạp trễ nãi, lại bắt ông cống nạp voi và thương gia người Hồi (thực ra là tình báo Mông Cổ tại Đại Việt). Vào Thăng Long, Trương Đình Trân yêu cầu Trần Thánh Tông lạy trước Chiếu Thư của Hốt Tất Liệt và đối đãi với Đình Trân như một vương tước ngang hàng, song vua Trần thẳng thừng bác bỏ: "Thánh Thiên Tử thương tôi, nhưng Sứ giả đến nhiều người vô lễ. Ông là quan triều liệt, còn tôi là vua, mà cùng ngang lễ với nhau, tự cổ chí kim có điều đó không?" Theo Nguyên sử thì Thánh Tông còn sai thị vệ rút gươm bao vây Trương Đình Trân, rồi giam lỏng vào một nơi và cấm sử dụng nước giếng của kinh thành, chỉ cho uống nước đục của sông. Trương Đình Trân đành phải nhượng bộ.[1]

Với yêu sách của hai sứ Mông Cổ, Vua Thánh Tông cũng khước từ và viện cớ rằng: "Nhà buôn Hồi Hột tên là Y Ôn đã chết từ lâu, một người khác là Bà Bà, khi tìm cũng đã ốm

[1] Nguyễn Thế Long 2005 trang 30-31, trang 100. Nguyễn Lương Bích 2003 trang 67-69.

chết" và "... loại thú này thân mình rất lớn, đi lại chậm chạp, không như ngựa của thượng quốc. Xin đợi sắc chỉ, đến lần cống sau sẽ tiến dâng."[1]

Đa phần các sứ thần của Chiêm Thành, Cao Miên, Lào hay Trung Quốc... trước khi vào chầu vua nhà Lý hay nhà Trần đều phải ở ngoài kinh thành Thăng Long để chờ. Khi nào có lệnh bên nội cung ban ra, bên ngoài sứ thần mới được vào. Những ngày tháng ấy, các sứ thần thường trú tại chùa Quán Sứ tại Hà Nội bây giờ. Quán có nghĩa là nơi chốn, sứ có nghĩa là sứ thần. Bây giờ người ta quen gọi là chùa Quán Sứ nhưng chẳng biết tại sao. Vì lẽ ngày xưa những nhà dân dã chưa sang trọng đủ để tiếp những sứ thần, chỉ có chùa và các vị sư ở tại đó mới có đủ điều kiện để giao tiếp như ngôn ngữ (đa phần dùng bút đàm bằng chữ Hán) cũng như chỗ ăn ở, nên họ phải lưu lại đó nhiều ngày. Ngoài ra tại Hà Nội ngày nay còn rất nhiều chùa có liên hệ với chư Tăng và vua quan thời Lý-Trần cũng như các đời trước và về sau này nữa. Ví dụ như chùa Trấn Quốc. Trấn có nghĩa là trấn giữ. Quốc đây là quốc gia. Ở đây hàm ý chỉ thiền sư Vạn Hạnh, người thầy, người cố vấn vĩ đại của Lý Công Uẩn, tức Vua Lý Thái Tổ, người vốn xuất thân từ cửa chùa và là học trò của Thiền Sư Lý Khánh Vân ngày ấy. Ai là người Việt Nam, nên hiểu những sự kiện này. Một người xuất gia dùng thiền trượng của mình chống xuống đất Thăng Long nghìn năm văn hiến và cho xây dựng tại đó, nên gọi là chùa Trấn Quốc.

Khi Qurung Quya và Trương Đình Trân vào chầu vua Trần Thánh Tông mà ngông nghênh, nên bị Thánh Tông trách cứ và còn viện dẫn những lý do chính đáng để không tiến cống voi. Vì voi chỉ có thể sống ở những xứ nhiệt đới. Vả lại từ Đại Việt voi dẫu cho đi đường bộ lẫn đường thủy đi nữa thì mấy tháng, mấy năm mới đi từ Thăng Long đến Tràng An trên dặm đường mấy ngàn cây số ấy? Vả lại chỉ đi ban ngày,

---

[1] Phạm Văn Ánh 2013.

còn đêm hôm phải nghỉ lại, tìm đồng cỏ hay nơi có nhiều cây cối để cho voi ăn. Liệu việc ấy có đảm bảo? Còn hai ông người Hồi - Y Ôn và Bà Bà biết đâu đã bị tù đày, rồi chết trong tù. Vì lẽ các vua nhà Trần nghi ngờ họ là những người tình báo cho Hốt Tất Liệt, nên tâu trình là chết rồi, thì khỏi có thắc mắc gì nữa cả.

Để trừng phạt gián tiếp sứ thần của Hốt Tất Liệt, vua Trần Thánh Tông cho họ uống nước đục của sông, chứ không cho uống nước giếng của Đại Việt. Bởi lẽ họ ngông cuồng, dựa vào uy danh của Hốt Tất Liệt và Thành Cát Tư Hãn, nên họ bắt vua tôi Đại Việt phải quỳ gối xuống để nghe chiếu thư, nhưng ở đây thì đã bị đối xử hoàn toàn ngược lại. Đó là sứ nhà Nguyên thuật lại. Vậy việc đi sứ của hai ông có được lợi ích gì và khi ông về lại triều đình, các ông phải tâu bẩm ra sao cho phải lẽ?

Năm 1271 Hốt Tất Liệt lập ra nhà Nguyên ở Trung Quốc. Hoàng Đế nhà Nguyên sai sứ đưa chiếu thư dụ Trần Thánh Tông đến chầu, nhưng ông viện cớ bệnh mà thoái thác. Trung thư sảnh nhà Nguyên cũng gởi công văn trách Thánh Tông vì không đối đãi các sứ Nguyên như một quan chức ngang hàng với mình và không chịu quỳ nghe chiếu của vua Nguyên. Thánh Tông khước từ với lý do: “Bản quốc vâng mệnh thiên triều đã phong cho tước Vương, lẽ nào không phải là người mang Vương tước? Vậy mà sứ giả phụng mệnh thiên triều cũng xưng là người mang tước vương, cùng ngang hàng với bản quốc, e rằng như thế là nhục đến thiên triều. Huống hồ nước tôi vâng theo chiếu chỉ trước đây, cho được giữ nguyên nghi lễ cũ, nên hễ nhận chiếu lệnh thì phụng mệnh đặt yên tại chánh điện rồi lui về nhà riêng. Đó vốn là điển lễ cũ của bản quốc.”

Đến năm 1273, các sứ Nguyên đi Đại Việt về vẫn báo cho Hốt Tất Liệt rằng Trần Thánh Tông khi nhận chiếu vua

Nguyên thì "chỉ đứng chắp tay chứ không lạy, tiếp kiến sứ giả hoặc yến tiệc đều ngồi trên sứ giả.[1]

Như vậy rõ ràng là nước ta đã độc lập từ lâu và vua Đại Việt ngang hàng với vua Trung Quốc, nên các sứ thần chỉ được tiếp như là quan lại của triều nhà Nguyên, nên khi ngồi vào yến tiệc, vua Đại Việt ngồi trên, còn các sứ thần ngồi ngang hàng với quan chức của Đại Việt. Riêng việc tiếp nhận chiếu thư từ vua nhà Nguyên thì hai tay nhận lấy, rồi mang lên đặt yên tại chánh điện rồi lui về nhà riêng. Ở đây có nhiều nghĩa chúng ta cũng có thể lạm bàn như sau: Việc thứ nhất có nghĩa là vua tôi nhà Trần không quan tâm về chiếu thư ấy, nên một mặt tỏ vẻ tôn kính tiếp nhận, nhưng chẳng đọc. Mặt khác đặt đó để cho xong chuyện rồi ai về nhà nấy. Việc thứ hai, biết đâu vua chẳng thèm xem lại, mà bảo tả hữu sau đó đem vất vào một xó rác nào đó, vì dư biết rằng vua Nguyên muốn yêu sách gì rồi. Người Hán và cho đến bây giờ là người Mông Cổ cũng cứ theo lệ cũ bắt vương hầu, bá quan phải quỳ trước vua để tung hô vạn tuế, nhưng trên thực tế thì có ông vua nào sống được trên 100 tuổi và dòng họ nào làm vua được trên một ngàn năm đâu? Vậy thì chúc Thánh Thượng sống hơn 10.000 năm để làm gì?

Khi Phật giáo truyền đến Trung Hoa từ Ấn Độ, Nho gia cũng đòi hỏi người xuất gia phải lạy vua chúa, cho nên kể từ thế kỷ thứ 3, thứ 4 Ngài Huệ Viễn (334-416) đã soạn ra "Sa Môn bất kính vương giả luận" và từ đó về sau tất cả những người xuất gia đều không quỳ lạy trước vua khi có mặt hay khi nghe chiếu chỉ.

Cũng năm 1271, Hốt Tất Liệt lại đòi Trần Thánh Tông phải cống voi, nho sĩ, lang y, thợ giỏi. Ông viết thư đáp: "Về lời dụ mới rồi, nói việc tìm voi, do sợ trái chiếu chỉ trước, nên loanh quanh chưa dám nói thẳng. Thực ra, duyên do là vì

[1] Nguyễn Thế Long 2001, trang 99-100.

quản tượng không nỡ xa nhà, nên khó sai họ khởi hành" và tiếp tục việc phớt lờ việc cống người giỏi.

Như trên chúng ta thấy, bên Nguyên Mông mỗi lần gửi chiếu thư là yêu sách 2, 3 đến 6 điều, nhưng vua Trần Thánh Tông chỉ trả lời có một đến hai điều là cùng, còn những điều khác thì giả đò quên đi. Ngày xưa đi bộ hay đi ngựa từ Kinh đô Tràng An đến Thăng Long chắc cũng phải mất ít nhất là 3 tháng đi cũng như 3 tháng về, mà một chiếu thư chỉ nghe trả lời chỉ được một việc, thì vua tôi nhà Nguyên chắc cũng ngán ngẩm lắm với những ông vua Đại Việt của chúng ta. Vả lại, lần trước nói là lần sau sẽ đề cập đến chuyện cống voi, không phải vì voi không có, nhưng bây giờ thì sợ chú nài, tức người quản tượng không muốn xa quê hương Đại Việt lâu ngày. Vì lẽ qua đó rồi, phải ở lại đó để điều khiển voi, chứ người khác chưa quen hơi, quen tiếng làm sao voi quen người được. Cho nên đây là lý do phụ, mà vua Thánh Tông đã mượn nó để lý luận, biện minh và cuối cùng đã trở thành lý do chính. Để từ đó không còn cơ hội để đòi hỏi lôi thôi nữa.

Ngày xưa, ở thế kỷ 13 khoảng cách không gian xa xôi cách trở như vậy nên khó thực hiện những gì mà hai bên cần trao đổi. Vả lại ngôn ngữ là bút đàm nên cần phải hiện diện mới viết cho nhau đọc và hiểu được. Còn ngày nay qua điện thoại viễn liên, Internet, Facebook v.v... chỉ cần trong vài giây là giải quyết xong những việc trên rồi, nhưng ngày nay lại nảy sinh ra nhiều vấn đề khác nữa như: nhân quyền, môi trường, khí hậu, chứ không phải chỉ đơn thuần là chuyện voi, người, thợ giỏi, lang y v.v...

Năm 1272, vua Nguyên cho Uriyang đi sứ, lấy cớ tìm cột đồng trụ của Mã Viện trồng ngày trước, nhưng vua Thánh Tông sai quan sang nói rằng: "Cột ấy lâu ngày mất đi rồi, không biết đâu mà tìm nữa." Uriyang bèn thôi không hỏi nữa.

Năm 1275, Hốt Tất Liệt lại ra chiếu dụ vua Trần sang chầu, làm 6 điều theo "thánh chế" của Mông Cổ. Thánh Tông không chịu, liền sai sứ sang nói với vua Nguyên rằng: "... chức quan Darughachi chỉ nên đặt ở những vùng man di ngoài biên giới, còn tôi đã được phong Vương, làm phên giậu một phương mà còn đặt Daruglachi để giám sát, há không bị các nước chư hầu chê cười hay sao. Sợ giám sát mà nộp cống, sao bằng trong lòng vui phục mà nộp cống!... Tất cả quan lại thiên triều sai đến, xin đổi làm Dẫn tiến sứ để tránh các tệ Darughachi ..."[1]

Bây giờ thì chính thức vua Trần Thánh Tông đã bác bỏ việc Darughachi, một hình thức giống như một quan cai trị của một xứ đã bị nội thuộc. Còn ở đây Đại Việt không là một tỉnh của Trung Hoa ở phía Nam Trung Quốc, mà ở đây có vua và triều đình, bá quan văn võ thì nhà Nguyên cử những ông quan cai trị ấy đến đây để làm gì mà hãy thay thế vai trò ấy là Dẫn tiến sứ, tức là những sứ thần của vua mang biểu thư đến triều đình Đại Việt. Vả lại đời nhà Lý đã có trường Quốc Tử Giám, đến nhà Trần, nhất là thời Trần Thái Tông đã có nhiều người đỗ Trạng Nguyên, Tiến Sĩ, Phó Bảng, Thái Học Sinh v.v... đâu phải là một nước không có văn hóa mà phải cần có người bảo hộ như vậy?

Hốt Tất Liệt không cho và bắt đầu chuẩn bị các biện pháp đánh chiếm Đại Việt. Các quan biên giới của nhà Nguyên được lệnh do thám địa thế Đại Việt. Trần Thánh Tông cũng cho người thăm dò tình hình phương Bắc, thông qua việc cử Lê Khắc Phục, Lê Văn Túy đi sứ, sai Đào Thế Long sang Long Châu giả vờ mua thuốc và cho Thủy quân Lộ Đông Hải đi tuần dọc theo biên giới (Ngô Sĩ Liên - 1993 trang 183). Sau khi nhà Nguyên diệt Nam Tống (1279) thì Đại Việt càng đứng trước nguy cơ bị xâm lăng từ đế quốc khổng lồ này.[2]

Tục ngữ Việt Nam có câu: *"Nực cười châu chấu đá xe.*

---

[1] Nguyễn Thế Long 2001, trang 103.

[2] Lê Mạnh Thát, 1999 - Chương hai - Tuổi trẻ vua Trần Nhân Tông.

Tưởng rằng chấu ngã, ai dè xe nghiêng." Từ đây trở đi trang sử oai hùng của Đại Việt đã bắt đầu mở ra cho dân tộc cũng như những ông vua oai hùng của lịch sử Việt Nam. Người ta thường nói: "Trong chiến tranh hay chuẩn bị cho hòa bình và trong hòa bình lại chuẩn bị cho việc chiến tranh" là vậy. Đây là cơ hội để cho quân Nguyên lăm le xâm chiếm Đại Việt, vì Đại Việt đang để quốc tang cho vua Trần Thái Tông mới băng hà vào năm 1277 và vào ngày 22 tháng 10 âm lịch, tức ngày 8 tháng 11 năm 1278 vua Trần Thánh Tông đã chính thức nhường ngôi cho con mình là Thái Tử Trần Khâm, tức Hoàng Đế Trần Nhân Tông và lên làm Thái Thượng Hoàng, với tôn hiệu là Quang Nghiêu Từ Hiếu Thái Thượng Hoàng Đế. Thể theo phép tắc triều Trần, Thượng Hoàng tiếp tục cùng Hoàng Đế điều hành chính sự.

Vua Trần Nhân Tông sinh năm 1258, năm mà Trần Thái Tông và Trần Thánh Tông đại thắng quân Nam Tống và Nguyên Mông, đến năm 1278, tức vừa đúng 20 tuổi thì được vua Trần Thánh Tông nhường ngôi, vì ông nội là Trần Thái Tông vừa mới băng hà (1277). Trần Thánh Tông lấy Thiên Cảm Hoàng Hậu, em của Hưng Đạo Vương và Tuệ Trung Thượng Sĩ, sinh ra Trần Khâm, tức là Trần Nhân Tông và Thiên Thụy Công Chúa. Vậy Nhân Tông và Thiên Thụy gọi Hưng Đạo Vương là cậu (phía bên mẹ) và bác (phía bên cha).

Thái Thượng Hoàng là một danh từ để gọi cho những vị vua không còn nắm giữ ngai vàng khi đã nhường ngôi cho Thái Tử và Thái Tử ấy khi lên ngôi, tức là đương kim Hoàng Đế của triều đại mới. Tuy nhiên trường hợp của những Thái Thượng Hoàng của nhà Trần lại khác. Các vua cha thường chỉ mới 40 tuổi, có con đã 20 tuổi, nên nhường ngôi cho con. Tuy nhiên, trong một số công việc triều chính, Thái Thượng Hoàng vẫn còn có ảnh hưởng rất nhiều. Cho nên ngay cả vua, khi mới tức vị, có việc gì khó xử đều đến cung Thiên Trường để yết kiến Phụ Hoàng. Ở đầu đời Trần và nhất là 3 cuộc đại chiến với quân Nguyên Mông, Trần Thánh Tông đã hỏi ý Trần Thái Tông và Trần Nhân Tông cũng đã hỏi ý Trần Thánh Tông. Đây có thể là việc ít có trong lịch sử của Đại Việt. Nhiều lúc các tướng lãnh nếu muốn lập công với Thánh Tông mà quên đi Nhân Tông cũng không được. Vì quyền điều khiển quốc gia trong lúc này là của Nhân Tông, chứ không phải của Thánh Tông.

Trong bối cảnh Nguyên Mông đang từng bước chuẩn bị tấn công Đại Việt, hai vua Trần đã đề ra các biện pháp khuyến khích phát triển nông nghiệp, thương mại, đồng thời đảm bảo sự ổn định và đoàn kết trong nước. Khi thủ lãnh người dân tộc Trịnh Giác Mật nổi dậy ở Đà Giang vào đầu năm 1280, hai vua ra lệnh cho Chiêu Văn Vương Trần Nhật Duật đi thuyết phục quân nổi dậy quy hàng. Nhật Duật nhờ giỏi ngoại giao và am hiểu phong tục dân bản địa, nên đã thu phục được Giác Mật mà không tốn một mũi tên.[1]

Chiêu Văn Vương Trần Nhật Duật là em ruột của vua Trần Thánh Tông và là chú ruột của vua Trần Nhân Tông, nên có một chiếu chỉ nào ban ra, chắc rằng khó có sự chống đối, vì họ đều là bà con chú bác cả. Do vậy họ vừa chiến đấu cho đất nước Đại Việt và mặt khác họ lo cho dòng họ của nhà Trần luôn được vững bền, nên đã dày công hãn mã với vó ngựa chinh y nơi biên thùy để thuyết phục đối phương thành công, cũng là một điều dễ hiểu.

Từ năm 1278 đến năm 1281 nhà Nguyên đã 3 lần sai Thượng Thư Bộ Lễ Sài Thung dụ Trần Nhân Tông đến chầu, nhưng vua Trần cự tuyệt.

Năm 1282, Thượng Hoàng cử chú họ là Trần Di Ái thay mặt vua sang Nguyên. Không thỏa mãn, nhà Nguyên cử một số quan lại sang giám sát các địa phương của Đại Việt, nhưng

[1] Khâm Định Việt Sử Thông Giám Cương Mục - Quốc Sử Quán Triều Nguyễn, 1998, trang 222-223.

đều bị hai vua Trần trục xuất.

Khoảng năm 1281-1282, Hốt Tất Liệt lập Trần Di Ái làm An Nam Quốc Vương và sai Sài Xuân (柴椿) đem 1.000 quân hộ tống Di Ái về nước. Hai vua Trần đã sai quân chặn ở biên giới, đánh tan đội quân hộ tống của nhà Nguyên và bắt được Di Ái, nhưng vẫn nghênh đón Sài Xuân về Thăng Long.[1] Thất bại trong việc đưa Di Ái về nước Đại Việt đã khiến Sài Xuân giận dữ đến mức khi vua Trần Nhân Tông sai Quang Khải đến sứ quán khoản tiếp thì Sài Xuân nằm khểnh đấy không ra, Quang Khải vào hẳn trong phòng, hắn cũng không dậy tiếp.[2] Hưng Đạo Vương Trần Quốc Tuấn phải giả làm tu sĩ Phật giáo người Hán đến bắt chuyện, Sài Xuân mới chịu tiếp.

Điều này cho chúng ta thấy rằng: Mặc dầu Trần Di Ái được hai vua Thánh Tông và Nhân Tông tin tưởng, cử thay mình sang đi sứ bên nhà Nguyên, nhưng khi đến nhà Nguyên rồi, có lẽ do sự dụ dỗ của Hốt Tất Liệt đường mật sao đó, nên đã hủy bỏ nhiệm vụ được giao và quy hàng giặc Nguyên, để sẽ được ngôi cao lộc cả, nên mới được phong cho làm An Nam Quốc Vương, trong khi đó Trần Nhân Tông mới lên ngôi, chưa được phong chức này. Chỉ có Trần Thái Tông và Trần Thánh Tông đã được phong chức này trước đó. Có lẽ do Trần Di Ái gièm tâu như thế nào đó để Hốt Tất Liệt xiêu lòng, hoặc giả Sài Xuân nghe lời huấn dụ của Hốt Tất Liệt trở lại Đại Việt, mang Di Ái theo cùng 1.000 quan quân hộ tống để bắt chẹt Nhân Tông vì không qua nhà Nguyên chầu hầu, nên bây giờ họ đã có Di Ái thay rồi. Hay biết đâu Di Ái tự nhận mình là Nhân Tông cũng có thể lắm, để Hốt Tất Liệt phải nhầm, nên mới phong cho làm An Nam Quốc Vương chăng?

Nhưng dẫu kế nào đi chăng nữa thì Thánh Tông và Nhân Tông đã hiểu ý cả bên nhà Nguyên và kể cả Di Ái nữa, nên đã

[1] Theo Trần Trọng Kim 1971, trang 54-55 và Lê Tắc 1961, trang 28-30.

[2] Theo Ngô Sĩ Liên 1993, trang 188-189.

cho quân của Đại Việt chặn tại biên giới và chỉ đón Sài Xuân như là một sứ giả của nhà Nguyên vào Thăng Long mà thôi. Thế nhưng Sài Xuân giận dữ không chịu tiếp bất cứ ai, ngay cả Chiêu Nguyên Vương Trần Quang Khải vào thăm, nhưng Sài Xuân vẫn không chịu tiếp. Mãi cho đến khi Hưng Đạo Vương Trần Quốc Tuấn giả làm tăng sĩ nhà Hán vào thăm thì Sài Xuân mới chịu ngồi dậy bắt chuyện. Vậy ở đây ta có thể thấy cách ngoại giao của nhà Trần, qua sự tài giỏi của Hưng Đạo Vương Trần Quốc Tuấn, ít ai sánh kịp. Chắc rằng ông phải giỏi cách phát âm chữ Trung Hoa, ông mới có thể giả dạng tăng sĩ Phật giáo người Hán được. Do vậy việc ngoại giao từ xưa cho đến nay vẫn là vấn đề khéo léo, lanh lợi và mưu trí thì mới có thể thành công dễ dàng được.

Sau vụ Trần Di Ái, quan hệ hai bên căng thẳng và đến cuối năm 1282 vua Nguyên một mặt cử Nguyên soái Toa Đô từ Quảng Châu đánh Chiêm Thành, mặt khác sai Trấn Nam Vương Thoát Hoan tập trung 50 vạn quân chuẩn bị "mượn đường đánh Chiêm" (trên thực tế là tiến công Đại Việt).[1] Hai vua Trần lập tức bắt tay vào việc chuẩn bị tổ chức kháng chiến. Tháng 10 âm lịch năm 1282, Thánh Tông và Nhân Tông phong Hưng Đạo Vương làm Quốc Công Tiết Chế - tức Tổng chỉ huy toàn bộ quân đội Đại Việt. Hai tháng sau, Thượng Hoàng mời các bô lão trong cả nước về điện Diên Hồng ở Thăng Long để bàn kế đánh Nguyên. Đại Việt Sử Ký Toàn Thư thuật lại rằng, khi được Thượng Hoàng hỏi có nên chống lại người Nguyên hay không thì các bô lão đã trả lời là: "Đánh."

"Nên hòa hay nên chiến" là câu hỏi tâm lý mà Trần Thánh Tông và Nhân Tông đã dọi thẳng vào lòng người dân Đại Việt khi họ đã quá chán chường với sự quan liêu của Sài Xuân mà Hưng Đạo Vương đã hạ mình thay đổi chiến thuật hắn ta mới tiếp. Hoặc chiếu thư gởi cho Đại Việt bảo rằng

[1] Khâm Định Việt Sử Thông Giám Cương Mục - Quốc sử quán triều Nguyễn 1998, trang 223-224.

hãy mở đường cho Thoát Hoan mang 50 vạn quân sang đánh Chiêm Thành, nhưng trên thực tế chỉ mượn cớ để đi đánh Đại Việt mà thôi. Trong khi đó Toa Đô đã có mặt ở phía Nam, từ Chiêm Thành đánh lên tiếp sức với Thoát Hoan thì thế nào họ cũng sẽ chiến thắng Đại Việt trong gang tấc. Thế nhưng họ đã lầm. Vì sức mạnh của toàn dân qua Hội Nghị Diên Hồng dưới sự chủ tọa của Thượng Hoàng Trần Thánh Tông và vua Trần Nhân Tông cũng như của Tuệ Trung Thượng Sĩ Trần Quốc Tung, Hưng Đạo Vương Trần Quốc Tuấn v.v... họ đã thề chiến đấu đến cùng, chứ không hòa với giặc. Do vậy nếu ai biết được thế nước lòng dân, người ấy chính là người đáng lãnh đạo đất nước.

Tháng 12 năm 1282, khi Toa Đô tấn công Chiêm Thành, hai vua nhà Trần đã gởi 2 vạn quân cùng 500 chiến thuyền sang trợ chiến cho người Chiêm.[1] Như vậy rõ ràng là thuở bấy giờ giữa Đại Việt và Chiêm Thành có sự giao hảo tốt, nên mới có được sự viện trợ ấy. Nếu giữa ta và Chiêm Thành có nhiều mâu thuẫn về vấn đề đất đai biên giới (dĩ nhiên là trước đó đã có, nhưng các vua Chiêm đã cầu hòa và xin triều cống Đại Việt), thì chắc rằng chúng ta phải gồng mình để phải chiến đấu với hai nơi, Bắc với quân Nguyên và Nam với Chiêm Thành, thì chắc chắn sẽ thất bại. Chi bằng viện trợ quân lính và chiến thuyền cho Chiêm Thành để đỡ bận tâm ở mặt trận phương Nam, chúng ta đỡ lo phải đối phó và trong khi đó rảnh tay để nghinh chiến với phương Bắc là một lợi thế vô cùng to lớn của mặt trận quân sự này.

Ngày 27 tháng 1 năm 1285, Thoát Hoan xua quân sang Đại Việt. Quân phòng thủ biên giới của nhà Trần bị đánh bại trong các trận đánh ải Vĩnh Châu, Nội Bàng, Thiết Lược và Chi Lăng. Hưng Đạo Vương lui về giữ bến Vạn Kiếp (nay thuộc Thị xã Chí Linh, tỉnh Hải Dương).[2]

[1] Theo Hà Văn Tấn và Phạm Thị Tâm 1972, trang 125-127.

[2] Theo Ngô Sĩ Liên 1993, trang 190-191.

Đến ngày 11 tháng 2 năm 1285, Thoát Hoan sai Ô Mã Nhi đem binh thuyền đánh phá Vạn Kiếp. Quân Đại Việt chống trả quyết liệt, nhưng sau đó rút lui để tránh thế địch mạnh, thực hiện nghi binh, khiến địch mệt mỏi rồi mới phản kích.

Đến ngày 14 tháng 1, Ô Mã Nhi bao vây 10 vạn quân của hai vua Trần tại Bình Than. Một trận thủy chiến lớn diễn ra và quân Nguyên đã không cản được quân Đại Việt triệt thoái.[1] Hai vua và Hưng Đạo Vương rút đại quân từ Vạn Kiếp, Phả Lại, Bình Than về đóng trên sông Hồng gần Thăng Long. Tại đây, hai vua cho tập trung thủy quân và xây dựng chiến lũy trên bờ Nam để cầm chân quân Nguyên, tạo thời giờ cho việc sơ tán quân dân khỏi kinh thành theo kế "vườn không nhà trống".[2]

Vì quân của Thoát Hoan quá đông mà quân của nhà Trần thì quá ít, nên ta bị thua địch ở biên giới. Cả Ô Mã Nhi và Thoát Hoan là hai tướng tài của Hốt Tất Liệt nhưng làm sao qua mặt nổi Thượng Hoàng và Trần Nhân Tông cũng như Hưng Đạo Vương Trần Quốc Tuấn. Riêng Thượng Hoàng và Hưng Đạo Vương đã có kinh nghiệm lần đánh đầu tiên vào năm 1258 với quân Nguyên Mông rồi, nên lần này vua tôi nhà Trần sẽ nhử giặc vào thành, chúng sẽ nghĩ là đã thành công, nhưng cảnh vườn không nhà trống, chắc gì đã thắng quân Đại Việt, nhất là hai vua nhà Trần cho bao vây đường thủy, chặn đường tiếp tế lương thực của quân Nguyên từ biển vào, thì quân trong thành của Thoát Hoan cũng như Ô Mã Nhi chỉ có chờ chết. Hơn nữa khí hậu phương Nam khác với phương Bắc, nên quan quân và vua tôi Đại Việt không lo thua trận, mà đây chỉ là kế sách của Hưng Đạo Vương mà thôi.

---

[1] Theo Hà Văn Tấn và Phạm Thị Tâm 1972, trang 125-127 và An Nam Chí Lược, Lê Tắc, bản Việt dịch, 1961, trang 37-38.

[2] Theo Lê Mạnh Thát 1999 - Chương III, Vua Trần Nhân Tông và cuộc chiến tranh vệ quốc năm 1285.

Ngày 17 tháng 2, quân hai bên lại giao chiến lớn trên bờ sông Hồng. Quân Nguyên thắng thế, nhưng quân dân Đại Việt đã kịp thời di tản khỏi Thăng Long.[1] Hai vua dẫn đại quân triệt thoái theo đường sông Hồng về hướng phủ Thiên Trường (Nam Định). Thoát Hoan chiếm Thăng Long, rồi chia quân làm hai đường thủy bộ ráo riết truy kích. Hai vua và Hưng Đạo Vương đã tổ chức một số trận đánh chặn tại bãi Đà Mạc và ải Hải Thị, nhưng thất bại. Sau trận Hải Thị, hai vua lui hẳn về đóng tại Thiên Trường (Nam Định) và Trường Yên (Ninh Bình).[2]

Như vậy là quân ta đang ở trong thế thủ để chờ lệnh. Chắc chắn quân Đại Việt quen biết đường sá, sông ngòi rành rẽ hơn là quân của Thoát Hoan và Ô Mã Nhi. Tuy có những trận nhử đánh như vậy để cầm cự và biết được sức của ta cũng như của địch, nên Thượng Hoàng và vua Trần Nhân Tông cùng Hưng Đạo Vương lui về Phủ Thiên Trường để dưỡng quân cũng như bàn tính kế sách chống lại quân Nguyên. Lúc này phải dùng trí não và mưu lược, mới có thể chiến thắng quân Nguyên Mông được, nên chắc rằng hai vua và danh tướng Trần Hưng Đạo hằng đêm phải cầu nguyện trước bàn thờ Phật Tổ cũng như chư anh linh tiền bối để mong có sự gia hộ, hiển linh, khiến cho địch quân phải chùng bước. Bởi lẽ cả hai vị vua này và Trần Hưng Đạo đều có đời sống nội tâm thật phong phú khi làm vua, làm tướng cũng như khi tu niệm: Ngồi thiền, sám hối, niệm Phật và lễ bái v.v... sẽ giúp cho hai vua và các tướng sáng suốt hơn trong mọi quyết định khi trong tay mình nắm giữ vận nước của cha ông để lại.

Tháng 3 năm 1285, cánh quân Nguyên của Toa Đô từ Chiêm Thành đánh thốc vào mạn Nam Đại Việt. Hai vua và Hưng Đạo Vương sai Trần Quang Khải đón đánh Toa Đô

[1] Theo Ngô Thì Sĩ 1991, trang 79-81, Lê Mạnh Thát và Hà Văn Tấn, Phạm Thị Tâm 1872, trang 222-228.

[2] Theo Hà Văn Tấn & Phạm Thị Tâm 1972, trang 227-235.

ở Nghệ An. Quân Nguyên nhanh chóng lấy được Nghệ An và Thanh Hóa, đẩy đại quân của hai vua Trần vào thế bị ép từ hai mặt Bắc Nam. Hưng Đạo Vương đưa Thánh Tông và Nhân Tông chạy về vùng bờ biển Quảng Ninh, Hải Phòng ngày nay. Trong hành trình rút lui, hai vua bị quân Nguyên đuổi gấp. Khi thấy quân Toa Đô đã rời Thanh Hóa tiến lên đóng ở Trường Yên (Ninh Bình), ngày 7 tháng 4 năm 1285 Thánh Tông và Nhân Tông lại vượt biển vào Thanh Hóa, thoát khỏi thế bị đối phương kiềm kẹp. Toa Đô lại đưa quân vào Thanh Hóa truy lùng vua Trần, nhưng không thể tìm ra. Trong thời gian này, nhiều tông thất Đại Việt như Trần Ích Tắc, Trần Kiện, Trần Tú Viên, Trần Văn Lộng phản lại hai vua, đầu hàng người Nguyên.[1] Tuy nhiên, quân Nguyên cũng gặp nhiều khó khăn do thiếu hụt lương thực, không hợp khí hậu và liên tục bị dân binh Đại Việt đánh phá sau lưng.[2]

Như vậy cuộc né tránh Toa Đô của hai vua nhà Trần trong công cuộc chống lại quân Nguyên Mông vào năm 1285 tại Hải Phòng, rồi Thanh Hóa, rồi Trường Yên thật rất là ngoạn mục. Đây là mưu lược của Hưng Đạo Đại Vương và chắc chắn rằng trong những trận đánh lớn nhỏ ấy không thiếu sự góp mặt chỉ huy của Tuệ Trung Thượng Sĩ Trần Quốc Tung. Giữa hai lần tên mũi đạn từ phương Bắc đánh xuống của Thoát Hoan và Ô Mã Nhi, hợp với Toa Đô từ phương Nam đánh lên, nếu vua tôi nhà Trần cứ ở yên giữa 2 lần tên mũi đạn như vậy thì chỉ có chết hay hàng giặc mà thôi. Như trên chúng ta đã thấy, đã có những người tông thất thuộc hàng anh em, chú bác của hai vua ra quy hàng với quân Nguyên, vì họ nghĩ với thế giặc như vũ bão ấy, không chắc gì 2 vua đánh bại quân Nguyên Mông được. Lẽ thứ hai vì họ không muốn chết oan uổng, nên đã nạp mình cho giặc để hưởng phước cầu vinh về sau này. Nhưng chẳng ai ngờ thế cờ lại đổi khác, nên sau này Trần Ích Tắc và bọn họ đã

[1] Theo Lê Tắc 1961, trang 107-110.

[2] Theo Trần Trọng Kim 1971, trang 58-59.

chạy về Hoa Lục để chịu sống cảnh cơ hàn trong nhiều tháng ngày đi nương thân và chết nơi đất khách.

Tại Thanh Hóa, hai vua Trần đã cho chỉnh đốn, tổ chức lại lực lượng. Tháng 3 đến tháng 4 âm lịch năm 1285, hai vua và Trần Quốc Tuấn chia đại quân thành nhiều mũi tổng phản công ra Bắc. Nhiều người Tống lưu vong đã tham chiến trong cánh quân của Trần Nhật Duật. Vì sợ quân lính nhầm lẫn giữa quân Tống của Nhật Duật với quân Nguyên, Thánh Tông phải sai người căn dặn rằng: "Đó là quân Thát của Chiêu Văn, phải nhận kỹ chúng."

Dưới sự thống lĩnh của Trần Quốc Tuấn, Trần Quốc Tung, Trần Nhật Duật, Trần Quang Khải, Nguyễn Khoái và nhiều tướng khác, quân Đại Việt đã liên tiếp đánh tan quân Nguyên ở đồn A Lỗ (nơi gần điểm hợp lưu của sông Luộc với sông Hồng), cửa Hàm Tử (nay thuộc Khoái Châu, Hưng Yên), Chương Dương Độ (nay thuộc Thường Tín, Hà Nội) và trở về Thăng Long trong hai tháng 5, 6.[1]

Trong những trận đánh ác liệt như trên không thể thiếu sự tham gia của 4 người con trai Hưng Đạo Vương Trần Quốc Tuấn. Đó là: Hưng Vũ Vương Trần Nghiễn, Minh Hiến Vương Trần Uất, Hưng Nhượng Vương Trần Quốc Tảng và Hưng Trí Vương Trần Hiện. Bởi vì những vị này là con nhà tướng, nên thề giữ vững non sông dưới sự lèo lái của hai vua và cha mình. Những người thuộc Nam Tống sang tỵ nạn tại Đại Việt vì không muốn sống trên quê hương của họ đã bị Mông Cổ xâm chiếm, nhưng bây giờ quân Mông Cổ đã tiến chiếm đến nước Đại Việt, họ không thể làm ngơ cầu bình an trong khi nước loạn. Do vậy họ đã đầu quân với Trần Nhật Duật để đánh lại quân Nguyên Mông đang xâm chiếm nước ta. Đó là sự trả ơn cho Đại Việt và trả thù nhà cho nước Tống. Quả họ là những người xứng đáng để hưởng quyền tỵ nạn trên quê hương Đại Việt của chúng ta khi nước nhà đã ca khúc khải hoàn.

[1] Theo Ngô Sĩ Liên 1993, trang 193-194.

Quyển 209 của Nguyên sử cho nhận xét như sau: "Người Giao [Chỉ] chống cự quan quân (Nguyên Mông), tuy nhiều lần bị tan, nhưng binh lực chuyển thành nhiều thêm. Quan quân khốn khổ, thiếu thốn, chết và bị thương cũng nhiều. Quân và ngựa Mông Cổ cũng không thi thố được tài năng nên bỏ kinh thành của họ, qua bờ sông phía Bắc."[1]

Cho đến thế kỷ 13, một thế kỷ có đầy đủ nền văn hiến và văn học mà họ vẫn gọi chúng ta là người Giao, tức là quận Giao Chỉ, thuộc Giao Châu, là một quận huyện của họ từ hơn 1.000 năm Bắc thuộc về trước. Chứng tỏ rằng quân Nguyên Mông xem thường văn hóa Đại Việt và họ phải công nhận là có nhiều lần quân ta bại trận tan hàng, nhưng quân ấy càng ngày càng nhiều hơn. Bởi lẽ người dân ý thức rằng nếu không cùng nhau chiến đấu để đánh đuổi quân Nguyên Mông ra khỏi bờ cõi Đại Việt thì chúng ta chỉ có đi làm nô lệ cho họ mà thôi, nên mọi người đã quyết chiến đấu đến cùng. Bên cạnh đó, quân của Thoát Hoan, Toa Đô và Ô Mã Nhi bấy giờ đã mệt mỏi lắm rồi, vì thiếu lương thực không được tiếp tế và bệnh tật đã hoành hành khắp nơi, cả người lẫn ngựa đều không kham nổi, nên đã tháo chạy về mạn Bắc để tìm cách rút lui về bên kia biên giới.

Theo Đại Việt Sử Ký Toàn Thư (quyển 5, trang 48, tờ b), ngày mồng 3 tháng 5, hai vua đánh bại quân giặc tại Trường Yên, chém đầu cắt tai giặc nhiều không kể xiết.

Sau chiến thắng Trường Yên, ngày 24 tháng 6, hai vua tấn công quân chủ lực của Toa Đô tại Tây Kết (Khoái Châu). Quân hai vua thắng to, chém chết Nguyên soái Toa Đô, bắt được hơn 5 vạn quân Nguyên, tịch thu một lượng lớn khí giới. Tổng quản quân Nguyên là Trương Hiền đầu hàng. Đến nửa đêm Ô Mã Nhi trốn qua cửa sông Thanh Hóa, hai vua thúc quân truy kích nhưng không bắt được. Ô Mã Nhi dùng thuyền vượt biển thoát thân.[2]

---

[1] Theo An Nam truyện, Nguyên sử.

[2] Theo Trần Trọng Kim, Ngô Sĩ Liên, Hà Văn Tấn & Phạm Thị Tâm 1972, trang 245.

Cũng trong bộ sử này, trang 49, tờ b ghi chép về đỉnh điểm cuộc chiến tranh vệ quốc của quân dân ta, khi quân tướng giặc lớp chết lớp hàng lớp trốn chạy, tan tác như đám lá vàng trước gió, quả thật rất đáng để chúng ta cùng đọc lại từ nguyên bản:

二十日，二帝進次大忙步。元總管張顯降。是日敗賊于西結，殺傷甚衆，斬元帥唆都首。夜半烏馬兒遁過清化江口。二帝追之不及。[獲]其餘黨五萬餘以歸。烏馬兒僅以單舸駕海得脱。興道王又與脱驩李恒戰于萬刼。敗之溺死甚衆。李恒以兵衛脱驩還思明。我軍以藥矢射中恒左膝死。裨将李瓘收餘卒五萬人以銅器匿脱驩其中北遁。

Nhị thập nhật, nhị Đế tiến thứ Đại Mang Bộ. Nguyên tổng quản Trương Hiển hàng. Thị nhật bại tặc vu Tây Kết, sát thương thậm chúng, trảm nguyên soái Toa Đô thủ. Dạ bán, Ô Mã Nhi độn quá Thanh Hóa giang khẩu. Nhị Đế truy chi, bất cập, hoạch kì dư đảng ngũ vạn dư dĩ quy. Ô Mã Nhi cẩn dĩ đơn kha giá hải đắc thoát. Hưng Đạo vương hựu dữ Thoát Hoan, Lí Hằng, chiến vu Vạn Kiếp. Bại chi, nịch tử thậm chúng. Lý Hằng dĩ binh vệ Thoát Hoan hoàn Tư Minh. Ngã quân dĩ dược thỉ xạ trúng Hằng tả tất tử. Tỳ tướng Lý Quán thu dư tốt ngũ vạn nhân, dĩ đồng khí nặc Thoát Hoan kì trung, Bắc độn.

> *"Ngày 20, hai Vua tiến tới đóng quân ở Đại Mang Bộ. Tổng quản giặc Nguyên là Trương Hiển xin đầu hàng. Cùng ngày, quân ta đánh bại giặc ở Tây Kết, giết và làm bị thương rất nhiều, chém đầu Nguyên Soái Toa Đô. Nửa đêm, Ô Mã Nhi trốn qua cửa sông Thanh Hóa. Hai Vua đuổi theo không kịp, bắt được hơn năm vạn tàn quân của địch mang về. Ô Mã Nhi chỉ còn cách dùng thuyền vượt biển trốn thoát. Hưng Đạo Vương lại giao chiến, đánh bại bọn Thoát Hoan và Lý Hằng ở Vạn Kiếp, quân giặc chết đuối rất nhiều. Lý Hằng*

dẫn quân hộ vệ Thoát Hoan bỏ chạy về Tư Minh. Quân ta dùng tên tẩm thuốc bắn trúng vào đầu gối bên trái giết chết Lý Hằng. Tỳ tướng Lý Quán thu nhặt năm vạn tàn quân, dùng ống đồng giấu Thoát Hoan vào bên trong, chạy trốn về phương Bắc."

Ngay từ đầu chúng ta đã thấy Hốt Tất Liệt đã chuẩn bị cho Thoát Hoan và Ô Mã Nhi mang hàng vạn tinh binh sang phía Bắc biên giới của Đại Việt và đánh úp vào Thăng Long. Trong khi đó ở phía nam, quân của Toa Đô 50 vạn,[1] dùng sức mạnh đẩy lên phía trên để tấn công quan quân, vua tôi nhà Trần. Nhờ mưu lược của Tuệ Trung Thượng Sĩ và Trần Hưng Đạo, nên hai vua đã thoát được nguy hiểm, lui về Thanh Hóa. Chờ cho hoàn cảnh chín muồi, quân Nguyên đói khát, bệnh tật. Cả hai vua và các tướng tài mới bắt đầu cho quân đánh từ Thanh Hóa ra Thăng Long và cuối cùng đuổi hết quân giặc về phương Bắc. Hai vua hay các tướng tài đã chém đầu Toa Đô và bắt hơn 5 vạn quân Nguyên làm tù binh là một thắng lợi quá oai hùng, nên khi nghe tin ấy Ô Mã Nhi phải chạy trốn qua cửa sông ra biển và Thoát Hoan chui trong ống đồng để tàn quân mang đi tìm đường chạy trối chết mới qua khỏi biên giới về lại phương Bắc.

Đây là cuộc chiến tranh một mất một còn của Đại Việt, mà hai vua Thánh Tông và Nhân Tông cũng như Hưng Đạo Vương đã làm nên lịch sử, chẳng khác nào trận Bạch Đằng của Ngô Quyền đã chiến thắng quân Nam Hán vào thế kỷ 10, cách đó chừng 400 năm về trước. Thế mà nhà Hán nói riêng

[1] Đại Việt Sử Ký Toàn Thư, quyển 5, trang 48, tờ a cho biết quân số của Toa Đô mang sang Chiêm Thành rồi quay ngược lên tấn công Đại Việt: "Nguyên soái Toa Đô đem 50 vạn quân từ Vân Nam qua nước Lão Qua, thẳng đến Chiêm Thành, hội với quân Nguyên ở Châu Ô Lý rồi cướp châu Hoan, châu Ái, tiến đóng ở Tây Kết, dự định trong ba năm sẽ san phẳng nước ta." Không thấy nói về số quân mà Thoát Hoan và Ô Mã Nhi đã trực tiếp đánh vào biên giới phía bắc nước ta, nhưng có thể suy đoán không thể ít hơn cánh quân đưa sang Chiêm Thành.

hay các triều đại của Trung Hoa nói chung chưa bao giờ bỏ ý định xâm lược nước ta, mặc dầu bao lần kéo quân sang là bao bấy nhiêu lần thất bại nơi chiến trường Đại Việt và lịch sử 2.000 qua chưa bao giờ họ thắng lợi ở Đại Việt lâu dài, ngay cả khi chiếm được Đại Việt 1.000 năm đi nữa, thì quân dân ta rồi cũng đánh đuổi họ quay về bên kia biên giới.

Cuộc chiến tranh vệ quốc lần này, tuy chiến thắng oanh liệt nhưng vua tôi nhà Trần biết chắc rằng Hốt Tất Liệt thế nào cũng sẽ kéo quân sang Đại Việt lần nữa để rửa hận. Quả nhiên, vào tháng 3 năm 1286 vua Nguyên huy động 50 vạn quân và 500 chiến thuyền xâm lược Đại Việt lần thứ 3. Đại Việt Sử Ký Toàn Thư (quyển 5, trang 51, tờ a) kể lại:

> *"Tháng 3 [năm 1286], vua Nguyên lệnh cho Thượng thư tỉnh Áo Lỗ Xích, Bình Chương sự Ô Mã Nhi, Đại tướng Trương Văn Hổ điều 50 vạn quân, lệnh cho Hồ Quảng đóng 300 chiếc thuyền, hẹn đến tháng 8 tập trung ở Khâm Châu, Liêm Châu, lại lệnh cho quân đội ba tỉnh Giang Chiết, Hồ Quảng, Giang Tây cùng xâm lược nước Nam, mượn cớ đưa người đã quy thuận là Trần Ích Tắc về nước lập làm An Nam Quốc Vương."*

Ngay sau khi nhận tin này hai vua Trần và Hưng Đạo Vương đã đôn đốc vương hầu chiêu mộ, huấn luyện binh sĩ, đồng thời chế tạo binh khí và tàu thuyền để chuẩn bị kháng chiến.

Tháng 2 năm 1287, quân thủy bộ nhà Nguyên chia làm 3 đạo tiến vào Đại Việt. Quân Đại Việt chỉ đánh có tính kềm chân rồi chủ động rút lui khỏi biên giới. Thoát Hoan lại tung 2 vạn quân tấn công và chiếm Vạn Kiếp làm căn cứ, sau đó tiến về Thăng Long.[1]

[1] Theo Trần Trọng Kim 1971, trang 60-61; Lê Mạnh Thát, Chương IV: Vua Trần Nhân Tông và cuộc chiến tranh vệ quốc năm 1288; Hà Văn Tấn & Phạm Thị Tâm 1972, trang 293-298.

Lần thứ 2 vào năm 1285, quân Nguyên tiến công vào Đại Việt do Thoát Hoan và Ô Mã Nhi đánh vào phía Bắc và phía Nam qua ngã Chiêm Thành thì có Toa Đô dẫn 50 vạn quân đánh ngược ra để chiếm cứ Đại Việt, nhưng cuối cùng thì Toa Đô đã bị chém đầu, Thoát Hoan và Ô Mã Nhi phải chạy thục mạng về cố quốc. Thế mà lần này chỉ sau hơn một năm thôi, vào cuối năm 1286 Hốt Tất Liệt lại cử Thoát Hoan dẫn 50 vạn quân đánh chiếm Đại Việt để phục thù trận thua lần trước. Lần này Thái Thượng Hoàng Trần Thánh Tông và nhà vua Trần Nhân Tông đã trải qua nhiều kinh nghiệm của mấy lần chiến đấu trước nên đã dùng chước "điệu hổ ly sơn" và chỉ đánh có tính cách kìm chân, gìn giữ sức lực cho quân lính nhằm có thể địch lại mũi xung kích với nhiều vạn quân tinh nhuệ của quân Nguyên Mông lần này.

Hưng Đạo Vương giao cho Phó đô tướng quân Trần Khánh Dư trấn giữ đường biển. Khánh Dư không ngăn được thủy quân của Ô Mã Nhi đi qua, Thượng Hoàng sai trung sứ bắt Khánh Dư về kinh. Nhưng Khánh Dư thuyết phục được trung sứ cho chậm lại vài ngày để lập công chuộc tội.

Ngày 2 tháng 2 năm 1288, quân Nguyên mở màn đánh phá Thăng Long. Quân Đại Việt bỏ thành rút lui. Cũng ngày này, thủy quân Đại Việt do Trần Khánh Dư chỉ huy đã tập kích và tiêu diệt đoàn thuyền lương của Trương Văn Hổ tại Vân Đồn (Quảng Ninh). Thánh Tông tha tội trước của Khánh Dư và nhận định: "Chỗ trông cậy của quân Nguyên là lương thảo, khí giới, nay đã bị ta bắt được, sợ nó chưa biết." Và ông sai thả tù binh về trại, để họ đưa tin dữ cho Thoát Hoan. Các đoàn thuyền lương khác của quân Nguyên cũng không vào được Đại Việt vì bị bão biển, hoặc vì đi lạc tới Chiêm Thành.[1]

Chuyện thành bại ở thế gian này vốn là chuyện thường tình. Nghĩa là có lúc thắng và lúc bại. Làm sao lúc thắng ta

[1] Theo Hà Văn Tấn và Phạm Thị Tâm 1972, trang 290-291.

không kiêu, lúc bại ta không nản. Ấy là ý chí của người lãnh đạo. Do vậy việc Trần Khánh Dư bình tĩnh trong lúc thua và thệ nguyện lập công để chuộc tội. Đó là ý chí của kẻ anh hùng làm nên vận nước. Nếu vua không có những người như thế thì nước sẽ loạn và dễ mất về tay kẻ thù. Làm tướng mà để cho bại trận là cái nhục cho quốc thể, cái tội với vua quan. Để lập công chuộc tội như Trần Khánh Dư quả là điều oai dũng không ít khi nhắc lại trận thủy chiến vào đầu năm 1288 này. Nhờ vậy mà Thánh Tông đã tha tội cho Khánh Dư và sự nhận định của vua là đúng, khi binh sĩ không có lương thực tiếp tế, cỏ nước cho ngựa, thuốc men cho người bệnh v.v... thì có ai là mình đồng da sắt có thể hứng chịu những mũi tên của quân đối diện là Đại Việt bao giờ. Vua cũng lanh trí cho thả tù binh bị bắt ra để truyền tin tức thuyền lương đã bị phía Đại Việt tiêu diệt, nhằm gây sự hoảng loạn, mất tinh thần trong quân địch. Đồng thời gió thổi, biển động nên những thuyền chở lương thực khác cho quân Thoát Hoan đã bị trôi lạc hướng về ngã Chiêm Thành, trong khi quân lính với 300.000 người mà không có lương thực thì làm sao chống chịu được, do vậy họ chỉ có thể tính đường rút lui mà thôi.

Sau khi Thăng Long thất thủ, Thoát Hoan lệnh cho Ô Mã Nhi truy đuổi Thánh Tông và Nhân Tông, nhưng cả hai vua đã lui xuống hạ lưu sông Hồng, rồi theo cửa Giao Thủy đi ra biển vòng lên Tháp Sơn (Đồ Sơn). Ô Mã Nhi lui quân về Thăng Long. Không tin rằng đoàn thuyền lương của Văn Hổ bị tiêu diệt, Thoát Hoan sai Ô Mã Nhi dẫn thủy quân đi tìm Văn Hổ. Lúc này hai vua và Hưng Đạo Vương đã tập trung quân thủy bộ ở Tháp Sơn. Khi quân Ô Mã Nhi qua đây, quân Đại Việt tổ chức tập kích ở cửa Văn Úc vào ngày 10 tháng 2 năm 1288 và trên biển gần Tháp Sơn, gây nhiều tổn thất cho quân Nguyên. Ô Mã Nhi bèn dẫn quân trở lại Vạn Kiếp.[1]

[1] Theo Lê Mạnh Thát, Hà Văn Tấn & Phạm Thị Tâm 1972, trang 300-304.

Đúng là "còn nước còn tát" là vậy. Khi Thánh Tông cho tù binh trên chuyến thuyền chở lương thực về báo nguy, có thể Ô Mã Nhi đã tin điều ấy, nhưng Thoát Hoan nghĩ rằng: Chuyện ấy có thể là sự lọc lừa, tráo trở trong binh thư chăng? Nên mới cho Ô Mã Nhi dẫn binh tiến đến Tháp Sơn, nhưng không ngờ nơi đây hai vua đã dàn quân chờ sẵn và cho đánh tập kích, khiến quân lính của Ô Mã Nhi hoảng loạn và sau đó phải lui về Vạn Kiếp.

Ở Thăng Long mà không có lương thực, Thoát Hoan lúng túng. Không những thế, quân Đại Việt đã phản công mạnh mẽ và kiểm soát vùng Hải Dương và Hải Phòng đẩy Thoát Hoan vào nguy cơ bị cắt đường về Vạn Kiếp. Tình huống này buộc Thoát Hoan phải rút quân khỏi Thăng Long quay về Vạn Kiếp. Hai vua Trần ban đầu sai Hưng Ninh Vương Trần Quốc Tung (tức Tuệ Trung Thượng Sĩ) đến giả vờ hẹn ngày đầu hàng để địch mất cảnh giác, sau đó mở các cuộc đột kích ban đêm vào Vạn Kiếp.

Cuối tháng 3 năm 1288, Thoát Hoan quyết định lui quân khỏi Đại Việt, Ô Mã Nhi được lệnh dẫn một cánh quân thủy rút về trước. Ngày 9 tháng 4, cánh quân này tiến đến sông Bạch Đằng và đã bị lọt vào trận địa mai phục của đại quân Đại Việt. Dưới sự chỉ huy trực tiếp của Thánh Tông và Nhân Tông cùng Hưng Đạo Vương, quân Đại Việt đã tiêu diệt toàn bộ cánh quân thủy của Ô Mã Nhi. Nội Minh tự Đỗ Hành bắt các tướng Ô Mã Nhi và Tích Lệ Cơ nộp cho Thánh Tông. Đại Việt Sử Ký Toàn Thư mô tả Thượng Hoàng đã sai người đưa hai tướng Nguyên lên thuyền ngự, rồi *"cùng ngồi nói chuyện với chúng và uống rượu vui vẻ"*.[1]

Tương kế tựu kế vốn là những kế sách dụng binh xưa nay và Trần Hưng Đạo qua "Hịch Tướng Sĩ" đã thể hiện được điều đó. Lúc cương lúc nhu, lúc thẳng lúc chùng để nhử lòng

[1] Đại Việt Sử Ký Toàn Thư, quyển 5, trang 54, tờ b.

địch. Điều ấy cũng giống như đánh hỏa mù để cho bên quân Nguyên bán tín bán nghi. Đó là những thủ thuật của quân sự, xưa nay vẫn có nhiều điểm giống nhau như vậy. Đang thắng thế, nhưng tại sao phải giả hàng? Vì lẽ đây là cớ dụng binh và theo dõi đối phương. Nhờ đó ta biết rằng quân Nguyên đang làm gì ở Vạn Kiếp. Sau khi thu thập hết tin tức rồi, Tuệ Trung Thượng Sĩ Trần Quốc Tung về báo lại cho Hưng Đạo Vương và hai vua. Thế là những cuộc tập kích lại bắt đầu và đoạn cuối là ở sông Bạch Đằng. Một chiến công hiển hách của vua, quan quân Đại Việt. Bây giờ thừa thắng xông lên, Đỗ Hành đã bắt sống được hai tướng của quân Nguyên là Ô Mã Nhi và Tích Lệ Cơ, nộp cho Thánh Tông mà không nộp cho Nhân Tông, nên sau này Đỗ Hành bị trách cứ và không được ban thưởng trọng vọng bởi Nhân Tông. Bởi lẽ Nhân Tông mới là nhân vật chính của triều đình, còn Thánh Tông tuy là cha, nhưng làm Thái Thượng Hoàng thì không phải là người có quyền ban thưởng. Nhưng điều đặc biệt ở đây là lòng nhân nơi Thánh Tông. Nếu ông không phải là là một ông vua Phật tử thì làm sao có sự thương người như thế. Trong trường hợp của kẻ thắng, có thể giết chết Ô Mã Nhi và Tích Lệ Cơ đâu có lỗi gì. Thế nhưng việc ấy đã chẳng xảy ra mà lại "cùng ngồi nói chuyện với chúng và uống rượu vui vẻ" nữa. Đây chưa phải là việc ca khúc khải hoàn, vì dưới mắt Thánh Tông, Ô Mã Nhi cũng như Tích Lệ Cơ vẫn là những kẻ thù của dân tộc. Nếu giết họ lúc này thì làm sao chứng tỏ được lòng nhân của người thắng trận. Chi bằng cứ cho ngồi đối diện nói chuyện và uống rượu để tùy tùng của mình nghĩ ra kế khác hay hơn.

Một ngày trước trận Bạch Đằng, đại quân của Thoát Hoan bắt đầu rút từ Vạn Kiếp lên biên giới. Hữu Thừa là Trình Bằng Phi chọn những binh sĩ thiện chiến yểm trợ cho Thoát Hoan chạy về nước. Quân Nguyên chạy về tới ải Nội Bàng (trị trấn Chũ và xã Bình Nội của Bắc Giang ngày nay) thì bị quân Đại Việt phục kích dữ dội, Vạn Hộ Trương Quân của quân Nguyên phải đem 3.000 quân liều chết chiến đấu mới thoát khỏi cửa ải. Qua được Nội Bàng, Thoát Hoan lại nhận được tin trinh sát rằng phía trước có 30 vạn quân của Đại Việt trải dọc suốt 100 dặm mai phục, đành đổi hướng đi qua Đơn Kỷ (khoảng huyện Đình Lập tỉnh Lạng Sơn ngày nay) về Lộc Châu. Tuy nhiên qua đường này, quân Nguyên vẫn bị quân của Đại Việt tập kích. Quân Đại Việt từ trên cao bắn tên độc, giết các tướng Trương Ngọc và Bát Xích. Theo Nguyên sử thì quân Nguyên lúc đó đã "thiếu ăn lại mệt vì chiến đấu, tướng tá nhìn nhau thất sắc" nhưng vẫn phải "cố xông vào mà đánh" và "buộc vết thương lại mà đánh". Đến ngày 19 tháng 4 năm 1288, quân Nguyên đã bị quét sạch hoàn toàn khỏi Đại Việt.[1]

Như vậy cuối cùng thì Toa Đô đã bị chém đầu giữa trận mạc năm 1285. Ô Mã Nhi, Tích Lệ Cơ bị chết đắm khi chìm thuyền vào tháng 2 năm 1289 trên đường trở về phương Bắc. Chỉ còn riêng một Thoát Hoan là bại tướng dẫn đám bại binh chừng mấy ngàn người trở lại cố quốc. Lúc này Hốt Tất Liệt dẫu có tức giận, hùng hổ đổ lỗi vào các tướng của triều đình nhà Nguyên Mông đi nữa thì cũng không thể thay đổi được gì. Mấy lần xâm lăng là mấy lần thất bại. Thất bại về chiến trận, về tù binh, về lương thực, về khí giới v.v... tất cả đã chôn vùi dưới uy danh của Thánh Tông và Nhân Tông. Bên cạnh đó hai anh em Tuệ Trung Thượng Sĩ Hưng Ninh Vương Trần Quốc Tung và Hưng Đạo Vương Trần Quốc Tuấn đã làm nên lịch sử cho Đại Việt mà nghìn thu dân tộc này vẫn nhớ ơn những người anh hùng của dân tộc như họ. Vì họ là những người con Phật, đã hiểu rõ Phật lý và nhân quả nhiều đời, nên mới hướng dẫn được quân dân ta chiến đấu đến thắng lợi cuối cùng vào ngày 19 tháng 4 năm 1288 như vậy.

---

[1] Theo Lê Mạnh Thát, Hà Văn Tấn & Phạm Thị Tâm 1972, trang 318-323 và Quốc Sử Quán triều Nguyễn 1998, trang 326.

Trước khi mất vào năm 1300, Hưng Đạo Đại Vương Trần Quốc Tuấn khi được Hoàng Đế Trần Anh Tông thăm hỏi, ông đã hồi tưởng lại: "Vừa rồi Toa Đô, Ô Mã Nhi bốn mặt bao vây. Nhờ vua tôi đồng tâm, anh em hòa mục, cả nước góp sức nên giặc phải bị bắt."[1]

Ngay từ buổi ban đầu, lúc Trần Thái Tông chiến đấu với quân Mông Cổ lần thứ nhất vào năm 1258 cũng đã có sự tham gia và cố vấn của Hưng Đạo Vương. Sau đó trải qua các triều đại của Thánh Tông và Nhân Tông, Hưng Đạo Vương cũng đã trực tiếp cầm quân chống lại quân Nguyên Mông và đã giúp cho Thánh Tông cùng Nhân Tông đánh thắng quân Nguyên Mông một cách vẻ vang vào những năm 1285 và 1288. Sau hai cuộc chiến thắng này, vua Trần Nhân Tông đã nhường ngôi cho con là Trần Anh Tông để lên làm Thái Thượng Hoàng và sau đó Thượng Hoàng cũng đã đi xuất gia vào năm 1295.

Anh Tông lên làm vua được mấy năm cũng đã được Hưng Đạo Vương Trần Quốc Tuấn cố vấn trong thời bình, cho đến năm 1300 thì Hưng Đạo Vương đã trở về với đất trời vạn vật. Như vậy, ông đã làm tướng và cố vấn cho cả 4 triều vua của nhà Trần. Đó là Trần Thái Tông, Trần Thánh Tông, Trần Nhân Tông và Trần Anh Tông. Thánh Tông phải gọi ông bằng cậu hoặc bác. Nhân Tông phải gọi ông là ông cậu hay ông bác và Anh Tông phải gọi ông là ông cố cậu hay ông cố bác nếu đứng về phía bên Trần Cảnh để gọi bên Trần Liễu. Vì họ là anh em chú bác và cô cậu với nhau, nên trong 3 cuộc chiến tranh vệ quốc chống lại quân Nguyên Mông này họ đã thành công tuyệt diệu, mà lời cuối của Hưng Đạo Vương đã nhắc cho Trần Anh Tông nhớ rằng: Sở dĩ có được điều ấy, vì lẽ vua tôi đồng tâm, anh em hòa mục và cả nước giúp sức mới được như vậy. Trong bài "Hịch Tướng Sĩ", Hưng Đạo Đại Vương đã đem hết tâm lực và ý chí của mình để chiêu quân,

[1] Đại Việt Sử Ký Toàn Thư, quyển 6, trang 9, tờ a.

hịch tướng, trong đó có nhiều câu đọc lên đến não lòng, ai làm trai trong thời loạn mà lại không hy sinh cho đất nước mình đang lâm nguy như vậy.

"...Áo không, ta cởi áo cho
Cơm không, ta xẻ cơm cho no lòng..."

Đúng là một danh tướng tài ba của thời đại nhà Trần và cũng là một bậc anh tài dùng cả mưu lẫn trí cố vấn cho 4 đời vua như vậy.

Tháng 4 năm 1289 Thượng Hoàng Trần Thánh Tông, Hoàng Đế Trần Nhân Tông xét công lao các tướng lĩnh trong chiến tranh Nguyên Mông - Đại Việt. Hưng Đạo Vương Trần Quốc Tuấn được thăng lên Đại Vương, Hưng Vũ Vương Quốc Nghiễn (con Hưng Đạo Vương) được phong Khai Quốc Công, Hưng Nhượng Vương Quốc Tảng (con Hưng Đạo Vương) nhận chức Tiết Độ Sứ. Nguyễn Khoái được phong tước Liệt Hầu và được cấp hẳn một hương làm thực ấp. Hai vua cũng phong quan tước cho các Tù Trưởng người dân tộc có công như Lương Uất và Hà Tất Năng. Sau cuộc phong thưởng này, khi có người tỏ ra chưa thỏa mãn, Thượng Hoàng đã khuyên bảo: *"Nếu các khanh biết chắc là giặc Hồ không vào cướp nữa thì nói rõ cho Trẫm biết, dù có thăng đến cực phẩm, Trẫm cũng không tiếc. Nếu không thế mà đã vội thưởng hậu, vạn nhất giặc Hồ trở lại và các khanh lại lập công nữa thì Trẫm lấy gì mà thưởng để khuyến khích thiên hạ."* Mọi người đều vui vẻ phục tùng.[1]

Ở đây vua Trần Thánh Tông dùng danh từ giặc Hồ để chỉ người phương Bắc, nhà Nguyên hay dân tộc Mông Cổ, cũng giống như họ đã gọi dân tộc ta và Chiêm Thành là người Man vậy. Cách nói miệt thị này để bày tỏ sự bất bình với thói xâm lược, cướp bóc của họ. Ở đây chúng ta thấy rằng vua Trần Thánh Tông đã thưởng phạt rất công minh, vì dẫu sao đi

---

[1] Đại Việt Sử Ký Toàn Thư, quyển 5, trang 56, tờ b và trang 57, tờ a.

nữa thì đất nước Đại Việt mới vừa kinh qua mấy trận chiến tranh khốc liệt, nhà tan cửa nát. Con xa cha mẹ, vợ xa chồng, ly hương biệt xứ v.v... đời sống của nhân dân chưa ổn định thì làm sao kêu gọi họ đóng thuế má được. Do vậy nhà vua không có quỹ công thì làm sao ban thưởng nhiều hơn, nên nhà vua lo xa cũng phải. Từ đó nhiều người đã thông cảm và không còn đòi hỏi thêm.

Khi quân Nguyên tháo chạy, bỏ lại một hòm biểu xin hàng của nhiều quan thuộc. Thượng Hoàng Thánh Tông sai đốt hết đi để yên lòng những người ấy, không tra cứu.[1] Tuy nhiên, với những người đã thực sự đầu hàng nhà Nguyên thì đều nghiêm trị. Quan lại thì bị xử tử, tịch thu tài sản hoặc bắt đi đày, còn quân dân thì được tha chết, nhưng phải chịu các loại hình phạt khổ sai như chuyên chở gỗ đá, xây cung điện để chuộc tội, hoặc phải làm lính hầu, nô tỳ cho Vương hầu và Tể tướng. Hai vua cũng bắt các Vương hầu, Tôn thất đã theo quân Nguyên phải từ bỏ họ Trần, đổi sang họ Mai. Trần Kiện tuy đã bị tướng Nguyên Địa Lô bắn chết (1285), nhưng vẫn bị các văn kiện đời đó chép là Mai Kiện. Trần Ích Tắc cũng bị loại khỏi tông thất,, nhưng hai vua coi là chỗ tình thân cốt nhục nên không nỡ đổi họ xóa tên, chỉ gọi là Ả Trần, có ý chê hắn hèn nhát như đàn bà vậy.[2]

Khi chiến tranh xảy ra, không phải ai cũng có đủ quyết tâm và can đảm để theo đuổi cuộc chiến đấu đến cùng. Trong lúc thế giặc vừa sang đang mạnh, quân ta không chống nổi phải rút chạy, cả Vua và Thượng hoàng đều phải long đong trốn tránh, tất nhiên cũng sẽ có không ít quan viên, vương hầu cảm thấy sợ hãi và không đủ tin tưởng vào sự chiến thắng của quân ta. Vì vậy, họ đã liên lạc với quân Nguyên, dâng biểu xin đầu hàng, nghĩ rằng như vậy may ra còn giữ được con đường sống. Những kẻ ấy tuy đã có lòng phản bội nhưng cũng do tình thế thúc bách,

[1] Đại Việt Sử Ký Toàn Thư, quyển 5, trang 58, tờ a.

[2] Đại Việt Sử Ký Toàn Thư, quyển 5, trang 58, tờ a.

mà trong thực tế họ chưa thực sự làm điều gì hại nước hại dân, vì tuy họ sinh tâm phản bội muốn hàng nhưng vẫn chưa bỏ chạy sang hàng ngũ của giặc. Thượng hoàng Trần Thánh Tông xét theo tâm lý đó nên không muốn trị tội những kẻ tiểu nhân này vì không cần thiết khi mọi việc đã qua đi mà có thể làm suy yếu thêm sức mạnh của đất nước vừa trải qua chiến tranh. Khi đã quyết định tha thứ, Thượng hoàng bèn sai đốt hết những tờ biểu hàng ấy đi, mục đích là để những kẻ có lỗi được yên lòng, không còn lo sợ. Có như vậy thì họ mới yên tâm tiếp tục cống hiến, phục vụ cho đất nước mà không sợ một ngày nào đó sẽ bị trừng trị vì tội cũ. Đây là hành động của một bậc minh quân, vì chỉ có tình thương và sự tha thứ mới có thể xóa được hận thù, còn hận thù đem đối lại với hận thù thì lửa sân si này cứ đốt cháy mãi không bao giờ tàn lụi. Tuy nhiên, đối với những người đã thực sự đứng sang hàng ngũ giặc thì cho dù hiện không có mặt, như đã trốn chạy theo giặc, thì vẫn kết án xử tội nghiêm khắc, đồng thời tịch biên gia sản, điền sản của họ để sung công. Một trong những hình phạt dành cho kẻ phản bội trong tông thất là buộc phải đổi họ Trần ra họ Mai, như Trần Kiện đổi thành Mai Kiện. Còn Trần Ích Tắc, em ruột của Trần Thánh Tông, vì nghĩ tình anh em máu mủ, cùng một cha một mẹ sinh ra nên không đổi họ, chỉ gọi là Ả Trần để hàm ý mỉa mai ông ta là hèn nhát, nhu nhược như đàn bà.[1]

Theo Thánh Đăng Ngữ Lục, Thượng Hoàng về cuối đời đã đi tu tại chùa Tư Phúc, dưới sự hướng dẫn của Quốc Sư Trúc Lâm Đại Đăng. Ông lấy Đạo hiệu là Vô Nhị Thượng Nhân. Thượng Hoàng đã dành nhiều thời gian cho việc viết sách và đàm đạo với các nhà Thiền học.[2] Một trong những Thiền Sư được Thượng Hoàng kính trọng là Tuệ Trung Thượng Sĩ, tức Hưng Ninh Vương Trần Quốc Tung, anh ruột của Hưng Đạo

---

[1] Đại Việt Sử Ký Toàn Thư, quyển 5, trang 58, tờ a.

[2] Theo nhiều tác giả 1999, trang 399-415 và Nguyễn Thế Đăng 2014 - Trần Thánh Tông - Một ngôi sao sáng của Thiền học thời Trần.

Vương Trần Quốc Tuấn. Sách Tuệ Trung Thượng Sĩ ngữ lục do Trần Nhân Tông biên soạn đã kể Thượng Hoàng gọi Tuệ Trung Thượng Sĩ là "đạo huynh" và đã thuật lại một cuộc đàm đạo giữa hai người.

"Thái Hậu Nguyên Thánh Thiên Cảm qua đời năm 1287, nhà vua làm lễ trai tăng ở cung cấm. Nhân lễ khai đường, vua thỉnh những vị nhân đức các nơi, theo thứ lớp mỗi vị thuật một bài kệ ngắn để trình kiến giải. Kết quả thảy đều quến sình ủng nước, chưa có chỗ tỏ ngộ. Nhà vua lấy quyển tập đưa cho Thượng Sĩ. Thượng Sĩ viết một mạch bài tụng tự thuật rằng:

見解呈見解	Kiến giải trình kiến giải,
自捏目作恠	Tự niết mục tác quái.
捏目作恠了	Niết mục tác quái liễu,
明明常自在	Minh minh thường tự tại.

"Kiến giải trình kiến giải,
Tợ ấn mắt làm quái.[1]
Ấn mắt làm quái rồi
Rõ ràng thường tự tại."

Trần Thánh Tông đọc xong, liền phê tiếp theo sau:

明明常自在	Minh minh thường tự tại,
亦捏目作怪	Diệc niết mục tác quái.
見怪不見怪	Kiến quái bất kiến quái,
其怪悉自壞	Kỳ quái tất tự hoại.

[1] Hòa thượng Thanh Từ dịch câu này có lẽ theo chữ tự (似) là tương tợ. Bản sách của Hòa thượng không có phần chữ Hán nên chúng tôi không biết Hòa thượng đã theo dị bản nào, vì theo sách Thơ Văn Lý Trần, Tập 2, trang 225 và trang 402 có trích dẫn chữ Hán thì đều viết chữ tự (自) là tự mình làm, không phải tương tợ. Do đó, câu này phải hiểu là: "Tự ấn vào mắt mình để tạo ra những hình ảnh khác thường (như hoa đốm, loạn sắc v.v...)."

"Rõ ràng thường tự tại,
Cũng ấn mắt làm quái.
Thấy quái chẳng thấy quái,
Quái ấy ắt tự hoại."

Thượng Sĩ đọc, thầm nhận đó."[1]

Trước một thực tế oai hùng qua cả 3 lần chiến thắng quân Nguyên Mông của vua tôi Đại Việt nhưng các vị vua Trần đã nhận hiểu rõ lý vô thường của vạn vật hơn ai hết, nên đã đi xuất gia tầm đạo như Thái Tông tìm gặp Quốc Sư Phù Vân, rồi năm 1258 sau khi đại thắng giặc Mông Cổ, vua đã trao quyền lãnh đạo đất nước lại cho Thánh Tông. Lúc ấy, Thánh Tông vừa được 18 tuổi và trị vì Đại Việt từ năm 1258 đến năm 1278 thì nhường ngôi cho con là Thái tử Khâm (tức Trần Nhân Tông) để lên làm Thái Thượng Hoàng, lúc ấy ông mới 38 tuổi. Trần Nhân Tông lên nối ngôi Thánh Tông từ năm 1278, trị vì đến năm 1293 thì nhường ngôi cho con là Trần Anh Tông để lên làm Thái Thượng Hoàng và sau đó xuất gia học đạo vào năm 1295.

Như vậy ta có thể thấy được cách truyền ngôi của các vua đầu nhà Trần là khi con còn nhỏ và sau đó lên làm Thái Thượng Hoàng để giúp cho vua con an dân trị quốc, đoạn bỏ cung vàng điện ngọc để đi xuất gia hay tu tại gia cho đến khi băng hà. Đây cũng là một điều đặc biệt của lịch sử Việt Nam chỉ xảy ra trong đời nhà Trần. Có như vậy vua cha mới có thể dìu dắt vua con trưởng thành và nếu có băng hà thì vẫn còn vua con đương quyền lo chăn dân trị nước, tránh việc nội loạn trong cung cấm. Nếu không truyền ngôi trước cho con thì sau khi vua cha băng hà sẽ có nhiều vấn đề xảy ra như các triều đại khác về trước của Đại Việt hay của Trung Hoa.

Như vậy, sau khi Thánh Tông nhường ngôi cho Nhân Tông vào năm 1278 thì ông lên làm Thái Thượng Hoàng một

[1] Theo Tuệ Trung Thượng Sĩ ngữ lục giảng giải, Hòa thượng Thích Thanh Từ.

thời gian, ít nhất là cho đến sau hai cuộc thắng trận quân Nguyên Mông lần thứ 2 vào năm 1285 và lần thứ 3 vào năm 1288. Thánh Tông băng hà vào ngày 25 tháng 5 niên hiệu Trùng Hưng thứ 6, tức năm 1290. Như vậy, ông chỉ xuất gia tại chùa Tư Phúc độ hơn 2 năm thì ông mất ở tuổi 50.

Thánh Tông chọn Quốc sư Đại Đăng làm người hướng dẫn. Quốc Sư này là người kế thế truyền thừa của phái Trúc Lâm sau thời Quốc Sư Phù Vân và chắc rằng Quốc Sư Đại Đăng đã được diện kiến cả Thái Tông và Thánh Tông nhiều lần, nên Thánh Tông mới chọn Đại Đăng làm Thầy. Đây cũng có thể là một tài liệu mới do Thiền Sư Thích Thanh Từ và Giáo sư Lê Mạnh Thát phát hiện qua Thánh Đăng Ngữ Lục và hầu như trong sử sách Đại Việt ít đề cập đến việc này, ngay cả vị trí của Tuệ Trung Thượng Sĩ Trần Quốc Tung cũng vậy.

Vì lý do gì mà các nhà sử học sau này chôn vùi những con người có giá trị lịch sử ấy đã vào sinh ra tử nhiều lần chiến đấu chống quân Nguyên Mông để cuối cùng thành công thì công trạng và tên tuổi của họ ít được nhắc đến với vai trò làm tướng như Tuệ Trung Thượng Sĩ hay như vua Trần Thánh Tông? Có lẽ do sự sùng bái Nho học về sau này nên các sử gia Ngô Sĩ Liên, Lê Văn Hưu không đề cập đến chăng? May nhờ có Thiền Sư Thích Thanh Từ muốn khôi phục lại Thiền Phái Trúc Lâm nên đã cho phiên dịch lại sách "Thánh Đăng Ngữ Lục" và Giáo sư Lê Mạnh Thát đã viết về lịch sử Phật giáo Việt Nam tập I & II cũng như Toàn Tập Trần Thái Tông, Toàn Tập Trần Nhân Tông, Tuệ Trung Thượng Sĩ ngữ lục v.v... nên chúng ta mới được nhận biết rõ ràng hơn về vai trò cũng như vị trí của những vị Vua là Phật, Phật là Vua này.

Thượng Hoàng Trần Thánh Tông rất nể trọng Tuệ Trung Thượng Sĩ Trần Quốc Tung. Nếu đứng về phương diện gia đình thì ông lấy Thiên Cảm Hoàng Hậu con Trần Liễu, mà Tuệ Trung Thượng Sĩ là anh ruột của cả Hưng Đạo Vương Trần Quốc Tuấn cũng như Thiên Cảm Hoàng Hậu, nên ông gọi là

"Đạo Huynh" cũng thuận cả bên đạo lẫn bên đời. Thánh Tông đã cùng chiến thắng quân Mông Cổ với Thái Tông năm 1258 sau khi ông lên ngôi vua được 4 năm (1254) và ông ở ngôi chỉ 17 năm, sau đó lên ngôi Thái Thượng Hoàng (1271), truyền ngôi cho Nhân Tông. Như vậy thời gian ông làm Thái Thượng Hoàng từ năm 1271 đến 1288 cũng là 17 năm và chỉ mới hơn một năm tu đạo giải thoát, đến năm 1290 ở tuổi 50 ông đã trở về cõi Phật và mẩu chuyện đối đáp giữa Tuệ Trung Thượng Sĩ với Thiện Cảm Hoàng Hậu đã nói lên được sự chân thật của Thiền, nên Thánh Tông lúc ấy đã ngộ đạo rồi chăng?

Thiên Cảm Hoàng Hậu hỏi: Anh nói chuyện Thiền mà ăn thịt, làm sao thành Phật được?

Tuệ Trung Thượng Sĩ cười đáp rằng:

"Phật là Phật, anh là anh. Anh chẳng cần làm Phật, Phật cũng chẳng cần làm anh. Không nghe bậc cổ đức nói: "Văn Thù là Văn Thù, giải thoát là giải thoát" đó sao?"

Thánh Tông lúc ấy là vai em rể của Tuệ Trung Thượng Sĩ nên đứng nghe hai người trao đổi với nhau mà tâm đắc. Thượng Sĩ lúc ấy là một thiền sư cư sĩ, học trò của Thiền sư Tiêu Dao và tư tưởng của ông rất dứt khoát rằng: Phật và mình, hai thực thể khác nhau làm sao so sánh được. Bởi vì ông không là Phật và Phật cũng chẳng phải là ông, nên ông ăn chay cũng như ăn mặn đâu có để ý gì. Tại sao Hoàng Hậu lại khởi tâm phân biệt như thế? Cho nên ông mới tiếp là Văn Thù tượng trưng cho trí tuệ và sự giải thoát sanh tử là hai việc khác nhau chứ không giống nhau.

Đến đây ta có thể một lần nữa liên tưởng đến tư tưởng trong kinh Đại Bát Niết Bàn Hậu phần, quyển 2, phẩm thứ 27 về "ứng tận hoàn nguyên" như sau: "Thể tánh của vô minh vốn là giải thoát". Từ đó cho ta có thể định nghĩa tiếp là: "Thể tánh của phiền não vốn là Bồ-đề" và "thể tánh của sanh tử vốn là Niết-bàn" cũng không sai. Vì trong vô minh luôn luôn có sự giải thoát nằm sẵn ở đó, trong phiền não cũng vậy. Bồ-đề luôn luôn hiển hiện trong phiền não, nhưng vì ta chưa gạn đục khơi trong, nên ta chưa rõ tánh của Bồ-đề đấy thôi! Sanh tử và Niết-bàn vốn không hai, trong cái này có chứa cái kia và trong cái kia vốn sẵn có cái này. Riêng đạo hiệu của Thượng Hoàng Trần Thánh Tông là Vô Nhị Thượng Nhân cũng đã nói lên rõ ràng về điều ấy. Có nghĩa là tư tưởng của ông là không hai mà cũng chẳng phải là một. Đó là lý Bát-nhã, ngoài hai không có một và ngoài một không có hai. Nghĩa là trong cái này luôn có cái kia và trong cái kia luôn hiện hữu của cái này. Còn thượng nhân là bậc cao cả hay người bên trên.

Bài kệ trình kiến giải của những vị danh đức khắp nơi về cung Thiên Trường dự lễ trai tăng khi mẹ Thái Hậu Nguyên Thánh Thiên Cảm qua đời năm 1287 đã cho ông thấy chẳng ai làm sáng tỏ được ngọn đèn thiền bằng Tuệ Trung Thượng Sĩ, nên ông đã chọn Tuệ Trung Thượng Sĩ làm Thầy của mình trong những ngày còn lại của cuộc đời, cũng là một chọn lựa đứng đắn vậy. Rõ ràng là mọi vật trong thế gian này đều như thị. Nó không đến, không đi, không còn, không mất. Tại sao chúng ta lại phân biệt bỉ thử? Khi thấy phân biệt, tức đã chấp ngã rồi. Hãy buông xả nó thì những dính mắc ấy liền tự hoại. Đây cũng có thể là một công án và cũng có thể là một thiền ngữ của Thiền Sư muốn dạy cho học trò, đệ tử của mình.

Ngày 25 tháng 5 năm Canh Dần, niên hiệu Trùng Hưng thứ 6 (tức ngày 3 tháng 7 năm 1290), Thượng Hoàng Thánh Tông qua đời tại cung Nhân Thọ, hưởng dương 50 tuổi. Thánh Đăng ngữ lục có chép một số chi tiết về những ngày cuối cùng trong cuộc đời Trần Thánh Tông như sau:

“Vua bệnh, Tuệ Trung Thượng Sĩ gởi thơ đến thăm, vua viết vào cuối trang đáp lại:

炎炎暑氣汗通身，	Viêm viêm thử khí hãn thông thân,
何曾浣我娘生褲。	Hà tằng hoán ngã nương sanh khố?

"Hơi nóng hừng hực mồ hôi đẫm,
Chiếc khố mẹ sinh vẫn ráo khô."

Đến lúc bệnh nặng, vua thường lấy ngón tay gõ vào chiếc gối, như có sở đắc điều gì. Chốc lát, vua đòi bút viết bài kệ:

生如著衫	Sanh như trước sam
死如脫褲	Tử như thoát khố
自古及今	Tự cổ cập kim
更無異路	Cánh vô dị lộ.

Sinh như mặc áo
Chết tợ cởi trần
Từ xưa đến nay
Không đường nào khác.

Liền hét, nói:

八字打開分付了	Bát tự đả khai phân phó liễu,
更無餘事可呈君	Cánh vô dư sự khả trình quân.

Tám chữ mở toang đã trao phó
Còn đâu việc nữa đáng trình anh.

Rồi vua đuổi hết kẻ hầu người hạ, chỉ còn một mình Nhân Tông đứng hầu một bên, thưa: Bệ Hạ có còn nhớ lời của Ngài Vĩnh Gia chăng?

了了見。無一物。	Liễu liễu kiến, vô nhất vật,
亦無人。亦無佛。	Diệc vô nhân, diệc vô Phật.
大千沙界海中漚。	Đại thiên sa giới hải trung âu,
一切聖賢如電拂。	Nhất thiết thánh hiền như điện phất.
假使鐵輪頂上旋。	Giả sử thiết luân đỉnh thượng toàn,
定慧圓明終不失。	Định huệ viên minh chung bất thất.

"Rành rành thấy, không một vật,
Cũng không người chừ, cũng không Phật.
Cõi cõi đại thiên bọt nổi trôi,
Tất cả thánh hiền như điện chớp.
Dẫu cho vòng sắt trên đầu chuyển,
Định tuệ sánh tròn vẫn không mất."

Vua nghe xong, bất chợt cười lên rồi gõ chiếc gối tụng:

Rành rành thấy, không một vật
Cũng không người chừ, cũng không Phật.
Cõi cõi đại thiên bọt nổi trôi,
Tất cả thánh hiền như điện chớp.

Xong, ngay chiều hôm đó sấm gió nổi dậy, thấy một vầng ánh sáng tròn rọi nơi bức vách ngăn, Vua liền băng, hưởng thọ 50 tuổi, nhằm ngày 22 tháng 5 năm Canh Dần (1290).

Vua Nhân Tông an táng Thượng Hoàng ở Dụ Lăng - phủ Long Hưng (nay là Tiến Đức, Hưng Hà, Thái Bình). Triều đình dâng ông miếu hiệu là Thánh Tông và thụy hiệu là Huyền Công Thịnh Đức Nhân Minh Văn Vũ Tuyên Hiếu Hoàng Đế.[1]

Sau khi đọc hai bài kệ trên của vua Trần Thánh Tông, tức Vô Nhị Thượng Nhân, chúng ta thấy được rằng nhà vua đã rõ được Pháp và lẽ đạo đã hiển bày trước khi ông viên tịch. Bởi vì sinh tử là việc trọng đại của cuộc đời, nhất là của một vị vua, đa phần ai cũng còn luyến lưu với quyền cao chức trọng và địa vị Thượng Hoàng, nhưng ông đã quên đi điều ấy rồi. Ông xem việc sinh ra trong cõi đời này, bất kể là ai cũng giống như việc mặc áo, hay nói đúng hơn là chết cũng giống như thay chiếc áo nghiệp này và mặc vào chiếc áo nghiệp khác mà thôi. Khi sanh ra ở đời khác, mình lại mặc chiếc áo khác. Đâu có gì phải sợ hãi và lo lắng. Còn chết có nghĩa là hơi thở đã lìa khỏi thân thể cũng giống như việc cởi trần,

[1] Theo Ngô Sĩ Liên 1993, trang 201-202.

chiếc áo không còn dính vào thân nữa. Nó đơn giản thế thôi! Không có gì để vướng bận nữa cả. Như vậy việc sanh tử đối với ông, đến đi cũng chẳng có gì quan tâm cả.

Kế tiếp bài kệ của Ngài Vĩnh Gia Huyền Giác là một vị Tổ Sư Thiền của Trung Hoa, người con hiếu hạnh Trần Nhân Tông đang đứng cạnh bên giường của ông đã đọc lên để ông nhớ lại và ấn vào tâm cho việc liễu ngộ này. Bài kệ nàyhiện còn trong tập Chứng Đạo Ca của ngài Huyền Giác.

Dưới mắt một Thiền Sư đã liễu ngộ thì tất cả đều không, bởi vị này quan sát mọi vật trên thế gian dưới con mắt trí tuệ. Người cũng không mà Phật cũng không. Ấy là tâm không, đã rốt ráo không còn đối đãi ta người, hay thị phi nhân nghĩa gì nữa. Con người chỉ là một cách gọi, nó giống như những bọt bóng nhỏ nhoi và mong manh nổi trôi trong cõi đại thiên thế giới này, thì đâu có ý nghĩa gì với sự mênh mông to lớn ấy. Các bậc thánh hiền xưa nay đã xuất hiện đó đây, nhưng họ giống như tia chớp của dòng điện, mới thấy đó rồi mất đó.

Nhân Tông cũng là một ông vua Phật tử sớm ngộ đạo Thiền, nên đã nhắc cho Phụ Vương mình nhớ lại bài kệ của Ngài Vĩnh Gia Huyền Giác lúc sắp lâm chung. Đây là một điều quá tuyệt diệu. Do cận tử nghiệp này quá sáng, nên chiều hôm đó vào ngày 22 tháng 5 năm Canh Dần 1290, một vầng sáng tròn nơi vách ngăn đã được rọi vào và vua đã băng hà. Như vậy Vô Nhị Thượng Nhân đã được vào cõi giải thoát. Thông thường những bậc xuất trần thượng sĩ đều có những sự chứng ngộ ngay nơi giường bệnh hay trước lúc lâm chung. Vì họ biết rằng họ sẽ đi đâu và họ sẽ về đâu, nên tâm thức của họ rất sáng suốt. Chư Phật và chư Bồ Tát luôn cận kề để soi rọi cho tâm thức của họ được sanh về thế giới an lạc, giải thoát, vô nhiễm và không bị trói buộc bởi luân hồi sanh tử nữa.

Cả 3 cuộc kháng chiến chống quân Nguyên Mông đều có sự hiện diện của ông. Thế mà khi ông ra đi chẳng để lại một dấu vết gì tỏ vẻ vấn vương nơi trần thế cả. Cho nên chính ông đã lấy Vô Nhị Thượng Nhân làm đạo hiệu, quả rất đúng cho một người vừa làm Vua, vừa làm Phật như vậy.

Vua Trần Thánh Tông là một vị vua giỏi cả văn lẫn võ. Ông vừa là nhà thơ và nhà văn. Trong suốt cuộc đời, ông đã để lại hậu thế những thơ, văn như sau:

- Di hậu lục (Chép để lại cho đời sau)
- Cơ cầu lục (Chép việc nối dõi nghiệp nhà)
- Thiền Tông liễu ngộ ca (Bài ca giác ngộ Thiền tông)
- Phóng ngưu (Thả trâu)
- Chỉ giá minh (Bài minh về sự cung kính)
- Trần Thánh Tông thi tập (Tập thơ Trần Thánh Tông)

Cùng một số thư từ ngoại giao, nhưng tất cả đều đã thất lạc, chỉ còn lại 6 bài thơ được chép trong Việt âm thi tập (5 bài) và Đại Việt Sử Ký Toàn Thư (1 bài).[1]

Theo đánh giá trong cuốn Thơ văn Lý Trần (tập 2, quyển thượng) do Nguyễn Huệ Chi, Trần Thị Băng Thanh, Đỗ Văn Hỷ và Trần Tú Châu biên soạn thì thơ văn Trần Thánh Tông "giàu chất trữ tình, kết hợp nhuần nhị giữa tinh thần tự hào về đất nước, về dân tộc của người chiến thắng, với tình yêu cuộc sống yên vui, thanh bình và phong độ ung dung, phóng khoáng của một người biết tự tin, lạc quan (Theo nhiều tác giả 1999, trang 200-201).

Theo Đại Việt Sử Ký Toàn Thư, năm 1289 Trần Thánh Tông sáng tác bài thơ *"Dạo chơi hành cung Thiên Trường"* (Hạnh hành cung Thiên Trường) nói lên cảm hứng sau hai lần đánh bại quân Nguyên Mông 1285 và 1288.

[1] Theo Phạm Tú Châu, mục từ "Trần Hoảng" trong tự điển văn học và Trần Văn Giáp, tìm hiểu kho sách Hán-Nôm, nhà xuất bản Khoa Học Xã Hội 2003, trang 847.

幸天長行宮	Hạnh Thiên Trường hành cung
景清幽物亦清幽，	Cảnh thanh u vật diệc thanh u,
十一仙州此一州。	Thập nhất tiên châu thử nhất châu.
百部笙歌禽百舌，	Bách bộ sanh ca, cầm bách thiệt,
千行奴僕橘千頭。	Thiên hàng nô bộc, quất thiên đầu.
月無事照人無事，	Nguyệt vô sự chiếu nhân vô sự,
水有秋含天有秋。	Thủy hữu thu hàm thiên hữu thu.
四海已清塵已靜，	Tứ hải dĩ thanh trần dĩ tĩnh,
今年遊勝昔年遊。	Kim niên du thắng tích niên du.

Dịch thơ

Dạo chơi hành cung Thiên Trường

Cảnh thanh u vật cũng thanh u
Mười một tiên châu, đây một châu.
Trăm giọng chim ca, trăm bộ sáo,
Ngàn hàng cây quít ngàn tên nô.
Trăng vô sự soi người vô sự,
Nước vẽ thu ngậm trời vẽ thu.
Bốn biển đã quang, trần đã lặng,
Chuyến đi nay thắng chuyến đi xưa.[1]

Dạo chơi hành cung Thiên Trường

Cảnh đâu thanh vắng lạ thường,
Vật kia lại cũng am tường như nhau.
Cớ sao mười một tiên châu,
Lại đem so với một châu mượt mà?
Còn đây trăm giọng chim ca,
Và trăm bộ sáo chỉ là góp vui.

[1] Bản dịch của Nhà xuất bản Khoa Học Xã Hội 1993 - Theo Ngô Sĩ Liên 1993, trang 200-201.

Hàng ngàn cây quít ngọt bùi,
Do người chăm bón vun bồi mà nên.
Ánh trăng sáng tỏ êm đềm,
Con người ở giữa hai miền có không.
Thu này nước đã xanh trong,
Trời kia quang tạnh tấm lòng trung kiên.
Giờ đây bốn biển lặng yên,
Tấm lòng thanh bạch, lời nguyền thanh cao.
Bây giờ năm ấy thế nào?
Khác xưa muôn vạn bước vào năm nay.

(Thích Như Điển dịch theo lối thơ lục bát)

Bài thơ này ông làm vào năm 1289, nghĩa là sau khi đại thắng quân Nguyên Mông 2 lần vào năm 1285 và 1288. Vậy thì thời gian này chính là thời gian ông đã đi xuất gia ở chùa Tư Phúc. Tư tưởng này là tư tưởng Phật giáo, tư tưởng Thiền Tông. Chỉ có người liễu đạo mới làm được bài thơ này, nhất là câu: Bốn biển đã quang, trần đã lặng. Có nghĩa là sanh, lão, bệnh, tử, 4 giai đoạn ấy đã rõ ràng rồi và mọi trần cấu đối với ông bây giờ không còn bị dính mắc nữa.

Chùa Tư Phúc không biết ngày nay có còn ở Hà Nội không? Nhưng chắc rằng không xa cung Thiên Trường mấy. Cung này dành riêng cho các Thái Thượng Hoàng sau khi thoái vị, lui về đây sống những ngày còn lại của cuộc đời. Sau khi ông đi xuất gia, ông phải rời khỏi cung Thiên Trường và năm này ông trở lại thì thấy Thiên Trường ngày nay và Thiên Trường ngày xưa khác nhau không ít, khi lòng ông không còn dính chút bụi trần duyên nào cả.

Trong sách Nam Ông mộng lục (in lần đầu tiên tại Trung Quốc năm 1442), viên quan nhà Minh gốc Việt là Hồ Nguyên Trừng đã có lời bình luận về bài thơ của Trần Thánh Tông như sau.

"Bài thơ này được sáng tác có lẽ vào lúc sau khi đã trải qua hai lần quân Nguyên chinh phạt, đất nước yên vui, cho nên kết thành ý thơ như vậy. Bài thơ có cấu tứ thanh cao, điệp tự âm vang, nếu chẳng phải bậc lão luyện trong làng thơ, sao có thể viết được như vậy? Huống chi, Ngài bản tính thanh cao, bẩm sinh phú quý, có phong cách làm vua cả một nước, khác với người thường." [1]

Hồ Nguyên Trừng nhận xét về bài thơ thăm Thiên Trường hành cung của vua Trần Thánh Tông không sai, nhưng chưa rõ hết ý thoát tục ở những câu cuối mà Thánh Tông đã gởi tâm sự mình vào đó. Bởi lẽ năm 1289 ông đã đi xuất gia hơn một năm rồi, nên mới có được tư tưởng thanh cao thoát tục như vậy.

Sách Thơ Văn Lý Trần cũng ghi lại một bài của ông tên Chân Tâm Chi Dụng mang màu sắc Phật giáo Thiền Tông như sau:

真心之用	**Chân Tâm Chi Dụng**
真心之用，	Chân tâm chi dụng,
惺惺寂寂。	Tỉnh tinh tịch tịch.
無去無來，	Vô khứ vô lai
無損無益。	Vô tổn vô ích.
入大入小，	Nhập đại nhập tiểu,
任順任逆。	Nhậm thuận nhậm nghịch.
動如雲鶴，	Động như vân hạc,
靜如牆壁。	Tĩnh như tường bích.
其輕如毛，	Kỳ khinh như mao,
其重如石。	Kỳ trọng như thạch.
洒洒而淨，	Sái sái nhi tịnh,
躶躶而赤。	Khỏa khỏa nhi xích.

[1] Theo Hồ Nguyên Trừng 1999, trang 113.

不可度量，	Bất khả độ lượng,
全無踪跡。	Toàn vô tung tích.
今日為君，	Kim nhật vị quân
分明剖劈。	Phân minh phẫu phách.

Dịch thơ

Dụng của chân tâm

Dụng của chân tâm,
Thông minh tịnh mịch.
Không đến không đi,
Không tổn không ích.
Vào nhỏ vào to,
Mặc thuận cùng nghịch.
Động như hạc mây,
Tĩnh như tường vách.
Nhẹ tựa mảng lông
Nặng như bàn thạch.
Trần trần trụi trụi,
Làu làu trong sạch,
Chẳng thể đo lường,
Tuyệt vô tung tích.
Nay ta vì ngươi,
Tỏ bày rành mạch.[1]

Dụng của chân tâm

Chân tâm là dụng ở đây,
Rõ ràng sáng chói an bày nơi nơi.
Không đi không đến lâu rồi,
Cũng không tổn hại ấy thời xưa nay.
Vào to hay nhỏ chẳng tày,
Cả ngay khi thuận hay quay nghịch chiều.

[1] Bản dịch của Phạm Tú Châu - Theo nhiều tác giả 1999, trang 399-416.

Động như bóng hạc cánh diều,
Tĩnh như tường vách những điều ra sao.
Nhẹ thì tợ cánh lông bào,
Nặng thì như đá ai nào chuyển di.
Làu làu một cảnh tư nghì,
Xem ra mới thấy chẳng vi trần nào.
Chẳng cần đo đạc đếm đong,
Còn đâu dấu tích mà hòng xét soi.
Nay ta chỉ rõ cho ngươi,
Giữ tâm thanh tịnh cho đời thanh cao.

(Thích Như Điển dịch theo lối thơ lục bát)

Đây mới đúng là bài thơ tỏ ngộ cái tâm của Vô Nhị Thượng Nhân. Tuy không thấy ghi lại bài thơ được làm năm nào, nhưng chắc rằng phải được làm giữa năm 1288 đến năm 1290 trước khi ông viên tịch. Tâm ấy chính là tâm thanh tịnh, không đến không đi, không còn không mất. Nó ở đó muôn đời, nhưng ít người nhận ra nó. Động hay tĩnh cũng do tâm này. Nếu mình làm chủ được tâm thì tâm ấy sẽ sáng suốt tự tại, trí huệ phát sanh và mây phiền não tự động tan đi, để tâm ta trở thành thanh tịnh. Tâm ấy cũng chẳng đo lường, tính toán được và từ xưa đến nay việc đến đi tự tại cũng chỉ tâm này mà thôi.

Ngoài ra còn có bài “Cảm xúc khi đọc Đại Tuệ ngữ lục”,[1] bày tỏ kinh nghiệm tu tập và chứng đạo như sau:

讀大慧語錄有感其一	**Độc Đại Tuệ ngữ lục hữu cảm - Kỳ I**
打瓦鑽龜三十年，	Đả ngõa toàn quy tam thập niên,
幾回汗出為參禪。	Kỷ hồi hãn xuất vị tham thiền.

[1] Đại Tuệ ngữ lục, tức Đại Tuệ Phổ Giác Thiền sư ngữ lục, do vị tăng Uyển Văn đời Tống ghi chép lời dạy của Thiền sư Đại Tuệ Tông Cảo (1089-1163), Trung Hoa, gồm 30 quyển, hiện còn lưu giữ trong Đại Chánh Tân Tu Đại Tạng Kinh, Tập 47, kinh số 1998A.

一朝識破娘生面，	Nhất triêu thức phá nương sanh diện,
鼻孔元來沒半邊	Tỵ khổng nguyên lai một bán biên.

讀大慧語錄有感其二	**Độc Đại Tuệ ngữ lục hữu cảm - Kỳ II**
眼前無色耳無聲，	Nhãn tiền vô sắc nhĩ vô thanh,
一片心頭自打成。	Nhất phiến tâm đầu tự đả thành.
聲色不干唇舌外，	Thinh sắc bất can thần thiệt ngoại,
任他剝報與都丁。	Nhiệm tha bác báo dữ đô đinh.

Dịch thơ

Cảm xúc khi đọc Đại Tuệ Ngữ Lục

I.

Đập ngói dùi rùa ba chục niên,
Mồ hôi ướt đẫm bởi tham thiền.
Một mai nhìn thấu dung nhan mẹ,
Mới biết khuôn trăng khuyết một bên.

II.

Mắt tai nào có sắc cùng thanh,
Chỉ một tâm kia tự đúc thành.
Môi lưỡi bỏ ngoài thanh với sắc,
Mặc người "bác báo" với "đô đinh".[1]

Cảm xúc khi đọc Đại Tuệ Ngữ Lục

I.

Mài rùa đập ngói ai ơi,
Bao năm dâu bể từ đời xa xưa.
Mồ hôi ướt đẫm chẳng chừa,
Tham thiền nhập định cũng vừa thời gian.

[1] Bản dịch của Phạm Tú Châu, theo nhiều tác giả 1999, trang 404-406.

Mai kia nhìn thấy dung nhan,
Mặt mày tiều tụy lại càng xót thêm.
Như trăng non khuyết một bên,
Bên kia lệch mất chút duyên mặn mà.

II.

Mắt tai chẳng thấy chẳng nghe,
Chẳng hề xao động, chẳng hề phân tâm.
Lời ai dù có ân cần,
Tâm không vọng động, giữ phần an nhiên.
Lưỡi môi chẳng cảm giác riêng,
Âm thinh sắc tướng vô tình thoáng qua.

(Thích Như Điển dịch theo lối thơ lục bát)

Thuật ngữ *"đả ngõa toàn quy"* (đập ngói, dùi rùa) chỉ cho hai phương thức bói toán thời cổ của Trung quốc, nhằm đoán định những chuyện tốt xấu chưa xảy ra. Ở đây có hàm ý chỉ cho sự tu tập mơ hồ, không xác định được đúng hướng. Trần Thánh Tông tự nhận mình đã trải qua 30 năm như vậy.

Ông sinh năm 1240, lên làm vua năm 1258, nghĩa là lúc ông mới 18 tuổi, nhưng phía sau còn có Thái Thượng Hoàng Trần Thái Tông chỉ bảo, khuyên răn. Cuối năm 1257, giặc Mông Cổ xâm chiếm nước ta thì ông đã 17 tuổi. Sau những năm chiến thắng lần đầu ấy, ông đã tìm cầu nơi Phật đạo và 2 lần sau quân Nguyên Mông đến xâm chiếm nước ta vào năm 1285 và 1288 ông cũng đã cố vấn cho vua Trần Nhân Tông để đi đến thành công. Mặc dù đã trở thành Thái Thượng Hoàng từ năm 1278, nhưng vai trò của Thánh Tông rất quan trọng trong 2 cuộc đại thắng quân Nguyên Mông sau này. Đến năm 1288, mọi việc xong xuôi đâu đó ông mới đi xuất gia và đến năm 1290 thì ông viên tịch ở tuổi 50. Vậy lúc 20 tuổi ông đã tìm hiểu Thiền tông và đã tọa thiền nhiều đêm đến đổ mồ hôi hột, nhưng khi nhìn rõ lại dung nhan tự thuở bản lai thì mới biết rằng lỗ mũi ấy lệch qua một bên. Điều này nói lên sự không toàn thiện và đoạn 2 của bài thơ mới là điểm chính, vì bây giờ vua đã an nhiên tự tại, khứ lai vô ngại, không bị âm thanh và sắc tướng chi phối nữa. Một mảnh tâm kia đã sáng trong hoàn toàn. Môi lưỡi không còn có cảm giác gì với âm thanh sắc tướng nữa. Như vậy mới biết rằng màu xanh báo hiệu đã đến rồi và cả hai đều như vậy cả. Cả hai đây là việc thanh và sắc. Nhà vua tuy ở trong trần thế, nhưng không bị nhiễm mùi trần.

Sử thần Ngô Sĩ Liên trong Đại Việt Sử Ký Toàn Thư khen ngợi Trần Thánh Tông rằng: *"Thánh Tông nối nghiệp Thái Tông, giữa chừng gặp giặc cướp biến loạn, ủy nhiệm cho tướng thần cùng với Nhân Tông giúp sức làm nên việc, khiến thiên hạ đã tan lại hợp, xã tắc đã nguy lại an, suốt đời Trần không còn nạn xâm lược của giặc Hồ nữa, công lao ấy to lớn lắm."*[1]

Sử gia Ngô Sĩ Liên nhận xét như thế là chính xác vô cùng, vì từ khi Thái Tông lên ngôi năm 1226 cho đến 1257, đất nước Đại Việt vẫn thái bình, nhưng năm 1257 cũng là năm giặc Mông Cổ đến đánh phá Đại Việt của chúng ta. Thái Tông cùng Thánh Tông đã đánh đuổi giặc phương Bắc chạy lui về nước. Mãi đến khi Thánh Tông lên ngôi và nhường ngôi cho Nhân Tông để làm Thái Thượng Hoàng thì cả hai lần chiến tranh năm 1285 và 1288, vua quan, dân chúng Đại Việt của chúng ta đã đồng lòng qua Hội Nghị Diên Hồng, thề sống chết cùng nhau để đánh đuổi giặc Nguyên Mông và cuối cùng ta đã đại thắng. Những tưởng mấy lần quân Nguyên chiếm cứ thành Thăng Long, vua quan chạy tán loạn, gần như tan vỡ. Thế mà cơ trời vận nước đã trở lại với các vua cũng như nhân dân trăm họ, nên cuối cùng chúng ta đã ca khúc khải hoàn và sau đó cùng nhau xây dựng lại cơ đồ sau những lần chiến tranh tàn phá. Kẻ vui thú điền viên, người xuất gia tu hạnh giải thoát. Đây là một tấm gương sáng chói nghìn đời sử sách vẫn còn ghi.

---

[1] Đại Việt Sử Ký Toàn Thư, phần Bản kỷ, quyển 5, trang 60, tờ a.

Đại Việt Sử Ký Toàn Thư còn dẫn ra một câu chuyện cho thấy sự hòa ái của Hoàng thất nhà Trần thời Trần Thánh Tông: Tĩnh Quốc Đại Vương Trần Quốc Khang, trên danh nghĩa là con trưởng của Trần Thái Tông, nhưng thực ra là con trai của An Sinh Vương Trần Liễu cùng Hiển Từ Thuận Thiên Hoàng Hậu. So với những người con còn lại của Thái Tông, tuy là con trưởng nhưng Quốc Khang học vấn tầm thường, nên không được vua em Thánh Tông cho giữ những chức vụ lớn trong triều đình. Tuy nhiên, nhà vua vẫn giữ quan hệ tốt đẹp với anh mình. Trong sử chép:

上皇著白木綿服。靖國作胡人舞上皇解衣與之。帝亦作胡人舞以請。靖國曰最貴者皇帝之位, 下臣不與二郎爭。今至尊賜臣微物而二郎欲奪之乎。上皇大笑曰。汝視帝位與賤服不相。上下賛羨久之, 乃與靖國。其父子兄弟之閒和樂如此。

Thượng hoàng trước bạch mộc miên phục. Tĩnh Quốc tác Hồ nhân vũ, Thượng hoàng giải y dữ chi. Đế diệc tác Hồ nhân vũ dĩ thỉnh. Tĩnh Quốc viết: "Tối quý giả hoàng đế chi vị, hạ thần bất dữ Nhị lang tranh. Kim Chí tôn tứ thần vi vật nhi Nhị lang dục đoạt chi hồ." Thượng hoàng đại tiếu viết: "Nhữ thị đế vị dữ tiện phục bất tương." Thượng hạ tán tiện cửu chi, nãi dữ Tĩnh Quốc. Kỳ phụ tử huynh đệ chi gian hòa lạc như thử.

> *"Thái Thượng Hoàng mặc chiếc áo bông trắng. Tĩnh Quốc múa điệu múa người Hồ.*[1] *Thượng Hoàng bèn cởi áo ban cho. Vua cũng múa điệu múa người Hồ để xin thưởng áo bông. Tĩnh Quốc nói: 'Quý nhất là ngôi hoàng đế, hạ thần còn không tranh với Chú Hai. Nay đức Chí tôn ban cho thần vật nhỏ mọn này mà Chú Hai lại muốn đoạt lấy sao?' Thượng Hoàng bật cười lớn, nói: 'Vậy ra con xem ngôi vua không bằng cái áo xoàng*

[1] Do căm tức sự xâm lược của phương Bắc, nên nhà Trần gọi họ là người Hồ, giặc Hồ, rợ Hồ. Cho nên ở đây có lẽ chỉ điệu múa của Mông Cổ.

này.' Vua tôi trên dưới cùng chơi đùa thân ái hồi lâu rồi ban áo cho Tĩnh Quốc. Tình cha con, anh em vui vẻ thuận hòa như thế."[1]

Trong Hoàng gia, cha con, anh em hòa thuận không xảy ra xích mích. Vào tháng 9 âm lịch năm 1269, Thánh Tông cho Quốc Khang làm Vọng Giang Phiêu Kỵ Đô Thượng Tướng Quân. Sau này, mùa Xuân năm 1270 (niên hiệu Thiệu Long năm thứ 13) Quốc Khang xây vương phủ to lớn tại Diễn Châu. Vua biết chuyện, sai người đến xem. Quốc Khang sợ, liền tạc tượng Phật đặt ở đó, sau là Chùa Thông.[2]

Vì Trần Thủ Độ muốn ép Trần Cảnh mau có con để nối dõi dòng họ tộc Trần, nên đã gán cái bào thai 3 tháng ấy của Trần Liễu và Thuận Thiên thành con của Trần Cảnh và sau khi sinh ra đặt tên là Trần Quốc Khang. Bản thân của Khang lúc nhỏ chắc không được cha ruột Trần Liễu đoái hoài, mà cha nuôi Trần Cảnh chán ngán Trần Thủ Độ nên đã vào núi Yên Tử để xin xuất gia, nhưng Quốc Sư Phù Vân khuyên nhà vua nên trở về. Sau khi về lại triều chính từ năm 1227 đến 1240 mới sinh ra Trần Hoảng, tức Trần Thánh Tông. Ông này mới là con của Thuận Thiên và Trần Thái Tông, nên sau này Trần Hoảng chính thức được làm vua, còn với Trần Quốc Khang chỉ là anh em cùng mẹ khác cha, cho dù cha của họ là con chú con bác, về gia tộc cũng không xa nhau mấy.

Vua Trần Thái Tông sau khi về lại triều, ban ngày thì lo giải quyết việc nước, ban đêm lại chong đèn đọc kinh sách cho đến canh hai mới đi ngủ. Trần Hoảng sinh ra trong hoàn cảnh như vậy, nên Trần Hoảng tức Trần Thánh Tông sau này nhường ngôi cho con là Trần Nhân Tông rồi cũng đi xuất gia ở chùa Tư Phúc. Do vậy bản chất của Thánh Tông thông minh, tài cán là phải.

---

[1] Đại Việt Sử Ký Toàn Thư, phần Bản kỷ, quyển 5, trang 32, tờ a, b.

[2] Đại Việt Sử Ký Toàn Thư, Bản kỷ, quyển 5, trang 32, tờ b, trang 33, tờ a.

Quốc Khang biết mình bị lép vế, dầu cho là anh cả trên danh nghĩa, nhưng không phải chánh dòng của Thái Tông nên đã nhường nhịn cho em Trần Hoảng mọi mặt. Vua Thái Tông thấy vậy cũng thương tình nên cấp áo bông cho. Dĩ nhiên áo này dẫu cho có quý giá đến đâu đi chăng nữa, làm sao bằng được ngai vàng, nhưng Trần Quốc Khang chấp nhận áo bông từ Thượng Hoàng và ngôi vua đã có em là Trần Hoảng lo rồi. Tuy nhiên vì nghĩ tình máu mủ cùng mẹ, nên sau này Thánh Tông phong ông làm Đô Thượng Tướng quân. Cuối cùng rồi Quốc Khang cũng có duyên với Phật Pháp, nên đã dựng tượng Phật trong vương phủ của mình ở Diễn Châu, để khỏi bị tiếng thị phi khi Thánh Tông để ý đến.

Sử Thần Lê Tung triều Lê Tương Dực viết Đại Việt Thông Giám Tổng Luận (1514) ca ngợi Trần Thánh Tông là vị vua nhân hậu, coi trọng hiền tài, phát triển Nho học, nhưng đứng trên góc độ tôn sùng Nho giáo, Lê Tung lại phê phán ông tôn sùng đạo Phật.

"Thánh Tông có lòng nhân thứ, có đức hiếu đễ, yêu người thân, hòa trong họ, tôn người hiền, trọng đạo đức, hầu kinh diên thì chọn người hiền lương, giúp Thái Tử kén người đức hạnh, cơ nghiệp nhà Trần, do đấy vững bền. Song đạo Phật đắm lòng, cùng một tệ tập như Lương Võ Đế."[1]

Như vậy đủ biết Thánh Tông tài giỏi là dường nào. Ngoài việc an bang tế thế ra ông còn lo cho đạo Phật không ít, khiến cho Lê Tung là một Nho sĩ, một sử gia đời Hậu Lê phải xuống bút với hai câu khá nặng, nhưng không chỉnh cả ý lẫn lời là: *"Song đạo Phật đắm lòng, cùng một tệ tập như Lương Võ Đế."* Ô hay! Cớ sự nào vậy? Lương Võ Đế đâu có tội tình chi. Chính nhờ ông mà Thiền tông mới phát triển mạnh ở Trung Quốc đấy chứ? Nếu không có nhà Lương thì Đường, Tống, Nguyên, Minh, Thanh sau này, giá trị văn học cũng như Phật học làm sao sâu thẳm như thế được. Vả chăng đó là cái tội? Phật giáo đã làm

[1] Theo Lê Tung, Việt Giám Thông Khảo Tổng Luận, trang 13a-13b.

mê hoặc vua quan chăng? Hay vì Khổng Tử không được đối xử công bằng nên Lê Tung mới chấp bút viết lên những lời như vậy? Lương Võ Đế lập đàn cầu siêu cho Hoàng Hậu, sám hối cho muôn dân là một tập tục xấu hay sao? Hay tốn của công nhiều nên Lê Tung mới viết như vậy? Vả lại ở đây vào cuối đời, sau khi làm vua, làm Thái Thượng Hoàng, ông đã vào chùa Tư Phúc để xuất gia vào năm 1288 để đến năm 1290 ông vãng sanh về thế giới Vô Nhị. Nhất là sau 3 lần đại thắng quân Nguyên Mông mà ông không ngủ say trong men chiến thắng. Ở đây lại đi ngược dòng sinh tử, quyết chọn việc xuất trần Thượng Sĩ. Vậy việc ấy bị Đạo Phật gạt gẫm chăng? Hay là thể hiện tinh thần xả kỷ như vậy là một tập quán xấu? Thật ra những lời phê bình như thế không đúng và không nên cho vào trong Đại Việt Thông Giám Tổng Luận của Lê Tung thì hay hơn.

Trong bộ Việt Sử Tiêu Án (1775) do sĩ phu Ngô Thì Sĩ (đời Lê-Trịnh) soạn thảo cũng ghi lại một số đánh giá của sử thần như sau:

"Nhà Trần xử với tộc thuộc, hòa vui không hiềm nghi gì. Trong đạo vua tôi với nhau như người nhà. Khi vô sự thì thơ từ xướng họa, vui vẻ hết đường, khi hữu sự thì đồng lòng góp sức, thân hơn chân tay. Đó là phong tục tốt của đời ấy, ít ai theo kịp. Vua Thánh Tông có tư chất nhân hậu, được môn học tâm tính, đã học qua Cơ cầu lục của vua, biết được các bài tụng Đả Ngõa Toàn Quy, có nghĩa tinh vi nhập thần, ngoài ra câu nào cũng huyền diệu, chữ nào cũng thiết thực, không phải thâm đạo không làm được thế, cho nên gặp việc mà suy rộng ra đều có thiên lý, hòa vui với anh em. Có thể tưởng tượng được tấm lòng chí thành, nên mới có hiệu quả chống nổi giặc mạnh khi bấy giờ và sự dạy bảo thân yêu họ hàng còn để lại về sau, thật là vị vua hiền."[1]

Nhận xét như Ngô Thì Sĩ trong Việt Sử Tiêu Án như thế còn có thể chấp nhận được. Vì đó là tất cả sự thật nói về vua Trần

[1] Việt Sử Tiêu Án, Ngô Thì Sĩ, phần về Trần Thánh Tông, NXB Văn Sử, 1991.

Thánh Tông. Tuy Ngô Thì Sĩ chưa nói rõ được nguyên nhân vì sao vua Trần Thánh Tông có được những nhân cách ấy. Nếu không nhờ ông nghiên tầm kinh điển của Phật giáo, nếu ông không lấy tam quy ngũ giới và nhất là Bồ Tát giới tại gia gồm 10 giới trọng và 48 giới khinh để lãnh đạo thì chắc gì nhà vua đã có được một cái nhìn bất nhị về thế giới, về con người, như khi ông đã thấm nhuần Thiền học qua sự dạy dỗ của anh vợ ông là Tuệ Trung Thượng Sĩ Trần Quốc Tung, nên nhiều lúc ông gọi Thượng Sĩ là "đạo huynh". Nếu không có người thầy hướng dẫn về nội tâm như vậy thì suốt cả cuộc đời 50 năm của ông trên trần thế này cũng khó để lại được lòng nhân từ như vậy đối với gia đình, dòng họ cũng như dân chúng khắp nơi. Cứ xem lại mấy bài thơ bên trên của ông thì ta đã thấy việc đắc đạo của ông nằm ngay giữa cuộc đời này rồi. Đó là nhờ Đạo Phật và đặc biệt là nhờ vào Tuệ Trung Thượng Sĩ.

Việt Sử Tiêu Án cũng viết tiếp: "*Đương lúc bấy giờ người Nguyên hùng cường gian ác, chăm chú muốn nuốt đất Nam, cho nên tìm nhiều cách sang trách ta, gây nên mối dụng binh, vua ta cũng tự giữ nghiêm trọng, không chịu khuất chút nào, có thể gọi là người hùng.*"[1]

Lần đầu xâm lăng, Hốt Tất Liệt đã cấp cho Thoát Hoan và Ô Mã Nhi khoảng 20 vạn kỵ binh tinh nhuệ và khoảng 25 vạn bộ binh, cùng kéo sang xâm chiếm Đại Việt ta vào cuối năm 1257. Trong hai lần xâm lăng sau đó, Hốt Tất Liệt cũng đã tiếp tục "hào phóng" gia tăng quân số, quyết chiếm cho bằng được nước ta. Đại Việt Sử Ký Toàn Thư, quyển 5, trang 42, tờ b cho biết từ tháng 7 năm 1283, Thoát Hoan đã được lệnh cùng các tướng lãnh khác hội quân tại Hồ Quảng (nay là Hồ Nam, Quảng Đông và Quảng Tây) đến 50 vạn. Mặt khác, Nguyên soái Toa Đô cũng dẫn 50 vạn quân sang đánh Chiêm Thành, dự tính sau khi chiếm được Chiêm Thành rồi sẽ từ phía nam đánh ngược lên Đại Việt, phối hợp với cánh

[1] Việt Sử Tiêu Án, sách đã dẫn.

quân từ phía bắc. Quân Nguyên Mông tự đặt ra hạn kỳ là 3 năm sẽ chiếm được nước ta. Tuy nhiên, kế hoạch của họ đã hoàn toàn thất bại. Toa Đô không chiếm được Chiêm Thành vì người Chiêm Thành chống trả quyết liệt, lại nhận được quân đội và chiến thuyền từ Đại Việt đưa sang hỗ trợ. Về mặt chiến lược, các vua Trần đã quyết định hết sức sáng suốt khi gửi quân tham gia mặt trận Chiêm Thành, vì điều đó rõ ràng cũng chính là tự bảo vệ đất nước mình. Toa Đô sau đó vẫn kéo quân từ phía nam đánh lên nước ta, nhưng không phải với tư thế của một đoàn quân đã chiến thắng Chiêm Thành rồi thừa thắng xông lên như dự tính, mà là một đội quân đã bị tổn thất khá nặng nề sau những trận giao chiến quyết liệt với Chiêm Thành. Thất bại trong kế hoạch chiếm lấy Chiêm Thành đã góp phần đẩy quân Nguyên Mông đi tiếp đến thất bại hoàn toàn vào năm 1285 trên mặt trận xâm lăng Đại Việt. Tiếp đến, năm 1288 họ lại thất bại thêm lần nữa. Quân Nguyên Mông đại bại trên sông Bạch Đằng do Hưng Đạo Vương Trần Quốc Tuấn cầm quân chống chọi mãnh liệt cùng Thượng Hoàng Trần Thánh Tông và vua Trần Nhân Tông. Thoát Hoan cùng đoàn bại quân chạy trối chết về mạn Bắc không kịp thở. Ô Mã Nhi bị chúng ta bắt giữ làm tù binh đến tháng 2 năm 1289 mới thả cho về, nhưng bị chết đuối trên đường về vì đắm thuyền.

Câu nói của Trần Thủ Độ *"Đầu hạ thần chưa rơi, xin Bệ Hạ đừng lo gì khác"* cũng đã động viên rất mạnh mẽ cho Thái Tông và Thánh Tông có thêm sức mạnh và quyết tâm để chống lại ngoại xâm lần thứ nhất vào năm 1257 được thắng lợi và Hội Nghị Diên Hồng là một sự tổng hợp về sức mạnh của toàn dân do Thượng hoàng Thánh Tông và Nhân Tông chủ xướng, toàn dân ai cũng muốn đánh chứ không muốn hòa. Nhờ yếu tố ấy mà các vua và các tướng nhà Trần thời ấy chống lại quân Nguyên đều được ca tụng là những anh hùng dân tộc.

Viết về vua Trần Thánh Tông xưa nay tương đối ít, nên người viết sách này muốn làm rõ vai trò của ông, vừa làm vua, vừa làm Phật, nên mới dẫn chứng ra nhiều tài liệu và viết rõ về 3 cuộc chiến thắng quân Nguyên Mông để người đời sau xem đến đây cảm nhận được rằng: Mặc dầu lúc ấy Phật giáo đóng vai trò là Quốc giáo, nhưng dưới đời Trần, Nho giáo và Lão giáo cũng vẫn được tự do phát triển song song. Phải nói rằng ít có thời nào trong lịch sử mấy ngàn năm của dân tộc ta được như vậy.

Sau này, qua lịch sử chúng ta được thấy, khi Nho giáo phát triển mạnh, nhất là thời Hậu Lê, thì họ đánh bạt Phật giáo ra ngoài và các vị Thiền Sư thời Lê-Trịnh cũng chỉ giữ một vai trò khiêm nhường, không như thời Lý và thời Trần nữa. Cho hay vận nước đã đến hồi suy vong, vì các đạo khác không lấy tam quy ngũ giới làm đầu, nên việc tránh ác làm thiện không được đa số người trong xã hội tuân theo, dẫn đến những điều tệ ác, tội lỗi ngày càng trở nên phổ biến. Cho nên, đất nước Việt Nam của chúng ta lại phải trải qua một khúc quanh mới của lịch sử vậy.

IV.

VUA TRẦN NHÂN TÔNG

Một ông vua, vừa làm vua vừa làm Phật, vừa làm thiền sư, vừa làm thi sĩ v.v... quả thật trong lịch sử nước Nam ta chưa có vị vua nào được như vậy. Dẫu cho Thánh Đăng Ngữ Lục có nhân cách hóa một vài sự kiện khi Thượng Hoàng sắp băng hà, hay Đại Việt Sử Ký Toàn Thư muốn ghi rõ lại việc của triều đình, của Anh Tông và ngay cả Minh Tông sau này nữa, phải lấy công hạnh của Vua Ông, Vua Cha của mình mà noi theo để cho dân được nhờ và nước được cậy. Để từ đó Thiền học của Việt Nam lại bắt đầu có một chỗ đứng riêng so với thế giới cũng như Thiền Trúc Lâm Yên Tử là Thiền duy nhất có tính cách Việt Nam do vị vua triều Trần thiết lập. Đây là điều đáng hãnh diện cho dân tộc và cho nước nhà Lạc Việt. Vì lẽ Đạo Phật không phải chỉ cho những người dân quê chân lấm tay bùn tin theo, mà ngay cả trên từ vua chúa, dưới cho đến quan quân đều một lòng tín sự phụng hành. Đây là một tấm gương sáng ngời cho hậu thế soi chung vậy.

Viết về vị vua anh hùng này đã có hàng trăm hàng ngàn bài viết, và sách vở xưa nay đã trình bày quá đầy đủ. Ngay cả những luận văn hay luận án tốt nghiệp cử nhân, cao học, tiến sĩ của chư tăng ni, cư sĩ ở trong và ngoài nước viết bằng nhiều ngôn ngữ khác nhau rồi và ngay cả bản thân tôi khi viết sách *"Mối tơ vương của Huyền Trân Công Chúa"* cũng đã dành một chương trang trọng để viết về vị Vua Phật này. Lần này tôi sẽ đi sâu về cuộc đời của ông từ khi xuất gia, nghĩa là sau khi lên làm Thái Thượng Hoàng và sau 2 lần chiến thắng quân Nguyên Mông năm 1285 và 1288. Đồng thời những thơ văn, bài giảng, những bài phú cũng như văn thơ ngoại giao sẽ được nghiên cứu tỉ mỉ hơn, vì lẽ lâu nay đa phần các sử gia hay học giả hoặc những nhà nghiên cứu chỉ chú trọng đến vai trò của ông trong hai trận đại chiến với quân Nguyên Mông nhiều hơn là mặt tích cực sau khi xuất gia học đạo.

Chương sách này hầu hết tôi dựa vào sách "Toàn tập Trần Nhân Tông" của Giáo sư học giả Lê Mạnh Thát và sách Đại Việt Sử Ký Toàn Thư cũng như một số tư liệu trên Wikipedia hay trang nhà quangduc.com v.v... để làm rõ tâm tư, tình cảm, quan điểm của vị vua này, vốn được gọi bằng nhiều tên khác nhau như: Phật Hoàng Trần Nhân Tông, Điều Ngự Giác Hoàng, Sơ Tổ Thiền Phái Trúc Lâm Yên Tử v.v... Nhưng dẫu cho gọi ông bằng cách nào đi nữa cũng không nói lên hết được tầm quan trọng của ông, vì ông là người đã làm vẻ vang cho Đại Việt cũng như mở rộng bờ cõi về phương nam qua việc hứa gả Huyền Trân Công Chúa cho Chế Mân vào năm 1300 và chính thức làm lễ vu quy vào năm 1305.

Trần Nhân Tông sinh ngày 7 tháng 12 năm 1258 và băng hà vào ngày 16 tháng 12 năm 1308, thọ 50 tuổi, là vị vua thứ 3 của nhà Trần. Ông trị vì 15 năm (1278-1293) và lên làm Thái Thượng Hoàng. Như vậy khi ông 20 tuổi đã được vua cha là Trần Thánh Tông nhường ngôi và ông lên làm vua vào giai đoạn quan trọng của lịch sử Đại Việt. Sau khi nhường ngôi cho con là Trần Anh Tông vào năm 1293, ông làm Thái Thượng Hoàng chừng 2 năm thì đi xuất gia ở chùa Chân Giáo cho đến ngày viên tịch vào năm 1308. Trong 15 năm này ông vẫn làm Thái Thượng Hoàng và vẫn học Phật, tu hạnh đầu đà, cho nên Pháp Hiệu của ông được người đời sau gọi là: Đầu Đà Giác Hoàng Điều Ngự.

Đại Việt Sử Ký Toàn Thư, quyển 6, trang 2, tờ b, dòng 2 - 4 ghi: *"Bấy giờ Thượng Hoàng đến Vũ Lâm, vào chơi hang đá. Cửa núi đá hẹp. Thượng Hoàng ngự chiếc thuyền nhỏ, Thái Hậu Tuyên Từ ở đuôi thuyền, gọi Văn Túc Vương lên mũi thuyền, chỉ cho một phu chèo thuyền thôi. Đến khi xuất gia, lúc xe vua sắp ra, cho mời Văn Túc vào Điện Dưỡng Đức cung Thánh Từ ngồi ăn các món hải vị..."*

Đoạn văn này nằm trong phần chép việc của tháng 7 năm 1294, mới đọc qua thì có vẻ như vào năm Giáp Ngọ (1294) vua Trần Nhân Tông đã đi xuất gia. Tuy nhiên, đọc kỹ toàn văn thì nhận ra ở đây là người chép sử đang lồng vào câu chuyện về lòng ưu ái của Thượng hoàng [Trần Nhân Tông] dành cho Văn Túc Vương Đạo Tái. Do đó, trong văn nói "及出家時 - *cập xuất gia thời*" (đến lúc [vua] xuất gia) là chỉ nói chuyện lúc xuất gia, không nói chính xác thời điểm xuất gia là lúc nào. Hơn nữa, cũng tại bộ sử này, ngay trong trang 3, tờ a tiếp theo lại chép rằng:

八月, 上皇親征哀牢, 生擒人畜不可勝數 。

Bát ngoạt, Thượng hoàng thân chinh Ai Lao, sinh cầm nhân súc bất khả thắng số.

> *"Tháng 8 [năm 1294], Thượng hoàng đích thân cầm quân đánh Ai Lao, bắt sống người và súc vật nhiều không kể xiết."*

Như vậy, càng rõ hơn ý nghĩa của đoạn văn kể chuyện trên, vì nếu Thượng hoàng xuất gia trong tháng 7 rồi qua tháng 8 mang quân đánh Ai Lao (tức nước Lào), lại *"bắt sống người và súc vật nhiều không kể xiết" thì* e rằng không hợp lý.

Tiếp theo, cũng trong trang 3, tờ a sách này có đoạn:

夏六月, 上皇回京師, 出家居武林行宮, 而復回也。

Hạ lục ngoạt, Thượng hoàng hồi kinh sư, xuất gia cư Vũ Lâm hành cung, nhi phục hồi dã.

> *"Mùa hạ, tháng 6 [năm 1295], Thượng hoàng về lại kinh đô, xuất gia ở hành cung Vũ Lâm, nhưng sau lại quay về [cung]."*

Tổng hợp ba đoạn sử trích từ nguyên bản Hán văn như trên, chúng ta có thể xác định việc Trần Nhân Tông xuất gia vào tháng 6 năm 1295 tại hành cung Vũ Lâm, là nơi trước đó ông đã từng du ngoạn và có thiết lập hành cung.[1]

Để củng cố thêm cho kết luận này, chúng tôi đã tìm đọc trong Khâm Định Việt Sử Thông Giám Cương Mục, phần Chính biên, quyển 8, và thấy các sự kiện trên lần lượt được ghi chép như sau:

- [Tháng 7, mùa thu, niên hiệu Hưng Long thứ hai (1294)] Thượng hoàng tự làm tướng đi đánh nước Ai Lao.
- [Ất Mùi, niên hiệu Hưng Long thứ ba (1295), mùa hạ, tháng 6, Thượng hoàng từ Ai Lao trở về, rồi xuất gia ở hành cung Vũ Lâm, sau lại trở về kinh sư.

Như vậy, việc xuất gia của Thượng hoàng Trần Nhân Tông là vào tháng 6 năm 1295, và được thực hiện ngay sau

---

[1] Hành cung: nơi ở tạm của các vị đế vương khi rời kinh đô.

khi thân chinh đánh nước Lào quay về, *"bắt sống người và súc vật nhiều không kể xiết"*. Phải chăng những hình ảnh chém giết thương tâm trên chiến trường đã có tác động đến tâm thức nhà vua, một người từng dày công nghiên cứu rất sâu về Phật điển, cho nên ngài mới quyết định xuất gia ngay sau khi đã hoàn thành trọng trách với đất nước?

Trước khi xuất gia, nhà vua đã nghiên cứu kinh Phật rất nhiều và người ấn chứng tâm Thiền cho ông chính là Tuệ Trung Thượng Sĩ Trần Quốc Tung. Vị này là bác ruột của vua Trần Nhân Tông. Hơn nữa, mẹ Nhân Tông, Thiên Cảm Hoàng Hậu là em ruột của Tuệ Trung Thượng Sĩ, nên ông cũng gọi Tuệ Trung là cậu.

Vua Trần Nhân Tông lúc còn trẻ đã có sự giáo dục đầy đủ về nhiều loại tri thức khác nhau của thời đó và xuất phát từ truyền thống gia đình, nên vua đã sớm tiếp xúc với giáo lý nhà Phật. Nhưng bài thơ Xuân vãn (春晚) sau đây đã xác nhận rằng vua cảm thấy mình lúc trẻ chưa thâm nhập vào giáo lý nhà Phật nhiều:

年少何曾了色空，	Niên thiếu hà tằng liễu sắc không,
一春心在百花中。	Nhất xuân tâm tại bách hoa trung.
如今勘破東皇面，	Như kim khám phá đông hoàng diện,
禪板蒲團看墜紅。	Thiền bản bồ đoàn khán trụy hồng.

Tuổi trẻ sao từng hiểu sắc không,
Cả xuân hoa nở ngất ngây lòng.
Đến nay rõ được mặt xuân ấy,
Nệm cỏ giường thiền ngắm rụng hồng.

(Lê Mạnh Thát)

Thời gian tuổi trẻ qua mau,
Làm sao rõ biết mặt mày có không.
Trong xuân hoa cỏ rộn lòng,
Trăm hoa đua nở còn mong hơn gì.

Bây giờ rõ biết như nhiên,
Mắt tai mũi lưỡi chỉ phiền ta thôi.
Cái gì cũng chỉ một thời,
Giường thiền nệm cỏ nhìn đời trôi qua.

(Thích Như Điển dịch thơ lục bát)

Khi Tuệ Trung Thượng Sĩ Trần Quốc Tung mất, vua Trần Nhân Tông đã viết tiểu sử của thầy mình, đồng thời cũng là bác của mình. Nhân lúc viết tiểu sử ấy, vua Trần Nhân Tông đã kể lại kinh nghiệm ngộ đạo của mình như sau:

"Trước đây khi ta chưa xuất gia, gặp lúc cư tang Nguyên Thánh mẫu hậu, nhân đó đi mời Thượng Sĩ. Người trao cho ta hai bộ ngữ lục của Tuyết Đậu và Dã Hiên. Ta thấy Thượng Sĩ sống rất thế tục, nên sinh ngờ vực, bèn giả bộ ngây thơ hỏi: Chúng sanh quen nghiệp uống rượu ăn thịt, thì làm sao tránh được tội báo? Thượng Sĩ giải rõ: Giả sử như có người đứng quay lưng lại, bỗng có nhà vua đi qua sau lưng, người kia bất ngờ ném một vật gì đó trúng vào người vua. Người ấy có sợ chăng? Vua có giận chăng? Như vậy phải biết hai việc không liên quan với nhau." Bèn mới viết hai bài kệ để chứng tỏ:

無常諸法行,	Vô thường chư pháp hành,
心疑罪便生。	Tâm nghi tội tiện sanh.
本來無一物,	Bản lai vô nhất vật,
非種亦非萌。	Phi chủng diệc phi manh.

Vô thường các pháp hành
Lòng nghi, tội liền sanh
Xưa nay không một vật
Chẳng giống cũng chẳng mầm.

Lại nói:

日日對境時,	Nhật nhật đối cảnh thời,
境境從心出。	Cảnh cảnh tùng tâm xuất.

心境本來無，	Tâm cảnh bản lai vô,
處處波羅密。	Xứ xứ ba-la-mật.

Ngày ngày khi đối cảnh,
Cảnh cảnh từ tâm ra.
Tâm cảnh xưa nay chẳng,
Chốn chốn đều ba-la.

Ta hiểu ý, chặp lâu mới nói: "Tuy là như thế, nhưng tội phước đã rõ thì sao?" Thượng Sĩ lại đọc tiếp bài kệ để chỉ bảo:

喫草與喫肉，	Khiết thảo dữ khiết nhục,
衆生各所屬。	Chúng sinh các sở thuộc.
春來百草生，	Xuân lai bá thảo sinh,
何處見罪福。	Hà xứ kiến tội phúc?

Ăn cỏ với ăn thịt
Chúng sanh mỗi có thức
Xuân đến trăm cỏ sinh
Chỗ nào thấy họa phúc?

Ta nói: "Chỉ như thế thì công phu giữ sạch phạm hạnh không chút xao lãng để làm gì?" Thượng Sĩ chỉ cười mà không đáp. Ta lại thỉnh ý, Thượng Sĩ lại làm thành hai bài kệ, để ấn chứng cho ta:

持戒兼忍辱，	Trì giới kiêm nhẫn nhục,
招罪不招福。	Chiêu tội bất chiêu phúc.
欲知無罪福，	Dục tri vô tội phúc,
非持戒忍辱。	Phi trì giới nhẫn nhục.

Trì giới với nhẫn nhục,
Chuốc tội chẳng chuốc phúc.
Muốn biết không tội phúc,
Chẳng trì giới nhẫn nhục.

Lại nói:

如人上樹時，	Như nhân thượng thọ thời,
安中自求危。	An trung tự cầu nguy.
如人不上樹，	Như nhân bất thượng thọ,
風月何所為。	Phong nguyệt hà sở vi?

Như người lúc leo cây,
Đang yên tự tìm nguy.
Như người không leo nữa,
Trăng gió làm việc gì?

Lại kín đáo dặn ta: "Chớ bảo cho người không đáng."[1]

Giáo sư học giả Trí Siêu Lê Mạnh Thát là bậc thầy về ngôn ngữ học. Ông rành về Hán cổ, Anh văn, Pháp văn và ngay cả cổ ngữ Sanskrit nữa. Do vậy những gì ông đã dịch sang Việt ngữ chúng ta có quyền tin tưởng về mức độ chính xác và đầy đủ so với tất cả các bản dịch trước đây hay cả những bản văn chưa dịch, mà ông đã tìm tòi, khám phá cũng như dịch hết ra Việt ngữ để lại cho đời, cho Phật giáo là một công đức thật vô lượng vô biên. Phía sau quyển Toàn Tập Trần Nhân Tông, từ trang 489 đến trang 586, cả 99 trang chữ Hán cổ là bút tích của vua Trần Nhân Tông được khắc lại trên các bản gỗ gồm 35 bài thơ cũng như bài phú Cư Trần Lạc Đạo, cho đến bài văn Thượng Sĩ hành trạng, rồi An Nam hành lý v.v... đều được ông dịch một cách thông suốt. Ở đây chỉ trích ra mấy câu đối đáp giữa Thái Hậu Thiên Cảm em ruột Tuệ Trung Thượng Sĩ trong Thượng Sĩ hành trạng như sau:[2]

...太后怪問：阿兄談禪食肉，安得佛耶？上士笑 曰：佛自佛，兄自兄，兄也不要做佛，佛也不要做兄。不見古德道：文殊自文殊，解脫自解脫。

[1] Hán văn: "非遇上根慎勿輕許- Phi ngộ thượng căn, thận vật khinh hứa."

[2] Trang 525 sách đã dẫn.

··· Thái Hậu quái vấn: "A huynh đàm thiền thực nhục, an đắc Phật da?" Thượng Sĩ tiếu viết: "Phật tự Phật, huynh tự huynh. Huynh dã bất yếu tố Phật. Phật dã bất yếu tố huynh. Bất kiến cổ đức đạo: 'Văn Thù tự Văn Thù, giải thoát tự giải thoát.'"...

Lời đối đáp này có thể dịch sát nghĩa như sau:

...Thái Hậu lấy làm lạ hỏi:

- Anh nói chuyện Thiền mà ăn thịt, làm sao thành Phật được?

Thượng Sĩ cười đáp:

- Phật là Phật, anh là anh. Anh chẳng cần làm Phật, Phật cũng chẳng cần làm anh. Không nghe bậc cổ đức nói: "Văn Thù là Văn Thù, giải thoát là giải thoát" đó sao.

Đây là thiền ngữ. Đây là Phật ngữ mà Tuệ Trung Thượng Sĩ đã đáp lại lời nghi ngờ của người em gái mình. Đó là Thiên Cảm Hoàng Hậu, vợ của vua Trần Thánh Tông và là mẹ của Trần Nhân Tông. Lúc ấy chắc chắn có cả Thánh Tông và Nhân Tông cùng dự tiệc. Và Tuệ Trung Thượng Sĩ là một thiền sư cư sĩ đã liễu đạo thiền, nên việc ông dùng chay hay dùng mặn cũng thế thôi. Chay và mặn không khác nhau đối với Tuệ Trung Thượng Sĩ, vì lẽ ông biết ông là ai và Phật là ai. Việc làm của ông chịu trách nhiệm với chính mình, chứ Phật sẽ không thay thế cho ông được, nên ông đã trả lời cho Thái Hậu như vậy. Ông lại còn giải thích thêm về lời người xưa có dạy rằng: Trí tuệ của Ngài Văn Thù là của Ngài Văn Thù, còn giải thoát là giải thoát, hai việc không tương quan lẫn nhau, tại sao Thái Hậu thắc mắc làm gì?

Trần Nhân Tông lúc ấy cũng thắc mắc, nên sau này khi ông viết tiểu sử của Tuệ Trung Thượng Sĩ, ông vẫn nhắc lại 5 bài thơ khuyên răn dạy bảo như trên.

Vô thường xưa nay là thế, với tất cả các pháp thế gian có hình tướng và ngay cả những pháp không hình tướng đều bị sự vô thường chi phối, không loại trừ bất cứ một vật gì. Khi lòng mình có nghi ngờ thì tội lỗi phát sinh từ đó. Từ xưa đến nay chẳng có cái nào giống cái nào, mà cũng chẳng có cái nào không có nguyên nhân mà được sanh ra cả. Do vậy Đạo Phật chọn nhân duyên hay pháp duyên sanh làm tiêu chí cho những hành xử trong cuộc sống. Đó là: "Cái này có, cho nên cái kia có. Cái này không nên cái kia không. Cái này sanh nên cái kia sanh. Cái này diệt nên cái kia diệt." Không có cái nào tự sanh ra cả, nên gọi là nhân duyên hay nhân duyên sanh.

Trong sinh hoạt hằng ngày chúng ta dối diện trước không biết bao nhiêu là cảnh. Tất cả cảnh ấy từ tâm mình mà ra, như: vui, buồn, giận, hờn, thương, ghét v.v... Xưa nay giữa cảnh và tâm thật ra không liên quan với nhau, vì lẽ ở đâu cũng là vắng lặng trạm nhiên cả, chỉ vì tâm ta phân biệt nên cảnh mới sinh. Tâm là chủ, tâm tạo tác. Tâm này khởi lên tốt xấu, vọng động, còn cảnh chỉ bị động mà thôi. Ví dụ như khi tâm ta vui thì cảnh ấy cảm thấy như vui và khi tâm ta buồn thì cảnh ấy cảm thấy như buồn, nhưng trên thực tế thì cảnh ấy chẳng vui mà cũng chẳng buồn.

Với Tuệ Trung Thượng Sĩ thì thịt là thịt, mà rau cỏ là rau cỏ. Rau cỏ không phải là thịt. Tuy là mỗi chúng sanh đều có tình thức, nhưng khi ta ăn nó, ta chẳng khởi tâm phân biệt ăn gì, cái ăn ấy không thuộc về sự chấp trước, thì đó mới chính là cái ăn đúng nghĩa. Còn ăn mà phân biệt ngon dở hay chay mặn, thì cái ăn đó chưa phải là cái ăn của người giác ngộ. Khi mùa xuân đến thì cây cối rau quả sinh ra, điều đó do thiên nhiên mang lại. Vậy thì họa hay phúc làm sao biết được mà lo. Cho nên phải rõ biết cái chân thật tánh của nó, mới là điều đáng nói ở nơi đây.

Khi vua Trần Nhân Tông còn nghi ngờ nơi việc không giữ giới thì làm sao giữ được phạm hạnh thì Thượng Sĩ chỉ rõ cho thấy chỗ chứng ngộ của mình rằng: Nếu người trì giới mà nghĩ rằng mình đang trì giới. Người thực hành hạnh nhẫn nhục chấp rằng mình đang tu Lục Ba La Mật thì sự chấp vào hình tướng ấy chỉ có tội chứ không sinh phước. Nếu muốn không có cả tội phước thì phải vượt lên khỏi sự trì giới và nhẫn nhục. Điều này có nghĩa là giữ giới cũng như không giữ giới, ấy mới chính là sự giữ giới. Hành hạnh nhẫn nhục mà không thấy mình thực hành hạnh này, thì đó mới chính là sự nhẫn nhục vậy.

Cũng giống như người đang yên ổn mà lại muốn tâm mình bị loạn động nên khởi ý niệm leo cây là ý niệm động rồi, khi ý niệm ấy khởi lên, làm cho tâm mình động. Rõ ràng là tâm mình đang an ổn, tự nhiên mình làm cho nó khuấy động lên. Nếu ai biết an phận không leo lên cây thì tâm ấy làm sao loạn động được. Bài kệ này ám chỉ tâm và ý luôn thường an, nhưng vì chúng ta cứ bị ngũ dục sai khiến, nên tâm ấy lăng xăng chạy nhảy, khiến cho chơn tâm của mình bị lu mờ và tìm cách chạy nhảy theo những gì không phải là tánh chơn như ấy, nên chúng sanh chỉ tự chuốc khổ vào thân là vậy.

Như vậy, những lời khuyên dạy ấy của Tuệ Trung Thượng Sĩ là những mật ngôn, ý nói chỉ riêng cho vua Trần Nhân Tông biết thôi, còn bây giờ nếu mang tư tưởng ấy ra đây đó cũng chẳng ai hiểu. Đây chính là thiền ngữ, thiền chỉ, thiền quán mà nhà vua đã đắc pháp với bác của mình. Cũng chính nhờ sự đón nhận, sự chứng đắc của Tuệ Trung Thượng Sĩ qua việc đến dự đám tang của Nguyên Thánh Thiên Cảm Hoàng Hậu là mẹ của ông đã qua đời và ông đã tỏ ngộ tâm thiền này từ năm 1289, nghĩa là sau hai lần chiến thắng quân Nguyên Mông vào năm 1285 và 1288. Tư tưởng này là tư tưởng dẫn đạo để sau này ông viết nên bài phú "Cư Trần Lạc Đạo".

Khi xuất gia rồi Thượng Hoàng đã làm gì? Thánh Đăng Ngữ Lục chép như sau:

"Sau ở chùa Phổ Minh của phủ Thiên Trường, Thượng Hoàng mời đến các danh Tăng, mở lớn các trường giảng, trải mấy năm bèn du phương ngoại, đến trại Bố Chính, chọn am Tri Kiến để ở."

Tháng 8 năm 1299 (niên hiệu Hưng Long thứ 7), Thượng Hoàng vào núi Yên Tử tu khổ hạnh. Đại Việt Sử Ký Toàn Thư, quyển 6, trang 7, tờ a ghi rõ việc này:

八月上皇自天長府復出家入安子山苦行。

Bát ngoạt, Thượng hoàng tự Thiên Trường Phủ phục xuất gia nhập Yên Tử sơn khổ hạnh.

> *"Tháng 8 [năm 1299], Thượng hoàng từ phủ Thiên Trường lại xuất gia, vào núi Yên Tử tu khổ hạnh."*

Đại Việt Sử Ký Toàn Thư, quyển 6, trang 16, tờ b cũng nói việc Thượng hoàng sang Chiêm Thành như sau:

三月, 上皇遊方, 幸占城城。冬, 十一月, 上皇至自占城。

Tam ngoạt, Thượng hoàng du phương, hạnh Chiêm Thành thành... ...Đông, thập nhất ngoạt, Thượng hoàng chí tự Chiêm Thành.

> *"Đến tháng 3 [năm Tân Sửu (1301)], Thượng Hoàng đi chơi các địa phương, xa đến Chiêm Thành... Mùa đông, tháng 11 [năm ấy] mới từ Chiêm Thành trở về."*

Cũng trong sách này, trang 17, tờ a, tờ b chép việc mở Pháp hội Vô lượng:

癸卯[十一年, 元大德七年]春, 正月, 十五日, 上皇居天長府, 建無量法會於普明寺, 施金銀錢帛, 賑給天下貧民, 及授戒施經。

Quý mão [thập nhất niên, Nguyên Đại Đức thất niên] xuân, chính ngoạt, thập ngũ nhật, Thượng hoàng cư Thiên Trường phủ, kiến Vô lượng Pháp hội ư Phổ Minh tự, thí kim ngân tiền bạch, chẩn cấp thiên hạ bần dân cập thụ giới thí kinh.

> *"Năm Quý Mão (1303 - niên hiệu Hưng Long thứ 11, nhà Nguyên là niên hiệu Đại Đức thứ 7), mùa xuân, ngày rằm tháng giêng, Thượng Hoàng ở phủ Thiên Trường, mở Pháp hội Vô Lượng tại chùa Phổ Minh, bố thí vàng bạc tiền lụa, chẩn cấp cho người nghèo trong thiên hạ và giảng kinh thí giới."*

Như trên đã nói, Thượng hoàng có vào núi Yên Tử tu khổ hạnh từ năm 1299, nên mới gọi là Trúc Lâm Đầu Đà Điều Ngự Giác Hoàng. Biết đâu những năm khổ hạnh này của nhà vua Trần Nhân Tông cũng là nhằm điều phục 6 căn gồm *mắt, tai, mũi, lưỡi, thân, ý*. Cho nên khi soạn Lục Thời Sám Hối Khoa Nghi, ngài đã căn cứ vào việc tu sám 6 căn. Đây cũng là sự lập luận có căn cứ. Chúng ta nên trân quý việc này.

Đến năm 1301, Thượng Hoàng đã đầy đủ tư duy khi tu khổ hạnh rồi mới xuôi nam đến tận Chiêm Thành, chuyến đi kéo dài 8 tháng. Vì sự yên bình cho nhân dân hai nước Chiêm, Việt nên Thượng hoàng đã hứa gả công chúa Huyền Trân cho vua Chiêm là Chế Mân. Lúc ấy, nàng mới 14 tuổi (sinh năm 1287). Lúc về lại Đại Việt, hơn một năm sau Thượng hoàng lại chọn chùa Phổ Minh ở phủ Thiên Trường để mở Pháp hội, thỉnh chư Tăng giảng kinh thuyết pháp. Lúc đó hẳn nhiên có Anh Tông đến nghe và cả những vị tướng tài như Hưng Đạo Vương Quốc Tuấn, Chiêu Minh Vương Quang Khải và Chiêu Văn Vương Trần Nhật Duật nữa. Lúc bấy giờ, Thượng Hoàng Nhân Tông đem tiền bạc vải lụa ra bố thí cho những người nghèo để thể hiện tinh thần "cứu khổ độ sanh" của Bồ Tát vào đời.

Thượng Hoàng Nhân Tông sang Chiêm Thành có thể là mục đích truyền giáo. Vả lại lúc bấy giờ Phật Học Viện Đồng Dương khá nổi tiếng, nên Thượng Hoàng muốn ghé thăm chăng? Chuyến đi này, theo Trần Chí Chính trong lời đề từ bức tranh "*Trúc Lâm Đại Sĩ xuất sơn đồ*" đã viết: *"Có lúc Ngài viễn du hóa độ cho các nước lân bang, phía nam đến tận Chiêm Thành, đã từng khất thực ở Chiêm Thành. Vua nước Chiêm Thành biết được điều đó, hết sức kính trọng thỉnh mời, dâng cúng trai lễ, sắp sẵn thuyền bè nghi tượng, thân hành tiễn Ngài về nước và đem đất hai Châu làm lễ cúng dâng cho Ngài. Ấy là Thần Châu, Hóa Châu ngày nay vậy."*[1] Dĩ nhiên đây là một lời được ghi trên

[1] Theo sách đã dẫn cùng tác giả, trang 202.

bức tranh "Trúc Lâm Đại Sĩ xuất sơn đồ" nên không thể ghi hết tất cả các chi tiết, nhưng chúng ta có thể hiểu như sau:

Năm 1283, Thượng Hoàng đã gởi chi viện cho Chiêm Thành 2 vạn quân và 500 chiến thuyền để giúp vua Chiêm là Chế Mân chống lại quân Nguyên do Toa Đô cầm quân đánh phá. Do vậy, sau khi chiến thắng 2 lần quân Nguyên Mông vào năm 1285 và 1288 rồi, nhà vua lại đi xuất gia, khiến cho Chế Mân lại càng có cảm tình hơn. Lúc đi, có thể là đi ngựa hay đi bộ từ trại Bố Chính, qua đèo Hải Vân rồi mới đến Đồ Bàn. Đi đến đâu Thượng Hoàng cũng đi khất thực để gần gũi dân chúng và dạy Kinh Thập Thiện cho họ, nên tin đồn đến tai của Chế Mân. Chế Mân và triều đình Chiêm Thành mới thỉnh cầu Trúc Lâm Đại Sĩ vào thành để cúng dường trai tăng.

Sau khi những pháp sự xong xuôi đâu đó, trong lúc chuyện vãn với Chế Mân, thấy người này cũng bản lĩnh và xứng đáng, nên Thượng hoàng mới bảo rằng: "Ta có người con gái út mới 14 tuổi, nay đem gả cho ngươi, mặc dầu ta đã biết ngươi có Chánh cung Hoàng Hậu người Nam Dương rồi." Thế là trong lòng Chế Mân cứ tơ tưởng đến việc này, nên đã tìm mọi cách để làm hài lòng Thượng hoàng. Tuy rằng khi hứa gả như vậy, Điều Ngự Giác Hoàng chẳng đòi hỏi gì cả, có thể vì cảm mến Chế Mân đã đối xử tốt với mình trong những tháng ở đây cũng như đi xem phong cảnh hữu tình của Chiêm Thành khắp nước nên Thượng hoàng mới nghĩ vậy và hứa như thế, còn việc dâng đất Thần Châu và Hóa Châu lúc ấy không đề cập đến. Việc này mãi đến mấy năm sau này, ít nhất là năm 1304, 1305 khi Phái bộ Chiêm Thành sang Đại Việt ta xin làm lễ đính hôn, thì lúc ấy các tướng tài như Hưng Đạo Vương, Trần Khắc Chân, Mạc Đĩnh Chi, Đoàn Nhữ Hài mới tâu với vua Trần Anh Tông rằng phải ra điều kiện nộp sính lễ 2 châu như vậy mới cho cưới Huyền Trân.

Sau đó Phái bộ trở về lại Chiêm Thành mới tâu lên Chế

Mân việc này và Chế Mân đã thuận, nên cuộc rước dâu về bến Thị Nại ở Bình Định năm 1306 mới được tiến hành.[1]

Tháng 6 năm Bính Ngọ (1306) Huyền Trân Công Chúa chính thức về làm vợ Chế Mân và tháng 5 năm Đinh Mùi (1307) Chế Mân mất. Như vậy bà về làm vợ vua Chế Mân có 11 tháng và đã sinh ra thái tử Chế Đa Da trước khi Chế Mân qua đời. Cuộc hôn nhân ngắn ngủi và Đại Việt chúng ta lại có thêm 2 Châu Ô và Châu Lý. Cuộc tình này sử sách đã ghi lại rõ ràng và cũng có ý trách vua Trần Nhân Tông đã đem con gái của mình là "lá ngọc cành vàng" gả cho "thằng mán thằng mường" không xứng đôi vừa lứa. Nhưng biết đâu đó là nhân duyên của Đại Việt mà cũng là nghiệp lực của vua Chiêm.

Sau khi Công Chúa Huyền Trân về lại triều đình thì bao nhiêu tiếng gièm pha lại nổi lên, nên bà đã vào núi Yên Tử để gặp cha mình và xin quy y Tam Bảo cũng như thọ Bồ Tát giới với Pháp danh Hương Tràng vào năm 1308, trước khi Điều Ngự Giác Hoàng viên tịch. Riêng phần bà, vào năm 1309 đã đi xuất gia ở chùa Nộn Sơn tại Nam Định và ở đó cho đến năm 1340 mới viên tịch. Nay ở Nam Định, chùa Nộn Khê có thờ bà chung với Thụy Bà Công Chúa cũng đã đến xuất gia và tu đạo ở chùa này. Lịch sử vẫn còn đây, nhưng không biết tại sao những người viết sử không tìm cho ra lai lịch rõ ràng để mô tả cuộc đời còn lại của bà cho phải đạo mà gượng ép cho rằng bà đã tư thông với Thượng Tướng Trần Khắc Chung ở trên thuyền lúc từ Chiêm Thành trở lại Thăng Long. Xét về tuổi tác của nàng con gái 20 làm sao tương xứng với Khắc Chung lúc ấy cùng tuổi với ông ngoại bà là Hưng Đạo Vương Trần Quốc Tuấn? Nghĩ cho cùng, đây có thể là một việc thêu dệt về sau này để có một câu chuyện tình gay cấn mà thôi. Nếu ai muốn nghiên cứu thêm thì hãy về thăm đền thờ Huyền Trân Công Chúa ở Huế sẽ thấy tượng của bà

[1] Xem thêm chương Công Chúa Vu Quy, trang 337 trong quyển Mối tơ vương của Huyền Trân Công Chúa do Thích Như Điển sáng tác.

đang thờ tại đó là hình ảnh của một sư cô đầu tròn áo vuông chứ không phải là một Hoàng Hậu đương triều.

Vào năm Giáp Thìn (1304), mùa đông *"Anh Tông dâng biểu thỉnh Thượng Hoàng về đại nội, xin thọ tại gia Bồ Tát tâm giới. Ngày Thượng Hoàng vào thành, Vương Công bắt quan chuẩn bị đầy đủ lễ nghi đón rước. Vương Công bắt các quan cùng thọ giới"*.[1]

Như vậy, từ cuối đời nhà Lý chúng ta thấy vua Lý Huệ Tông xuất gia với Pháp hiệu là Huệ Quang và 4 đời vua nhà Trần như: Trần Thái Tông, Trần Thánh Tông (xuất gia cuối đời), Trần Nhân Tông (xuất gia gần 15 năm) và Trần Anh Tông bây giờ cũng thọ Bồ Tát Giới tại gia. Như vậy cả 5 ông vua này đều đã làm vua và cai dân trị nước giống như những vị Bồ Tát hay những vị Phật. Bồ Tát vào đời để cứu khổ độ sanh, nên 10 giới chính và 48 giới phụ vẫn là "Đạo tục thông hành giới" của người cư sĩ tại gia lẫn xuất gia và vua quan đã thọ giới này, nên dân chúng cũng ảnh hưởng không ít. Vì vậy cả gần 200 năm lịch sử, từ năm 1225 đến năm 1400 của triều Trần, chúng ta thấy có việc hôn nhân cận huyết, nhưng về truyền thống Đại Thừa tu tập theo Bồ Tát Giới, nên đây là một điểm son đẹp nhất trong mọi thời đại của dân tộc Việt Nam, kể từ quá khứ cho đến hiện nay. Những người đi sau không nên vì bất cứ một lý do nào khác mà quên đi công đức của tiền nhân chúng ta đã dày công dựng nước và giữ nước theo con đường thực hành giới Bồ Tát này.

Không những chỉ có vua Anh Tông thọ giới, mà vua cũng khuyến khích những quan lại của triều đình thuở ấy cùng thọ giới Bồ Tát nữa. Đất nước Đại Việt ta thuở ấy từ vua đến quan, từ quan đến dân đều là Phật tử, nên trong chuyến đi sứ qua Đại Việt năm 1293, khi về nước Trần Phu đã viết bài phú An Nam tức sự, chép trong Trần Cương Trung thi tập, 2 tờ 24a3 - 37b2, cho ta biết triều đình nhà Trần *"tuy có đền miếu, nhưng không*

[1] Theo sách đã dẫn cùng tác giả trang 208.

có lễ cúng kỵ hằng năm, chỉ có cúng Phật là rất kính thành", còn *"dân hết thảy đều là thầy tu"* (dân tất tăng). Ngay cả như Hưng Đạo Vương Trần Quốc Tuấn, Trần Phu cũng không quên ghi nhận Hưng Đạo Vương *"rất chuộng Phật, nên đặt tên Châu là Vạn Kiếp"* và Thiếu Bảo Đinh Củng Viên trong thơ tiễn Trần Phu, cũng đưa tư tưởng Phật giáo vào.

Theo Giáo sư học giả Lê Mạnh Thát thì bài thơ này chưa được sách vở nước ta chép vào, ngay cả như Việt âm thi tập, Trích diễm thi tập, Toàn Việt thi lục cho đến các sưu tập thơ văn Lý Trần ngày nay cũng không thấy ghi lại. Bài thơ này, Giáo sư cho dịch ra âm và nghĩa như sau:[1]

使星飛下擁祥煙，	Sứ tinh phi hạ ủng tường yên,
不憚崎嶇路九千。	Bất đạn kỳ khu lộ cửu thiên.
雙袖拂開南海瘴，	Song tụ phất khai Nam hải chướng,
一聲喝破下乘禪。	Nhất thanh hát phá hạ thừa thiền.
妙齡已出終軍上，	Diệu linh dĩ xuất Chung Quân thượng,
英論高居陸賈前。	Anh luận cao cư Lục Giả tiền.
歸到朝端須為說，	Qui đáo triều đoan tu vị thuyết,
遠氓日夜祝堯年。	Viễn manh nhật dạ Chúc Nghiêu niên.

[1] Trần Phu (陳孚, 1259-1309), năm 1292 ông làm Phó sứ trong đoàn sứ nhà Nguyên sang nước ta, năm 1293 mới đến nơi. Trong tiểu sử thấy có ghi lại tác phẩm của ông là An Nam kỷ sự (安南紀事), ghi chép về chuyến đi sứ này. Bài phú An Nam tức sự mà Giáo sư Lê Mạnh Thát trích ở đây có thể nằm trong tác phẩm này. Bài thơ của Thiếu Bảo Đinh Củng Viên được trích ở đây được ghi là bài 1 (kỳ nhất). Chúng tôi cũng tìm thấy một bài được ghi là bài 2 (kỳ nhị) với nội dung cũng đậm nét Phật giáo như sau: 一雨隨車洗瘴煙，大鵬還擊水三千 。南來未了維摩病，北渡空思達磨禪。使節尋常銅柱外，天威咫尺玉階前。臨岐握手無他 祝，留取忠貞照暮年。- Nhất vũ tùy xa tẩy chướng yên, Đại bằng hoàn kích thủy tam thiên. Nam lai vị liễu Duy-ma bệnh, Bắc độ không tư Đạt-ma thiền. Sứ tiết tầm thường đồng trụ ngoại, Thiên uy chỉ xích ngọc giai tiền. Lâm kì ác thủ vô tha chú, Lưu thủ trung trinh chiếu mộ niên.

Sao sứ bay qua bám khói lành,
Chín trời đường khó chẳng ngại lên.
Miền Nam chướng khí vung tay mở,
Cấp thấy đạo thiền hét tiếng rền.
Tuổi trẻ Chung Quân hơn một bước,
Bùn hay Lục Giả đứng bề trên.
Triều đình về tới nơi tâu báo,
Vua thọ, dân xa chúc những đêm.

(Lê Mạnh Thát)

Sứ kia như ánh sao băng,
Bay qua xứ ấy như tăng khói lành.
Trời cao chín bậc cũng nên,
Ngại chi đến đó để đem tin mừng.
Nam bang khí hậu chửa từng,
Vung tay mở lấy như chừng chẳng lo.
Thiền cơ một tiếng hét to,
Rền vang muôn lối soi cho tỏ tường.
Chung Quân ấy ngày nay đây,
Tuổi trẻ như vậy ai tày mới hay.
Lục Giả đứng trên chỉ bày,
Bàn tay ai đó luận tày thấp cao.
Hôm nay trở lại triều ca,
Tâu lên Thánh Thượng thương mà chứng cho.
Dân nơi ấy, chúc thế này,
Cầu cho vua thọ, đêm ngày hơn Nghiêu.

(Thích Như Điển dịch theo thể thơ lục bát)

Theo Đại Việt Sử Ký Toàn Thư, quyển 6, trang 17, tờ b ghi nhận rằng: *"Thượng Hoàng đã ở chùa Sùng Nghiêm từ năm 1303 và Đoàn Nhữ Hài trước khi đi sứ Chiêm Thành đã đến đó gặp Thượng Hoàng để xin ý kiến."*

Trong Thánh Đăng Ngữ Lục cũng đã ghi lại bài giảng của Thượng Hoàng tại chùa Sùng Nghiêm như sau:

"Lúc đầu khai đường, Thượng Hoàng lên tòa giảng, niệm hương báo ân xong, bèn đến tòa giảng. Thượng Thủ đánh bảng v.v... xin mời Điều Ngự: Bèn nói: Đức Thích Ca Văn Phật vì một việc lớn mà xuất hiện ở đời, 49 năm, nhúc nhích đôi mép môi mà chưa nói một chữ. Ta nay vì các ngươi mà lên tòa giảng này, thì nói cái gì? Rồi Thượng Hoàng ngồi xuống giường thiền, một chốc bèn nói:

Đỗ Quyên rền rỉ, trăng ngày sáng,
Đừng để tầm thường xuân luống qua.

Lại đánh xuống một cái: "Chẳng có chi cả, hãy đi ra đi, đi ra đi..."[1]

Như vậy một buổi giảng của Thượng Hoàng chắc chắn có chư tăng, ni và cả hoàng thân quốc thích nữa. Vì ở chùa này đã có bậc Thượng Thủ, có nghĩa là lớn hơn cả chức vị Hòa Thượng ngày nay, cung nghinh Thượng Hoàng lên pháp tòa để giảng kinh, nhưng trước khi thăng pháp tòa, Thượng Hoàng đã niệm hương để báo ân Phật và đảnh lễ Phật để tỏ lòng tôn kính, sau đó mới đến tòa giảng. Đoạn, vị Thượng Thủ đánh bảng để thỉnh mời Thượng Hoàng thăng tòa, giống như cử hành 3 hồi chuông trống Bát Nhã ngày nay vậy. Sau khi Thượng Hoàng thăng pháp tòa, Ngài lặp lại câu mà Đức Phật Thích Ca Mâu Ni đã nói trong kinh Pháp Hoa là: 'Chư Phật ra đời chỉ vì một đại sự nhân duyên. Đó là: Mở bày cho tất cả chúng sanh vào tri kiến Phật.' Sau 49 năm thuyết pháp độ sanh, Đức Phật nói rằng: Ngài đã chẳng nói lời nào cả. Vì sao vậy? Vì quá khứ Phật đã từng nói, hiện tại Phật đang nói và vị lai Phật cũng chỉ nói chừng ấy thôi. Đó là pháp sanh diệt. Kẻ nào sống đến cả một trăm năm mà không thấy được pháp sanh diệt, thì chẳng bằng người sống trong một ngày mà nhận chân ra được pháp sanh diệt. Do vậy Thượng Hoàng có nói gì hôm nay đi nữa thì chư Phật trong quá khứ cũng đã nói rồi. Cho nên Thượng Hoàng rời pháp tòa và trở lại giường

[1] Theo sách đã dẫn cùng tác giả, trang 210-211.

thiền ngồi đó để nói Thiền ngữ cho đại chúng nghe. Đó là: "Trăng sáng như ban ngày và Đỗ Quyên lại rền rỉ." Việc này mới lạ, vì Đỗ Quyên chỉ kêu xót về đêm và trăng vì sao sáng như ban ngày? Đây là cái nghi tình. Những điều thật vô lý như vậy Thiền Sư thường hay dùng để cảnh tỉnh, thiền sinh nào rõ lý thì sẽ đốn ngộ. Còn ai không tỏ ngộ được thiền cơ thì có nghe cũng chỉ để mà nghe thôi. Nên Ngài khuyên rằng: "Mùa xuân quý lắm, đẹp lắm. Xuân ấy là tâm Phật đã nở rộ rồi đấy, hãy đừng để cho những việc tầm thường ngự trị nơi tâm này nữa." Đó là lời dạy, lời nhắc nhở cho những người nghe pháp phải rõ mặt mũi của pháp là gì. Đoạn Ngài dùng thủ xích đánh xuống bàn một cái. Tiếng vang dội lên và Ngài bảo: *"Chẳng có gì cả, hãy đi ra đi, đi ra đi..."* Thế là chấm dứt một buổi giảng. Đây là một trong những buổi giảng đặc biệt mà Thiền Sư đã để lại trong tâm những Thiền sinh có mặt hôm đó nhiều suy nghĩ ở những ngày sau đó, khi họ trở lại chùa của mình.

Tuy là Thượng Hoàng đánh thủ xích xuống giường thiền và đuổi các thiền sinh *"hãy đi ra đi, đi ra đi..."*, nhưng ít nhất theo Giáo sư Lê Mạnh Thát cũng có 3 thiền sinh đứng lên hỏi như sau:

Một vị Tăng hỏi: "Thế nào là Phật?"

Đáp: "Hiểu theo như trước là chẳng phải."

Lại tiến lên hỏi: "Thế nào là Pháp?"

Đáp: "Hiểu theo lối trước là chẳng phải."

Lại đứng lên hỏi: "Rốt ráo là thế nào?"

Đáp:

Tám chữ mở toang trăng trối hết,
Chẳng còn gì nữa để trình ông.

Lại đứng lên hỏi: "Thế nào là Tăng?"

Đáp: "Hiểu theo lối trước lại chẳng phải."

Lại đứng lên hỏi: "Rốt ráo là sao?"

Đáp:

Tám chữ mở toang trăng trối hết,
Chẳng còn gì nữa để trình ông.

Lại đứng lên hỏi:

"Thế nào là một việc hướng thượng?"

Đáp: "Đứng đầu gậy khêu trời trăng."

Lại đứng lên hỏi: "Dùng công án cũ để làm gì?"

Đáp: "Mỗi lần nêu ra mỗi lần mới."

Lại đứng lên hỏi:

"Thế nào là giáo ngoại biệt truyền?"

Đáp: "Ễnh ương nhảy không ra khỏi đấu."

Lại đứng lên hỏi:

"Hiện ra rồi chìm mất là thế nào?"

Đáp: "Còn tùy dài ngắn bước cát bùn."

Tiến lên hỏi: "Thế còn nhảy không ra?"

Điều Ngự bèn lên tiếng: "Tên mù kia thấy cái gì?"

Bèn đứng lên nói: "Đại tôn đức lừa người để làm gì?"

Điều Ngự bèn thở dài.

Vị tăng ngẫm nghĩ.

Điều Ngự liền đánh.

Vị tăng lại định đi ra khỏi. Điều Ngự liền hét. Vị tăng cũng hét.

Điều Ngự nói: "Lão Tăng bị ông hét một tiếng, hét hai tiếng rốt ráo để làm gì? Nói mau, nói mau."

Vị tăng ngẫm nghĩ. Điều Ngự lại hét một tiếng, nói: "Con dã hồ tinh kia vừa đến láu lỉnh, nay ở chỗ nào rồi?"

Vị Tăng vái, rút lui.[1]

---

[1] Trích sách đã dẫn, cùng tác giả, từ trang 212-214.

Khi Đức Thích Tôn còn tại thế, trong một lần tại Pháp Hội Linh Sơn, Ngài cầm cành hoa sen lên, cả chúng hội cả mấy ngàn người chẳng ai hiểu ý của Đức Phật muốn nói gì. Chỉ có Ngài Đại Ca-diếp (Maha Kasapa) sau khi nhìn mỉm cười. Nụ cười này gọi là "Niêm hoa vi tiếu". Ngài Ca-diếp đã hiểu được điều của Đức Phật muốn ấn chứng. Trong Thiền ngữ gọi là "lấy tâm truyền tâm", nghĩa là từ tâm này truyền qua tâm khác. Hai tâm ấy phải tương ưng với nhau. Đức Phật cũng đã dạy cho thiền đến hơi thở, rồi thiền chỉ và thiền quán hay gọi là Tuệ Minh Sát hay Minh Sát Tuệ. Cốt yếu chỉ rõ trí tuệ là thật có sau khi đã chứng thật thiền cơ. Nhưng khi thiền đã được đi về phương bắc xứ Ấn Độ, rồi thiền của Bồ Đề Đạt Ma mang qua Trung Quốc là thiền:

教外別傳，	Giáo ngoại biệt truyền,
不立文字，	Bất lập văn tự,
直指人心，	Trực chỉ nhân tâm,
見性成佛。	Kiến tánh thành Phật.

Truyền ngoài giáo điển,
Không lập văn tự.
Chỉ thẳng tâm người,
Thấy tánh thành Phật.

Sau đó Tổ Huệ Khả được ấn chứng trở thành Nhị Tổ, rồi Tam Tổ là Tăng Xán, Tứ Tổ là Đạo Tín, Ngũ Tổ là Hoằng Nhẫn và Lục Tổ là Huệ Năng. Tất cả đều lấy tâm truyền tâm, nhưng sau đó Thiền đã bắt đầu thay đổi nhiều khi tạo thành quán thoại đầu, Thiền mặc chiếu của phái Tào Động hay Thiền công án của phái Lâm Tế v.v... Tất cả đều thay đổi theo thời gian năm tháng. Khi Thiền đến Việt Nam vào thế kỷ 6, Ngài Tỳ Ni Đa Lưu Chi là Sơ Tổ và đến thế kỷ 13, 14, Thiền được liên tục truyền qua Đại Hàn, Nhật Bản và Việt Nam... Đến đâu Thiền tông cũng khế hợp với văn hóa và phong tục bản địa, nên Thiền dễ xâm nhập vào tận gốc rễ phong hóa và tập tục của những nước sở tại. Khi đến Việt Nam chúng ta, những thiền sư cũng lặp lại cách hét của Lâm Tế vào thế kỷ 9 bên Trung Quốc hay cách đánh để cảnh tỉnh thiền sinh của những thiền sư sau này, đều là những phương pháp để thiền sinh dụng công hơn nữa, nhằm tập tung vào đề mục quán niệm của mình.

Ở đây, những câu hỏi và trả lời như trên chẳng liên hệ gì nhau cả, nhưng không có nghĩa là chẳng có nghĩa lý gì. Kết quả là chỉ có giữa thầy và trò hiểu được mà thôi. Việc này nếu trở lại với Phật giáo Nguyên Thủy thì Phật đã từng dạy rằng: Khi khát nước, người kia lấy một gáo nước để uống thì chính người đó mới biết được rằng sự đã khát như thế nào, còn người bên ngoài nếu có hỏi người kia sự đã khát ra sao, thì người kia làm sao trả lời được. Do vậy cái cảm nhận được nơi nước khi khát và người không uống nước thì sẽ không bao giờ cảm nhận được sự đã khát như thế nào. Do vậy sự nóng lạnh là do tự thân tâm mỗi người cảm nhận được, chứ người bên ngoài tuyệt nhiên không thể hiểu mà diễn tả ra bằng lời nói được.

Buổi giảng thiền tại chùa Sùng Nghiêm vào cuối năm Giáp Thìn bên trên ít nhiều cho ta thấy về sinh hoạt Phật giáo của dân tộc ta nói chung, đồng thời cũng cho thấy hoạt động Phật giáo của Thượng Hoàng Trần Nhân Tông.

Sách Tam Tổ thực lục do Tính Quảng và Ngô Thời Nhiệm tập hợp các tư liệu đời Trần để viết nên, đã ghi lại cho ta một buổi giảng khác có sự tham dự của Thượng Hoàng Trần Nhân Tông. Đó là buổi giảng tại Viện Kỳ Lân vào ngày mồng 9 tháng giêng năm Bính Ngọ (1306). Tam Tổ thực lục ghi lại buổi giảng này như sau:

Ngày mồng 9 tháng giêng nhuận năm Bính Ngọ, Trúc Lâm Đại tôn giả đến Viện Kỳ Lân khai đường, bèn chỉ pháp tòa nói: "Tòa này là giường mây khúc lục, là tòa báu kim nghê. Ngồi đây đoán định lời lẽ Phật Tổ thì thật rất chật hẹp." Bèn niệm hương:

"Một nén hương này, khói lành thơm phức, khí tốt bay lên, ngưng đọng năm phần pháp thân, biến khắp mười phương lễ diệu. Sức nóng lò hương dâng lên mười phương ban phúc, chín miếu ứng thiêng, tuổi vua lâu bền, ngôi trời vững chãi.

"Một nén hương này, trong sạch rễ mầm, hiếm lạ giống tính, không mượn sức bón vun, chỉ nhờ thấm thấy hết. Sức nóng lò hương, vâng xin mưa thuận gió hòa, nước thái dân yên, Trời Phật thêm sáng, xe pháp thường quay.

"Một nén hương này, nướng cũng không chín, đốt cũng không cháy, gõ vào không mở, kéo lại không đến, ngó trộm thì con ngươi khô kiệt, ngửi thử thì cửa não toác đôi. Sức nóng lò hương dâng lên Vô Nhị Thượng Nhân (tức vua Trần Thánh Tông), Tuệ Trung Đại Sĩ, mưa pháp ơn nhuần, cháu con đều gội."

Thượng Hoàng đến tòa giảng, khi lên tòa giảng Thượng Thủ đánh bảng, xin mời. Sư nói: "Đại chúng, nếu nhắm vào chân lý thứ nhất mà nói, động niệm tức sai, mở miệng là bậy, thì làm sao hiểu chân lý, làm sao hiểu quán tưởng? Hôm nay, hãy căn cứ vào chân lý thứ hai mà nói, thế có được không nào?"

Rồi Sư ngoảnh nhìn tả hữu, nói:

"Ở đây chẳng có người nào có được con mắt to lớn hay sao? Nếu có, hai đóa lông mày không mất một mảy may. Nếu không, bần đạo không khỏi cái miệng lầm rầm, đưa ra những lời thừa rách nát sáo mòn. Nhưng vì các người, xin lấy ra một phần hổ lốn. Hãy lắng nghe, lắng nghe.

"Này xem, đạo lớn trống rỗng, đâu buộc đâu ràng, bản tính sang trọng, chẳng lành chẳng dữ. Bởi do chọn lựa, lắm ngả sinh ngang, một nháy thoáng mờ, dễ thành trời vực. Thánh phàm cùng chung một lối, phải trái há được phân ranh. Nên biết tội phước vốn không, nhân quả rốt ráo chẳng thật. Người người vốn đủ, ai nấy tròn đầy. Phật tính, pháp thân như hình với bóng, tùy ẩn tùy hiện, chẳng dính chẳng rời. Lỗ mũi thẳng xuống cửa mặt, lông mày vắt ngang hố mắt, há dễ tìm thấy được đâu?

"Nên hãy đi tìm cái đạo không thấy. Ba ngàn pháp môn cùng về tấc dạ. Hà sa diệu dụng thảy tại nguồn tâm. Cái gọi là giới môn, định môn, tuệ môn, các người không thiếu. Nên trở về mà tự suy nghĩ. Phàm những tiếng ho hắng, mày giương mắt nháy, tay cầm chân bước, đó là tính gì? Biết được tính đó là tâm gì? Tâm tính rõ thông thì cái gì đúng, cái gì không đúng?

"Pháp tức là tính, Phật tức là tâm. Tính nào chẳng phải là pháp? Tính nào chẳng phải là Phật. Tức tâm tức Phật, tức tâm tức Pháp, Pháp vốn chẳng pháp. Tức pháp tức tâm, tâm vốn chẳng tâm, tức tâm tức Phật.

"Này các người, thời gian dễ trôi qua, mạng người không dừng lại. Cớ sao ăn cháo ăn chay, mà không rõ việc cái bát cái tô, chiếc thìa đôi đũa để tìm hiểu?"[1]

Giáo sư học giả Lê Mạnh Thát đã dịch từ chữ Hán sang tiếng Việt quá rõ ràng, khúc chiết như vậy, không có chỗ nào chê được. Vậy ta hãy tìm hiểu thêm về nội dung của buổi giảng này của Điều Ngự Giác Hoàng vào ngày mồng 9 tháng giêng năm Bính Ngọ (1306) và trong Tam Tổ thực lục đã ghi chép đầy đủ. Vừa làm Vua, vừa làm Thái Thượng Hoàng, vừa làm Phật Hoàng, vừa làm Thiền Sư nên văn phong lời nói đỉnh đạc, chỉ nhắm vào tánh của người nghe để *"đả mê khai ngộ"*. Vì ông vốn là một thiền sư, học trò của Vô Nhị Thượng Nhân (Thánh Tông) và cháu của Tuệ TrungThượng Sĩ, nên ông đã lãnh hội được cốt lõi của thiền một cách rõ ràng và sâu thẳm.

[1] Theo Tác giả Lê Mạnh Thát - Toàn Tập Trần Nhân Tông, từ trang 218-220.

Ngay cả Đức Đạt Lai Lạt Ma thứ 14 của Tây Tạng, tuy Ngài vừa là một Quốc Vương, một Tăng Vương, một Pháp Vương, nhưng khi đến bất cứ chùa nào, Ngài cũng đều đảnh lễ Tam Bảo 3 lạy trước khi thăng tòa thuyết giảng. Cũng có nơi Ngài đảnh lễ xong, bảo chư Tăng Ni và các Phật Tử Việt Nam tụng một bài Chú Đại Bi hay một bài Kinh Bát Nhã bằng tiếng Việt, sau đó Ngài tụng một bài kinh ngắn bằng tiếng Tây Tạng, đoạn Ngài thăng tòa, đưa mắt nhìn đại chúng mỉm cười, bắt đầu giảng pháp, đôi khi đến một hoặc hai tiếng đồng hồ và sau đó Ngài cho đặt câu hỏi. Ở đây Điều Ngự Giác Hoàng cũng thực hành nghi lễ không ngoài những gì mà các bậc Đại Sư ngày xưa và ngày nay đã, cũng như đang thực hiện. Nghĩa là quỳ xuống trước Tam Bảo dâng hương cúng dường và khấn nguyện. Cầu cho mưa thuận, gió hòa, chánh pháp lan truyền khắp muôn nơi và tuổi thọ của vua lâu dài, ngai vàng vững chãi. Đồng thời Phật Hoàng cũng cầu nguyện đến các bậc trưởng bối của mình là Trần Thánh Tông, tức Vô Nhị Thượng Nhân cùng Tuệ Trung Thượng Sĩ, ban pháp vũ để cho con cháu tộc họ đều được nhờ và sau đó mới bắt đầu nghi thức giảng pháp. Nhưng Ngài cũng đắn đo, bây giờ phải nói gì đây nữa? Nói ra sợ mọi người hiểu lầm về thật tướng của vạn pháp, nhưng không nói thì làm sao hiểu được điều ấy để mà quán tưởng. Cho nên hôm ấy Ngài đã căn cứ vào chân lý thứ hai để nói, tức là chân lý có sự phân biệt để dẫn đến sự vô phân biệt.

Ngài nhìn quanh giảng đường và nghĩ rằng chưa có người nào thượng căn, thượng trí, mà nếu có thì không cần giảng giải Phật lý làm gì. Nếu không, Ngài sẽ dùng ngôn từ hiện đại để giãi bày cho chúng sanh tỏ ngộ.

"Đạo lớn rỗng không, đâu buộc đâu ràng, bản tính sáng trong, chẳng lành chẳng dữ." Đạo lớn ở đây là sự giải thoát sanh tử, nguyên thủy của nó là trống không, không có gì cả. Nó không bị trói buộc bởi bất cứ cái gì, vì bản lai diện mục

của nó vốn trong sáng, nhưng vì vô minh, nên con người tự dấn thân vào và bị phiền não trần lao che khuất. Chứ thật ra đạo ấy vốn không lành, không dữ. Chỉ có con người mê mờ nên mới nhìn đạo như vậy.

"Thánh phàm cùng chung một lối, phải trái há được phân ranh." Thánh và phàm không khác nhau. Chúng ta mê là phàm, khi chúng ta ngộ sẽ là thánh. Cho nên cả hai đều dùng con đường ấy cả. Sở dĩ có phải, có trái là do mình phân biệt, chứ cánh cửa của sự giải thoát thì nó chẳng vào chẳng ra, chỉ có con người còn sanh tử, nên phải ra vào mà thôi.

"Nên biết tội phước vốn không, nhân quả rốt ráo chẳng thật." Khi giác ngộ rồi thì các vị thiền sư đều như thế cả. Khi còn mê thì nhân và quả là hai, nhưng khi ngộ rồi thì thấy rằng: Trong nhân có quả và trong quả có nhân, không có cái nào tự có được. Tại sao nhân quả rốt ráo chẳng thật? Vì lẽ khi còn đối đãi thì có và không là hai phạm trù rõ ràng như đúng và sai, nhưng khi không còn phân biệt bỉ thử, đó đây v.v... thì nhân quả đâu có thể chi phối tâm mình được. Do vậy, một thiền sư ngộ đạo rồi thì thấy nhân quả là điều không có thật.

"Phật tính, pháp thân như hình với bóng, tùy ẩn tùy hiện, chẳng dính chẳng rời." Phật tính hay Như Lai Tạng hay Pháp thân vốn chỉ là một, nó giống như hình và bóng luôn theo sát bên nhau, nhưng tùy theo lúc và theo nơi chốn mà thế này hay thế khác, chứ thật ra chân như diệu dụng vốn không hai.

"Lỗ mũi thẳng xuống cửa mặt, lông mày vắt ngang hố mắt, há dễ tìm thấy được đâu?" Lời giảng này gần giống với Thiền ngữ của Ngài Đạo Nguyên, người Nhật Bản. Khi Ngài sang Trung Quốc học Thiền xong, trở lại Nhật Bản để dạy thiền. Có nhiều đệ tử hỏi rằng: Thầy sang Trung Quốc đã học được những gì? Ngài đáp rằng: Thì lỗ mũi thẳng xuống cái miệng, lông mày nằm trên hai con mắt. Những thiền sinh bảo rằng: Việc ấy ở

Nhật cũng biết được, đâu cần gì phải sang Trung Quốc? Ngài bảo rằng: Nhưng ai là người rõ được thật tướng ấy? Sau đó mọi người lãnh hội được ngay ý của Ngài.

Ở đây Điều Ngự Giác Hoàng cũng hỏi như thế. Cả hai vị đều sinh ra đồng thời ở thế kỷ 13 và thế kỷ 14. Cả 2 Ngài ở xa nhau nhiều ngàn cây số, nhưng tư tưởng lại gần nhau như trong gang tấc vậy.

"Pháp tức là tánh, Phật tức là tâm." Thiền ngữ này rất tuyệt vời, nên tức tâm tức Phật là vậy. Tức pháp tức tâm. Pháp ấy cũng như thế. Tánh và tâm hay tâm và tánh vốn là hai phạm trù đối đãi khi dùng đến lời nói, nhưng thực tướng của tâm, tánh và pháp vốn chỉ là một chứ không có hai, ba. Sở dĩ có khác nhau là do con người phân biệt, chứ tự tánh của các pháp không có sự phân biệt này.

Đoạn cuối Ngài dạy về vô thường, mọi người hãy nắm vững. Bởi vì không có cái gì trên thế gian này là vĩnh cửu cả. Chỉ có tánh giải thoát, tánh Niết Bàn, tánh ấy mới an trụ được nơi chơn tâm mà thôi. Khi ăn cháo, ăn chay người ta chỉ biết cháo nóng, cháo nguội, chay ngon, chay dở, chứ ít ai quán niệm về sự hình thành của cái bát đựng cháo ra sao, cái thìa, đôi đũa v.v... Chẳng ai quan tâm đến, nhưng phải biết rằng nếu không có những cái này thì làm sao đựng cháo, đựng thức ăn. Đấy mới là cách quán rốt ráo nhất để chúng ta rõ biết Phật tâm, Phật tánh của mình.

Ở tuổi 50, trong đó có 15 năm làm Thái Thượng Hoàng và 14 năm xuất gia hành đạo, đến ngày mồng một Tết năm Mậu Thân (1308) Thượng Hoàng về lại chùa Báo Ân, huyện Siêu Loại, cho gọi Pháp Loa đến trụ trì chùa, mở trường giảng và làm người nối dõi mình trong dòng Thiền Trúc Lâm.

Tới tháng 4, Thượng Hoàng về kiết hạ tại chùa Vĩnh Nghiêm ở Lạng Giang. Lần này, Thượng Hoàng lại gọi Pháp Loa đến giao nhiệm vụ trụ trì chùa Báo Ân và mở trường giảng. Trong 3 tháng an cư ở đây, Thượng Hoàng đã giảng Cảnh Đức Truyền Đăng Lục, còn Quốc Sư Đạo Nhất giảng kinh Pháp Hoa cho đại chúng. An cư xong Thượng Hoàng vào núi Yên Tử và cho các hoạn quan và Tam Bảo nô trở về nhà. Rồi bèn trở lại am Tử Tiêu giảng Truyền Đăng Lục cho Pháp Loa. Những người hầu dần dần xuống núi gần hết. Chỉ có thượng túc đệ tử Bảo Sát ở lại hầu bên cạnh.[1]

Như vậy việc sắp đặt cho Pháp Loa trụ trì chùa Báo Ân, tức là Thượng Hoàng đã chuẩn bị sẵn người và thời điểm để ra đi rồi. Sau này Pháp Loa kế thế Nhân Tông làm Đệ Nhị Tổ phái Trúc Lâm và Huyền Quang Lý Đạo Tái làm Tam Tổ của phái này. Việc này xưa nay vẫn vậy. "Tổ Tổ tương truyền" là đây. Việc Thầy truyền cho trò để người học trò đệ tử lo kế thế trụ trì giúp cho ngọn đèn chánh pháp không bị ngưng trệ mà mãi mãi sáng ngời cho đến hậu thế. Đó là bổn phận của người đi trước.

Ngày xưa hay ngày nay cũng thế, chư tăng ni mỗi năm đều phải có 3 tháng an cư kiết hạ để thúc liễm thân tâm, tu hành giới đức. Còn bổn phận làm học trò, đệ tử thì phải đi tham cứu ở những trường hạ như vậy để học hỏi thêm về kinh, luật cũng như luận. Đức Phật đã nhập diệt từ thế kỷ 6 trước Tây lịch, đến thế kỷ 14 của vua Trần Nhân Tông là gần 2.000 năm và từ đó đến nay 6, 7 thế kỷ nữa, chư tăng ni khắp nơi trên quả địa cầu này, dầu là Nam hay Bắc Tông, Đại Thừa hay Kim Cang Thừa cũng đều thực hành việc tịnh tu này. Quả là một điều đáng ngưỡng vọng biết bao và hy vọng rằng cả ngàn năm sau nữa khi giáo pháp đã đến thời kỳ không phát triển như thời Chánh huy Tượng Pháp nữa, cũng mong chư Tăng Ni hãy cố gắng hành trì an cư kiết hạ mỗi năm 3 tháng như thế, thì ngọn đèn pháp vẫn luôn rạng tỏ đến muôn nơi trên quả địa cầu này.

---

[1] Theo sách đã dẫn cùng tác giả, trang 222.

"Từ đó trở đi, Thượng Hoàng đã đi khắp hang núi và thường sống ở trong nhà đá. Bảo Sát thấy thế, thưa với Thượng Hoàng: 'Tôn đức tuổi tác đã cao mà cứ xông pha sương tuyết, thì mạng mạch của Phật Pháp sẽ thế nào?' Thượng Hoàng đã trả lời rằng: 'Thời ta đã đến, ta muốn làm kế trường vãng.'

"Ngày mồng 5 tháng 10, gia đồng của Công Chúa Thiên Thụy, vốn là chị ruột của người, lên núi tâu: 'Thiên Thụy đau nặng, xin gặp tôn đức để chết.' Thượng Hoàng bùi ngùi nói: 'Thời tiết đã đến rồi.' Rồi chống gậy xuống núi, chỉ đem theo một người hầu. Đi 10 ngày mới tới Thăng Long. Đó là hôm rằm tháng mười. Sau khi dặn dò chị mình xong, bèn trở về núi. Ngủ đêm tại chùa Báo Ân của Siêu Loại. Sáng tinh mơ hôm sau, bèn lại ra đi. Đến chùa thôn hương Cổ Châu, Thượng Hoàng tự đề lên vách chùa bài kệ:

世數一息墨，	Thế số nhất tức mặc,
時情兩海銀。	Thời tình lưỡng hải ngân.
魔宮渾管甚，	Ma cung hồn quản thậm,
佛國不勝春。	Phật quốc bất thắng xuân.

"Số đời hơi thở lặng,
Tình người đôi biển ngân.
Cung ma chật hẹp lắm,
Nước Phật khôn xiết xuân.

"Ngày 17, Thượng Hoàng ngủ đêm tại chùa Sùng Nghiêm núi Chí Linh. Thái Hậu Tuyên Từ mời đến am Bình Dương đãi chay. Thượng Hoàng vui vẻ nói: "Đây là bữa cơm cúng dường cuối cùng." Rồi nhận lời.

"Ngày 18, Thượng Hoàng lại đi bộ đến chùa Tú Lâm ở núi Kỳ Đặc của vùng Yên Sinh, thì thấy nhức đầu. Bèn gọi hai tỳ-kheo Tử Doanh và Hoàn Trung bảo: "Ta muốn lên núi Ngọa Vân mà sức chân đi không nổi, biết làm sao bây giờ?" Hai vị tỳ-kheo nói: 'Hai đệ tử có thể giúp vậy.' Vừa đến núi Ngọa Vân, Thượng Hoàng cám ơn hai vị tỳ-kheo và bảo: ‘Xuống núi gắng tu hành, chớ cho sống chết là chuyện chơi.’

“Ngày 19, sai Thị giả Pháp Không lên am Tử Tiêu núi Yên Tử gọi Bảo Sát về gấp.

“Ngày 20, Bảo Sát ra đi, đến suối Doanh thấy một dải mây đen từ núi Ngọa Vân qua tới Lỗi Sơn, rồi phủ xuống suối Doanh. Nước lớn dâng lên mấy trượng, chốc lát lại hạ xuống, thì thấy hai đầu rồng lớn như con ngựa đang cất cao hơn một trượng, đôi mắt sáng như sao, giây lát rồi biến mất. Đêm ấy Bảo Sát ngủ qua đêm tại sơn điếm, lại nằm mơ thấy chuyện không lành.”[1]

Sau khi đọc đoạn này ở Thánh Đăng Ngữ Lục, chúng ta thấy hành trạng của Điều Ngự Giác Hoàng gần giống với trường hợp của Đức Phật Thích Ca Mâu Ni viên tịch, Ngài thường hay đau lưng và sau khi nhận bát cháo nấm rừng của Thuần-đà (Cunda) thì Ngài bị đau bụng và biết trong cháo có nấm độc, nên chỉ một mình dùng, không cho các đệ tử khác ăn. Trong khi đó Ngài A-nan nằm trong rừng bỗng nhiên thấy một cây cổ thụ tàn lá sum suê đang bị héo dần và những hiện tượng lạ cũng bắt đầu xuất hiện tại Kushinagara cũng như các địa phương như Tỳ-xá-ly v.v... Không biết người xưa chép lại hành trạng của Thượng Hoàng có ý gì không? Chứ xét ra thì có nhiều điểm tương đồng giống như 6 năm tu khổ hạnh của Trúc Lâm Đầu Đà Giác Hoàng vậy (1295 - 1300, 1301).

“Ngày 21, Bảo Sát đến núi Ngọa Vân, Thượng Hoàng thấy đến, mỉm cười nói: ‘Ta sắp đi rồi, ngươi sao đến muộn thế. Trong Phật pháp, ngươi có điểm nào chưa rõ, mau đem ra đây.’ Bảo Sát đứng lên hỏi: ‘Khi Mã đại sư không khỏe, Viện chủ hỏi: Gần đây tôn đức thế nào? Mã nói: “Ngày gặp Phật, tháng gặp Phật”, ý chỉ thế nào? Thượng Hoàng nói lớn: ‘Năm đế ba vua là vật gì?’ Sát lại đứng lên hỏi:

[1] Theo sách đã dẫn cùng tác giả, trang 223-224.

"Chỉ như:

Hoa phơi phới chừ gấm phới phơi,
Trúc đất Nam chừ cây đất Bắc.

Thì làm sao?

"Thượng Hoàng nói: 'Mắt ngươi mù rồi chăng?' Sát thôi không hỏi nữa. Từ đó bốn ngày trời đất tối tăm, gió lốc thổi mạnh, mưa tuyết phủ cây, khỉ vượn đi quanh am khóc la. Chim rừng buồn bã hót."[1]

Đọc đoạn này ta thấy cũng tương tự như Ngài A-nan gặp Phật lần cuối và Phật hỏi A-nan rằng: Có gì thưa hỏi nữa chăng? Ngài A-nan thưa: Bạch Thế Tôn! Khi Ngài còn tại thế, Ngài là Thầy của nhân thiên. Vậy khi Ngài nhập Niết Bàn rồi, chúng sanh lấy ai làm Thầy?

Đức Phật bảo: Hãy lấy giới luật làm Thầy. Ở đây Thượng Hoàng cũng có ý chỉ ấy và dặn Bảo Sát rõ ràng theo tâm thiền mà ông muốn trao, cho nên cả hai Thầy trò đều nương theo chuyện của Mã Tổ để đàm đạo. Rồi tiếp theo là những hiện tượng lạ cũng tương tự như khi Đức Thế Tôn chuẩn bị thị hiện Niết-bàn.

"Ngày mồng một tháng 11, vào lúc nửa đêm, sao mai sáng rực, Thượng Hoàng hỏi: 'Lúc này mấy giờ rồi?' Bảo Sát trả lời: 'Giờ Tý.' Thượng Hoàng dùng tay mở cánh cửa sổ ra nhìn rồi nói: 'Đây là giờ ta đi.' Bảo Sát hỏi: "Tôn Đức đi đâu?" Thượng Hoàng nói:

一切法不生，	Nhất thiết pháp bất sanh
一切法不滅。	Nhất thiết pháp bất diệt
若能如是解，	Nhược năng như thị giải,
諸佛常現前，	Chư Phật thường hiện tiền
何去來之有。	Hà khứ lai chi hữu?

[1] Trích sách đã dẫn trang 224-225.

Tất cả pháp không sanh,
Tất cả pháp không diệt.
Nếu hay hiểu như vậy,
Chư Phật thường hiện tiền,
Sao có chuyện đến đi?

"Bảo Sát đứng lên hỏi: 'Nếu không sanh không diệt thì thế nào?' Thượng Hoàng bỗng nhiên lấy tay che miệng nói: 'Đừng có mớ.' Nói xong, Thượng Hoàng nằm theo thế sư tử, rồi lặng lẽ ra đi. Đến đêm ngày mồng 2, Bảo Sát theo di chúc đem hỏa táng ở tại am Thượng Hoàng ở. Hương thơm bay ngào ngạt, nhạc trời vang dội cả hư không. Có mây ngũ sắc phủ lên giàn lửa. Đến ngày mồng 4, Tôn giả Phổ Tuệ mới từ núi Yên Tử lật đật mà đi đến. Đem nước thơm tưới giàn lửa. Làm lễ thu ngọc cốt, lại lượm được xá lợi ngũ sắc, loại lớn hơn trăm viên, loại nhỏ như hạt thóc, hạt cải thì không thể kể xiết.[1]

Đọc đoạn này chúng ta liên tưởng đến việc nhập Niết Bàn của Đức Phật Thích Ca Mâu Ni, khi đó Ngài Ca-diếp và 500 đệ tử về muộn, thì trường hợp Tôn Giả Phổ Tuệ ở đây cũng vậy. Khi thiêu thì hương thơm ngào ngạt và sau khi thiêu có xá lợi. Lúc thời Đức Phật thì có Tứ Thiên Vương và 8 vị vua các nước lân cận đến thỉnh về quê hương xây tháp để thờ. Còn ở đây thì có vua Anh Tông và Quốc Phụ Thượng Tể, tức Chiêu Minh Vương Trần Quang Khải cũng đã đem triều đình cùng thuyền ngự đến vái lạy từ chân núi khóc vang. Sau đó bèn rước ngọc cốt và xá lợi xuống thuyền ngự đưa về kinh đô Thăng Long, triều đình và dân chúng buồn thương khóc lóc vang động cả đất trời và dâng tôn hiệu là Đại Thánh Trần Triều Trúc Lâm Đầu Đà Tịnh Tuệ Giác Hoàng Điều Ngự Tổ Phật, rồi đem ngọc cốt vào trong khám báu, phân chia xá lợi làm hai phần. Mỗi phần đều đựng trong hộp vàng bảy báu. Việc chung xong rước ngọc cốt nhập vào đức lăng, miếu hiệu là Nhân Tông. Lấy một phần xá lợi đưa vào bảo tháp đặt ở

[1] Trích theo tác phẩm cùng tác giả, trang 225.

đức lăng của Long Hưng. Còn một phần thì gói đưa vào tháp vàng đặt ở chùa Vân Yên trên núi Yên Tử.[1]

Những ngày cuối cùng của Thượng Hoàng Trần Nhân Tông là như thế theo sách Thánh Đăng Ngữ Lục. Còn Đại Việt Sử Ký Toàn Thư, quyển 6, trang 23, tờ b và trang 24 tờ a chép ngắn gọn hơn và khác đi đôi chút:

三日上皇崩于安子山卧雲庵。時上皇出家居安子山之紫霄峯自號竹林大士。其姊天瑞病革下山徃視之謂曰。姊若時至自去見冥宾間問事則應之曰願少待我弟竹林大士且至。言訖還山囑侍者法螺以後事奄然坐化天瑞亦以是日薨。法螺燒得舍利三千餘粒奉至京師資福寺。帝疑之。群臣多請罪法螺。皇太子奣年九歲侍側懷忠忽有舍利數粒出以示之檢匣内已有缺數。帝感泣意乃解。

Tam nhật, Thượng hoàng băng vu Yên Tử sơn Ngoạ Vân am. Thời, Thượng hoàng xuất gia, cư Yên Tử sơn chi Tử Tiêu phong, tự hiệu Trúc Lâm Đại Sĩ. Kỳ tỷ Thiên Thụy bệnh, cách hạ sơn vãng thị chi, vị viết: Tỷ nhược thời chí tự khứ, kiến minh gian vấn sự tắc ứng chi viết: Nguyện thiểu đãi ngã đệ Trúc Lâm Đại Sĩ thả chí. Ngôn ngật, hoàn sơn, chúc thị giả Pháp Loa dĩ hậu sự, yểm nhiên tọa hóa. Thiên Thụy diệc dĩ thị nhật hoăng. Pháp Loa thiêu đắc xá lợi tam thiên dư lạp, phụng chí kinh sư Tư Phúc tự. Đế nghi chi. Quần thần đa thỉnh tội Pháp Loa. Hoàng thái tử Mạnh, niên cửu tuế, thị trắc hoài trung hốt hữu xá lợi số lạp xuất dĩ thị chi kiểm hạp nội dĩ hữu khuyết số. Đế cảm khấp ý nãi giải.

> *"Ngày mồng 3 [tháng 11, niên hiệu Hưng Long năm thứ 16 - 1308], Thượng Hoàng băng ở am Ngọa Vân, núi Yên Tử. Bấy giờ, Thượng Hoàng xuất gia, tu trên ngọn Tử Tiêu của núi Yên Tử, lấy hiệu là Trúc Lâm Đại Sĩ. Người chị ngài là [công chúa] Thiên Thụy bị bệnh, ngài gấp rút xuống núi đến thăm, bảo chị rằng: "Nếu đến*

[1] Trích sách đã dẫn cùng Tác giả, trang 225-226.

lúc đi thì chị cứ tự đi, gặp nơi cõi âm hỏi chuyện gì thì cứ trả lời: "Xin đợi một chút, em tôi là Trúc Lâm Đại Sĩ sắp đến." Nói xong, [Thượng Hoàng] quay về núi, dặn dò Pháp Loa việc hậu sự rồi lặng lẽ ngồi mà mất. [Công chúa] Thiên Thụy cũng mất trong ngày hôm ấy. Pháp Loa thiêu [di thể] được xá-lợi hơn 3.000 hạt, cung kính mang về chùa Tư Phúc ở kinh đô. Vua [Anh Tông] nghi ngờ việc ấy. Quần thần đa số muốn buộc tội Pháp Loa.[1] *[Khi ấy,] Hoàng Thái Tử Mạnh vừa được 9 tuổi, đứng hầu một bên, bất chợt thấy trong người có mấy hạt xá-lợi, liền lấy đưa ra cho mọi người xem. Xem lại trong hộp [đựng xá-lợi] thì có mất đi mấy hạt. Vua cảm động rơi lệ, không còn nghi ngờ nữa."*

Như vậy, so sánh 2 nguồn tư liệu, ta thấy có nhiều điểm sai khác. Thánh Đăng Ngữ Lục là do đệ tử của Nhân Tông soạn và Đại Việt Sử Ký Toàn Thư thì do các Nho sĩ và người của triều đình soạn, nên có nhiều điểm rất dị biệt. Ví dụ, Thánh Đăng Ngữ Lục nói rằng Thượng Hoàng viên tịch ngày mồng một tháng 11 năm 1308, nhưng Đại Việt Sử Ký Toàn Thư thì nói ngày là mồng 3 tháng 11 năm 1308. Một bên thì Ngữ lục nói Ngài nằm theo dáng sư tử rồi viên tịch, Sử ký thì nói Ngài ngồi mà mất. Điều đáng nói ở đây là, Thượng Hoàng là người đã tỏ ngộ đạo Thiền, nên không thể nói với Thiên Thụy: "Khi gặp cõi âm có hỏi việc gì thì cứ trả lời: Xin đợi một chút em tôi là Trúc Lâm Đại Sĩ sắp đến." Như vậy hóa ra Đại Sĩ chưa giải thoát được sao mà phải đi xuống cõi âm? Hay là chị mình bị đi xuống cõi âm, nên phải đi theo để giúp đỡ? Điều này vô lý, vì trước đó Thượng Hoàng đã nói với Thiên Thụy Công Chúa là "Nếu đến lúc đi thì chị cứ tự đi." Chuyện này có vẻ như ma mị, dị đoan, không phải thuyết của Phật

[1] Tôn giả Pháp Loa làm theo di mệnh của Thượng Hoàng, hay theo Thánh Đăng Ngữ Lục thì đúng hơn là Tôn giả Bảo Sát, đã tiến hành việc hỏa táng mà không đợi vua Anh Tông và triều đình đến. Quần thần muốn buộc tội có lẽ là về việc này.

giáo. Còn một điểm khác nữa là khi nghe Thượng Hoàng viên tịch thì Anh Tông là con và triều đình không thể chỉ ở Thăng Long chờ, mà phải thân hành đến Yên Tử để dự lễ trà tỳ, sau đó thỉnh xá lợi về để thờ ở chùa Tư Phúc và ở lăng Long Hưng như Thánh Đăng Ngữ Lục viết là hợp lý hơn, còn như Đại Việt Sử Ký Toàn Thư lại bảo: "Anh Tông có ý nghi ngờ Pháp Loa." Do vậy khi đứa cháu tên Mạnh mới 9 tuổi, con của Anh Tông,[1] tự nhiên thấy có xá-lợi xuất hiện trong người và lấy ra cho mọi người xem, mà xem lại trong hộp đựng xá-lợi thì mất đi mấy viên, cho nên Anh Tông mới cảm động đến rơi lệ mà không còn nghi ngờ nữa. Đồng thời kiểm lại thấy trong hộp đựng xá-lợi mất đi mấy hạt. Điều này có thể tin được, nhưng Thánh Đăng Ngữ Lục hoàn toàn không đề cập đến.

Đại Việt Sử Ký Toàn Thư, quyển 6, trang 25, tờ b đến trang 27, tờ a kể lại việc đưa xá-lợi Thượng Hoàng đi nhập tháp khoảng gần hai năm sau đó (tháng 9 năm 1310):

庚戌十八年元至大三年秋九月十六日奉引上皇梓宮葬龍興府歸𡵾德陵舍利藏卧雲庵寶塔廟號仁宗謚曰法天崇道應世化民隆慈顯惠聖文神武元明睿孝皇帝。以欽慈保聖太皇太后祔玄宮。先是人宗殯宮權安延賢殿。将發引時刻已至而官僚士庶填塞宮殿。宰相執鞭驅辟竟不能開。

Canh Tuất thập bát niên, [Nguyên Chí Đại tam niên] thu cửu nguyệt, thập lục nhật, phụng dẫn Thượng hoàng tử cung táng Long Hưng phủ, Quy Đức lăng, xá lợi tàng Ngoạ Vân am bảo tháp, miếu hiệu Nhân Tông, thụy viết Pháp Thiên Sùng Đạo Ứng Thế Hoá Dân Long Từ Hiển Huệ Thánh Văn Thần Võ Nguyên Minh Duệ Hiếu Hoàng Đế. Dĩ Khâm Từ Bảo Thánh Thái Hoàng Thái Hậu phụ huyền cung. Tiên thị, Nhân Tông thấn cung quyền an Diên Hiền điện. Tương phát dẫn thời khắc dĩ chí nhi quan liêu sĩ thứ điền tái cung điện. Tể tướng chấp tiên khu tích cánh bất năng khai.

[1] Hoàng thái tử này về sau lên làm vua tức là Trần Minh Tông (1314-1329).

"Mùa thu năm Canh Tuất (1310), [niên hiệu Hưng Long] thứ 18, [nhà Nguyên là niên hiệu Chí Đại thứ 3], ngày 16 tháng 9 rước thánh quan[1] *Thượng Hoàng đưa về táng ở lăng Quy Đức thuộc phủ Long Hưng, xá-lợi thì thờ nơi bảo tháp ở am Ngọa Vân, [dâng] miếu hiệu là Nhân Tông, tên thụy là Pháp Thiên Sùng Đạo Ứng Thế Hóa Dân Long Từ Hiển Huệ Thánh Văn Thần Vũ Nguyên Minh Duệ Hiếu Hoàng Đế. Lại đưa [phần mộ] Khâm Từ Bảo Thánh Thái Hoàng Thái Hậu về hợp táng ở đó. Trước đó, thánh quan Nhân Tông đã tạm quàn tại điện Diên Hiền. Sắp đến giờ đưa [thánh quan] đi mà các quan chức, sĩ phu cùng dân chúng đứng chật cả cung điện. Tể Tướng cầm roi xua đuổi mà vẫn không thể mở đường [di quan]."*

Điểm này thì Thánh Đăng Ngữ Lục không ghi rõ. Đây có thể chỉ là phần tro cốt còn lại sau khi hỏa táng và một năm sau Anh Tông cùng triều đình mới mang đi, đặt trong thánh quan. Cả hai tài liệu trên đều xác định là Nhân Tông là sau khi mất được hỏa táng, nên việc cải táng từ điện Diên Hiền về lăng Quy Đức chỉ có thể là phần tro cốt, còn phần xá-lợi đã được phân chia trước đó rồi, thờ phụng ở bảo tháp tại am Ngọa Vân, tức là nơi Trúc Lâm Đại sĩ viên tịch. Nhưng cũng trong Đại Việt Sử Ký Toàn Thư, trước đó lại nói rằng: "Pháp Loa thiêu [di thể] được xá-lợi hơn 3.000 hạt, cung kính mang về chùa Tư Phúc ở kinh đô." Như vậy, phần xá-lợi thờ ở am Ngọa Vân hẳn phải được chia ra trước đó, rồi phần còn lại mới mang về kinh đô.

Nhìn lại sự kiện này, việc đưa Thái Hoàng Thái Hậu Khâm Từ về hợp táng có lẽ chỉ để thỏa lòng của nhà vua và hoàng tộc, nhưng không thích hợp lắm với cương vị đã xuất gia, *"ly gia cát ái"* của một bậc Đại Sĩ. Xá-lợi thờ ở chùa Tư

[1] Nguyên bản dùng chữ tử cung (梓宫), là danh từ dùng chỉ quan tài của bậc đế vương. Ở đây, Nhân Tông trước đó đã hỏa táng nên có lẽ là quan tài đựng tro cốt của ngài. Chữ tử cung là một từ ít gặp nên rất khó hiểu đối với đa số độc giả, vì vậy chúng tôi tạm chuyển dịch là thánh quan.

Phúc hay Báo Ân hoặc Phổ Minh ở phủ Thiên Trường thì hợp lý hơn.

Về chi tiết sắp đến giờ đưa thánh quan đi mà dân chúng, quan chức, sĩ phu vẫn còn tụ họp đứng chật cả điện Diên Hiền, không có đường di quan, chứng tỏ rằng quan dân thời ấy đều rất cung kính Thượng Hoàng, lúc còn sống cũng như khi đã viên tịch. Đại Việt Sử Ký Toàn Thư, quyển 6, trang 26, tờ a và tờ b thuật lại phương thức của triều đình giải quyết vấn đề này vào lúc đó hết sức thú vị:

帝召祗候正掌鄭重子曰梓宮将發而人衆填咽如此奈何爾其辟之。仲子即就天墀呼海口虎翊仲子所領軍列坐墀中使唱龍吟曲數聲衆皆驚訝相率往官殿遂竟即奉引歸德陵。仲子慮經途必有高下旋轉之勢如肅靜無譁則患在傾側傳呼報告則嫌於宣鬧乃以行止縱横之語編入龍吟曲使人唱聲相語告焉。時人美之。

Đế triệu Chi hậu chánh chưởng Trịnh Trọng Tử viết: Tử cung tương phát nhi nhân chúng điền yết như thử nại hà? Nhĩ kì tích chi. Trọng Tử tức tựu thiên trì, hô Hải Khẩu, Hổ Dực [Trọng Tử sở lĩnh quân] liệt toạ trì trung, sử xướng long ngâm khúc sổ thanh, chúng giai kinh nhạ, tương suất vãng quan, cung điện toại cánh, tức phụng dẫn Quy Đức lăng. Trọng Tử lự kinh đồ tất hữu cao hạ toàn chuyển chi thế, như túc tĩnh vô hoa tắc hoạn tại khuynh trắc, truyền hô báo cáo tắc hiềm ư tuyên náo, nãi dĩ hành chỉ tung hoành chi ngữ biên nhập Long Ngâm khúc, sử nhân xướng thanh tương ngữ cáo yên. Thời nhân mỹ chi.

> *"Vua cho gọi Chi hậu Chánh chưởng Trịnh Trọng Tử đến bảo: "Thánh quan sắp đưa đi mà người đông nghẹt như thế thì biết làm sao? Ngươi hãy làm sao xô đuổi họ ra." Trọng Tử lập tức ra bên ngoài thềm cung điện, gọi quân Hải Khẩu, Hổ Dực (là những đội quân dưới quyền Trọng Tử) đến ngồi dài theo bậc thềm [cung*

điện], lệnh cho họ cùng nhau hát lớn mấy điệu Long Ngâm. Mọi người đều ngạc nhiên kéo nhau ra xem, trong cung điện trống trải, mới rước [thánh quan] về lăng Quy Đức. Trọng Tử lo lắng rằng trên đường đi ắt có những chỗ địa thế lên cao, xuống thấp hoặc xoay chuyển, nếu giữ nghiêm trang không to tiếng nhắc nhở thì sợ [những người khiêng thánh quan sẽ để] nghiêng lệch, còn nếu hô hoán gọi bảo thì sợ gây ồn náo, liền đem những câu hiệu lệnh lúc đi, lúc dừng, lúc quay ngang, bước dọc v.v... phổ vào trong điệu Long Ngâm, sai người xướng lên [từng lúc thích hợp để làm hiệu lệnh]. Người thời ấy đều khen ngợi."

Như vậy là tài ứng xử khéo léo của Trịnh Trọng Tử. Ông này chắc điều khiển dàn nhạc của triều đình Anh Tông nên hay hát cho vua và hoàng hậu nghe. Những khúc hát này gọi là Long Ngâm. Cũng chỉ cần ai đó xướng lên những câu hát nổi bật thì dân chúng sẽ quay về phía đó, bên này mới làm lễ di quan được. Quả là một diệu kế. Còn việc điều khiển những người khiêng thánh quan đi cũng không phải dễ dàng. Nếu nghiêm trang im lặng mà đi thì gặp lúc mặt đường lên cao xuống thấp, chắc chắn không thể tránh khỏi sự nghiêng lệch, vì mỗi người khiêng thánh quan không thể nhìn thấy toàn bộ mặt đường. Nên biết, theo quan niệm của người xưa, lúc di quan tuyệt đối không được để quan tài nghiêng lệch, bên thấp bên cao. Vì thế, có nhiều nơi còn đặt bát nước hay ly rượu bên trên quan tài để chắc chắn rằng trong suốt thời gian di chuyển quan tài luôn được giữ thăng bằng, vì nếu nghiêng lệch sẽ thấy nước hoặc rượu đổ ra bên ngoài. Chính vì điểm này nên trong các đám tang thường dân luôn phải có một người điều khiển, quan sát mặt đường và hô hiệu lệnh để những người khiêng quan tài có thể biết được là cần nâng cao hay hạ thấp đòn khiêng của mình, hoặc ở những chỗ khúc quanh thì bên nào sẽ bước nhanh, bên nào dừng lại v.v... Nhờ có những hiệu lệnh này mà quan tài khi di chuyển luôn giữ được sự thăng bằng, không nghiêng lệch. Nhưng sự di chuyển thánh quan của hoàng đế thì khác, nếu cũng làm theo cách của dân thường sẽ mất đi sự tôn nghiêm, khiến cho việc đưa tang trở nên ồn náo. Do vậy, sáng kiến của Trịnh Trọng Tử là chuyển những hiệu lệnh điều khiển này thành câu hát, và sai người tùy theo từng lúc thích hợp trên mặt đường để hát lên, nhằm thông báo cho những người khiêng thánh quan biết được phải đi tới hay dừng lại, nâng cao hay hạ thấp v.v... Như vậy vẫn có hiệu quả điều khiển được những người khiêng thánh quan, mà không làm mất đi sự tôn nghiêm cần phải có, bởi những hiệu lệnh bằng âm nhạc như vậy thì không gây ồn náo mà ngược lại còn êm tai, dễ chịu. Có thể sau khi tang lễ xong, Trịnh Trọng Tử phải được Anh Tông ban thưởng đặc biệt.

Cũng trong quyển 6 của Đại Việt Sử Ký Toàn Thư, trang 27, tờ a ghi chép thêm về việc phụng thờ xá-lợi:

仁宗舍利之藏寶塔也有僧智通奉侍焉。初仁宗出家時超類寺僧智通燃臂自掌至入肘儼然無變容。仁宗臨觀智通設坐而拜曰臣僧燃燈也。燈畢回院熟睡睡覺火腫旋愈。至是仁宗崩乃入安子山奉侍舍利寶塔。明宗時燒身死。

Nhân Tông xá-lợi chi tàng bảo tháp dã hữu tăng Trí Thông phụng thị yên. Sơ Nhân Tông xuất gia thời, Siêu Loại tự tăng Trí Thông nhiên tí tự chưởng chí nhập trửu nghiễm nhiên vô biến dung. Nhân Tông lâm quan, Trí Thông thiết tòa nhi bái viết: Thần tăng nhiên đăng dã. Đăng tất hồi viện thục thụy, thụy giác hỏa thũng toàn dũ. Chí thị Nhân Tông băng nãi nhập Yên Tử sơn phụng thị xá lợi bảo tháp. Minh Tông thời thiêu thân tử.

> *"Xá-lợi của Nhân Tông đưa vào bảo tháp, có vị tăng Trí Thông lo việc thờ phụng. Trước đây, vào lúc Nhân Tông xuất gia, vị tăng Trí Thông ở chùa Siêu Loại tự đốt*

cánh tay [cúng dường], cháy từ bàn tay vào đến khuỷu tay mà vẫn nghiêm trang, mặt không biến sắc. Nhân Tông đến xem, Trí Thông xếp chỗ mời ngồi rồi vái chào nói: "Lão tăng bề tôi này thắp đèn thôi. Đèn cháy hết rồi thì quay về phòng ngủ say, lúc thức dậy chỗ bỏng đã lành rồi." Lúc này, Nhân Tông băng, [Trí Thông] liền vào núi Yên Tử lo việc thờ phụng bảo tháp xá-lợi. Đến triều Minh Tông thì [ông] tự thiêu mà chết."

Khi Nhân Tông xuất gia, là lúc vị tăng Trí Thông phát tâm đốt cánh tay cúng dường Tam bảo. Đây là sự phát tâm mãnh liệt có ghi trong kinh điển Phật giáo, khi hành giả có một tâm nguyện mạnh mẽ đến mức vượt qua mọi cảm thọ đau đớn thông thường lúc tự mình đốt cháy một phần thân thể. Trường hợp vị tăng Trí Thông này còn đặc biệt là sau khi đốt tay, ngủ một giấc dậy lại thấy chỗ bỏng đã lành. Điều này cũng giống như trong kinh Pháp Hoa, phẩm thứ 23, Dược Vương và Dược Thượng Bồ Tát cũng đốt tay cúng dường, sau đó liền lành, vì lời nguyện của các ngài quá vĩ đại nên chư Phật đã chứng giám. Ở đây cũng vậy, tâm nguyện của sư Trí Thông phải hết sức mãnh liệt nên mới chiêu cảm được sự việc như vậy. Sau khi xá-lợi của Nhân Tông được đưa vào bảo tháp thì chính sư là người vào núi Yên Tử ở lại để lo việc thờ phụng. Và sau này, đến thời Minh Tông làm vua thì sư đã tự thiêu để cúng dường chư Phật.

Đại Việt Sử Ký Toàn Thư có ghi chép lại rõ ràng chuyện này nên chúng ta có thể tin đây là sự thật. Nhưng Thánh Đăng Ngữ Lục không thấy ghi chép việc này, nên việc sử dụng cả hai tài liệu này có thể bổ sung cho nhau, giúp chúng ta hiểu rõ hơn về sự viên tịch của Điều Ngự Giác Hoàng.

Một ông vua, vừa làm vua vừa làm Phật, vừa làm thiền sư, vừa làm thi sĩ v.v... quả thật trong lịch sử nước Nam ta chưa có vị vua nào được như vậy. Dẫu cho Thánh Đăng Ngữ Lục có nhân cách hóa một vài sự kiện khi Thượng Hoàng sắp băng hà, hay Đại Việt Sử Ký Toàn Thư muốn ghi rõ lại việc của triều đình, của Anh Tông và ngay cả Minh Tông sau này nữa, phải lấy công hạnh của Vua Ông, Vua Cha của mình mà noi theo để cho dân được nhờ và nước được cậy. Để từ đó Thiền học của Việt Nam lại bắt đầu có một chỗ đứng riêng so với thế giới cũng như Thiền Trúc Lâm Yên Tử là Thiền duy nhất có tính cách Việt Nam do vị vua triều Trần thiết lập. Đây là điều đáng hãnh diện cho dân tộc và cho nước nhà Lạc Việt. Vì lẽ Đạo Phật không phải chỉ cho những người dân quê chân lấm tay bùn tin theo, mà ngay cả trên từ vua chúa, dưới cho đến quan quân đều một lòng tín sự phụng hành. Đây là một tấm gương sáng ngời cho hậu thế soi chung vậy.

Về tư tưởng của Vua Trần Nhân Tông thì chúng ta đã thấy qua những bài giảng hay những bài kệ đối đáp giữa thầy và trò, giữa thầy và đệ tử. Nay ta đi sâu, khảo sát về buổi giảng vào ngày mồng 9 tháng giêng năm Bính Ngọ (1306) và thấy rằng Vua Trần Nhân Tông đã cảm ơn Vô Nhị Thượng Nhân cũng như Tuệ Trung Thượng Sĩ và nói là: *"Ơn mưa pháp đã thấm tới cho cháu con được tắm gội."* Vô Nhị Thượng Nhân không ai khác hơn là Vua Trần Thánh Tông, thân phụ của Vua Trần Nhân Tông, còn Tuệ Trung Thượng Sĩ chính là Ông Bác của ông, nếu đứng về phía cha, hay Ông Cậu của ông, nếu đứng về phía mẹ.

"Vua Trần Thánh Tông là người đã sanh thành ra Vua Trần Nhân Tông, như vậy có một ảnh hưởng quyết định đối với sự hình thành và phát triển của Trần Nhân Tông. Thế thì tư tưởng của Trần Thánh Tông là gì? Một lần nữa, các tác phẩm của vua Trần Thánh Tông như: Thi tập, Thiền tông liễu ngộ ca, Chỉ giá minh, Phóng Ngưu và Cơ cầu lục ngày nay đã tán thất hết. Tuy nhiên căn cứ một số bài thơ và đoạn văn còn lại tới ngày nay trong các tác phẩm như: Thánh Đăng ngữ lục, Việt Âm thi tập, Toàn Việt thi lục ... ta có thể rút ra một số nhận định về tư tưởng của Trần Thánh Tông như sau:

Thứ nhất, trong thơ văn Trần Thánh Tông thường xuất hiện tư tưởng thiền của Lý Cao. Chẳng hạn bài thơ đầu tiên do Thánh Đăng Ngữ Lục, tờ 12a8-b3 chép lại của Vua Trần Thánh Tông như thế này:

Bốn chục năm hơn một tấm lòng
Muôn trùng cửa ngục vượt ra xong
Động như hang trống gào vang gió
Tĩnh tựa hồ yên trăng sáng trong
Câu nọ năm huyền mình hiểu biết
Đường kia mười chữ mặc áo xông
Có người hỏi tớ tin gì mới
Mây tại trời xanh nước ở thùng.

Câu cuối nguyên văn chữ Hán là:

Vân tại thanh thiên, thủy tại bình.

Câu này nguyên nằm trong bài tứ tuyệt do Lý Cao (772-841) viết để tặng cho Thiền Sư Dược Sơn Duy Nghiễm (751-834):

煉得身形似鶴形，	Luyện đắc thân hình tợ hạc hình,
千株松下兩函經。	Thiên chu tùng hạ lưỡng hàm kinh.
我來問道無餘說，	Ngã lai vấn đạo vô dư thuyết,
雲在青天水在瓶。	Vân tại thanh thiên, thủy tại bình.

Điều này chứng tỏ Trần Thánh Tông rất tâm đắc với những gì Lý Cao thể hiện trong thơ văn mình. Với nhân vật Lý Cao này, tuy là một Phật Tử, đã có những bài điều trần lên án việc độ Tăng và làm chùa to đúc Phật lớn, cho rằng những việc làm đó chẳng có công đức gì mà chỉ là những việc làm hút máu mỡ của dân. Đối với việc độ tăng, Lý Cao cho rằng: *"Những môn đồ đạo Phật không chăn tằm mà quần áo đầy đủ, không cày bừa mà ăn uống sung túc, ngồi rỗi mà kẻ phục dịch có đến mấy nghìn trăm vạn người. Suy ra đủ biết tất có bao nhiêu người đói rét..."* Đối với việc làm chùa, ông lý luận những việc làm ấy tốn kém hơn xây dựng cung A Phòng và đặt vấn đề: *"Đó há chẳng phải đều lấy từ nhân tài vật lực của trăm họ mà ra đó sao?"*[1]

Nếu Lý Cao sanh vào thế kỷ 8 (772) và mất vào năm 841, tức giữa thế kỷ 9, Đại Việt chúng ta vẫn còn bị Bắc thuộc lần thứ nhất, mãi cho đến năm 938, nghĩa là giữa đầu thế kỷ thứ 10, Ngô Quyền mới giành lại độc lập cho nước Nam ta. Có lẽ đó là chuyện bên Trung Quốc, chứ thời ấy Đại Việt làm gì có Tăng đồ đâu mà nhiều vậy và dân chúng cũng không xây cung điện cho vua chúa nào cả. Đây là chuyện ở cuối thời nhà Đường thịnh hành bên Trung Hoa chăng? Nếu Lý Cao là một Phật Tử thuần thành và nói rằng:

"Ta đến hỏi đạo chẳng nói ngoài
Mây tại trời xanh, nước ở bình."

Thì đã là người hiểu tâm thiền rồi. Ông hỏi Thiền Sư Dược Sơn Duy Nghiễm và được trả lời như thế. Vì không có gì để hỏi cả. Tại sao vậy? Vì lẽ mây thì ở trên trời xanh và nước vẫn đựng trong bình. Tại sao phải hỏi làm gì? Đó là tâm Phật và là tâm giác ngộ. Còn ở đây Lý Cao trách rằng: *"Người xuất gia không chăn tằm mà có vải mặc, không cày ruộng mà có cơm ăn."* Điều này không phải đến thế kỷ 9 - 10 bên Trung Hoa mới có người nói lên ý tưởng ấy, mà khi Đức Phật còn tại thế, các Bà La Môn đã trách cứ Tăng đoàn của Đức Phật cũng như vậy và Ngài đã từ tốn trả lời rằng: *"Tại sao lại không? Ta lấy cày tinh tấn, hằng ngày cày trên mảnh đất tâm để gieo những hạt mầm giác ngộ giải thoát và ta cũng như Tăng đoàn đã dệt nên những tấm vải từ bi và trí tuệ để cho nhân thế mặc vào."* Như vậy, người xuất gia đâu phải là người làm biếng, mà người xuất gia còn phải siêng năng hơn người tại gia nữa. Như vậy mới xứng đáng là bậc xuất trần thượng sĩ.

[1]Theo sách đã dẫn cùng tác giả, trang 242-243.

Ta thấy những từ vừa nêu đã xuất hiện trong nhận xét của Lê Văn Hưu (1230 -?) về việc làm chùa và độ tăng của Lý Thái Tổ, do Ngô Sĩ Liên ghi lại trong Đại Việt Sử Ký Toàn Thư, quyển 2, tờ 3b5 - 4a5 như sau:

Lê Văn Hưu đã nói thế này: *"Lý Thái Tổ lên ngôi vua mới được 2 năm, tông miếu chưa dựng, xã tắc chưa xây, mà trước đã dựng 8 chùa ở phủ Thiên Đức, lại trùng tu chùa quán ở các lộ, độ cho hơn 1.000 người ở kinh đô làm sư, thì việc tiêu phí sức lực của cải không thể kể xiết. Của không phải do trời mưa xuống, sức không phải của thần làm cho, há chẳng phải là khơi vét máu mỡ của dân ư? Khơi vét máu mỡ của dân mà có thể gọi là làm phước được ư? Vị chúa sáng nghiệp tự mình cần kiệm còn sợ con cháu ngày sau xa xỉ lười nhác. Thế mà Thái Tổ để phép lại như vậy, trách gì con cháu đời sau chẳng xây tháp cao ngất trời, dựng cột chùa bằng đá chạm, chùa Phật lộng lẫy hơn cả cung vua. Đám dưới học theo, đến nỗi có kẻ hủy hoại thân thể, thay đổi y phục, bỏ cả sản nghiệp, trốn cả bà con, trăm họ quá nửa là sư, trong nước đến đâu cũng có chùa, nguồn gốc há chẳng phải từ đó mà ra sao?"*[1]

Vua Lý Công Uẩn tức là Lý Thái Tổ lên ngôi năm 1010, sáng lập triều đại nhà Lý của nước ta và triều đại này kéo dài đến năm 1225 thì chấm dứt. Lý Công Uẩn vốn xuất thân từ cửa chùa, là con nuôi của Thiền Sư Vạn Hạnh và là học trò của Thiền Sư Lý Khánh Vân. Như vậy, Lý Công Uẩn ảnh hưởng tư tưởng của hai vị này không ít. Nghĩa là sau khi lên làm vua, cung điện chưa xây đã lo xây đến 8 ngôi chùa ở phủ Thiên Đức và tu bổ nhiều chùa hư dột, cũng như cho xuất gia cả hàng ngàn người. Như vậy là đáng mừng. Vì lẽ đạo đức được phát triển rộng rãi trong dân gian. Còn việc cúng chùa đắp tượng, đúc chuông là việc tùy hỷ của mọi người, chứ không phải là việc đóng thuế, nên không có tánh cách bắt buộc. Vả lại có người đi xuất gia là có người nối dõi hạt giống

[1] Sách đã dẫn cùng tác giả.

thánh, tại sao lại lo xa như vậy? Vì lẽ thế gian này dẫu cho có phân nửa là người xuất gia đi chăng nữa, thì cũng không vì thế mà sơn hà xã tắc lại bị ngưng trệ việc phát triển xã hội được. Hãy xem Tây Tạng, Bhutan, Thái Lan ngày nay thì rõ.

Lê Văn Hưu sinh vào đầu nhà Trần và ông mất lúc nào không rõ. Sau này Ngô Sĩ Liên đã ghi lại trong Đại Việt Sử Ký Toàn Thư lời nhận xét của ông về thời nhà Lý dưới cái nhìn của một Nho sĩ. Như vậy, sự nhận xét ấy há có quá đáng chăng?

"Ta phải thấy Lê Văn Hưu viết bộ Đại Việt Sử Ký theo lệnh và dưới sự chỉ đạo của vua Trần Thánh Tông, như Đại Việt Sử Ký Toàn Thư 5 tờ 33a8 - b1 đã ghi: "Mùa xuân tháng giêng năm Nhâm Thân (1272) Hàn Lâm Viện học sĩ kiêm Quốc Sử Viện Giám Tu Lê Văn Hưu vâng lệnh viết xong Đại Việt Sử Ký từ Triệu Vũ Đế đến Lý Chiêu Hoàng gồm 30 quyển, dâng lên, Vua xuống chiếu khen thưởng." Đại Việt Sử Ký như thế là một bộ sử chính thức của nhà nước Đại Việt, cụ thể là nhà nước do vua Trần Thánh Tông lãnh đạo (1254-1271), (1271-1278) tất nhiên phải phản ảnh quan điểm và lập trường viết sử của nhà nước này. Vì vậy ta không có gì ngạc nhiên khi tư tưởng và văn cú của Lý Cao đã xuất hiện trong thơ văn của Trần Thánh Tông và Lê Văn Hưu."[1]

Ta biết rằng năm 1271 (1278) là năm vua Trần Thánh Tông đã nhường ngôi cho Trần Nhân Tông, ông lên làm Thái Thượng Hoàng và sống đến năm 1290 thì băng hà. Vậy trong thời gian Lê Văn Hưu dâng toàn tập Đại Việt Sử Ký Toàn Thư lên cho triều đình nhà Trần thì có cả Thái Thượng Hoàng Trần Thánh Tông và vua Trần Nhân Tông chứng giám. Hai vị Vua này đều là 2 thiền sư, hai vị vua Phật tử chấp nhận cách phê bình của Lê Văn Hưu vào thời nhà Lý như thế, quả là một tư tưởng thông thoáng lạ thường. Vì các ông vua này

[1] Trích sách đã dẫn cùng tác giả, trang 245.

không phải chỉ bênh vực cho Đạo Phật, mà còn lắng nghe sự nhận định của các Nho sĩ thời bấy giờ như thế nào, để từ đó có một cái nhìn đích thực về Phật giáo và Nho Giáo hơn.

"Lớn lên và được giáo dục trong một môi trường văn hóa của gia đình, tất nhiên vua Trần Nhân Tông cảm thấy tính bức xúc của việc đề ra một giải pháp vừa có lợi cho nước cho dân, vừa có ích cho đạo. Chính ở nơi đây vai trò của Tuệ Trung Thượng Sĩ Trần Quốc Tung trở nên quan trọng. Trong đoạn văn ghi lại kinh nghiệm ngộ đạo của mình qua cuộc đối thoại vào năm 1287 đã trích ở trên, vấn đề đặt ra hết sức cụ thể và thường gặp, đó là: "Chúng sanh quen với việc uống rượu ăn thịt thì làm sao tránh được tội báo?" Đây là một thực tế ta có thể gặp ở bất cứ thời nào và ở bất cứ địa phương nào, chứ không phải chỉ có một thực tế của thời đại Trần Nhân Tông và tại quốc gia Đại Việt. Cách giải quyết thực tế này hết sức giản dị theo quan điểm của Tuệ Trung. Đó là đừng đặt nó thành vấn đề. Bản thân của việc uống rượu ăn thịt chẳng có gì là tội phúc trong đó cả. Đúng như Tuệ Trung đã trả lời:

Ăn cỏ với ăn thịt,
Chúng sanh mỗi có thức.
Xuân về trăm cỏ sinh,
Chỗ nào thấy tội phúc.

Đến sau này, khi viết bản Cư Trần Lạc Đạo phú, Trần Nhân Tông đã diễn tả lại quan điểm ấy một cách dễ hiểu hơn:

居塵樂道且隨緣，	Cư trần lạc đạo thả tùy duyên,
饑則飧兮困則眠。	Cơ tắc xan hề, khốn tắc miên.
家中有宝休尋覓，	Gia trung hữu bảo hưu tầm mịch,
對境無心莫問禪。	Đối cảnh vô tâm mạc vấn thiền.

Ở đời vui đạo hãy tùy duyên,
Đói cứ ăn đi mệt ngủ liền.
Có báu trong nhà thôi khỏi kiếm,
Vô tâm đối cảnh hỏi chi thiền.[1]

[1] Trích sách đã dẫn cùng tác giả, trang 247-248.

Tư tưởng của Tuệ Trung Thượng Sĩ là tư tưởng liễu ngộ thiền của một Thiền Sư cư sĩ. Vì ông đã chứng đạo, nên ăn rau cỏ hay ăn thịt cũng chỉ thế thôi. Vì rau sẽ sinh khi mùa xuân đến và vạn vật muôn loài cũng sinh sinh diệt diệt như vậy, đâu có gì là lạ. Nếu đừng tìm hiểu nguyên nhân và cũng đừng phân tích kết quả thì tội hay phúc cũng chỉ như hai mặt của một bàn tay thôi. Thật ra không có gì đáng nói cả.

Đến lúc vua Trần Nhân Tông lên làm vua (1278-1293) ông vua này cùng với vua cha Trần Thánh Tông đã trải qua 2 cuộc chiến tranh lẫy lừng, chiến thắng 2 lần quân Nguyên Mông vào năm 1285 và 1288 với sự tham dự của Tuệ Trung Thượng Sĩ, với Hưng Đạo Vương Trần Quốc Tuấn, với Chiêu Minh Vương Trần Quang Khải, với Chiêu Văn Vương Trần Nhật Duật v.v... thì tất cả đều là những sự kiện "có có không không", không có gì đáng quan tâm cả và nhất là khi vua Trần Nhân Tông đã đi xuất gia vào năm 1295 rồi thì dưới mắt ông tất cả chỉ là những sự vô thường trong nhân thế mà thôi.

Bài phú Cư trần lạc đạo đã nói lên được tất cả sự việc của thế gian. Đó là: Chuyện đạo xưa nay vốn là như vậy. Hãy an vui với nó và tùy theo nhân duyên đưa đẩy, chứ đừng có gượng ép. Ví dụ như: đói thì ăn, mệt thì nghỉ. Việc ông đánh giặc, chiến thắng quân Nguyên Mông cũng chỉ thế thôi. Giặc tiến thì mình lui. Giặc mệt thì mình công, giặc thua thì mình tiến. Nó giống như một bàn cờ mà người đánh cờ phải biết lúc nào tiến và lúc nào thối. "Có báu vật trong nhà" có nghĩa là có Phật tâm, Phật tánh sẵn đó, tại sao cứ giong ruổi khắp bốn phương trời để đi tìm kiếm của mình đang có làm gì? Phải uổng công nhọc sức không? Thiền là gì, nếu không phải là khi đối cảnh phải dùng "tâm không" để đối đãi? Cũng đừng bảo có mà cũng đừng bảo không. Có không chỉ là sự đối đãi bề ngoài. Hãy để cho nó đến và đi tự nhiên như nó đang là, thì ta chẳng thắc mắc gì cả.

"Bài viết về tư tưởng 'ở đời mà vui đạo' này có tên chính thức là Cư Trần Lạc Đạo phú, gồm 10 hội. Cho nên trong bản thư mục của An Thiền viết vào đầu thế kỷ 19 ở Đạo Giáo Nguyên Lưu quyển thượng tờ 5a6, nó được gọi là Trần Triều Thập Hội Lục. Ngay câu mở đầu của hội thứ nhất. Trần Nhân Tông đã xác định cho ta biết phạm trù đời và đạo ở đây có nghĩa là gì:

Mình ngồi thành thị,
Nết dụng sơn lâm.

(Hội thứ nhất)[1]

Thành thị ở đây chính là nơi đô hội, nơi kinh đô Thăng Long, nơi có văn minh, văn hiến, văn học, nơi mà nam thanh nữ tú ngày đêm rộn ràng với học vấn, với nghề nghiệp với công danh. Chính những nơi ấy, vua Trần Nhân Tông đang ngồi đó để xem thế sự xoay vần. Kẻ được người mất, kẻ tốt người xấu, kẻ hiền người dữ v.v... Nhưng tâm của ông giống như là đang ở trong núi rừng, với vẻ u tịch của thiên nhiên, sự trầm tư của vạn vật. Ông không bị dao động bởi những thị phi nhân ngã hay những việc tấu trình hằng ngày của bá quan văn võ triều đình, mà tâm ông rất nhẹ nhàng thanh thoát. Vì tuy thân ông ở đây, mà tâm của ông đang ở trong cảnh giới yên lặng thảnh thơi. Nơi đó không bị những chướng duyên ràng buộc.

Cho nên để giác ngộ, họ chỉ cần:
Dứt trừ nhân ngã,
Thì ra tướng thực kim cương.
Dừng hết tham sân,
Mới lảu lòng mầu viên giác.

(Hội thứ hai)

Nhân, ngã, bỉ, thử xưa nay vốn là chuyện thường tình của nhân thế. Bởi vì mỗi chúng sanh đều có tự ngã và muốn

[1] Trích sách đã dẫn cùng tác giả, trang 248-249.

cái ngã của mình được tồn tại, nên mình mới khổ công bảo vệ nó. Nhưng ngã là gì? Thực ra nó chỉ là âm thanh của hai bàn tay vỗ lại với nhau và cái bóng của mình soi trên kiếng. Có đó nhưng không thật, vì nếu không có 2 bàn tay thì sẽ không có tiếng vỗ. Nếu không có kiếng thì sẽ không thấy bóng hình mình trong đó, vì lẽ khi lấy tấm kiếng đi thì hình bóng kia không còn nữa. Nên chấp ngã, chấp nhân để làm gì? Nếu rõ được như vậy thì thực tướng chân như sẽ được hiển bày. Đây mới chính là vàng thật, là chân tâm, là Phật tánh vậy. Muốn thấy rõ được tướng của mình, hãy dừng lại tất cả mọi sự bám chấp, mọi sự tham sanh úy tử, mọi hận thù, si mê tội lỗi ở đời này cũng như trong nhiều đời khác nữa. Khi tham, sân, si, mạn, nghi, ác kiến, thân kiến, biên kiến, kiến thủ kiến, giới cấm thủ kiến và tà kiến đã dứt bặt rồi, thì viên giác tánh lại hiện ra. Đó mới là tánh chân thật nhất. Đây chỉ là sự gạn đục khơi trong mà thôi. Nếu ai cố công sẽ thấy được tánh viên giác của chính mình.

Trần tục mà nên, phúc ấy càng yêu hết tấc.
Sơn lâm chẳng cốc, họa kia thực cả đồ công.

(Hội thứ ba)

Ở chốn bụi trần mà vẫn an lạc như nhiên. Đó là do phúc báu vậy. Ông giác ngộ đạo mầu ngay khi mẹ ông là Thiên Cảm Hoàng Hậu từ trần vào năm 1287. Trong lúc sửa soạn chống trả lại quân Nguyên Mông lần thứ 3, nhưng ông đã ngộ được đạo và trong cái bận rộn ấy, ông vẫn thấy là phước báu vô cùng. Do vậy nên ông càng yêu mến non sông hơn. Xét về thân phận khi mất mẹ, ai lại không lo, không buồn, không sầu, không khổ... nhưng với ông, trong cái sâu kín của tâm hồn ấy, Trần Nhân Tông đã rõ biết nhận ra được chân lý, nên không cần phải vào trong rừng sâu tìm những nơi vắng vẻ để tu hành, há chẳng uổng công sao? Tuy nói vậy để răn đời và dạy người, vì ông đã chứng thực được việc này, nhưng khi ông đi xuất gia, ông cũng đã vào non thiêng Yên Tử và Vũ

Lâm để xuất gia và hành đạo. Đây là cái dụng sau khi ngộ đạo mà thôi.

Tích nhân nghì, tu đạo đức, ai hay này chẳng Thích Ca.
Cầm giới hạnh, đoạn xan tham, chỉn thực ấy là Di Lặc.

(Hội thứ tư)

Hãy tích chứa công đức từ đời này qua đời khác và làm những việc thiện lương để cứu nhân độ thế, giúp đời, cứu người v.v... thì những việc làm ấy chẳng khác nào Phật Thích Ca Mâu Ni đã làm khi còn là Thái Tử và đã chứng khi vào quả vị Niết-bàn. Đó là gì? Phải giữ gìn giới đức trang nghiêm. Vì giới là sự bảo hộ quan trọng cho mỗi người chúng ta để từ đó có thể đoạn trừ tham sân tật đố một cách dễ dàng hơn. Khi thực hành được những việc như vậy thì Di Lặc là đây, chứ không đâu khác nữa.

Áo miễn chăn đầm ấm qua mùa, hoặc chầm hoặc xể.
Cơm cùng cháo đói no đòi bữa, dầu bạc dầu thoa.

(Hội thứ năm)

Mặc chỉ là việc che thân cho khỏi giá rét. Dầu đồ ấy do chầm nhiều lớp hay vá lại nhiều nơi cốt cũng chỉ làm cho ấm qua mùa đông lạnh lẽo. Không phải để khoe của với thiên hạ. Còn ăn uống chỉ để cho no lòng, dầu là cơm hay cháo cũng cho qua bữa thôi. Dầu ít dầu nhiều, khi cơm khi cháo, nuốt qua khỏi cửa họng đều giống nhau cả. Không có gì để phải so sánh hơn thua, tốt xấu.

Sạch giới lòng, dồi giới tướng, nội ngoại nên Bồ Tát trang nghiêm.
Ngay thờ chúa, thảo thờ cha, đi đỗ mới trượng phu trung hiếu.

(Hội thứ sáu)

Giữ giới trang nghiêm thanh tịnh, dầu là 5 giới, 10 giới hay Bồ Tát 10 giới trọng, 48 giới nhẹ đi nữa thì người Phật Tử cốt trang nghiêm giới thân huệ mạng. Bên ngoài là tướng, bên trong là tánh. Nếu trong ngoài đều trang nghiêm, điều ấy có nghĩa là tướng tánh đã vẹn toàn. Đó là việc Đạo phải rõ ràng, trong sạch như vậy thì mới thực hành tư tưởng Bồ Tát vì đời một cách trọn vẹn được.

Còn việc đời thì sao? Nếu là Nho sĩ thì trung với vua, hiếu với nước là bổn phận của những Nho sinh. Học hành thi đỗ ra làm quan và sống đời sống cương trực. Đó là một bậc trượng phu quân tử vậy. Bậc trượng phu của Nho giáo là: *"Phú quý bất năng dâm, bần tiện bất năng di, uy vũ bất năng khuất."* Nghĩa là: Giàu sang không thể mê hoặc, nghèo khó không thể lay chuyển và uy quyền không thể khuất phục. Nhưng ở Phật giáo thì trượng phu không nhất thiết chỉ cho đàn ông mà người đàn bà cũng có Phật tánh, cũng có thể thành những bậc trượng phu được. Đó là những người có giới hạnh thanh cao. Biết mình, biết người và vì đời, nên gọi là những bậc Đại Sĩ hay Đại Trượng Phu vậy.

Vâng ơn Thánh, xót mẹ cha, thờ Thầy học đạo.
Mến đức Cồ, kiêng bùi ngọt, cầm giới ăn chay.

(Hội thứ bảy)

Những tướng tài như: Hưng Đạo Vương Trần Quốc Tuấn, Tuệ Trung Thượng Sĩ Trần Quốc Tung, Chiêu Minh Vương Trần Quang Khải, Chiêu Văn Vương Trần Nhật Duật, họ vừa là những Phật Tử thuần thành, vừa là những công thần tướng giỏi của nhà Trần, nên họ vừa trung với vua và hiếu với cha mẹ. Do vậy nên những cuộc nổi dậy đã được dẹp yên. Những loạn quân loạn tướng như: Vũ Thành Vương Doãn, Chiêu Quốc Vương Trần Ích Tắc v.v... tuy là em dòng họ của vua nhưng công ra công và tội ra tội, nên trong hội thứ bảy này vua Trần Nhân Tông đã nhắc nhở cho muôn dân, trong đó có Nho sĩ nữa, chứ không phải chỉ khuyên răn những người Phật tử. Họ mến cái đức của Cồ Đàm từ ngàn xưa đã để lại, nên họ không phung phí của dân của nước, mà giữ giới ăn chay để cả thân và tâm được thanh tịnh cũng như tôn trọng sự sống của muôn loài.

Dựng cầu đò, dồi chiền tháp, ngoại trang nghiêm sự tướng hãy tu.
Sẵn hỷ xả, nhuyễn từ bi, nội tự tại kinh Lòng hằng đọc.
(Hội thứ tám)

Sau chiến tranh chống quân Nguyên Mông hai lần vào năm 1285 và 1288, nước Đại Việt đổ vỡ rất nhiều. Từ kinh đô Thăng Long cho đến những chùa tháp gần đó, nên vua Trần Nhân Tông đã cho xây dựng lại những đường sá, cầu cống đã bị hư hại qua 2 trận chiến. Chùa viện khắp nơi cũng kinh qua tang thương chiến cuộc, nên ai là Phật tử, không thể làm ngơ với việc này. Nên tu cũng có nghĩa là tu sửa lại chùa tháp để trang nghiêm sự tướng vậy. Hãy mở rộng tình thương, siêng năng tinh tấn thực hành lời Phật dạy. Vui với những gì đang hiện có và thực hành hạnh từ bi ban vui cứu khổ một cách thật nhuần nhuyễn, thì đó là nhiệm vụ của kẻ Tăng người tục trong thời hậu chiến của quê hương Đại Việt. Bên trong thì an nhiên tự tại qua bài kinh Bát-nhã (kinh Lòng) thường tụng hằng ngày. Vì *"sắc bất dị không, không bất dị sắc, sắc tức thị không, không tức thị sắc"* (có chẳng khác không, không chẳng khác có; có tức là không, không tức là có). Ai cũng thuộc làu kinh này, nhưng nếu nhìn sự việc qua nhãn quan của trí tuệ siêu việt Bát-nhã, được kinh nằm lòng này thì đó mới chính là trí tuệ vậy.

Vương lão chém mèo, rạt thảy lòng ngừa thủ tọa.
Thầy Hồ khua chó, trỏ xem trí nhẹ con giàng.
(Hội thứ chín)

Cho nên dầu thể hiện cách nào đi chăng nữa, theo lời chư Tổ đã hiển bày, tuy có nhiều phương cách khác nhau và có nhiều lối để trở về diện kiến với chính mình, nhưng giữa mê và ngộ chỉ cách nhau trong gang tấc. Nếu mê là chúng sanh mà ngộ, chính là Phật vậy.

Tượng chúng ấy
Cốc một chân không
Dùng đòi căn khí
Nhân lòng ta vướng chấp khôn thông,
Há cơ tổ nay còn thửa bí
Chúng tiểu thừa cốc hay chửa đến
Bụt xá ngăn bảo sở hóa thành
Đấng thượng sĩ chứng thực mà nên
Ai ghẻ có sơn lâm thành thị

(Hội thứ mười)

Nói chung thì tất cả đều không, nhưng là *diệu hữu*. Bởi vì không ấy không phải là không hoàn toàn, mà là *chân không* và hữu ấy là *diệu hữu*, chứ không phải là cái có, cái không bình thường. Khi dụng công thì do căn tánh của mỗi người, chứ Phật pháp lâu nay vốn là vậy. Do sự chấp ngã chấp tướng mà có đến, có đi, có còn, có mất. Còn thật tướng của vạn pháp vốn chỉ là một cái không to tướng mà thôi. Việc không rõ pháp là do ta, chứ không phải do chư Tổ hay chư Phật. Bởi vì căn tánh của chúng ta còn quá sơ cơ và chấp chặt vào lý lẽ nhị nguyên nên mới vậy. Xe nhỏ, xe lớn gì rồi cũng sẽ đến Bảo Sở, nhưng trước khi đến Bảo Sở thì Phật hóa ra thành tạm để nghỉ ngơi rồi đi tiếp. Do vậy mới chia ra thượng, trung, hạ hay đại, tiểu là vậy.

Bậc Hạ Sĩ là bậc vì mình không vì người. Bậc Trung Sĩ là vì người không vì mình và bậc Thượng Sĩ là bậc không vì mình mà cũng không vì người, nghĩa là vượt lên trên tất cả thế gian, nên gọi là Thượng Sĩ. Kẻ ấy dầu ở trong rừng sâu để tu thiền niệm Phật trì chú, hay ở ngay nơi thị tứ chốn phồn hoa để làm Vua, làm Bồ Tát, làm Tổ Sư v.v... tất cả đều giống nhau, không có gì khác cả, vì tâm của họ đã là tâm nhập vào Chánh Định rồi.

Sau thời Trần Nhân Tông, Phật giáo đã phát triển theo hướng "cư trần lạc đạo" này. Phật giáo không còn dành riêng cho bất cứ một bộ phận nào của xã hội, dù bộ phận đó có ưu tú tới đâu. Nó lan khắp mọi tầng lớp nhân dân. Đúng như văn bia do Lê Quát viết cho chùa Thiệu Phúc ở thôn Bái thuộc lộ Bắc Giang và Ngô Sĩ Liên đã chép lại trong Đại Việt Sử Ký Toàn Thư, quyển 7 từ trang 36, tờ a dòng 2 đến tờ b dòng 4 như sau:

佛氏之禍福動人何其得人之深且固矣。上自王公以至庶人凡施於佛事雖竭所有顧無靳嗇。苟今日託付於寺塔則欣欣然如持左卷以取明日之報。故自内京城及外州府窮村僻巷不令而从不盟而信有人家處必有佛寺廢而復興壞而復修鍾鼓樓臺與民居殆半其興甚易而尊崇甚大也。余少讀書志於古今粗亦明聖人之道以化斯民而卒未能信於一鄉。常遊覽山川足跡半天下求所謂學宮文廟未嘗一見。此吾所以深有愧於佛氏之徒遠矣輒暴吾以書。

Phật thị chi họa phúc động nhân hà kì đắc nhân chi thâm thả cố hỹ. Thượng tự vương công dĩ chí thứ nhân phàm thí ư Phật sự tuy kiệt sở hữu cố vô cận sắc. Cẩu kim nhật thác phó ư tự tháp tắc hân hân nhiên như trì tá quyển dĩ thủ minh nhật chi báo. Cố tự nội kinh thành cập ngoại châu phủ cùng thôn tịch hạng bất lệnh nhi tòng, bất minh nhi tín, hữu nhân gia xứ tất hữu Phật tự, phế nhi phục hưng, hoại nhi phục tu, chung cổ lâu đài dữ dân cư đãi bán, kỳ hưng thậm dị nhi tôn sùng thậm đại dã. Dư thiếu độc thư chí ư cổ kim thô diệc minh thánh nhân chi đạo dĩ hóa tư dân nhi tốt vị năng tín ư nhất hương. Thường du lãm sơn xuyên, túc tích bán thiên hạ, cầu sở vị học cung văn miếu vị thường nhất kiến. Thử ngô sở dĩ thâm hữu quý ư Phật thị chi đồ viễn hỹ, triếp bạo ngô dĩ thư.

> *"Thuyết họa phúc của nhà Phật tác động đến lòng người, không biết sao mà được người ta tin theo sâu vững thế! Trên từ vua quan xuống đến dân thường, mỗi khi bố thí cúng dường Phật sự thì dù cạn kiệt tiền của cũng không dè tiếc. Ví như hôm nay phó thác hết*

[tiền của] vào chùa tháp thì hân hoan vui thích như đã cầm chắc chứng thư được hưởng phúc báo ngày mai. Vì thế, từ trong kinh thành ra ngoài châu phủ cho đến tận làng xa ngõ vắng, [người dân] không sai khiến mà phục tùng, không thề ước mà tin theo, nơi nào có dân cư ắt có chùa Phật, đổ nát rồi lại xây lên, hư hỏng rồi lại tu sửa, lầu chuông gác trống chiếm đến nửa phần so với dân cư, sự hưng thịnh rất dễ dàng mà sự tôn sùng [của người dân] thật rất mực. Ta đọc sách từ khi còn trẻ, để tâm vào chuyện xưa nay, dẫu không tinh tường cũng sáng tỏ được đạo Thánh nhân, lấy đó làm chỗ dạy bảo người dân, nhưng rốt lại còn chưa tạo được niềm tin trong một làng. [Ta cũng] từng dạo khắp núi sông, dấu chân in khắp nửa thiên hạ, tìm những nơi gọi là trường học văn miếu mà chưa một lần được thấy. Điều này khiến ta hết sức hổ thẹn với tín đồ nhà Phật, liền viết ra đây để tỏ lòng."

Lê Quát là một Nho sĩ làm quan dưới thời Thái Thượng Hoàng Trần Thánh Tông và vua Trần Nhân Tông, đã nói rõ được nét độc đáo của đạo Phật, nên mới viết tư tưởng của mình lên bia chùa Thiệu Phúc ở thôn Bái như vậy. Dĩ nhiên, đời nhà Lý đặc biệt là vua Lý Thánh Tông, đã cho mở trường Quốc Tử Giám và đền thờ Khổng Tử đã được lập nên từ đó, nhưng có lẽ kinh qua các cuộc chiến tranh bị tàn phá, đổ nát và hàng trăm năm sau đến thời của Lê Quát năm 1270 vẫn chưa được trùng tu lại những văn miếu bị đổ nát kia. Trong khi đó chùa viện hư hại lại được tu bổ và tháp miếu lại được dựng lên do sự cúng dường không điều kiện của vua quan và thứ dân từ thành thị cho đến thôn quê, nên làng nào cũng có chùa và chùa nào cũng trang nghiêm, nhiều khi đẹp hơn cung điện của vua chúa ngày trước. Không ép buộc ai cả, nhưng đạo Phật đã làm cho người tin mà tìm đến. Trong khi đó đạo Nho, như Lê Quát nói, đã đọc hết chữ của Thánh hiền, chủ yếu vẫn là giáo hóa dân chúng, nhưng rốt cuộc trong một làng cũng chưa tạo được niềm tin theo cái thuyết Tam Cương Ngũ Thường và Tam Tòng Tứ Đức ấy. Do vậy, chính ông phải lấy làm xấu hổ với tín đồ nhà Phật, nên viết ra văn bia để tỏ lòng.

Đó là sự thật được Ngô Sĩ Liên chép lại trong Đại Việt Sử Ký Toàn Thư. Nếu ai cũng giống như Lê Quát thì Phật giáo đâu có cần đi chiêu dụ người nào và sau này Phật giáo đã đi vào thời suy sụp cũng không phải là do ai phá hoại, mà chính những người đã xây dựng nên nó tự hủy hoại bản thể của Tăng già cũng như người cư sĩ không còn hiểu đạo Phật một cách đúng nghĩa nữa, nên họ đã xa rời Phật giáo và từ đó Phật giáo đã tự đi vào sự lãng quên của quần chúng Phật tử. Rồi nhân duyên hội ngộ, Phật giáo lại phát triển hơn xưa. Cứ thế, việc "thành, trụ, hoại, không" xưa nay vốn dĩ là vậy. Nên hãy tin vào nhân duyên và thuyết duyên khởi để chúng ta hiểu rõ Phật giáo hơn vào lúc thịnh cũng như lúc suy, để tâm ta được an lạc tự tại, dầu cho sống ở thời đại hay hoàn cảnh nào đi chăng nữa thì tâm không ấy đem ra đối đãi với mọi loài và mọi sự kiện đổi thay thì ta sẽ không bao giờ bị thay đổi.

Viết về tư tưởng cũng như những phương diện khác, như thành tích đánh giặc hay vai trò văn hóa của vua Trần Nhân Tông, đã có rất nhiều người viết rồi và đặc biệt, nếu quý độc giả muốn hiểu biết nhiều tư liệu đáng tin cậy về sử học thì nên chọn cuốn "Toàn tập Trần Thái Tông" và "Toàn tập Trần Nhân Tông" của Giáo sư học giả Lê Mạnh Thát để nghiên cứu thì đầy đủ hơn. Riêng trong tác phẩm này, tôi chỉ muốn giới thiệu với quý độc giả xa gần những gì xưa nay các tác giả ít viết đến thì tôi lại cố công làm sáng danh những vị "Vua là Phật, Phật là Vua" này, để chúng ta có thêm tài liệu nghiên cứu hơn. Đó cũng là lý do chính mà tôi đã cố công hình thành tác phẩm này.

Giáo sư học giả Lê Mạnh Thát chia thơ văn của vua Trần Nhân Tông ra làm 6 bộ phận. Đó là: thơ, phú, bài giảng, ngữ lục, văn xuôi và văn thơ ngoại giao.

1. Thơ: Dựa vào Việt âm thi tập của Phan Phu Tiên và Chu Xa. Trong Việt âm thi tập sưu tầm được 25 bài. Ngoài ra còn có một số bài thơ được thu thập từ nhiều nguồn tư liệu khác.

2. Phú: Về phú, ta hiện có hai bài viết bằng tiếng Việt biết dưới tên: Cư trần lạc đạo phú và Đắc thú Lâm tuyền thành đạo ca, mà bản in xưa nhất hiện còn là do Sa Di Ni Diệu Thuần thực hiện theo sự chỉ đạo của Thầy là Thiền Sư Liễu Viên vào năm Cảnh Hưng thứ 6 năm Ất Sửu (1745) tại chùa Liên Hoa ở Kinh thành Thăng Long. Đây là bản in xưa nhất và in sau bản Thiền Tông bản hạnh của Thiền Sư Chân Nguyên (1647-1726) từ tờ 22a1 đến 31a2 gồm 10 tờ. Mỗi tờ 2 trang, mỗi trang có 8 dòng, mỗi dòng có 17 chữ. Những dòng có lời chú in bằng cỡ chữ nhỏ thành hai dòng, nhưng số chữ mỗi dòng không thay đổi, nên mỗi dòng có ghi chú lên tới 34 chữ. Chữ khắc đẹp, chân phương, rõ ràng và dễ đọc.

3. Bài giảng: Về bài giảng, ta hiện có hai bài, được giảng vào hai lần khác nhau. Đó là bài giảng vào năm Giáp Thìn (1304) tại chùa Sùng Nghiêm và bài giảng năm Bính Ngọ (1306) tại viện Kỳ Lân. Bài giảng trước được ghi lại trong Thánh Đăng Ngữ Lục và không ai bàn cãi về tác quyền của vua Trần Nhân Tông đối với bài giảng này. Nhưng bài giảng ở viện Kỳ Lân, vì được chép chung trong sách Thiền đạo yếu học, mà người ta giả thiết là một tên khác của Tham Thiền Yếu Chỉ do Pháp Loa viết, nên có người cho rằng bài giảng này, ngoài phần niêm hương, là do Pháp Loa giảng. Nói cách khác, đây là bài giảng của Pháp Loa. Tuy nhiên, nếu nghiên cứu kỹ bài giảng ấy, ta thấy có những câu trả lời gần giống câu trả lời có trong bài giảng của năm 1304, thậm chí có những câu hoàn toàn đồng nhất... Vì vậy, chúng tôi đề nghị xếp bài giảng ấy vào hệ tác phẩm của Trần Nhân Tông.

4. Ngữ lục:[1] Ngữ lục là những phát biểu của vua Trần Nhân Tông trong các cuộc đón tiếp sứ giặc do sứ giặc ghi lại. Những ghi lại này không hoàn toàn trung thực, điều ấy là chắc chắn. Tuy nhiên, chúng có thể cung cấp một cái nhìn về phong khí của một thời và cách ứng xử của vua Trần Nhân Tông dưới con mắt của kẻ thù. Đồng thời, chúng cũng có thể cho ta thấy quan điểm của vua theo quan điểm đối phương. Vì thế, trong phần ngữ lục, chúng tôi chỉ trích hai đoạn phát biểu của vua Trần Nhân Tông trước và sau hai cuộc chiến tranh vệ quốc 1285 và 1288. Ta sẽ thấy quan điểm nhất quán của vua là đấu tranh không nhân nhượng, không bao giờ chịu khuất phục vào chầu Hốt Tất Liệt, dầu cho bên Trung Quốc có đòi hỏi bao nhiêu đi nữa.

5. Văn xuôi: Về văn xuôi của vua Trần Nhân Tông, ta hiện có bản tiểu sử của Tuệ Trung Thượng Sĩ Trần Quốc Tung, biết dưới tên Thượng Sĩ hành trạng in vào cuối sách Thượng Sĩ Ngữ Lục cùng với những bài tán tụng của môn nhân Thượng Sĩ như bài tán của chính vua Trần Nhân Tông, của Pháp Loa, Bảo Phác (寶樸), Tông Cảnh, Thiên Nhiên, Pháp Cổ, Huệ Nghiêm và Pháp Đăng với lời bạt của tướng Trần Khắc Chung. Bản hành trạng này không để tên người viết, nhưng căn cứ vào nội dung, nó dứt khoát phải do vua Trần Nhân Tông chấp bút, vì đã nói tới việc gặp tang của Nguyên Thánh mẫu hậu và tác giả phải chính thức đi mời Tuệ Trung Thượng Sĩ. Nhờ việc đi mời này, tác giả đã có một cuộc nói chuyện với Thượng Sĩ và sau đó thì được ấn chứng...

[1] Trong sự phân loại này, Giáo sư Lê Mạnh Thát dùng chữ "ngữ lục" với ý nghĩa là tập sách ghi chép những lời nói của Trần Nhân Tông. Đây là một cách dùng rất ít thấy. Theo cách hiểu thông thường đã thành quy ước thì "ngữ lục" chỉ cho tập sách ghi chép những pháp ngữ, lời dạy của các vị thiền sư, các bậc thầy, mà tiêu biểu nhất ta đã gặp trong sách này là Tuệ Trung Thượng Sĩ Ngữ Lục.

6. Văn thư ngoại giao: Về văn thư ngoại giao, ta hiện có 4 nguồn chính. Đó là An Nam truyện của Nguyên Sử 209, Biểu Chương của An Nam Chí Lược 6, Thiên Nam Hành Ký và phần phụ lục của Trần Cương Trung thi tập.

Nguyên Sử còn giữ cho ta 8 đoạn phiến của 8 lá thư mà vua Trần Nhân Tông đã viết cho Hốt Tất Liệt và các thuộc hạ của y. Lá thư sớm nhất do Nguyên Sử ghi lại là vào tháng 11 năm Chí Nguyên thứ 15 (1278) khi Sài Thung đến Ung Châu, để phản đối việc dùng con đường Ung Châu đến nước ta và yêu cầu phải trở về dùng con đường Vân Nam cũ. Đây rõ ràng là một đoạn trích trong lá thư chắc chắn dài hơn, nhưng ngày nay đã mất. Những lá thư sau của vua Trần Nhân Tông trong Nguyên Sử cũng có dạng như thế. Chủ yếu cũng chỉ là những đoạn trích. Tuy nhiên, phải nói đây là những đoạn trích tương đối trung thành. Ta biết được điều này, vì có một số lá thư chỉ được trích trong Nguyên Sử, nhưng được giữ lại trọn vẹn trong An Nam Chí Lược...

7. Khảo vị và chú thích: Tác phẩm của vua Trần Nhân Tông tồn tại nhiều truyền bản khác nhau như đã thấy trên. Cho nên, về mặt văn bản học, chúng tôi đưa ra nhiều vấn đề. Điều may mắn là đa số các tác phẩm này xuất hiện trong các truyền bản tương đối xưa. Chúng đa số được chép hoặc in vào thế kỷ 18. Cụ thể về thơ, ta có bản in của Việt Âm thi tập năm Bảo Thái thứ 10 (1729). Về Phú, bản in Thiền Tông bản hạnh của Sa-di ni Diệu Thuần thực hiện vào năm Cảnh Hưng thứ 6 (1745). Về bài giảng, nằm trong bản in năm Cảnh Hưng thứ 11 (1750) của Thánh Đăng Ngữ Lục. Về ngữ lục, văn thư ngoại giao chúng tôi cơ bản sử dụng các tư liệu Trung Quốc như Nguyên Sử, Trần Cương Trung thi tập, Thiên Nam hành ký và An Nam chí lược. Những tác phẩm này, chủ yếu là những bản in xưa hay là những bản chép tay ở thế kỷ thứ 18 trở về trước. Vì thế về mặt khảo dị, chúng tôi giới hạn tối đa khi sử dụng những bản in hay chép tay của những thế kỷ sau. Nói thẳng ra, trừ những trường hợp cần thiết, chúng tôi mới sử dụng những bản in chép tay hậu kỳ này khi phiên âm hay dịch nghĩa các tác phẩm của vua Trần Nhân Tông công bố trong toàn tập.

Về chú thích, chúng tôi chỉ chú thích những từ cổ và một số điển tích ngữ học. Còn các điển tích khác như về địa danh, nhân danh lưu hành trong các kinh điển trong hay ngoài Phật giáo, chúng tôi sẽ không chú thích. Lý do nằm ở chỗ, nếu giải thích các điển cố ấy, sẽ có một lượng từ rất lớn mà không gian toàn tập này không cho phép. Thực tế, chỉ riêng với tiếng Việt như 2 bài phú. Cư trần lạc đạo và Đắc thú lâm tuyền, ta có thể làm một cuốn từ điển nhỏ cỡ 300 trang. Chúng tôi hy vọng sẽ có những nghiên cứu sâu hơn về các tác phẩm của vua Trần Nhân Tông trong tương lai theo từng cụm một. Khi đó những loại điển cố trên sẽ được chú thích chi tiết và đầy đủ.[1]

Giáo sư học giả Trí Siêu Lê Mạnh Thát trước năm 1975 đi du học và tốt nghiệp Tiến Sĩ tại Đại học Wisconsin, Madison, Hoa Kỳ. Ông là tăng sĩ có bằng cấp cao của Phật giáo lúc bấy giờ. Ông thông thạo Phật học và ngôn ngữ học gồm nhiều thứ tiếng. Khi ở Hoa Kỳ nhờ có nhiều khả năng về ngoại ngữ nên ông đã tra cứu những tài liệu bằng Hán cổ về các sử liệu đời nhà Nguyên, nhất là thời nhà Trần từ năm 1226 đến 1400, viết nên những tác phẩm như Toàn tập Trần Thái Tông, Toàn tập Trần Nhân Tông rất có giá trị và được các sử gia cũng như các văn kiện của nhà nước đương thời đánh giá cao.

Ở Pháp cũng có một người như vậy. Đó là Bác Sĩ Yên Tử Trần Đại Sĩ. Ông cũng là người thông thạo nhiều ngoại ngữ và đã lặn lội khắp Trung Hoa, Đại Hàn để tìm ra những sử cũ của Đại Việt chúng ta do nhà Nguyên hay nhà Kim viết.

[1] Trích tác phẩm Toàn Tập Trần Nhân Tông của Giáo sư Lê Mạnh Thát, từ trang 359 đến trang 382.

Do vậy chúng ta có thêm được những sử liệu thật là hữu ích vô cùng cho những ai muốn nghiên cứu về lịch sử Đại Việt ở vào những giai đoạn này.

Khi Giáo sư Lê Mạnh Thát trở về Việt Nam trước ngày 30 tháng 4 năm 1975 và mãi cho đến bây giờ (2019), hơn 45 năm như thế, ông hiện thân là Tuệ Trung Thượng Sĩ hay Duy Ma Cật để đi dạy học và viết sách, dịch kinh. Dĩ nhiên tất cả đều do ông tự chọn lựa như thế để phù hợp với tư tưởng của mình lúc đương đại bởi thời thế nhiễu nhương, những kẻ sĩ như Lê Mạnh Thát, Tuệ Sĩ, Thích Nữ Trí Hải hay nhiều người đặc biệt nữa, không có cơ hội để thi thố tài năng của mình, nên họ chọn sự ẩn dật hay lúc ẩn lúc hiện, tùy lúc, tùy thời để giữ tròn tiết tháo của mình. Những vị này, đã có lần Cố Hòa Thượng Thích Trí Thủ gọi họ là những viên kim cương quý giá của Phật giáo Việt Nam.

Đúng là như vậy, dầu Ni Trưởng Thích Nữ Trí Hải bị tai nạn xe hơi đã ra đi vĩnh viễn ở cõi trần này, nhưng những tác phẩm và những dịch phẩm của Ni Trưởng từ tiếng Anh sang tiếng Việt như: Ghandi tự truyện, Thanh Tịnh Đạo Luận v.v... vẫn còn sáng ngời với văn học Phật giáo và văn học Việt Nam. Còn Thầy Tuệ Sỹ với mình hạc xương mai nhưng tư tưởng của Thầy thì cao hơn núi Thái và vững hơn bàn thạch, sáng giá hơn kim cương, dầu cho Thầy có sống dưới bất cứ hoàn cảnh nào. Những bộ kinh như: Trường A Hàm, Trung A Hàm, Tạp A Hàm, Tăng Nhất A Hàm, Duy Ma Cật sở thuyết v.v... là những tài liệu, dịch phẩm có giá trị muôn đời về sau này cho Phật giáo cũng như cho Dân Tộc.

Riêng Giáo sư học giả Trí Siêu Lê Mạnh Thát, trí tuệ như là một ngọn hải đăng cháy mãi không bao giờ tắt lịm, dầu cho có phong ba bão tố bao nhiêu đi chăng nữa thì viên kim cương ấy vẫn tỏa rạng hào quang soi sáng cho bao nhiêu thế hệ Tăng Ni cũng như Phật Tử ở đời sau này, nếu ai đó muốn nghiên cứu về sử học.

Về thơ Trần Nhân Tông, Giáo sư Trí Siêu Lê Mạnh Thát có dịch ra tất cả 35 bài đăng đầy đủ trong Toàn tập Trần Nhân Tông và tôi chỉ mạo muội căn cứ theo thể lục bát để diễn tả cho rõ hơn những sự kiện đã được xảy ra. Dầu ở dưới hình thức nào đi nữa thì đây cũng chỉ là muốn làm tăng thêm ý nghĩa của các bài thơ, chứ không phải múa rìu qua mắt thợ.

Riêng trên trang nhà quangduc.com, ông Nguyễn Lương Vị có trích ra chỉ 10 bài có liên quan đến xuân mà vua Trần Nhân Tông đã sáng tác, lại có kèm theo chữ Hán nữa, nên việc so sánh lại dễ dàng hơn. Do vậy cách sắp bài và thứ tự không giống nhau. Ví dụ như bên trên Toàn tập Trần Nhân Tông của Giáo sư Lê Mạnh Thát bài 1 là bài Tức Sự, nhưng bên quangduc.com bài này nằm vào thứ tự thứ 6. Do vậy tôi sẽ ghi vào xuất xứ cả 2 nơi để quý độc giả tiện theo dõi.

Bài 1[1]

饋張顯卿春餅	**Quỹ Trương Hiển Khanh xuân bính**
柘枝舞罷試春衫，	Giá chi vũ bãi, thí xuân sam,
況值今朝三月三。	Huống trị kim triêu tam nguyệt tam.
紅玉堆盤春菜餅，	Hồng ngọc đôi bàn xuân thái bính,
從來風俗舊安南。	Tòng lai phong tục cựu An Nam.

Dịch nghĩa

Tặng bánh ngày xuân cho Trương Hiển Khanh
Múa bài múa Giá Chi xong rồi, (mặc) thử tấm áo ngày xuân,
Huống nữa hôm nay lại gặp tiết (hàn thực) mồng 3 tháng 3.
Bánh rau mùa xuân, như ngọc hồng bày biện đầy mâm,
Đó là phong tục của nước An Nam (ta) từ xưa

[1] Một số bản chữ Hán như Việt âm thi tập, Toàn Việt thi lục v.v... ghi tiêu đề là 卽事 – Tức sự. Thơ Văn Lý Trần (Tập 2) chọn tiêu đề 饋張顯卿春餅 – *Quỹ Trương Hiển Khanh xuân bính* sau khi khảo đính nhiều văn bản khác nhau.

Tức sự

Xong múa Giá Chi thử áo xuân,
Hôm nay huống gặp tiết Thanh Minh.
Đầy mâm bánh cuốn như hồng ngọc,
Phong tục từ xưa của Việt Nam.

(Lê Mạnh Thát)

Tặng bánh ngày xuân cho Trương Hiển Khanh

Giá Chi điệu múa thanh tao
Áo xuân thử lại mặc vào thêm duyên
Thanh Minh trong tiết tháng ba
Hôm nay hội ngộ thật là quý thay
Đầy mâm bánh được trải bày
Long lanh như chuỗi ngọc màu sáng trong
Việt Nam từ thuở xa xưa
Nay đem bánh ấy tặng người phương xa.

(Thích Như Điển dịch theo thể lục bát)

Giải thích từ ngữ

- Trương Hiển Khanh tức là Trương Lập Đạo, sang sứ nước ta hai lần. Lần thứ nhất vào năm 1265 để "tuyên dụ" chiếu chỉ của vua nhà Nguyên (Vua Trần Thái Tông đã làm thơ tiễn trong dịp này). Lần thứ hai, vào năm 1291 (dưới triều vua Trần Nhân Tông) nhằm dụ vua nước ta qui phục và buộc vua Trần Nhân Tông phải sang chầu Bắc triều nhà Nguyên. Do kết quả 3 lần nước ta chiến thắng oanh liệt giặc Nguyên Mông, do thái độ mềm mỏng nhưng đĩnh đạt, kiên quyết của các vua nhà Trần, Trương Hiển Khanh buộc phải có thái độ kính nể. Trong bài thơ họa đáp với vua Trần, Trương Hiển Khanh đã viết:

An Nam tuy tiểu văn chương tại,
Vị khả khinh đàm tỉnh để oa.

(Nước An Nam tuy nhỏ, nhưng có văn chương
Chưa thể nói một cách nông cạn họ là ếch ngồi đáy giếng.)

- Giá Chi vũ (柘枝舞): Có thể là một điệu múa cổ của dân tộc Việt Nam.
- Tam nguyệt tam (三月三): Ngày mồng ba tháng ba, thường gọi là tiết Thanh Minh, cũng gọi là Tết hàn thực, là ngày tảo mộ sau Tết âm lịch.
- Thái bính (菜餅): bánh rau. Một loại bánh bột làm với rau. Có thể là một loại bánh khúc ở thôn quê miền Bắc ngày xưa.

Bài 2

送北使李仲賓，蕭方崖	**Tống Bắc Sứ Lý Trọng Tân - Tiêu Phương Nhai**
坎坎靈池煖餞筵，	Khảm khảm linh trì noãn tiễn diên,
春風無計駐歸鞭。	Xuân phong vô kế trụ quy tiên.
不知兩點軺星福，	Bất tri lưỡng điểm thiều tinh phúc,
幾夜光芒照越天。	Kỷ dạ quang mang chiếu Việt thiên.

Tiễn sứ Bắc Lý Trọng Tân, Tiêu Phương Nhai

Thăm thẳm Linh Trì ấm tiệc đưa,
Người về khôn cách gió xuân ngừa.
Nào hay sao sứ hai ngôi phúc,
Sáng rọi trời Nam mây tối bưa.

(Lê Mạnh Thát)

Tiễn sứ Bắc Lý Trọng Tân, Tiêu Phương Nhai

Linh Trì thăm thẳm tình thâm,
Rượu nồng đưa tiễn tri âm thuở nào.
Người nay về đến phương nao,
Gió xuân ngăn cách có rào được chăng.
Phúc kia đã rõ ràng rằng,

Sứ đi một nước cho bằng hai nơi.
Sáng soi cõi nước phương trời,
Nam phương lạc lối mây ngời tiễn đưa.

(Thích Như Điển dịch theo lối thơ lục bát)

Bài 3

送北使麻合, 喬元朗	**Tống Bắc sứ Ma Hợp, Kiều Nguyên Lãng**
軺星兩點照天南，	Diêu tinh lưỡng điểm chiếu Thiên Nam,
光引台躔夜繞三。	Quang dẫn đài triền dạ nhiễu tam.
上國恩深情易感，	Thượng quốc ân thâm tình dị cảm,
小邦俗薄禮多慚。	Tiểu bang tục bạc lễ đa tàm.
節凌瘴霧身無恙，	Tiết lăng chương vụ thân vô dạng,
鞭拂春風馬有驂。	Tiên phất xuân phong mã hữu tham.
鼎語願溫中統詔，	Đỉnh ngữ nguyện ôn Trung Thống chiếu,
免教憂國每如惔。	Miễn giáo ưu quốc mỗi như đàm.

Tiễn sứ Bắc Ma Hợp, Kiều Nguyên Lãng

Trời Nam, sao sứ rọi hai ngôi,
Dẫn lối ba vòng đêm sáng soi.
Bên ấy ơn sâu tình dễ cảm,
Nơi đây tục *bạc, lễ thẹn tồi.*
Mù xông cờ tiết thân mừng khỏe,
Roi vút gió xuân ngựa kết đôi.
Trung thống vạc lời xin hãy nhớ,
Nỗi lo đất nước khỏi nung sôi.

(Lê Mạnh Thát)

Tiễn sứ Bắc Ma Hợp, Kiều Nguyên Lãng

Trời Nam một chốn phương nao,
Hai nơi soi rọi sứ trao lời vàng.
Ba vòng đèn sáng dẫn đàng,
Đến nơi mới biết rõ ràng thâm ân.

Người ta hành sự thanh tân
Sao mình tỏ ý ngại ngần tránh xa.
Nơi đây tục lệ đó mà,
Sanh ra lễ bạc thật là khó coi.
Xa trông sương khói mịt mờ,
Mà sao vẫn cứ phất cờ nơi nơi.
Roi kia giục ngựa liên hồi,
Gió xuân ngựa cỡi kết đôi hài hòa.
Lời soi ý hợp giao thoa,
Chiếu soi rõ lối đường hoa nhất thời.
Lo sao đất nước rạng ngời,
Nơi nơi bền vững như lời ước giao.

(Thích Như Điển dịch theo lối thơ lục bát)

Bài 4

和喬元朗韻	**Họa Kiều Nguyên Lãng vận**
飄飄行李嶺雲南，	Phiêu phiêu hành lý lĩnh vân nam,
春入梅花只兩三。	Xuân nhập mai hoa chỉ lưỡng tam.
一視同仁天子德，	Nhất thị đồng nhân thiên tử đức,
生無補世丈夫慚。	Sinh vô bổ thế trượng phu tàm.
馬頭風雪重回首，	Mã đầu phong tuyết trùng hồi thủ,
眼底江山少駐驂。	Nhãn để giang san thiểu trụ tham.
明日瀘江煙水闊，	Minh nhật Lô Giang yên thủy khoát,
葡萄嫩綠洗心惔。	Bồ đào nộn lục tẩy tâm đàm.

Họa thơ Kiều Nguyên Lãng

Non nam hành lý nhẹ mây tưng,
Xuân đến cành mai mới mấy bông.
Khắp thấy cùng thương thiên tử đức,
Sống không giúp thế trượng phu buồn.
Ngựa xông sương tuyết đầu còn ngoái,
Mắt ngắm non sông xe chút ngừng.

Sông Nhị ngày mai mờ khói nước,
Rượu đào tươi mát rửa lòng trung.

(Lê Mạnh Thát)

Họa thơ Kiều Nguyên Lãng

Trời nam một mảnh chinh y,
Nhẹ như dải lụa bay đi phương nào.
Xuân đến lại có gởi trao,
Mấy bông tươi thắm như nào mới đây.
Xa trông bốn bể chiều mây,
Đức Vua chói sáng đêm ngày thương thay.
Sống bây giờ, chết ngày mai,
Ai đâu hiểu hết nỗi hoài trượng phu.
Ngựa kia chiến bụi mịt mù,
Tuyết sương giá buốt thiên thu còn chờ.
Bây chừ dừng lại nơi đây,
Xe kia còn chở ngàn ngày nhớ mong.
Nhị Hà đây cũng chờ trông,
Mai kia khói nước trên không mơ màng.
Rượu nho cạn chén mấy lần,
Lòng trung rửa sạch còn mong những gì.

(Thích Như Điển dịch theo lối thơ lục bát)

Bài 5

早梅其一	**Tảo mai - Kỳ nhất**
五出圓芭金撚鬚，	Ngũ xuất viên ba kim niễn tu,
珊瑚沉影海鱗浮。	San hô trầm ảnh hải lân phù.
箇三冬白枝前面，	Cá tam đông bạch chi tiền diện,
些一辨香春上頭。	Tá nhất biện hương xuân thượng đầu.
甘露流芳癡蝶醒，	Cam lộ lưu phương si điệp tỉnh,
夜光如水渴禽愁。	Dạ quang như thủy khát cầm sầu.
姮娥若識花佳處，	Hằng Nga nhược thức hoa giai xứ,
桂冷蟾寒只麼休。	Quế lãnh thiềm hàn chỉ ma hưu!

Dịch nghĩa

Năm cánh hoa tròn thơm, nhụy hoa điểm sắc vàng,
(Như) bóng san hô chìm, (như) vảy cá biển nổi.
Cành hoa trắng xóa suốt ba tháng đông,
Sang đầu xuân, chỉ còn loáng thoáng một vài cành thơm nhẹ.
Sương ngọt chảy mùi thơm, làm con bướm tỉnh giấc say đắm,
Ánh sáng ban đêm như nước, khiến con chim khát nước buồn bã.
Nếu Hằng Nga biết được dáng vẻ xinh đẹp của hoa mai,
Thì chẳng ưa gì cây quế với cung thiềm lạnh lẽo.

Giải thích từ ngữ

- Hằng Nga (姮娥): Theo sách cổ Hậu Hán Thư (後漢書), trong tích Hậu Nghệ (后羿) có vợ là Hằng Nga (姮娥) còn có tên là Thường Nga (嫦娥) lấy trộm thuốc của chồng rồi bay lên cung trăng, bị đọa thành con cóc (thiềm thừ), do đó cung trăng cũng có tên là "cung Thiềm".

- Quế (桂): Theo sách cổ Dậu Dương Tạp Trở (酉陽雜俎) chép rằng: Trong mặt trăng có cây quế, cao 500 trượng. Vì thế, mặt trăng cũng được gọi là cung quế.

Hoa mai sớm (Bài 1)

Vàng điểm tua hoa năm cánh tròn,
San hô chìm bóng vẩy phô tuôn.
Ba đông cành trắng hoa khoe trước,
Một nén hương xuân nhánh hãy còn.
Cam lộ ngát thơm say bướm tỉnh,
Dạ quang tựa nước khát chim buồn.
Hằng Nga nếu biết đây hoa đẹp,
Quế lạnh cung Thiềm thôi ở luôn.

(Lê Mạnh Thát)

Hoa mai sớm (Bài 1)

Nhụy hoa lại điểm sắc vàng,
Bông hoa năm cánh lại càng đẹp xinh.
San hô ngập nước trong xanh,
Cá kia bơi lội long lanh phơi bày.
Mùa Đông ba tháng phủ đầy,
Màu hoa cũng trắng như ngày tuyết rơi.
Mùa Xuân lại đến nơi rồi,
Cành hoa khoe sắc sáng ngời ánh dương.
Bướm kia bay lượn vấn vương,
Hút thêm nhụy ngọt tà dương đẫm màu.
Đêm về ánh sáng canh thâu,
Chim kia kêu tiếng canh sầu suốt đêm.
Hằng Nga ở tận cung Thiềm,
Xem ra mai đẹp dịu hiền tán dương.
Bỏ nơi ấy, xuống trần luôn,
Vì sao nên nỗi, chớ buồn làm chi.

(Thích Như Điển dịch theo lối thơ lục bát)

Bài 6

早梅其二	**Tảo Mai - Kỳ nhị**
五日驚寒懶出門，	Ngũ nhật kinh hàn lãn xuất môn
東風先已到孤根。	Đông phong tiên dĩ đáo cô côn (căn).
影横水面冰初泮，	Ảnh hoành thủy diện băng sơ bạn,
花壓枝頭暖未分。	Hoa áp chi đầu noãn vị phân.
翠羽歌沉山店月，	Thúy vũ ca trầm sơn điếm nguyệt,
畫龍吹濕玉關雲。	Họa long xuy thấp Ngọc Quan vân.
一枝迷入故人夢，	Nhất chi mê nhập cố nhân mộng,
覺後不堪持贈君。	Giác hậu bất kham trì tặng quân.

Dịch nghĩa

Năm ngày sợ rét, lười ra khỏi cửa,
Mà gió xuân đã sớm đến với gốc cây cô đơn.
Bóng ngả trên mặt nước, băng giá bắt đầu tan,
Cành hoa trĩu xuống đầu cành, hơi ấm chưa phân định rõ.
Giọng ca chim thúy vũ lắng chìm (theo) ánh trăng ở quán trọ trong núi.
Tiếng sáo họa long ẩm ướt đám mây Ngọc Quan.
Một cành hoa lạc vào giấc mộng người xưa,
Sau khi tỉnh giấc, không thể đem tặng bạn được.

Giải thích từ ngữ

- Thúy vũ (翠羽): Tức "thúy vũ ngâm", tên một từ khúc nổi tiếng ngày xưa. Cung điệu của khúc ngâm này còn thấy ở bài Trúc Sơn Từ (竹山祠) của Tưởng Tiệp (蔣捷). Lời đề tựa của ông nói: "Vương Quan Bản trao cho ta một khúc hát theo Việt điệu có tên là Tiểu Hoa Mai Dẫn, bảo ta lấy ý bay lên tiên, bước trong cõi hư không mà làm lời cho khúc hát..."

- Họa long (畫龍): Có thể là một loại sáo hay tù và có vẽ hình con rồng. Từ điển Từ Hải (辭海) dẫn lời của Thẩm Ước (沈約) và Từ Quang (徐廣) nói rằng: "Tù và của người Hồ, chỗ tay cầm vẽ con giao long có chân năm sắc."

- Ngọc Quan (玉關): Tên một cửa ải trên đường đi sang Tây vực (西域) thuộc tỉnh Cam Túc (甘肅), Trung Hoa. Ở đây, tác giả mượn cảnh để miêu tả tiếng sáo họa long làm ẩm ướt đám mây trên cửa ải.

- Hai câu cuối lấy ý trong điển tích "nhất chi xuân" (一枝春) rút từ câu thơ Lục Khải (陸啟) tặng Phạm Diệp (范曄): 折梅逢驛使。寄與隴頭人。江南無所有。聊贈一枝春。(Chiết mai phùng dịch sứ. Ký dữ Lũng Đầu nhân. Giang Nam vô sở hữu. Liêu tặng nhất chi xuân - Dịch nghĩa: Bẻ cành hoa mai, gặp được người đưa thư trạm, gửi cho người ở Lũng Đầu. Giang Nam chẳng có gì cả, chỉ tặng bạn một cành xuân.

- Trong bài thơ "Tảo mai - Kỳ nhị" này, tác giả mượn ý trên, nhưng đã chuyển ý vào trong cõi mộng rất độc đáo: 一枝迷入故人夢，覺後不堪持贈君 。- Nhất chi mê nhập cố nhân mộng. Giác hậu bất kham trì tặng quân. Dịch nghĩa: *Một cành hoa lạc vào giấc mộng người xưa. Sau khi tỉnh giấc, không thể đem tặng bạn được.*

Hoa mai sớm (Bài 2)

Ngại rét năm ngày cửa biếng ra
Gió xuân trước đã đến cây già
Bóng giăng mặt nước băng vừa vỡ
Hoa trĩu đầu cành ấm chửa pha
Xóm núi trăng chìm, lời hát Việt
Ải quan mây đẫm tiếng tiêu Hồ
Một cành lạc tới giấc mơ bạn
Tỉnh dậy tặng người chẳng nỡ *đưa.*

(Lê Mạnh Thát)

Hoa mai sớm (Bài 2)

Năm ngày trốn lạnh chẳng ra,
Cửa kia khép kín rời nhà chẳng mong.
Gió xuân vừa ghé bên lòng,
Cây già gốc ấy không trong chẳng ngoài.
Mặt ai rọi dưới nước kia,
Bóng lung linh nhảy, băng lìa xa khơi.
Cành hoa trĩu nặng kia rồi,
Mùa xuân chưa đến như ngồi đó trông.
Chim vờn báo hiệu hoàng hôn,
Trăng kia ló dạng trên hòn núi cao.

Cành mai lạc đến nơi nao,
Giấc mơ của bạn chìm vào thuở xưa.
Tỉnh ra mới biết là thừa,
Làm sao trao bạn như vừa chiêm bao.

(Thích Như Điển dịch theo lối thơ lục bát)

Bài 7

春景	**Xuân cảnh**
楊柳花深鳥語遲，	Dương liễu hoa thâm điểu ngữ trì,
畫堂簷影暮雲飛。	Họa đường thiềm ảnh mộ vân phi.
客來不問人間事，	Khách lai bất vấn nhân gian sự,
共倚欄杆看翠微。	Cộng ỷ lan can khán thúy vi.

Dịch nghĩa

Trong khóm hoa dương liễu rậm rạp, tiếng chim hót lời chậm rãi,
Dưới bóng hiên nhà trưng bày tranh vẽ, bóng mây chiều lướt bay.
Khách đến chơi không hỏi việc đời,
Cùng đứng tựa lan can ngắm màu xanh biếc trên trời.

Cảnh Xuân

Chim hót nhởn nhơ, hoa liễu dày,
Bóng thềm nhà vẽ mây chiều bay.
Chuyện đời khách đến thôi không hỏi,
Cùng tựa lan can ngắm núi mây.

(Lê Mạnh Thát)

Cảnh Xuân

Liễu kia rậm rạp vào xuân,
Tiếng chim chậm rãi hót vang suốt ngày.

Trong nhà tranh vẽ trưng bày,
Bóng mây chiều lướt qua ngay bên thềm.
Khách xa ghé lại chiều êm,
Chuyện đời gác lại hỏi thêm chi phiền.
Tựa lan can với bạn hiền,
Lặng yên cùng ngắm xanh tuyền trời mây.

(Thích Như Điển dịch theo lối thơ lục bát)

Bài 8[1]

紅濕剥龜脚	Hồng thấp bác quy cước,
黄香炙馬鞍	Hoàng hương chích mã an.
山僧持淨戒	Sơn tăng trì tịnh giới,
同坐不同飡。	Đồng tọa bất đồng san.

Dịch nghĩa

Món quy cước bóc rồi đỏ mọng,
Món mã yên nướng xong vàng thơm.
Sư ở núi giữ giới chay tịnh,
Tuy ngồi cùng bàn nhưng không cùng ăn.

Dự yến với Văn Túc Vương

Chân rùa bóc đỏ mọng,
Yên ngựa nướng vàng thơm.
Sơn Tăng giữ giới sạch,
Cùng ngồi chẳng cùng ăn.

(Lê Mạnh Thát)

---

[1] Bài thơ này được chép lại trong Đại Việt Sử Ký Toàn Thư, phần Bản kỷ, quyển 6, trang 2, tờ b. Sách này cho biết Thượng hoàng Nhân Tông đã làm bài thơ khi ngồi cùng bàn trong yến tiệc với Văn Túc Vương Lý Đạo Tái, được tổ chức tại điện Dưỡng Đức cung Thánh Từ. Sách không chép tiêu đề bài thơ nên chúng tôi để trống. Tiêu đề do người dịch thêm vào.

Dự yến với Văn Túc Vương

Chân rùa bóc vỏ đỏ tươi,
Mới nhìn đã thấy như người xưa nay.
Món "yên ngựa" đã sẵn bày,
Nướng vàng thơm phức liền tay chuốc mời.
Sơn tăng giữ giới trọn đời,
Cơm chay thanh tịnh, thảnh thơi đã từng.
Ngồi đây tiếp đãi có chừng,
Chung vui nhưng chẳng ăn cùng tục nhân.

(Thích Như Điển dịch theo lối thơ lục bát)

Bài 9

大覽神光寺	**Đại Lãm Thần Quang Tự**
神光寺杳興偏幽，	Thần Quang tự yểu hứng thiên u,
撐兔飛烏天上遊。	Sanh thố phi ô thiên thượng du.
十二樓臺開畫軸，	Thập nhị lâu đài khai họa trục,
三千世界入詩眸。	Tam thiên thế giới nhập thi mâu.
俗多變態雲蒼狗，	Tục đa biến thái vân thương cẩu,
松不知年僧白頭。	Tùng bất tri niên tăng bạch đầu.
除卻炷香參佛事，	Trừ khước chú hương tham Phật sự,
些餘念了總休休。	Tá dư niệm liễu tống hưu hưu.

Chùa Thần Quang trên núi Đại Lãm

Bát ngát Thần Quang gợi tịch u,
Trời trăng ôm cỡi đến ngao du.
Lâu đài một tá bày tranh vẽ,
Thế giới ba ngàn lọt mắt thơ.
Lắm đổi thói đời mây thương cẩu,
Đâu hay tùng cỗi trắng đầu sư.
Thắp hương lễ Phật trừ đôi việc,
Hết thảy suy tư mặc bỏ lờ.

(Lê Mạnh Thát)

Chùa Thần Quang trên núi Đại Lãm

Thần Quang chùa cổ xưa nay,
Non cao ẩn hiện hiển bày nơi đây.
Cao thời chót vót từng mây,
Ngao du sơn thủy chốn này cũng xa.
Lâu đài điện Phật nguy nga,
Bày như tranh vẽ tiên sa cá ngừng.
Ba ngàn thế giới tưng bừng,
Hiện ra trong mắt như mừng thấy thơ.
Xưa nay cõi tục thường mơ,
Nhìn mây thương cẩu ngẩn ngơ lời này.
Cội tùng trơ gốc cao gầy,
Nhà sư đầu bạc từ đây dãi dầu.
Thắp hương khấn nguyện kinh cầu,
Lắng tâm tỉnh ý nhiệm mầu thanh cao.
Không còn tạp niệm lao xao,
Âu lo dứt bặt tiêu dao một đời.

(Thích Như Điển dịch theo lối thơ lục bát)

Bài 10

題普明寺水榭	**Đề Phổ Minh Tự thủy tạ**
薰盡千頭滿座香，	Huân tận thiên đầu mãn tòa hương,
水流初起不多涼。	Thủy lưu sơ khởi bất đa lương.
老榕影裡僧關閉，	Lão dung ảnh lý tăng quan bế,
第一蟬聲秋思長。	Đệ nhất thiền thanh thu tứ trường.

Đề nhà thủy tạ chùa Phổ Minh

Xông hết nghìn hương thơm ngát nhà,
Mới dâng dòng nước mát đâu xa.
Cửa chùa dưới bóng đa già khép,
Đầu tiếng ve thu ý đậm đà.

(Lê Mạnh Thát)

Đề nhà thủy tạ chùa Phổ Minh

Hương thơm xông ngát đó đây,
Đầy nhà đủ cả nghìn cây chiên đàn.
Nước khơi dòng mát suối ngàn,
Đến đây để thấy vô vàn tòa xưa.
Bóng đa ẩn hiện sân chùa,
Sư đà khép cửa duyên xưa dứt rồi.
Tiếng ve vọng đến chỗ ngồi,
Ý thu tràn ngập khắp trời râm ran.

(Thích Như Điển dịch theo lối thơ lục bát)

Bài 11

天長晚望	**Thiên Trường vãn vọng**
村後村前淡似煙，	Thôn hậu thôn tiền đạm tự yên,
半無半有夕陽邊。	Bán vô bán hữu tịch dương biên.
牧童笛裡歸牛盡，	Mục đồng địch lý quy ngưu tận,
白鷺雙雙飛下田。	Bạch lộ song song phi hạ điền.

Ngắm cảnh chiều Thiên Trường

Thôn trước thôn sau tựa khói nhòa,
Nửa không nửa có mé chiều sa.
Mục đồng sáo vẳng trâu về hết,
Cò trắng từng đôi ruộng xuống sà.

(Lê Mạnh Thát)

Ngắm cảnh chiều Thiên Trường

Thôn sau thôn trước mơ màng,
Khói mây vây phủ ngút ngàn xa trông.
Chiều buông như có như không,
Nửa như rơi xuống nửa bồng bềnh trôi.
Mục đồng thổi sáo về rồi,
Lưng trâu vắt vẻo bên trời tịch liêu.

Đồng xa ngọn cỏ liêu xiêu,
Kìa đôi cò trắng dắt dìu nhau bay.

(Thích Như Điển dịch theo lối thơ lục bát)

Bài 12

西征道中	**Tây chinh đạo trung**
錦帆輕趁浪花開，	Cẩm phàm khinh sấn lãng hoa khai,
篷底厭厭首不抬。	Bồng để yêm yêm thủ bất đài.
三峡暮雲無鴈到，	Tam Giáp mộ vân vô nhạn đáo,
九灘明月有龍來。	Cửu Than minh nguyệt hữu long lai.
淒涼行色添宮夢，	Thê lương hành sắc thiêm cung mộng,
撩亂閒愁到酒杯。	Liêu loạn nhàn sầu đáo tửu bôi.
漢武藩招窮黷謗，	Hán Vũ phiên chiêu cùng độc báng,
男兒得得若為哉。	Nam nhi đắc đắc nhược vi tai.

Trên đường Tây chinh

Hoa sóng tung lên buồm gấm bay,
Dưới mui đầu mệt chẳng buồn quay.
Mây chiều Tam Giáp nhạn không đến,
Trăng sáng Cửu Than rồng có đây.
Lạnh lẽo đường đi cung mộng cũ,
Ngổn ngang sầu vướng rượu ly đầy.
Hán hoàng mang tiếng say chinh chiến,
Vội vã nam nhi chi lắm vậy.

(Lê Mạnh Thát)

Trên đường Tây chinh

Bên thuyền sóng vỗ dập dồn,
Tung lên buồm gấm những chòm sóng cao.
Đầu ta chẳng cất được nào,
Mui kia thấm nước, len vào bên trong.

Mây chiều Tam Giáp mênh mông,
Nhạn ơi ta vẫn chờ mong tin mừng.
Cửu Than trăng sáng lạ lùng,
Bóng rồng ẩn hiện đâu chừng không xa.
Hành cung nuối tiếc bóng ai,
Nhớ nhung để lại canh dài thâu đêm.
Rượu này uống để cố quên,
Mình ta đối ẩm đêm đêm dặm trường.
Hán Vũ đế, vẫn còn vương,
Chiến chinh tang tóc ai thường hiểu cho.
Ta nay cũng lại đắn đo,
Nam nhi chi chí khéo lo cho đời.

(Thích Như Điển dịch theo lối thơ lục bát)

Bài 13

月	**Nguyệt**
半窗燈影滿床書，	Bán song đăng ảnh mãn sàng thư,
露滴秋庭夜氣虛。	Lộ trích thu đình dạ khí hư.
睡起砧聲無覓處，	Thụy khởi châm thanh vô mịch xứ,
木樨花上月來初。	Mộc tê hoa thượng nguyệt lai sơ.

Trăng

Đầy sách, giường song chếch bóng đèn,
Sân thu sương bủa thoáng hơi đêm.
Tiếng chày thức dậy đâu hay biết,
Hoa mộc trên cành trăng mới lên.

(Lê Mạnh Thát)

Trăng

Đêm nay đọc sách bên đèn,
Bóng trăng chiếu dọi thân quen đầu giường.
Sương khuya lạnh buốt sầu vương,
Sân thu vắng vẻ cảnh thường xưa nay.

Giấc nồng tỉnh lại mắt cay,
Đâu đây giã gạo tiếng chày khua vang.
Ta trông hoa quế bên đàng,
Trăng non phủ kín như nàng chúa tiên.

(Thích Như Điển dịch theo lối thơ lục bát)

Bài 14

登寶臺山	**Đăng Bảo Đài Sơn**
地僻臺逾古，	Địa tịch đài du cổ,
時來春未深。	Thời lai xuân vị thâm.
雲山相遠近，	Vân sơn tương viễn cận,
花徑半晴陰。	Hoa kính bán tình âm.
萬事水流水，	Vạn sự thủy lưu thủy,
百年心語心。	Bách niên tâm ngữ tâm.
倚欄橫玉笛，	Ỷ lan hoành ngọc địch,
明月滿胸襟。	Minh nguyệt mãn hung khâm.

Dịch nghĩa

Đất (nơi đây là nơi) hẻo lánh, (nên) đài (càng) thêm cổ kính,
Theo thời tiết, mùa xuân (nơi đây) về chưa lâu.
Núi mây (nhìn) như xa, như gần,
Ngõ hoa nửa rợp bóng, nửa nắng chiều.
Muôn việc như nước tuôn (theo) nước,
Trăm năm lòng lại nhủ lòng.
Tựa lan can nâng ngang chiếc sáo quý như ngọc,
Ánh trăng sáng rơi đầy trước ngực.

Giải thích từ ngữ

Bảo Đài sơn (寶臺): Núi Bảo Đài. Địa danh này trùng tên rất nhiều nơi, còn có tên khác là Long Đại, thuộc châu Ái, ở Bảo

Lộc cũng có, ở xã Động Mạc, huyện Vọng Danh, huyện Đông Triều, Hải Dương cũng có. Núi Bảo Đài trong bài thơ này, nhiều nhà nghiên cứu cho là thuộc dãy núi ở Yên Tử, huyện Đông Triều, nay thuộc tỉnh Quảng Ninh.

Lên núi Bảo Đài

Đất vắng đài thêm cổ,
Ngày qua xuân chửa nồng.
Gần xa, mây núi cuốn,
Râm nắng, ngõ hoa lồng.
Muôn việc nước theo nước,
Trăm năm lòng bảo lòng.
Tựa hiên nâng sáo ngọc,
Ngực áo, đầy trăng trong.

(Lê Mạnh Thát)

Lên núi Bảo Đài

Đài xưa đất vắng hoang vu,
Phải chăng chốn cũ sa mù là đây.
Xuân qua xuân lại chốn này,
Rượu xuân chuốc lấy hơi cay chửa nồng.
Gần xa xưa vẫn còn mong,
Mây bay nước biếc mà lòng vấn vương.
Nắng đầu xuân đượm hơi hương,
Hoa kia trước ngõ còn thương nhớ người.
Nước non muôn việc cho đời,
Nước kia theo mãi sáng ngời trong ta.
Trăm năm giấc mộng vèo qua,
Dặn lòng hai chữ mặn mà thủy chung.
Tựa bên hiên đứng ngại ngùng,
Nâng ngang sáo ngọc tiếng lòng chơi vơi.
Ngoài kia trăng sáng ngập trời,
Trăng đầy trước ngực, trăng rơi quanh thềm.

(Thích Như Điển dịch theo lối thơ lục bát)

Bài 15

梅	**Mai**
鐵膽石肝凌曉雪，	Thiết đảm, thạch can lăng hiểu tuyết,
素裙練帨迓東風。	Tố quần, luyện thuế nhạ đông phong.
人間儉素漢文帝，	Nhân gian kiệm tố Hán Văn Đế,
天下英雄唐太宗。	Thiên hạ anh hùng Đường Thái Tông.

Cây mai

Sắt đá gan lì khinh tuyết sớm,
Khăn xiêm mộc mạc gió đông luồn.
Trần gian kiệm ước Hán Văn Đế,
Thiên hạ anh hùng Đường Thái Tông.

(Lê Mạnh Thát)

Cây mai

Giữa trời sắt đá chẳng thay,
Lòng gan sớm tối tuyết tày sá chi.
Quần là áo lượt thiếu gì,
Khăn đầu lụa trắng đón kỳ gió đông.
Hán xưa Văn Đế chạnh lòng,
Là người kiệm ước hãy còn lưu hương.
Thái Tông ngày ấy đời Đường,
Anh hùng thiên hạ còn vương chốn này.

(Thích Như Điển dịch theo lối thơ lục bát)

Bài 16

二月十一日夜	**Nhị nguyệt thập nhất nhật dạ**
歡伯澆愁風味長，	Hoan bá kiêu sầu phong vị trường,
桃笙竹簞穩龍床。	Đào sanh trúc đan ổn long sàng.
一天如水月如晝，	Nhất thiên như thủy nguyệt như trú,
花影滿窗春夢長。	Hoa ảnh mãn song xuân mộng trường.

Đêm mười một tháng hai

Rượu chuốc sầu vơi vị đậm đà,
Giường rồng, chiếu trúc trải yên ra.
Cả trời tựa nước, trăng ngày sáng,
Hoa phủ đầy song, xuân mãi mơ.

(Lê Mạnh Thát)

Đêm mười một tháng hai

Vui thay chén rượu đêm nay,
Đậm đà hương vị nâng tay uống cùng.
Giường rồng chiếu trúc tương phùng,
Trải ra ta đến mặn nồng bên nhau.
Trời xanh mây nước một màu,
Ánh trăng sáng tỏ như ngày đang lên.
Màu hoa ảnh hiện bốn bên,
Mơ xuân một giấc không tên thật dài.

(Thích Như Điển dịch theo lối thơ lục bát)

Bài 17

閨怨	**Khuê oán**
睡起鉤簾看墜紅，	Thụy khởi câu liêm khán trụy hồng,
黄鸝不語怨東風。	Hoàng ly bất ngữ oán đông phong.
無端落日西樓外，	Vô đoan lạc nhật tây lâu ngoại,
花影枝頭盡向東。	Hoa ảnh chi đầu tận hướng đông.

Niềm oán hận của người khuê phụ

Ngủ dậy vén rèm, hồng thấy rơi,
Hoàng ly không hót giận xuân rồi.
Lầu tây vô cớ vầng dương lặn,
Bóng ngã về đông hoa lẫn chồi.

(Lê Mạnh Thát)

Niềm oán hận của người khuê phụ

Hôm nay ngủ dậy khó khăn,
Vén rèm hé cửa thấy hàng lá bay.
Chim oanh không hót báo ngày,
Xuân kia chẳng đến đêm này là đêm.
Mặt trời lặn xuống bên thềm,
Lầu tây chẳng hiểu lại thêm lệ sầu.
Bóng kia đã ngã về đâu,
Hoa kia tan nát nỗi sầu nhớ mong.

(Thích Như Điển dịch theo lối thơ lục bát)

Bài 18

諒州晚景	**Lạng Châu vãn cảnh**
古寺淒涼秋靄外，	Cổ tự thê lương thu ái ngoại,
漁船蕭瑟暮鐘初。	Ngư thuyền tiêu sắt mộ chung sơ.
水明山靜白鷗過，	Thủy minh sơn tĩnh bạch âu quá,
風定雲閒紅樹疏。	Phong định vân nhàn hồng thụ sơ

Cảnh chiều ở châu Lạng

Chùa cổ đìu hiu khuất khói mờ,
Thuyền câu chiều quạnh tiếng chuông đưa.
Nước quang non lặng vờn âu trắng,
Gió lặng mây đùa cây đỏ thưa.

(Lê Mạnh Thát)

Cảnh chiều ở châu Lạng

Cảnh chùa dấu cũ đìu hiu,
Cây xanh phủ bóng khói chiều mênh mông.
Thuyền ai thấp thoáng bên sông,
Tiếng chuông chiêu mộ chạnh lòng khách đây.
Nước xanh phủ kín nơi này,
Núi cao chim nhạn từng bầy bay ngang.

Gió chiều như giục mây ngàn,
Cỏ cây đỏ lá càng tan tác buồn.

(Thích Như Điển dịch theo lối thơ lục bát)

Bài 19

春晚	**Xuân vãn**
年少何曾了色空，	Niên thiếu hà tằng liễu sắc không,
一春心在百花中。	Nhất xuân tâm sự bách hoa trung.
如今勘破東皇面，	Như kim khám phá đông hoàng diện,
禪板蒲團看墜紅。	Thiền bản bồ đoàn khán trụy hồng.

Giải thích từ ngữ

- Đông Hoàng (東皇) cũng gọi là Đông Quân (東君), (ông vua của mùa xuân). Trong bài thơ Lập xuân hậu thi (立春後詩) của Vương Sơ (王初) có câu: 東君珂珮響珊珊, 青馭多時下九關。(Đông quân kha bội hưởng san san, thanh ngự đa thời hạ cửu quan. Dịch nghĩa: Chúa Xuân đeo ngọc lêu leng keng, cưỡi ngựa xanh nhiều lúc đi xuống chín cửa quan).

- Bồ đoàn (蒲團): tấm lót để ngồi bằng cỏ bồ, hình tròn. Ngày xưa, các vị sư thường dùng trong lúc ngồi thiền hay lễ bái.

Xuân muộn

Tuổi trẻ sao từng hiểu Sắc Không,
Cả xuân hoa nở ngất ngây lòng.
Đến nay đành rõ mặt xuân ấy,
Nệm cỏ giường thiền ngắm rụng hồng.

(Lê Mạnh Thát)

Xuân muộn

Ngày xưa tuổi trẻ hăng say,
Có không cứ mãi đổi thay chưa dừng.
Xuân *kia nở nhụy tưng bừng,*
Ngất ngây tấc dạ như chừng chưa nguôi.

Đến nay tuổi đã chín muồi,
Cũng là xuân ấy nhưng lùi vào trong.
Giường thiền gối cỏ khi nằm,
Ngắm xem xuân rụng qua năm tháng ngày.

(Thích Như Điển dịch theo lối thơ lục bát)

Bài 20

武林秋晚	**Vũ Lâm thu vãn**
畫橋倒影蘸溪橫，	Họa kiều đảo ảnh trám khê hoành,
一抹斜陽水外明。	Nhất mạt tà dương thủy ngoại minh.
寂寂千山紅葉落，	Tịch tịch thiên sơn hồng diệp lạc,
濕雲和露送鐘聲。	Thấp vân hòa lộ tống chung thanh.

Chiều thu ở Vũ Lâm

Lòng khe vắt ngược bóng cầu hoa,
Hắt sáng ngoài khe, vệt nắng tà.
Vắng vẻ nghìn non, rơi lá đỏ,
Như mơ mây đẫm tiếng chuông xa.

(Lê Mạnh Thát)

Chiều thu ở làng Vũ Lâm

Suối kia nước chảy trong veo,
Cầu treo vắt bóng cheo leo lưng trời.
Bóng chiều che khuất lưng đồi,
Nắng thu vương vấn lá rơi ngập đường.
Cả xanh lẫn đỏ tang thương,
Còn đâu phong sắc lạ thường kiêu sa.
Mây kia vần vũ gần xa,
Chuông chùa buông nhẹ như là tiễn chân.

(Thích Như Điển dịch theo lối thơ lục bát)

Bài 21

春日謁昭陵	**Xuân nhật yết Chiêu Lăng**
貔虎千門肅，	Tì hổ thiên môn túc,
衣冠七品通。	Y quan thất phẩm thông.
白頭軍士在，	Bạch đầu quân sĩ tại,
往往說元豐。	Vãng vãng thuyết Nguyên Phong.

Ngày xuân thăm Chiêu Lăng

Lính thị vệ như cọp, đứng nghiêm túc trước ngàn cửa,
Áo mũ các quan đủ cả bảy phẩm.
Người lính già đầu bạc còn đến ngày nay,
Thường nhắc lại chuyện Nguyên Phong đã qua rồi.

Giải thích từ ngữ

- Chiêu lăng (昭陵): Lăng vua Trần Thái Tông (陳太宗 - 10/7/1218 - 5/5/1277) tên thật là Trần Bồ (陳蒲) sau đổi thành Trần Cảnh (陳煚), là vị hoàng đế đầu tiên của nhà Trần trong lịch sử Việt Nam. Ông ở ngôi hơn 32 năm (1225 - 1258), làm Thái Thượng Hoàng trong 19 năm. Trần Thái Tông là cha của Trần Thánh Tông và là ông nội của Trần Nhân Tông.

- Chuyện Nguyên Phong (元豐): Khi lên làm vua năm 1226, Trần Thái Tông đổi niên hiệu là Kiến Trung, năm 1232 đổi là Thiên Ứng Chính Bình và năm 1251 lại đổi là Nguyên Phong.

Ngày 12/12/1257 (niên hiệu Nguyên Phong thứ 7) quân Nguyên tràn tới cánh đồng Bình Lệ (phía nam Bạch Hạc, Việt Trì, Phú Thọ). Trần Thái Tông chỉ huy cuộc chiến đấu chống giặc. Đại Việt Sử Ký Toàn Thư tả: "Vua thân hành đốc chiến, xông pha tên đạn..."

Ngày 24/12/1257, Trần Thái Tông cùng Thái tử Hoảng (sau là vua Trần Thánh Tông) đã phá tan quân Nguyên ở Đông Bộ Đầu, tiếp tục chiếm lại Thăng Long. Mồng một tháng giêng năm 1258, vua trở lại ngự nơi chính điện để trăm quan vào chầu, kết thúc thắng lợi cuộc kháng chiến chống Nguyên Mông lần thứ nhất. Trần Thái Tông đã đi vào lịch sử như một vị vua anh hùng cứu nước. Chiến công hiển hách của quân dân nhà Trần đánh tan cuộc xâm lược lần thứ nhất của quân Nguyên Mông được sử sách đời đời ghi nhớ như một điểm son chói lọi trong lịch sử chống ngoại xâm đầy oanh liệt của dân tộc ta.

Ngày xuân thăm Chiêu Lăng

Hùm gấu nghiêm nghìn cửa,
Áo mũ bảy phẩm đầy.
Lính bạc đầu còn đó,
Nguyên Phong mãi kể say.

(Lê Mạnh Thát)

Ngày xuân thăm Chiêu Lăng

Lính hầu đứng gác nơi nơi,
Uy nghiêm như cọp suốt đời đứng đây.
Chức phong áo mão đủ đầy,
Quan cao bảy phẩm như ngày xa xưa.
Lính già bạc trắng khẽ thưa,
Chiến công hiển hách ngày xưa thuộc làu.
Nguyên Phong ngày ấy còn đâu,
Nhưng người tri kỷ dãi dầu chẳng than.

(Thích Như Điển dịch theo lối thơ lục bát)

Bài 22

春曉	**Xuân hiểu**
睡起啟窗扉，	Thụy khởi khải song phi,
不知春已歸。	Bất tri xuân dĩ quy.
一雙白蝴蝶，	Nhất song bạch hồ điệp,
拍拍趁花飛。	Phách phách sấn hoa phi.

Buổi sớm mùa xuân

Ngủ dậy mở cánh cửa,
Xuân về đã chẳng hay.
Bươm bướm một đôi trắng,
Phơi phới nhấm hoa bay.

(Lê Mạnh Thát)

Buổi sớm mùa xuân

Sáng mai thức giấc ngỡ ngàng,
Mở toang cánh cửa sáng toan lọt vào.
Xuân đà đến đấy hay sao,
Mà ta chẳng biết ra vào chẳng hay.
Bướm kia bay lượn suốt ngày,
Báo cho ta biết xuân này vui chung.
Hoa kia là chốn trùng phùng,
Để ta theo với như cùng cánh tiên.

(Thích Như Điển dịch theo lối thơ lục bát)

Bài 23

洞天湖上	**Động Thiên hồ thượng**
洞天湖上景，	Động thiên hồ thượng cảnh,
花草減春容。	Hoa thảo giảm xuân dung.
上帝憐岑寂，	Thượng đế liên sầm tịch,
太清時一鐘。	Thái thanh thì nhất chung.

Dịch nghĩa

Trên hồ Động Thiên
Quang cảnh hồ Động Thiên,
Hoa cỏ (có vẻ) giảm sút nét xuân tươi.
Trời thương xót nỗi hiu quạnh (nơi này),
Thỉnh thoảng điểm một hồi chuông giữa tầng biếc.

Trên hồ Động Thiên

Cảnh hồ Động Thiên nọ,
Hoa cỏ kém vẻ xuân.
Thượng Đế thương hiu quạnh,
Chuông Thái thanh bỗng ngân.

(Lê Mạnh Thát)

Trên hồ Động Thiên

Động Thiên hồ ấy bây giờ,
Tuy là xuân đến nhưng xơ xác sầu.
Vì đâu cỏ úa hoa rầu,
Xuân kia hết dáng kiêu cầu nay mai.
Niềm riêng ai tỏ cùng ai,
Trời kia có mắt đoái hoài đấy chăng.
Chuông đâu buông tiếng dài ngân,
Phải chăng chùa Thái cũng gần đâu đây.

(Thích Như Điển dịch theo lối thơ lục bát)

Bài 24

天長府	**Thiên Trường phủ**
綠暗紅稀倍寂寥，	Lục ám hồng hi bội tịch liêu
霽雲吞雨土花銷。	Tễ vân thôn vũ thổ hoa tiêu.
齋堂講後僧歸院，	Trai đường giảng hậu tăng quy viện,
江館更初月上橋。	Giang quán canh sơ nguyệt thượng kiều.
三十仙宮橫夜榻，	Tam thập thiên cung hoành dạ tháp,
八千香刹動春潮。	Bát thiên hương sát động xuân triều.
普明風景渾如昨，	Phổ Minh phong cảnh hồn như tạc,
彷彿羹墻入夢饒。	Phảng phất canh tường nhập mộng nhiêu.

Dịch nghĩa

Màu xanh sẫm, màu đỏ thưa, cảnh đêm vắng vẻ,
Mây quang, mưa tạnh, ngấn bùn đất cũng mất sạch.

Trên trai đường, giảng kinh xong, các sư về viện.
Quán bên sông, mới canh đầu trăng đã lên cầu.
Ba mươi cung tiên đặt giường ngủ la liệt,
Tám nghìn ngọn tháp thơm
khua động nước triều mùa xuân.
Phong cảnh chùa Phổ Minh vẫn như trước,
Phảng phất trong chiêm bao hình dáng vua cha như trông tường thấy bóng, ăn canh thấy hình.

Giải thích từ ngữ

Canh tường (羹墻): Theo sách Hậu Hán thư (後漢書), sau khi vua Nghiêu mất, vua Thuấn ngày đêm tưởng nhớ, ngồi thì thấy hình vua Nghiêu hiện ra trên tường, ăn cơm thì thấy bóng vua Nghiêu trong bát canh. Ở đây tác giả mượn điển tích này để nói lên lòng thương nhớ vua cha đã mất, tức Trần Thánh Tông.

Phủ Thiên Trường

Rậm lục thưa hồng thêm quạnh hiu,
Mây quang mưa tạnh ngấn bùn tiêu.
Nhà trai giảng đoạn sư về viện,
Quán bến canh đầu cầu nguyệt treo.
Ba chục cung tiên giường tối đặt,
Tám nghìn bóng tháp triều xuân reo.
Phổ Minh phong cảnh y như cũ,
Phảng phất hình cha mộng thấy nhiều.

(Lê Mạnh Thát)

Phủ Thiên Trường

Màu xanh màu đỏ quanh đây,
Phủ đầy đêm trắng canh chầy vắng tanh.
Mây không còn sắc thiên thanh,
Cơn mưa vừa tạnh nhìn quanh sạch bùn.

Trai đường ngọc nhả châu phun,
Sư về dứt tiếng tịch không trong ngoài.
Bên sông hàng quán sơ sài,
Trăng lên trời rộng bóng phai dưới cầu.
Giường ai xếp đặt từ lâu,
Ba mươi tiên nữ vào chầu thiên cung.
Tám nghìn tháp báu ung dung,
Như khua động nước triều dâng xuân về.
Phổ Minh chốn cũ sơn khê,
Trước sau như một chẳng hề đổi thay.
Trong mơ như tỉnh như say,
Bóng cha ẩn hiện những ngày ấu thơ.

(Thích Như Điển dịch theo lối thơ lục bát)

Bài 25

竹奴銘	**Trúc nô minh**
傲雪心虛，	Ngạo tuyết tâm hư,
凌霜節勁。	Lăng sương tiết kính.
假爾為奴，	Giả nhĩ vi nô,
恐非天性。	Khủng phi thiên tính.

Bài minh đề trúc nô

Ruột rỗng, tuyết giải,
Đốt cứng, sương phơi.
Mượn ngươi làm tớ,
E trái tính trời.

(Lê Mạnh Thát)

Bài minh viết về cây trúc

Xưa nay ruột rỗng đó mà,
Trúc xanh phủ kín một tòa thiên nhiên.
Dầu cho tuyết có triền miên,
Đốt kia càng cứng là thiên anh hào.

Nay ta mượn vật tự trào,
Dẫu cho có khó, lẽ nào băn khoăn.
Sợ rằng trái ý ngươi chăng,
Tự nhiên là thế chẳng ngăn được nào.

(Thích Như Điển dịch theo lối thơ lục bát)

Bài 26

山房漫興-其一	**Sơn Phòng mạn hứng - Kỳ nhất**
誰縛更將求解脫，	Thùy phọc cánh tương cầu giải thoát,
不凡何必覓神仙。	Bất phàm, hà tất mịch thần tiên.
猿閑馬倦人應老，	Viên nhàn mã quyện nhân ưng lão,
依舊雲庄一榻禪。	Y cựu vân trang nhất tháp thiền.

Dịch nghĩa

Ai trói buộc mà phải tìm phương giải thoát,
Phẩm cách chẳng phàm tục cần gì tìm thần tiên.
Vượn nhàn, ngựa mỏi, người cũng đã già,
Vẫn một chiếc giường thiền ở am mây cũ.

Mạn hứng ở sơn phòng (Bài 1)

Ai buộc mà đi giải thoát tìm?
Không phàm sao phải kiếm thần tiên?
Vượn mòn, ngựa mỏi, ta già phải,
Như cũ am mây một sập thiền.

(Lê Mạnh Thát)

Mạn hứng ở sơn phòng - Bài một

Trói làm chi vậy người ơi,
Mở ra tìm lối nay thời có chăng.
Phàm phu tục tử biết rằng,
Thần tiên đâu phải khó khăn kiếm tìm.

Vượn lười buông thỏng tay vin,
Ngựa đà mỏi vó sức mình mỏng manh.
Giường thiền một chiếc chênh vênh,
Nương nơi mây nước bên thềm thanh cao.

(Thích Như Điển dịch theo lối thơ lục bát)

Bài 27

山房漫興其二	**Sơn Phòng mạn hứng - Kỳ nhị**
是非念逐朝花落，	Thị phi niệm trục triêu hoa lạc,
名利心隨夜雨寒。	Danh lợi tâm tùy dạ vũ hàn.
花盡雨晴山寂寂，	Hoa tận vũ tình sơn tịch tịch,
一聲啼鳥又春殘。	Nhất thanh đề điểu hựu xuân tàn.

Dịch nghĩa

Niềm thị phi rụng theo hoa buổi sớm,
Lòng danh lợi lạnh theo trận mưa đêm.
Hoa rụng hết, mưa đã tạnh, núi non tịch mịch,
Một tiếng chim kêu, lại cảnh xuân tàn.

Mạn hứng ở sơn phòng (Bài 2)

Phải trái tâm theo hoa sớm rơi
Lợi danh lòng lạnh mưa đêm rồi
Hoa tàn, mưa tạnh non im ắng
Một tiếng chim kêu xuân hết thôi.

(Lê Mạnh Thát)

Mạn hứng ở sơn phòng - Bài hai

Thị phi nhơn nghĩa xưa nay,
Sớm ra hoa rụng phơi bày thiệt hư.
Lợi danh nào có thật chăng,
Đêm qua mưa tạnh như hằng chưa tan.

Bây giờ hoa rụng hết rồi,
Núi kia lặng tiếng nơi nơi an lành.
Còn chăng chỉ một tiếng chim,
Hót lên tíu tít như in mộng tàn.

(Thích Như Điển dịch theo lối thơ lục bát)

Bài 28

贈北使李思衍	**Tặng Bắc sứ Lý Tư Diễn**
雨露汪洋普漢恩，	Vũ lộ uông dương phổ Hán ân,
鳳啣丹詔出紅雲。	Phụng hàm đan chiếu xuất hồng vân.
拓開地角皆和氣，	Thác khai địa giác giai hòa khí,
淨挾仟河洗戰塵。	Tịnh hiệp thiên hà tẩy chiến trần.
盡道璽書十行下，	Tận đạo tỉ thư thập hàng hạ,
勝如琴殿五絃薰。	Thắng như cầm điện ngũ huyền huân,
乾坤兼愛無南北，	Càn khôn kiêm ái vô nam bắc,
何患雲雷復有屯。	Hà hoạn vân lôi phục hữu truân.

Dịch nghĩa

Ơn nhà Hán như mưa móc tràn trề khắp nơi,
Chim phượng ngậm tờ chiếu đỏ[1]
xuất hiện nơi đám mây hồng.
Mảnh đất mới mở rộng cũng có hòa khí,
Kéo sông Thiên hà rửa sạch bụi chiến tranh.[2]
Mọi người đều bảo tờ chiếu ban xuống chỉ có mươi hàng,[3]

---

[1] Thạch Quý Long đời Hậu Triệu, khiến chạm một con phượng bằng gỗ, miệng ngậm chiếu thư ban bố cho thiên hạ.

[2] Chiến trần nghĩa là bụi chiến tranh. Câu này ý nói kéo sông Ngân Hà xuống để rửa giáp binh, nghĩa là thiên hạ thái bình, dẹp việc chiến tranh.

[3] Hán Văn Đế chỉ ban một lá chiếu thư mà Triệu Đà xưng thần phụng cống.

Nhưng hơn hẳn tiếng hòa âm
của chiếc đàn cầm năm dây.[1]
Trời đất vốn một lòng yêu thương
không phân biệt nam, bắc,
Còn gì lo gặp bước gian truân gió mưa sấm sét.[2]

Giải thích

Năm 1289, sau một năm Đại Việt chiến thắng cuộc chiến tranh xâm lược của Nguyên Mông lần thứ 3 (từ tháng 12 năm 1287 đến cuối tháng 4 năm 1288), Hốt Tất Liệt sai sứ giả Lý Tư Diễn mang chiếu sang phong vương cho vua Trần, nhưng thực chất là thương lượng để đón bọn tướng sĩ bị bắt, và nhà Nguyên cũng đem trả sứ bộ Nguyễn Nghĩa Toàn của ta. Cuộc tiếp sứ lần này diễn ra ôn hòa. Chuyến đi sứ suôn sẻ, nhưng Lý Tư Diễn không thể thuyết phục vua Trần thân sang triều phục.

Trong tiệc thết đãi sứ giả, Lý Tư Diễn làm một bài thơ, Trần Nhân Tông họa lại, ý từ chối sang triều phục, và làm tiếp bài thơ này tặng, ý ca ngợi không khí hòa ấm sau chiến tranh, đồng thời ý tứ nhắc rằng lẽ trời đất là yêu thương con người không phân biệt nam bắc. (Nguồn: Thơ văn Lý Trần (tập II), NXB Khoa học Xã hội, 1988.)

Tặng sứ Bắc Lý Tư Diễn

Ơn Hán tràn trề mưa móc tuôn,
Chiếu son phượng ngậm khỏi mây hồng.
Khí hòa góc đất đều lan tới,
Bụi chiến sông trời rửa sạch trơn.
Thảy bảo thư vua mười lối viết,
Còn hơn đàn Thuấn năm dây đờn.

---

[1] Vua Thuấn ôm đàn gảy khúc Nam huân mà muôn dân được thái bình an lạc.

[2] Ý nói từ nay khỏi lo thiên tử (nhà Nguyên) ra oai sấm sét mà gia phạt như trước nữa.

Đất trời thương hết không nam bắc,
Sấm sét sao lo lại phải bươn.

(Lê Mạnh Thát)

Tặng sứ Bắc Lý Tư Diễn

Ơn vua lộc nước xưa nay,
Khắp nơi đều biết ân này Hán ban.
Phượng hoàng ngậm lấy bay sang,
Chiếu kia xuất hiện muôn ngàn ơn vua.
Đất này vốn hưởng ân thừa,
Nhân dân trăm họ cũng vừa hoan ca.
Sông Thiên tưởng đã hiện ra,
Thương vong rửa sạch những là hồn oan.
Chiếu kia chỉ có mươi hàng,
Giúp cho thiên hạ an bang như vầy.
Đờn kia dù gảy năm dây,
Không bằng tờ chiếu thuở này vua ban.
Bắc Nam nay đã một đàng,
Thương nhau như một chẳng màng chiến chinh.
Lo gì nạn nước đao binh,
Sấm kia có nổ tâm bình an vui.

(Thích Như Điển dịch theo lối thơ lục bát)

Bài 29

贊慧忠上士	**Tán Tuệ Trung Thượng Sĩ**
望之彌高，	Vọng chi di cao,
鑽之彌堅。	Toàn chi di kiên.
忽然在後，	Hốt nhiên tại hậu,
瞻之在前。	Chiêm chi tại tiền.
夫是之謂，	Phù thị chi vị,
上士之禪。	Thượng sĩ chi thiền.

Dịch nghĩa

Nhìn lên càng thấy cao,
Khoan vào càng thấy cứng.[1]
Bỗng nhiên ở phía sau,
Nhìn lại thấy ở phía trước.
Cái đó gọi là:
Đạo thiền của Thượng sĩ.

Bài này lấy ý từ lời của Nhan Uyên trong sách Luận ngữ xưng tán đạo học của đức Khổng tử: "仰之彌高，鑽之彌堅，瞻之在前，忽焉在後 - Ngưỡng chi di cao, toàn chi di kiên, chiêm chi tại tiền, hốt yên tại hậu." (Ngẩng nhìn càng thấy cao tột, nghiền ngẫm càng thấy bền chắc, ngắm nhìn thì thấy phía trước, bỗng dưng lại ở phía sau.)

Ca ngợi Thượng Sĩ Tuệ Trung

Nhìn lên càng cao,
Dùi càng bền cứng.
Chợt ở phía sau,
Thấy liền trước đứng.
Cái đó gọi là,
Thiền Thượng Sĩ vững.

(Lê Mạnh Thát)

---

[1] Chữ toàn (鑽) ở đây dường như được hầu hết các dịch giả dịch là dùi, khoan... có lẽ do ảnh hưởng của chữ kiên (堅) theo sau. Tuy nhiên, chữ này còn có nghĩa là "nghiền ngẫm thấu đáo, xét cùng nghĩa lý", và trong trường hợp này thì "kiên" không có nghĩa là cứng chắc nữa mà phải được hiểu là bền chắc, vững vàng, nghĩa là một tính chất trừu tượng như trong kiên nhẫn, kiên trì... Theo chúng tôi, ý nghĩa này mới phù hợp để mô tả, xưng tán đạo thiền của Thượng sĩ Tuệ Trung. Chính trong Luận ngữ thì câu nói của Nhan Uyên cũng phải được hiểu theo nghĩa này, không thể hiểu theo nghĩa dùi, đục, khoan vào...

Ca ngợi Thượng Sĩ Tuệ Trung

Càng nhìn lên càng thấy cao,
Càng nghiền càng ngẫm càng vào càng sâu.
Bỗng nhiên xuất hiện phía sau,
Thoắt nhìn phía trước rực màu thiền quang.
Trước sau phương tiện rõ ràng,
Là thiền Thượng Sĩ hòa quang đồng trần.

(Thích Như Điển dịch theo lối thơ lục bát)

Bài 30

題古州鄉村寺	**Đề Cổ Châu hương thôn tự**
世數一息墨，	Thế số nhất tức mặc,
時情兩海銀。	Thời tình lưỡng hải ngân.[1]
魔宮渾管甚，	Ma cung hồn quản thậm,
佛國不勝春。	Phật quốc bất thắng xuân.

Dịch nghĩa

Số đời hoàn toàn mờ mịt,
Tình người đổi thay qua đôi mắt.
Khi cung ma bị quản chặt,
Thì cõi Phật tràn ngập mùa xuân.

Giải thích

Theo Thánh đăng ngữ lục, tháng mười năm Mậu Thân (1308), Trần Nhân Tông được tin Công chúa Thiên Thụy ốm nặng bèn từ Yên Tử về thăm. Đến ngày 15 tháng mười âm lịch, sau khi dặn dò xong, Nhân Tông lại trở về Yên Tử. Giữa đường ông nghỉ lại trong một ngôi chùa làng ở hương Cổ Châu, sáng hôm sau trước khi lên đường ông đề bài kệ này lên vách chùa để ngỏ ý

[1] Đôi mắt. Trong thơ của Tô Thức có câu: "凍合玉樓寒起粟，光搖銀海眩生花。- Đống hợp ngọc lâu hàn khởi túc, quang giao ngân hải huyễn sinh hoa." Các nhà chú giải giảng rằng: Kinh của Đạo giáo gọi xương vai là ngọc lâu và mắt là ngân hải. Ở đây có lẽ chính là ngân hải nhưng vì niêm vận tác giả phải đổi ngược lại thành hải ngân.

mình. Sự việc Nhân Tông từ Yên Tử về thăm Công chúa Thiên Thụy lúc bà sắp mất, Đại Việt Sử Ký Toàn Thư cũng có chép.[1]

Đề chùa thôn hương Cổ Châu

Số đời một màn kéo,
Tình đời đôi mắt ngân.
Cung ma chật hẹp lắm,
Cõi Phật khôn xiết xuân.[2]

(Lê Mạnh Thát)

Đề chùa thôn làng Cổ Châu

Cuộc đời thoáng chốc ai hay,
Kéo qua kéo lại như ngày và đêm.
Tình đời cũng thế chênh vênh,
Mắt kia ngấn lệ gập ghềnh sơn khê.
Cung ma vây chặt tứ bề,
Làm sao giải nổi tỉ tê cõi lòng.
Xưa nay cõi Phật thong dong,
Chi bằng đến đó hưởng ròng mùa xuân.

(Thích Như Điển dịch theo lối thơ lục bát)

Bài 31

示寂偈	**Thị tịch kệ**
一切法不生，	Nhất thiết pháp bất sanh,
一切法不滅。	Nhất thiết pháp bất diệt.
若能如是解，	Nhược năng như thị giải,
諸佛常現前，	Chư Phật thường hiện tiền,
何去來之有。	Hà khứ lai chi hữu.

---

[1] Nguồn: Thơ văn Lý Trần (tập II), NXB Khoa học Xã hội, 1988.

[2] Cùng một bài thơ này, trong Lời dẫn của phần Tác phẩm Trần Nhân Tông, tác giả Lê Mạnh Thát đã dịch bài thơ này là: "Số đời hơi thở lặng, Tình người đôi biển ngân. Cung ma chật hẹp lắm, Nước Phật khôn xiết xuân." Chúng tôi trích lại nguyên văn theo cả hai nơi dù đã nhận ra sự khác biệt giữa hai lần dịch.

Kệ thị tịch

Hết thảy pháp không sanh,
Hết thảy pháp không diệt.
Nếu hay hiểu như vầy,
Chư Phật thường trước mặt,
Đến đi sao có đây.

(Lê Mạnh Thát)

Kệ thị tịch

Muôn pháp thoạt có thoạt không,
Chẳng sanh chẳng diệt chớ mong chớ cầu.
Nếu luôn hiểu thấu một câu,
"Bất sanh bất diệt", niệm đầu không quên.
Chư Phật vốn thường hiện tiền.
Sao còn phân biệt hai miền đến đi?

(Thích Như Điển dịch theo lối thơ lục bát)

Bài 32

身如
身如呼吸鼻中氣
世似風行嶺外雲
杜鵑啼斷月如晝，
不是尋常空過春。

Thân như
Thân như hô hấp tỵ trung khí,
Thế tự phong hành lĩnh ngoại vân.
Đỗ Quyên đề đoạn nguyệt như trú,
Bất thị tầm thường không quá xuân.[1]

Thân như

Thân như hơi thở ra vào mũi,
Thế tựa gió luồn mây núi xa.

---

[1] Bài kệ tụng của tác giả Thích Trí Ngu (釋智愚 1185-1269), đệ tử nối pháp của Thiền sư Vận Am (运庵), Trung Hoa, có 2 câu gần giống hệt (chỉ khác 1 chữ): 杜鵑啼斷月如晝，不似尋常空過春 。- Đỗ Quyên đề đoạn nguyệt như trú, Bất tự tầm thường không quá xuân. Có thể Nhân Tông lấy ý tưởng từ đây.

Đỗ quyên rền rĩ trăng ngày sáng
Đừng để tầm thường xuân luống qua.

(Lê Mạnh Thát)

Thân như

Thân như hơi thở vào ra,
Mũi kia chẳng thở thật là họa bay.
Cuộc đời cũng dễ đổi thay
Tựa như gió thoảng mây bay trên ngàn.
Đỗ quyên thổn thức canh tàn,
Sáng trăng như thể ngày đang lên rồi.
Ngày xuân tợ áng mây trôi,
Chớ nên buông thả một đời luống qua.

(Thích Như Điển dịch theo lối thơ lục bát)

Bài 33

君須記	**Quân tu ký**
會稽舊事君須記，	Cối Kê cựu sự quân tu ký,
驩愛猶存十萬兵。	Hoan, Ái do tồn thập vạn binh.

Giải thích

Sử chép ngày mồng 6 tháng giêng năm Ất Dậu (tháng 2 -1285), tướng giặc Ô Mã Nhi đánh vào Vạn Kiếp và núi Phả Lại. Trước sức tiến quân ào ạt của 50 vạn quân Nguyên, thế quân ta bất lợi. Hưng Đạo Vương vâng mệnh chọn những người dũng cảm làm tiên phong, vượt biển vào Nam, thế quân lên dần. Các quân thấy vậy, không đạo quân nào không đến tập hợp. Vua làm hai câu thơ này đề ở đuôi thuyền, nhằm khích lệ tinh thần tướng sĩ.

Ngươi nên nhớ

Cối Kê việc cũ ngươi nên nhớ,
Hoan, Ái đang còn chục vạn quân.

(Lê Mạnh Thát)

Ngươi nên nhớ

Cối Kê còn đó chuyện xưa,
Người người nên nhớ vẫn chưa phai nhòa.
Hai châu Hoan, Ái dẫu xa,
Hãy còn mười vạn quân ta sẵn sàng.

(Thích Như Điển dịch theo lối thơ lục bát)

Bài 34

即事	**Tức sự**
社稷兩回勞石馬，	Xã tắc lưỡng hồi lao thạch mã,
山河千古奠金甌。	Sơn hà thiên cổ điện kim âu.

Dịch nghĩa

Trên nền xã tắc hai lần ngựa đá phải mệt nhọc,
Nhưng núi sông nghìn đời được đặt vững như âu vàng.

Giải thích

Theo Đại Việt Sử Ký Toàn Thư, phần Bản kỷ, quyển 5, trang 54, tờ b - trang 55, tờ a, vào ngày 17 tháng 3 năm Mậu Tí (18/4/1288), sau chiến thắng Bạch Đằng, triều đình đem các tướng giặc bị bắt đến làm lễ dâng thắng trận ở Chiêu Lăng (lăng vua Trần Thái Tông), trông thấy chân mấy con ngựa đá ở đây đều lấm bùn. Vào lúc cử hành lễ bái yết, vua Trần Nhân Tông liền làm hai câu thơ này. Tiêu đề là của người sau đặt.

Tức sự

Xã tắc hai phen chồn ngựa đá,
Non sông nghìn thuở vững âu vàng.

(Lê Mạnh Thát)[1]

[1] Chúng tôi trích nguyên văn từ Toàn Tập Trần Nhân Tông của Lê Mạnh Thát. Trong sách Thơ văn Lý Trần (Tập 2, Quyển Thượng) cũng ghi đúng hai câu này và nói là bản dịch của Trần Trọng Kim, trích từ Việt Nam Sử Lược. Đây là một trích dẫn sai, có thể dẫn đến hoài nghi cho người sau. Trong thực tế, Trần Trọng Kim trong Việt Nam Sử Lược đã dịch hai câu này là: "Xã tắc hai phen bon ngựa đá, Non sông thiên cổ vững âu vàng."

Tức Sự

Sơn hà xã tắc bấy lâu,
Ơn vua lộc nước dãi dầu sớm hôm.
Non sông một mối hoan ca,
Nghìn năm sử Việt muôn nhà an vui.

(Thích Như Điển dịch theo lối thơ lục bát)

Bài 35

和李思衍韻	**Họa Lý Tư Diễn vận**
自顧不財慙賜土	Tự cố bất tài tàm tứ thổ,
只緣多病欠朝天。	Chỉ duyên đa bệnh khiếm triều thiên.

Họa thơ Lý Tư Diễn

Tự xét không tài thẹn đất nước,
Chỉ vì nhiều bệnh thiếu chầu trời.

(Lê Mạnh Thát)

Họa thơ Lý Tư Diễn

Tài hèn thẹn mặt thiên nhan,
Chẳng hơn còn kém Nam bang bây giờ.
Chỉ vì bệnh tật nguy cơ,
Chưa dám diện kiến còn chờ buổi sau.

(Thích Như Điển dịch theo lối thơ lục bát)

•••

Ngày nay viết sách, nếu có chỗ nào không hiểu có thể lên máy tính, đánh vào Google để dò tìm thì mọi thông tin đều hiện ra, nhiều vô số kể. Cho nên phải cảm ơn "ông Google" về sự tra cứu thuận tiện này. Nhưng quan trọng hơn là những tác giả, dịch giả đã dùng rất nhiều thời gian quý báu của mình, cống hiến tâm lực cũng như sự hiểu biết nên mới có được những tư liệu quý giá và chuẩn xác để chúng ta sử dụng. Quả là điều vạn hạnh vô cùng. Tôi xin niệm ân tất cả.

Riêng 35 bài thơ này do Giáo sư học giả Trí Siêu Lê Mạnh Thát cho đăng vào trong sách Toàn Tập Trần Nhân Tông từ trang 383 đến trang 399. Khi tra cứu phần chữ Hán phía sau sách từ trang 576 đến trang 585, ở phần Nhân Tông - Đức Lăng thì chỉ có 24 bài theo thứ tự như trên, 11 bài còn lại Giáo sư đã dịch ra loại thơ thất ngôn tứ tuyệt của tiếng Việt và không kèm theo Hán Việt. Đây là những bài có lác đác trong 7 loại văn, thơ, phú v.v... mà giáo sư đã trích ra.

Riêng tôi muốn đi tìm cả chữ Hán để người sau tham cứu dễ dàng hơn thì đã vào trang nhà quangduc.com ở Úc tìm được 10 bài thơ của vua Trần Nhân Tông liên quan về xuân có cả chữ Hán và Hán Việt cũng như Việt ngữ hoàn toàn, đôi khi lại còn giảng giải thêm nhiều điển tích nữa. Nhưng chừng ấy bài vẫn chưa đủ, nên tôi đã vào trang nhà viengiac.de để tra cứu phần thơ văn Lý Trần thì cũng tìm được thêm mấy bài, và vào thuvienhoasen.com để có thêm về Thơ Thiền đời Lý Trần và đọc thơ Trần Nhân Tông của Nguyễn Lương Vỵ qua trang nhà Đồng Hương Kontum. Như vậy, gần như tôi đã tìm được đầy đủ cho 35 bài này, nhưng ở trang nhà của đồng hương Kontum cũng chỉ tìm được phần âm Hán Việt, Việt ngữ, giải thích điển tích, chứ không có chữ Hán đi kèm. Cuối cùng, trang đầy đủ nhất là trang: Thơ Trần Nhân Tông gồm 46 bài do nguồn Thơ văn Lý Trần (tập II), NXB Khoa học Xã hội, 1988, thì khá đầy đủ cho 3 nhu cầu mà tôi muốn tìm. Tuy nhiên cũng có mấy bài cách sắp xếp và dịch theo Giáo sư Lê Mạnh Thát thì không có Hán văn đi kèm, nên tôi đã phải nương theo cách dịch Hán Việt mà viết thành chữ Hán như các bài thứ 31, 32 và 35. Như vậy tổng cộng 35 bài này đều đầy đủ cả 3 ngôn ngữ theo như nhu cầu tôi cần phải đạt đến. Xin niệm ân tất cả quý giáo sư, học giả đã cung cấp trực tiếp hay gián tiếp để tôi có thể thực hiện được việc này.

Cách đây chừng vài năm tôi đã tập dịch thơ Đường của Bạch Cư Dị, Thôi Hộ, Lý Bạch, Trương Kế v.v... Tôi chuyển từ thất ngôn bát cú thành thể lục bát của Việt Nam và đã đăng trên báo Viên Giác trong mấy năm nay. Gần đây tôi lại nảy thêm ý là nên dịch thơ văn của các vua Lý, Trần, nhất là những ông vua Phật tử, từ chữ Hán sang tiếng Việt có lẽ có ý nghĩa hơn. Do vậy cả 35 bài này tôi đã thực hiện việc chuyển từ thể thơ 4 câu hay 8 câu 7 chữ, hoặc câu 5 chữ, thành thể thơ lục bát của Việt Nam. Như vậy có lẽ dễ nhớ hơn. Dĩ nhiên là tôi tôn trọng tác giả nên đã dựa theo bản Hán cổ và Hán Việt cũng như việc giải thích nghĩa đen của bài thơ, để đặt thành bài thơ lục bát ấy. Đôi khi vì muốn gieo vần cho đúng, nên có nhiều câu hơi gượng ép một chút. Vì lẽ tôi không muốn đi xa ý của tác giả quá nhiều. Phần chỉnh sửa theo vần điệu, tôi sẽ nhờ đạo hữu Phù Vân, Chủ bút báo Viên Giác, xem lại giùm.

Khi còn học Trung Học ở Việt Nam, tôi đã có cơ hội học thuộc lòng thơ của: Nguyễn Công Trứ, Nguyễn Khuyến, Tản Đà Nguyễn Khắc Hiếu, Trần Tế Xương, Bà Huyện Thanh Quan, Hồ Xuân Hương, Đoàn Thị Điểm v.v... tất cả không dưới 600 bài như vậy, kể cả Truyện Kiều của Nguyễn Du, Lục Vân Tiên của Nguyễn Đình Chiểu nữa. Đó là chưa kể đến những nhà thơ trong Đạo như: Huyền Không, Tịnh Đức, Trần Trung Đạo v.v... nghĩa là trong đầu tôi còn giữ lại rất nhiều bài. Vì sợ năm tháng dài lâu và tuổi đời chồng chất khiến mình quên đi, nên tôi đã cố gắng ghi lại một số bài còn nhớ, khi viết đến nơi nào cần cho thêm vào đó để làm rõ ý đoạn mình muốn nói và muốn viết thì tôi đã cho lồng thơ vào.

Bây giờ thì tôi đã mãn nguyện khi bắt đầu chuyển được từ ý thơ và lời thơ của vua Trần Nhân Tông, nên tôi rất hoan hỷ cho việc làm này. Tuy còn gò bó, hạn hẹp lắm, nhưng mong những vị rành thơ Việt xin góp ý thêm cho. Có điều hơi lạ là khi học lịch sử hay thơ văn, ngay cả thời trước năm 1975 chứ không nói bây giờ, Bộ Quốc Gia Giáo Dục đã không cho học sinh Trung học Đệ nhất và Đệ nhị cấp có cơ hội học đến thơ của Vạn Hạnh Thiền Sư đời Lý, Mãn Giác Thiền Sư đời Trần. Thơ của Tuệ Trung Thượng Sĩ Trần Quốc Tung, thơ Thiền của vua Trần Thái Tông, Trần Thánh Tông và Trần Nhân Tông v.v... hầu như học sinh không được học. Đôi khi tôi nghĩ họ kỳ thị, nhưng chắc không phải, nhiều khi hỏi các giáo sư rằng Tuệ Trung Thượng Sĩ là ai? Quan hệ thế nào với Hưng Đạo Vương Trần Quốc Tuấn, thì người ta chỉ nhướng mắt lên nhìn, rồi cười... thế thôi. Đến nỗi Huyền Trân Công Chúa gọi Hưng Đạo Vương là gì nhiều người cũng không biết và Thiên Cảm Hoàng Hậu là gì của Tuệ Trung Thượng Sĩ v.v... cũng có rất nhiều người không biết.

Do vậy, viết tập sách này, tôi cũng có ý gợi lại chuyện xưa của những ông vua vừa làm vua vừa là Phật. Tuy là Phật như Phật Hoàng Trần Nhân Tông, nhưng cũng là ông vua lẫy lừng của Đại Việt đã đánh tan quân Nguyên Mông hai lần vào năm 1285 và 1288. Trên thực tế đoàn quân của Hốt Tất Liệt đã xâm chiếm khắp Á, Úc và Âu Châu, đi đến đâu họ cũng thắng trận. Chỉ có đi đến Việt Nam là họ bị thua tơi tả. Tướng Toa Đô đã bị chém đầu vào năm 1285. Ô Mã Nhi và Tích Lệ Cơ đã bị chết thê thảm vào năm 1288. Thoát Hoan chạy trối chết về Tàu. Chỉ chừng đó việc thôi, nếu không phải nhờ vào tinh thần của Hội Nghị Diên Hồng, Hội Nghị Bình Than và nhất là tinh thần nhất quán của Phật giáo, của Bồ Tát Hạnh mà các vua đã thọ lãnh, mang ra ứng dụng cho đời, thì không thể được như vậy. Nếu không có Phật giáo trong hai triều đại Lý-Trần kéo dài gần 400 năm (1020-1400) thì dân tộc Việt Nam chúng ta không biết bây giờ đã ra sao rồi?

Vua Trần Nhân Tông lên ngôi năm 1278 và chính thức nhường ngôi cho con là Trần Anh Tông năm 1293, như vậy ông có 15 năm làm vua và năm 1295 ông đi xuất gia đồng thời cũng làm Thái Thượng Hoàng cho đến khi viên tịch vào năm 1308. Ông sinh năm 1258, là năm Thái Tông và Thánh Tông vừa đại phá quân Mông Cổ lần thứ nhất, ông ở ngôi 15 năm và 15 năm làm Thái Thượng Hoàng cũng như xuất gia đầu Phật và ông đã ra đi vào năm ông 50 tuổi. Trong thời gian này, ông đã có 22 văn thư ngoại giao viết cho nhà Nguyên. Đại khái các văn thư đều nói về nội dung của việc triều cống cho nhà Nguyên, việc các sứ giả đi sứ không về, việc Chiêm Thành đánh phá biên giới phía Nam, việc trách cứ các tướng ở biên giới v.v... Đặc biệt với văn thư thứ 22 trong quyển Toàn Tập Trần Nhân Tông của Giáo sư Lê Mạnh Thát dịch có liên quan đến Phật giáo Việt Nam, mà lúc đó Trần Nhân Tông đang làm vua của Đại Việt. Nội dung như sau:

"Tờ biểu xin Đại Tạng Kinh

"Họ Trần nước An Nam dâng biểu xin Đại Tạng Kinh.

"Thần ở Viêm hoang, lâu theo đấy Giác, mãi nhớ bối diệp, truyền tự Trung Hoa. Vào thời Đường, Tống, từng có ngựa trắng chở sang. Ngày đại binh kéo đến thì đã hóa nên tro tàn. Thở than chẳng thấy văn kinh, ý sâu rốt cuộc khó tìm, như vào nhà tối mà không đuốc tuệ, như vượt bể khổ mà thiếu thuyền từ. Nghĩ đến tiểu quốc thiếu kinh Đại Tạng, nếu không cầu thỉnh ở thượng quốc, thì lấy đâu mở lối cho quần sanh.

"Kính nghĩ, Hoàng đế bệ hạ là vua Nghiêu Thuấn đương thời, là Phật Thích Ca tái thế, lấy sự độ người giúp vật làm tâm, cho việc rộng ban cứu chúng là lòng. Tiếng ngọc may không giữ kín, tạng báu mong được mở toang. Từ trời mà xuống, ban cho một vạn năm trăm ngàn hơn cuốn kinh, vượt biển về nam, cứu ức triệu người dân khốn khổ. Công đức ấy hơn công đức trước, quảng đại vô biên. Thánh nhân nay là thánh nhân xưa, lưu truyền có thế."

Bên chữ Hán thì viết Nguyên Trinh năm thứ nhất, tức năm 1295, nghĩa là sau khi vua Trần Nhân Tông đã xuất gia mới viết tờ biểu để xin Đại Tạng Kinh này. Theo nội dung thì chúng ta thấy Đại Việt đã có Đại Tạng Kinh từ triều Tống của Trung Hoa. Đó là nói lần thỉnh kinh do vua Lê Long Đĩnh sai người sang Tống vào năm 1007. Nhưng khi "đại binh kéo qua", ý nói những cuộc chinh chiến của năm 1258, 1285 và 1288, những kinh sách ấy đã bị đốt phá hết rồi. Nay vua Trần Nhân Tông viết biểu để xin Đại Tạng Kinh khác.

Đại Tạng ngày đó, cách đây 700 năm, chắc không đầy đủ như Càn Long Đại Tạng hay Đại Chánh Tân Tu Đại Tạng Kinh bây giờ, nhưng chắc rằng những bản dịch kinh, luật, luận và các sớ giải cũng đã đầy đủ, và kể từ đó đến nay Việt Nam chúng ta, nhất là thời Hán học còn phát triển, ít nhất là đến đầu thế kỷ 20, ít ai nghĩ là kinh điển ấy cần dịch ra Việt ngữ để đọc tụng, thọ trì.

Mãi đến những năm sau này khi người Pháp đến, chữ Pháp và chữ Việt thay dần chữ Hán thì các bậc tôn túc trong Phật giáo mới bắt đầu dịch sang văn vần hay văn xuôi để người Việt đọc tụng, trong đó có kinh Di Đà, kinh Phổ Môn, kinh Kim Cang, kinh Pháp Hoa, kinh Dược Sư, kinh Địa Tạng v.v... rồi từ từ những bộ kinh lớn như: Hoa Nghiêm, Bảo Tích, Đại Bát Nhã, Đại Bát Niết Bàn v.v... cũng đã được dịch ra tiếng Việt. Dần dần có thêm những sách giáo khoa được biên soạn để dạy cho Tăng Ni cũng như Phật tử, ví dụ như bộ Phật Học Phổ Thông 12 cuốn của Cố Hòa Thượng Thích Thiện Hoa, biên soạn vào giữa thế kỷ 20, rất hoàn chỉnh và giúp cho bao thế hệ sau này dễ tiếp nhận được giáo lý căn bản của Đạo Phật và sự phân chia Tông Phái ở Trung Hoa cũng như Việt Nam, Nhật Bản v.v...

Rồi những bộ Luật đã được Hòa Thượng Hành Trụ, Hòa Thượng Đồng Minh, Hòa Thượng Minh Thông cũng đã dịch hoàn toàn ra Việt ngữ rất dễ tụng đọc. Hay nghi truyền giới cho Ngũ giới, Thập thiện, Bát quan trai, Bồ Tát giới, Sa-di, Sa-di ni, Tỳ-kheo, Thức-xoa, Tỳ-kheo ni đã được Hòa Thượng Thích Thiện Hòa soạn thành Giới Đàn Tăng và Giới Đàn Ni để làm kim chỉ nam cho các vị giới sư có cơ sở truyền đạt đến thế hệ sau này. Thật là tiện lợi vô cùng.

Đến năm 1969 Hòa Thượng Thích Tịnh Hạnh được Giáo Hội Phật giáo Việt Nam Thống Nhất cho sang Đài Loan du học, hơn 10 năm sau Hòa Thượng đã tốt nghiệp Tiến Sĩ tại Đài Loan và tâm nguyện của Ngài là làm sao phiên dịch hết Đại Tạng Kinh từ chữ Hán sang tiếng Việt. Bắt đầu từ năm 1994 Ngài đã trở lại Việt Nam để thực hiện hoài bão ấy. Mãi cho đến những năm sau này, Ngài một lòng đi vận động khắp nơi ở Âu, Mỹ, Úc để về Đài Loan tổ chức in ấn qua khâu dịch thuật tại Việt Nam và Ngài viên tịch cách đây chừng 4 năm (ngày 10/4/2015), trụ thế 81 năm, 65 năm tuổi Đạo và ở ngoại quốc gần 50 năm. Trước khi Ngài viên tịch, 187 tập Đại Tạng Kinh tiếng Việt đã được xuất bản, mỗi tập dày từ 500 đến 1.000 trang, còn 16 tập nữa chưa xuất bản, nhưng bản điện tử thì đã xong hoàn toàn. Hy vọng trong tương lai không xa, các đệ tử của Ngài sẽ thực hiện con đường của Thầy mình đã chủ trương để sớm hoàn thành bộ Linh Sơn Pháp Bảo Đại Tạng Kinh này, vốn được dịch từ Đại Chánh Tân Tu Đại Tạng Kinh (Taisho Shinshu Daizokyo) của Nhật Bản.

Thiết nghĩ ngày xưa khi Việt Nam chúng ta còn vua chúa đương quyền, đất nước thanh bình mà chúng ta vẫn chưa tự in ấn hay dịch thuật hoàn toàn Đại Tạng kinh này ra Việt ngữ được. Thế mà ngày nay ở ngoại quốc này, có một vị Đại Sư đã làm nên việc lớn như thế, chúng ta cũng nên góp sức chung lòng. Mặc dầu nội dung còn cần phải chỉnh sửa nhiều hơn nữa, nhưng lần đầu mà đã được Hòa Thượng Thích Tịnh Hạnh bắt đầu tốt như thế, thì mong rằng Phật giáo Việt Nam trong tương lai sẽ rực rỡ hơn nữa, vì thế hệ trẻ có tài liệu để nghiên cứu và học tập, tu trì.

Quyển sách Vua là Phật, Phật là Vua sẽ được chấm dứt ở phần này. Nếu quý vị muốn tham cứu đầy đủ hơn nữa thì nên đọc những Toàn tập của Giáo sư học giả Lê Mạnh Thát như Toàn tập Trần Thái Tông, Toàn tập Trần Nhân Tông v.v... hay những văn thơ Lý Trần hiện có mặt khắp nơi trên các trang nhà, quý vị có thể vào đó để ngắm nhìn non sông gấm vóc của Đại Việt một thời đã là như vậy.

V. LỜI CUỐI

Hôm nay là ngày 11 tháng 10 năm 2019 nhằm ngày 13 tháng 9 năm Kỷ Hợi. Hôm nay cũng là ngày giỗ lần thứ 21 của Sư Phụ tôi, cố Hòa Thượng Thích Long Trí, Trụ trì chùa Viên Giác Hội An, Quảng Nam. Trước khi Thầy viên tịch, Thầy làm Chánh Văn Phòng của Viện Tăng Thống Giáo Hội Phật giáo Việt Nam Thống Nhất dưới thời Đức Đệ Tứ Tăng Thống Hòa Thượng Thích Huyền Quang bị lưu đày nơi Nghĩa Hành, Quảng Ngãi. Thầy tôi sinh ngày 12 tháng 9 năm Mậu Thìn (1928) và viên tịch ngày 13 tháng 9 năm Mậu Dần (1998). Hưởng thọ 71 tuổi ta. Mới đó mà đã 21 mùa xuân qua thu lại rồi. Thời gian trôi qua nhanh thật.

Năm 1991, nhân lễ khánh thành chùa Viên Giác tại Hannover, tôi đã thỉnh Thầy qua thăm được một tháng và đó là lần cuối cùng, kể từ khi tôi xuất gia với Thầy năm 1964.

Từ năm 1964 đến 1966 tôi ở chùa Phước Lâm Hội An.

Từ năm 1966 đến 1968, tôi trú tại chùa Viên Giác Hội An. Đây là 2 năm Thầy trò gần gũi nhau nhiều nhất, hầu như mỗi ngày.

Từ năm 1969 đến 1971 tôi ở tại chùa Hưng Long, Sài Gòn.

Rồi từ năm 1972 đến giữa năm 1977, gần 5 năm rưỡi tôi ở chùa Honryuji tại Hachioji, Tokyo, Nhật bản, sau đó đi qua Đức.

Tôi ở Kiel một năm từ 1977 đến 1978 và dời về Hannover khai sơn, trụ trì chùa Viên Giác tại đây từ năm 1978 đến 2003. Suốt trong 25 năm ấy, tôi đã đem hết sức bình sinh ra làm việc cho chùa và cho Phật giáo Việt Nam tại Đức và từ 2003 đến nay (2019) hơn 16 năm tôi ở vào ngôi Phương Trượng, trải qua 3 đời Trụ Trì rồi. Đó là Thầy Hạnh Tấn từ năm 2003 đến năm 2008, Thầy Hạnh Giới từ năm 2008 đến 2017 và Thầy Hạnh Bổn từ năm 2017 đến nay. Kể ra tôi sống tại thành phố Hannover này cũng đã 41 năm rồi, nếu cộng thêm với 6 năm rưỡi ở Nhật cũng như ở Kiel thì con số 47 năm rưỡi tại ngoại quốc là con số chính xác nhất. Rồi đây tôi còn sống được bao nhiêu lâu nữa thì cũng tùy vào nhân duyên vậy.

Nếu tuổi Thầy tôi sau khi sinh nhật lần thứ 70 chỉ có 4 ngày thì viên tịch, nên tuổi ta tính thành 71 tuổi. Còn tôi sinh ngày 28 tháng 6 năm 1949 và hôm nay là ngày 11 tháng 19 năm 2019, như vậy tôi cũng đã hơn 70 tuổi và gần 4 tháng dư. Như vậy tôi cũng đã ở tuổi 71 rồi. Thời gian còn bao lâu nữa thì chưa biết, vì vô thường đến gõ cửa thì mình phải đi thôi. Có thể là ngày mai, mốt, bữa kia hay trong nhiều năm tháng nữa cũng không chừng. Theo thuyết duyên sanh và duyên khởi cũng như luật vô thường của nhà Phật để tính toán cũng như nghĩ suy là đúng cách nhất.

Hôm nay cũng là ngày cách đây đúng một tháng, vào ngày 11 tháng 9 năm 2019 vừa qua, tại Tu Viện Viên Đức thuộc miền Nam nước Đức, tôi đã bắt đầu chấp bút viết tác phẩm thứ 67 này và hôm nay tại thư phòng Tổ Đình Viên Giác ở Hannover tôi hoàn thiện bản thảo viết tay này ít nhất là 341 trang khổ A4. Trong 30 ngày đó, tôi có 4 cuối tuần phải đi Phật sự các nơi tại nước Đức. Như vậy chỉ có 22 ngày viết ròng rã, mỗi ngày từ 6 đến 8 tiếng đồng hồ và nếu đem chia đều cho 341 trang thì sẽ có số trang trung bình mỗi ngày là 15 trang rưỡi. Nếu đánh máy thành khổ A5 chắc không dưới 400 trang. Đây lại là một quyển sách dày nữa. Không biết mọi người có thích thú để đọc chăng?

Năm 2019 này có rất nhiều sự kiện quan trọng nên tôi đã dành hết chủ lực vào đó. Ví dụ như tổ chức cho Phái Đoàn Hoằng Pháp Âu Mỹ giảng lần cuối tại Âu Châu, tổ chức những ngày đại lễ tại chùa Viên Giác Hannover vào cuối tháng 6, sau đó tham dự khóa Tu Học Phật Pháp Âu Châu kỳ thứ 31 tại Dinant, Bỉ Quốc, rồi lễ Vu Lan các nơi, nên việc viết sách năm nay tôi phải để dành vào tháng 9 và tháng 10 vậy. Cứ mỗi năm như thế tôi cố gắng hoàn thành từ 1 đến 2 tác phẩm hay dịch phẩm và cũng chẳng biết là phải chấm dứt lúc nào. Thôi thì khi nào còn viết được thì cứ viết, còn đi đây đó để giảng pháp được thì cứ đi, chứ biết nói sao bây giờ cho đúng, bởi lẽ chính việc khởi đầu năm 1974 khi tôi học năm thứ 2 ngành Giáo Dục tại Đại Học Teikyo ở Hachioji, vị Thầy dạy Văn học Nhật Bản cho tôi tên là Takeda, mỗi tuần 2 giờ đã từng bảo rằng: Nếu Việt Nam có những truyện cổ tích gì đặc biệt thì hãy dịch từ tiếng Việt sang Nhật ngữ cho Thầy chấm bài gồm một công hai chuyện là biết thêm về Văn học Việt Nam cũng như Thầy ấy chấm trình độ Nhật ngữ của tôi luôn thể. Cuối năm đó tôi đã dịch xong một số chuyện cổ tích trong quyển "Truyện cổ Việt Nam tập I" của Nguyễn Đổng Chi như: Sự tích cây nêu ngày Tết, Sự tích cây Huyết Dụ, Sự tích quả dưa hấu, Đầm Dạ Trạch v.v... Thầy Takada thấy được, nên khuyên tôi nên xuất bản sách dịch ra Nhật ngữ này. Tôi về chùa Honryuji để thưa với Hòa Thượng Oikawa và đã được Thầy chấp nhận, nên bản in lần thứ nhất cho tập I bằng tiếng Nhật được ra đời tại Nhật vào năm 1974 và sau đó tập II vào năm 1975 khi tôi học năm thứ 3 cũng đã được một số tạp chí nhi đồng trích đăng, báo Yomiuri cũng như báo Phật giáo Nhật Bản ở Kyoto cũng đã đến chùa Honryuji để phỏng vấn.

Nhân duyên chỉ là vậy và năm 1977 khi sang Đức, tôi chưa bao giờ nghĩ đến chuyện viết sách. Thế mà động cơ nào đó đã làm cho tôi bắt đầu phải viết sách tiếng Việt đầu tay nhan đề là "Giọt mưa đầu hạ" do chùa Khánh Anh tại Bagneux xuất bản vào năm 1979 với lời giới thiệu của Cố Hòa Thượng Thích Minh Tâm. Sau đó là tập sách "Ngỡ ngàng" nhỏ thôi, nhưng tập này ngày nay tìm ở đâu cũng không ra nữa. Tuy vậy, nó vẫn là một trong những sách đầu tay của mình. Thế rồi năm sau, năm sau nữa, nhất là từ năm 1979 đến năm 2004 trong suốt 25 năm như vậy, nhờ sự giúp đỡ vật chất in ấn sách và báo Viên Giác của Bộ Nội Vụ Cộng Hòa Liên Bang Đức, qua Dr. Geißler hỗ trợ, tôi lại gần như bị bắt buộc là mỗi năm phải cho ra đời một tác phẩn song ngữ Việt Đức để trình cho Bộ Nội Vụ, vì họ đã giúp cho mình in ấn. Đây là những lý do chính đáng cho đến năm 2003. Từ 2003 đến 2011, suốt 10 mùa đông như vậy, mỗi năm tôi có 3 tháng tịnh tu cũng như nhập thất tại Á cũng như Úc Châu và suốt trong 10 năm này vừa dịch vừa viết cũng được 20 tác phẩm nữa. Đa phần do Phật Tử hỗ trợ để in ấn và từ năm 2011 đến nay (2019) cũng như thế, tất cả các tác phẩm của tôi viết hay dịch đã lần lượt được ra đời với các độc giả khắp nơi trên thế giới này. Đó là nhờ vào quý Phật tử và cũng là nhân duyên vậy.

Cuộc đời của mỗi chúng ta khi sinh ra, lớn lên rồi đi vào đời, vào đạo không ai giống ai. Vì do nhân duyên cũng như nghiệp lực tạo nên và dẫn dắt ta vậy. Cho nên có nhiều người muốn như thế này, thế nọ, mà kết quả là thế kia, thế khác, không như họ muốn được. Tôi cũng nằm trong trường hợp đó, vì tất cả những gì đã xảy ra trong đời này của tôi, hầu như tôi đã không định trước được gì cả. Sau đây là một số trường hợp tôi đã hoàn thành do sự bắt đầu có nhân duyên hay ngay cả không do nhân duyên mà lại thành tựu.

Việc thứ nhất là sự tu học, hành trì cho tự thân của mình. Tôi nghĩ rằng Thần Chú Thủ Lăng Nghiêm là một thần chú linh nghiệm bậc nhất của người xuất gia cũng như tại gia, nên kể từ năm 1964 đến nay (2019) suốt trong hơn 55 năm như vậy, hầu như không có buổi sáng nào trong 55 năm ấy mà tôi không trì tụng thần chú này tại chùa, tại nhà Phật Tử hay các nơi tôi đi đến, ngay cả trên máy bay hay tàu hỏa, tàu thủy v.v... ít nhất cũng là câu thần chú sau cùng: Án a na lệ, tỳ xá đề, bệ ra... Hơn nửa thế kỷ qua, tôi đã duy trì được điều đó và mãi cho đến hôm nay ở tuổi 71 này, mỗi sáng tôi vẫn hành trì như vậy.

Việc thứ hai là lễ bái. Năm 1984 lúc tôi 35 tuổi, khi tôi thấy quý bác đi lễ chùa, quý bác lớn tuổi muốn lạy Phật một lạy cũng khó khăn, nên tôi bắt đầu phát nguyện lạy kinh trong mỗi mùa An Cư Kiết Hạ 3 tháng vào mỗi tối như vậy. Năm đầu tôi lạy Ngũ Bách Danh, tức 500 danh hiệu của Bồ Tát Quán Thế Âm, sau đó phát tâm lạy kinh Tam Thiên Phật Danh gồm 3.000 lạy. Đó là: Quá khứ trang nghiêm kiếp 1.000 vị Phật, hiện tại Hiền Kiếp 1.000 vị Phật và Vị Lai Tinh Tú Kiếp 1.000 vị Phật nữa. Tôi chưa dừng lại đó mà bắt đầu trong những mùa hè sau lạy Kinh Vạn Phật. Tuy nói là Vạn Phật, chứ trong kinh này có 11.100 vị Phật.

Vào ngày 7 tháng 6 năm 1990 (lúc đang xây chùa Viên Giác) tôi bắt đầu phát tâm lạy kinh Pháp Hoa mỗi chữ mỗi lạy.

Theo sự thống kê của Thầy Hạnh Bảo thì:

- Năm 1990 có 61 đêm lạy kinh Pháp Hoa. Tổng cộng là 14.213 lạy.
- Năm 1991 có 56 đêm lạy. Tổng cộng là 13.767 lạy.
- Năm 1992 có 55 đêm lạy. Tổng cộng là 14.824 lạy.
- Năm 1994 bước qua 1995 có 73 đêm lạy. Tổng cộng là 22.000 lạy.

Tổng cộng hơn 5 năm trong 5 mùa hạ và mỗi đêm ít nhất lạy từ 250 đến 350 lạy và tổng cộng số chữ Việt trong kinh Pháp Hoa là: 75.802 chữ, điều này cũng có nghĩa là chúng tôi đã lạy tổng cộng 75.802 lạy.

Sau đó thì tôi lập nguyện to lớn hơn, vì nghĩ rằng mình còn có khả năng lạy vào mỗi đêm trong mùa an cư kiết hạ, nên tôi bắt đầu nghĩ rằng: Bộ Kinh Niết Bàn gồm 2 quyển, lạy xong chắc "nhập Niết Bàn", cũng tốt thôi. Thế là ngày 10 tháng 6 năm 1995 Thầy trò chúng tôi bắt đầu lạy kinh Đại Bát Niết Bàn quyển I và kết quả như sau:

1) Năm 1995	31 ngày	7.155 lạy
2) Năm 1996	47 ngày	13.594 lạy
3) Năm 1997	47 ngày	12.650 lạy
4) Năm 1998	38 ngày	15.926 lạy
5) Năm 1999	52 ngày	15.947 lạy
6) Năm 2000	51 ngày	15.654 lạy
7) Năm 2001	51 ngày	15.915 lạy
8) Năm 2002	52 ngày	15.697 lạy
9) Năm 2003	48 ngày	14.414 lạy
10) Năm 2004	50 ngày	15.632 lạy
11) Năm 2005	51 ngày	16.193 lạy

Tổng cộng trong 11 năm ấy đã lạy được 158.777 chữ trong quyển I và cũng có nghĩa là 158.777 lạy.

Vào ngày 12.6.2006 Đại Chúng chùa Viên Giác bắt đầu lạy vào quyển II của Kinh Đại Bát Niết Bàn và đêm ấy lạy được 334 lạy. Sau đây là số ngày lạy cũng như số lạy đã được ghi lại từng ngày.

1) Năm 2006	46 ngày	15.074 lạy
2) Năm 2007	40 ngày	11.983 lạy
3) Năm 2008	40 ngày	10.939 lạy
4) Năm 2009	34 ngày	13.337 lạy
5) Năm 2010	50 ngày	13.357 lạy
6) Năm 2011	31 ngày	10.054 lạy
7) Năm 2012	50 ngày	15.516 lạy
8) Năm 2013	46 ngày	14.359 lạy
9) Năm 2014	50 ngày	15.821 lạy

10) Năm 2015	48 ngày	15.613 lạy
11) Năm 2016	31 ngày	7.849 lạy
12) Năm 2017	54 ngày	16.105 lạy
13) Năm 2018	73 ngày	16.808 lạy

Vì tôi sợ trong mùa An cư Kiết hạ năm 2019 có nhiều việc để phải làm, nên tôi đã đề nghị Đại Chúng chùa Viên Giác là từ sáng ngày 25.8.2018 mỗi sáng trong thời Lăng Nghiêm thay vì lạy danh hiệu Phật và Thánh Chúng 35 lạy sau lúc đi kinh hành thì nên lạy kinh Đại Bát Niết Bàn quyển II cho hết trước khi vào hạ năm sau 2019 thì hay hơn. Cho nên sáng hôm đó chúng tôi lạy 96 lạy và mỗi sáng như vậy lạy cho đến sáng ngày 4 tháng 5 năm 2019 thì Thầy trò chúng tôi đã lạy xong toàn bộ 2 quyển kinh Đại Bát Niết Bàn này và năm 2019 lạy được tất cả 53 buổi sáng gồm 6.383 lạy. Vậy tổng cộng của quyển II gồm 183.189 chữ. Điều ấy cũng có nghĩa là 183.189 lạy. Nếu đem 2 quyển cộng lại chung thì chúng ta sẽ có số thành là: 158.777 + 189.189 chữ, thành 341.966 chữ hay 341.966 lạy.

Ngày 4 tháng 5 năm 2019, nhằm ngày 30 tháng 3 năm Kỷ Hợi. Đây là ngày Vua Rawa đệ X của Thái Lan đăng quang tại Bangkok và tôi cũng như Đại Chúng chùa Viên Giác tại Hannover đã hoàn nguyện sau 35 năm (1984-2019) lạy kinh từng chữ một như thế. Như vậy đại nguyện đã được viên thành.

Việc thứ ba là cấp phát học bổng cho Tăng Ni sinh ở trong cũng như ngoài nước. Đã từ lâu tôi được đi học ở trong nước và được Giáo Hội gởi đi du học tại Nhật Bản vào năm 1972. Do vậy tôi rất quý những người ham tu, ham học và nhất là những người có hoàn cảnh khó khăn. Đầu tiên tôi giúp cho các em tại trường Tiểu học Xuyên Mỹ, Duy Xuyên, Quảng Nam. Tôi cùng với Hòa Thượng Bảo Lạc giúp đỡ suốt trong 19 năm qua sự phân phát của Thầy Hiệu Trưởng Phan Thế Tập cũng như các anh chị em cựu học sinh Xuyên Mỹ như: Sửu, Hùng, Giao v.v... Bây giờ chỉ còn giúp cho 2 trường Trung Học Trần

Quý Cáp tại Hội An, còn trường Tiểu Học Xuyên Mỹ đã tạm ngưng. Ngoài ra chúng tôi còn giúp học bổng cho Tăng Ni Sinh Việt Nam hiện đang học tại Quảng Nam Đà Nẵng cũng như Sài Gòn - Huế suốt trong mấy chục năm qua vẫn chưa ngừng nghỉ. Đồng thời những "nồi cháo tình thương" tại Bệnh viện Đà Nẵng do Ni Trưởng Thích Nữ Diệu Cảnh và chùa Bảo Quang đảm nhận việc phân phối hằng tháng đều là do ngân quỹ từ các Phật Tử chùa Viên Giác tại Đức đóng góp mới có được. Đó là chưa kể những việc từ thiện khác tại Quảng Nam như quỹ giúp cho những Tăng Ni về già không có tiền thang thuốc, hay quỹ giúp bão lụt v.v... Tất cả đều đã, đương và sẽ thực hiện qua nhiều năm tháng trong mấy chục năm nay.

Năm 1994 khi tôi sang Ấn Độ hành hương và gặp Thầy Hạnh Tấn cũng như Thầy Hạnh Chánh đang du học Cao Học tại đó. Quý Thầy trình bày về khó khăn của các Thầy Cô từ Việt Nam sang đây du học không đủ tiền bạc để sống hằng tháng cũng như tiền mua sách vở để viết bài. Do vậy tôi đã phát tâm tùy theo nhu cầu của từng Thầy, Cô, bắt đầu từ năm 1994 đến 2012, nghĩa là 19 năm như vậy, chùa Viên Giác tại Hannover đã cấp phát cho 187 Thầy, Cô du học tại Ấn Độ với tổng kinh phí gần 1 triệu Euro. Có 187 vị nhận (danh sách vẫn còn lưu trữ tại văn phòng của chùa) và sau năm 2012 đã có 132 vị Tiến Sĩ ra trường. Đây cũng là một nhân duyên để trợ giúp cho quý Thầy, Cô đã du học tại Ấn Độ, nhưng đến năm 2012 tôi đã tự chấm dứt, vì hoàn cảnh của năm 2012 so với 1994 ở Việt Nam đã khá hơn nhiều rồi, nhất là vấn đề kinh tế. Vả lại tôi tuổi càng ngày càng lớn, nên dành sự trợ giúp ấy cho thế hệ đi sau tiếp tục con đường của tôi đã làm trong mấy chục năm qua. Xem như việc ấy đã được thành tựu ở giai đoạn đầu.

Việc thứ tư là tổ chức Phái Đoàn Hoằng Pháp Âu Mỹ. Những năm cuối thế kỷ 20, tôi thường cùng với một hay hai Thầy Đệ Tử sang Canada cũng như Hoa Kỳ để hoằng pháp theo lời mời của một vài chùa tại đó. Do nhân duyên này lại có nhiều chùa nữa mời trong nhiều cuối tuần. Do vậy tôi không thể một mình đảm đương nổi, nên đã gọi mời thêm quý Thầy, Cô tại Úc, Việt Nam, Hoa Kỳ, Âu Châu vào chung trong đoàn để đi ít nhất là 4 cuối tuần và nhiều nhất là 8 cuối tuần, nghĩa là đúng 2 tháng. Phái đoàn ban đầu 4 Thầy Cô, nhưng sau đó lên đến 6, 8, 10, 12 và có khi lên đến 14 vị. Chúng tôi đi suốt từ Âu Châu qua Á Châu như: Ấn Độ, Thái Lan, Lào, Nhật Bản, Đại Hàn qua Úc, rồi Canada, Hoa Kỳ v.v... đi đến đâu cũng được bà con Phật Tử rất hoan nghinh và gần 20 năm như vậy, bắt đầu từ năm nay tôi muốn dừng chân, để dành thời gian đọc Đại Tạng Kinh, cũng như sức khỏe không cho phép nhiều như xưa nữa, nên nhân ngày chúc thọ lần thứ 70 của tôi vào ngày 28 tháng 6 năm 2019 vừa qua, tôi đã chính thức thỉnh Thượng Tọa Thích Nguyên Tạng, Trụ trì Tu viện Quảng Đức tại Melbourn, Úc Châu làm Trưởng Đoàn và vẫn tiếp tục làm nhiệm vụ "tác Như Lai sứ, hành Như Lai sự" này. Thượng Tọa Thích Thông Triết, Trụ trì Thiền viện Chánh Pháp tại Oklahoma, Hoa Kỳ, Đại diện cho Hoa Kỳ và Thượng Tọa Thích Viên Giác, Trụ trì chùa Đôn Hậu tại Na Uy, Đại diện cho Âu Châu. Hy vọng là Phái Đoàn vẫn tiếp tục làm công việc: "Hoằng pháp thị gia vụ, Lợi sanh vi sự nghiệp" này trong tương lai gần.

Do năm nay tổ chức những sự kiện quan trọng tại chùa Viên Giác Hannover vào cuối tháng 6, nên tôi đã kết hợp với Phái Đoàn Hoằng Pháp Âu Mỹ đi đến các nước Bắc Âu như: Na Uy, Thụy Điển, Đan Mạch, Phần Lan và Pháp cũng như Đức vào tuần lễ cuối cùng của cuối tháng 6. Sau đó về chùa Viên Giác để cùng dự lễ chung. Như vậy việc này cũng đã không định trước, nhưng cũng đã thành tựu như nguyện, nên riêng tôi xin niệm ân tất cả chư Tôn Đức Trụ Trì các Chùa, các Tự viện ở những nơi mà Phái Đoàn Hoằng Pháp của chúng tôi đã đi qua và hy vọng trong những ngày tháng tới đây nữa, tuy tôi không tháp tùng đi cùng, nhưng cũng xin quý vị gia tâm trợ duyên cho Phái Đoàn để được thành tựu như nguyện. Đồng thời tôi cũng xin cảm ơn tất cả quý Thầy Cô đã cùng tôi đi suốt một chặng đường dài gần 20 năm qua tại hải ngoại này. Thật là những kỷ niệm không bao giờ có thể quên được trong cuộc đời làm Tăng Sĩ của mình.

Việc thứ năm là trì kinh Đại Bát Nhã 600 cuốn gồm 24 tập, mỗi tập trên dưới 1.000 trang do Thầy Hạnh Tấn, đệ tử lớn của tôi chủ xướng. Thầy ấy xuất gia với tôi từ năm 1987. Năm nay nghe tôi tổ chức Khánh Tuế lần thứ 70 nên đã phát tâm cùng với Đại Chúng chùa Viên Giác và gần 100 Phật Tử về Tổ Đình trì tụng mỗi ngày 10 tiếng đồng hồ kể từ ngày 15 đến ngày 25 tháng 6 năm 2019. Đây là một công đức không nhỏ, vì xưa nay ở Việt Nam cũng như tại ngoại quốc này chưa có nơi nào tổ chức được pháp hội tụng kinh Đại Bát Nhã đông và nhiều ngày như thế. Làm Thầy, chắc ai cũng sẽ cảm động khi có hàng đệ tử lớn, nhỏ muốn báo đáp ân huấn dục của Thầy Tổ nhân những ngày trọng đại như thế. Thật là quý hóa vô cùng.

Năm nay có nhiều sự kiện quan trọng, nên tôi đã phân chia quý Thầy, Cô đảm trách những công việc như sau:

- Về việc sắp xếp chuyện trì kinh Đại Bát Nhã thì do Thầy Hạnh Tấn đảm trách.
- Ngày 27 tháng 6 năm 2019 là ngày Hội Thảo về Văn Hóa Phật giáo do Thầy Hạnh Giới và các anh chị em Gia Đình Phật Tử Việt Nam tại Đức lo.
- Đêm kỷ niệm 40 năm báo Viên Giác do anh Chủ bút Nguyên Trí Phù Vân cùng với Nhóm Bút Nữ lo.
- Ngày 28 tháng 6 năm 2019 sinh nhật lần thứ 70 của tôi. Thầy Hạnh Bảo lo tổng quát và Thầy Hạnh Tuệ đến từ Hoa Kỳ làm xướng ngôn viên.
- Chiều ngày 28 tháng 6 năm 2019 chương trình văn nghệ đặc biệt do ca sĩ Gia Huy và các ca sĩ chuyên nghiệp đến từ Hoa Kỳ đảm trách.

- Tối ngày 28 tháng 6 năm 2019 đêm văn nghệ do 7 Gia Đình Phật Tử Việt Nam tại Đức trình diễn.

Đến ngày 29 tháng 6 năm 2019, bên trên Chánh điện thì có Đàn truyền giới Sa Di, Sa Di Ni, Thức Xoa Ma Na Ni, Tỳ Kheo, Tỳ Kheo Ni. Phần này do Thầy Hạnh Tấn, Thầy Hạnh Giới, Sư Cô Hạnh Trì đảm trách cùng với các vị hộ giới, hộ đàn cho Đại Giới Đàn Quán Thông này. Trong khi đó bên dưới Hội trường ngày 29 có 3 buổi giảng đặc biệt gồm: Hòa Thượng Thích Thông Hải đến từ Hawai, Hoa Kỳ, Phái Đoàn Hoằng Pháp Âu Mỹ và Ni Trưởng Thích Nữ Giới Châu cũng như Ni Sư Thích Nữ Minh Liên đảm trách.

Sang ngày 30 tháng 6 năm 2019 nhằm ngày chủ nhật có những lễ như sau được tiến hành.

Đầu tiên là lễ Thọ Bồ Tát giới xuất gia cho hơn 130 vị tại Chánh điện chùa Viên Giác.

Kế tiếp là lễ Chúc Thọ cho những vị Cư Sĩ từ 60 đến trên 80 tuổi do Thầy Hạnh Tuệ làm MC và lễ tấn phong cho 35 vị lên Hòa Thượng, Thượng Tọa, Ni Sư do Thượng Tọa Thích Hoằng Khai đảm trách.

Vào lúc 12 giờ trưa cùng ngày là lễ cúng dường trai tăng cho 300 chư Tăng Ni khắp nơi trên thế giới về đây tham dự và lễ huân tăng đặc biệt kỳ này.

Thầy Hạnh Bổn, Trụ trì chùa Viên Giác lo tổng quát các khâu.

Sư Cô Thích Nữ Hạnh Trang, Trụ trì chùa Viên Quang tại Tübingen phát tâm lo việc ăn uống trong 4 ngày cho toàn thể chư Tăng Ni về tham dự lễ.

Ni Trưởng Thích Nữ Diệu Phước và Ni Chúng chùa Linh Thứu Berlin lo trang trí, cắm hoa cũng như hỗ trợ nhiều phương tiện vật chất khác như cúng dường chén bát mới cho 300 Tăng Ni và 4.000 đĩa đựng thức ăn cho Phật Tử, kể cả 300 bình bát v.v...

Thầy Như Tịnh ở Việt Nam lo phần in ấn Giới Điệp thọ giới cho các giới tử cũng như 35 bảng tấn phong rất là trang trọng. Ngoài ra Thầy Như Tịnh còn tặng cho mỗi vị trong Hội Đồng Thập Sư Tăng và Thập Sư Ni một ấn bằng chữ Hán về Pháp Danh của mình nữa.

Thầy Chúc Hiếu lo đôn đốc giấy tờ xin Visa cho quý Thầy Cô tại Việt Nam qua Tòa Đại Sứ Đức và Tòa Đại Sứ Pháp.

Ở đây cũng xin cảm ơn Thượng Tọa Quảng Đạo, Trụ trì chùa Khánh Anh rất nhiều, vì Thầy cũng đã đứng ra ký giùm 50 giấy mời gởi về Việt Nam cho quý Thầy Cô, cộng với 60 giấy mời bên Đức do Thầy Hạnh Bổn ký nữa. Tổng cộng là 110 hồ sơ mời tất cả và đã có 80 chư Tăng Ni từ khắp Bắc Trung Nam Việt Nam đến dự lễ tại Chùa Viên Giác Hannover vào cuối tháng 6 năm 2019 vừa qua. Thật là bất khả tư nghì. Trong đó có 30 vị tuy có giấy mời nhưng không đi được vì vài vị bị Tòa Đại Sứ Đức hay Pháp từ chối. Một số quý vị khác bị bệnh duyên hay những công việc đột xuất tại quê nhà, nên không qua được, cũng lấy làm tiếc lắm, nhưng lần này là lần số lượng khách mời Tăng Ni đông nhất từ xưa đến nay.

Thầy Hạnh Nhơn lo quản Khách sạn C, Ni Sư Hạnh Khánh quản Khách sạn B và Ni Sư Diệu Trạm lo tiếp đón cũng như lo phòng ốc cho Chư Tôn Đức Tăng Ni trong hai Hội Đồng Thập Sư tại Khách sạn A.

Thầy Thông Triển, Thông Triêm, Thông Trụ, Thông Giáo lo đón đưa khách đến cũng như khách đi, rất nhịp nhàng và uyển chuyển. Với cả mấy trăm người đến và đi tại phi trường Hannover, nhà ga xe lửa cũng như trạm xe bus v.v... rất phức tạp, mà quý Thầy đã chu toàn tất cả. Thật là ngoài sức tưởng tượng vậy.

Thầy Hạnh Lý lo quản việc nội tự của khách đến, khách đi.

Thầy Hạnh Luận lo việc đăng hình lên trang nhà viengiac. de

Thầy Hạnh Định hướng dẫn một xe bus 80 người đi tham quan Hòa Lan và Pháp trong 5 ngày. Đây là đoàn hành hương chỉ toàn Tăng và Ni, nên không khí sinh hoạt trong xe bus cũng rất là đặc biệt.

Các Chùa, các Chi Hội Phật Tử khắp nơi đã về Viên Giác hợp lực cùng với Hội Phật Tử và các Gia Đình Phật Tử để cùng chung lo trong các Ban Trai Soạn, Vệ sinh, Trật tự cho 6.000 mgười trong 4 ngày như thế, nhưng trông ra ai cũng hoan hỷ, vì kỳ này đặc biệt là chùa hoàn toàn không thâu lệ phí ẩm thực, nên ai ai cũng vui vẻ đi thăm viếng nhiều cửa hàng khác nhau, mà chẳng ngại ngùng gì cả. Khi muốn dùng món nào, cứ tự nhiên. Miễn sao dạ dày có khả năng dung chứa được.

Từ đó đến nay tôi đã viết hai bài đăng trên các báo và các mạng, nhan đề là: "Đức Chúng Như Hải" cũng như "Những Ngày Nắng Gắt" để thâm tạ những ân nghĩa đượm tình quê hương này. Đặc biệt có mấy ngàn tô mỳ Quảng do Chư Ni tại Quảng Nam đảm trách nấu nướng cũng như đãi khách và Chư Tăng Ni tham dự lễ vào sáng ngày 28 tháng 6 năm 2019 rất là đặc biệt, thắm đậm tình nghĩa quê hương. Những bộ y áo đặc biệt do quý Phật Tử tại Ejberg Đan Mạch, Birmingham Anh Quốc và của hai Phật Tử Nguyên Hùng và Nguyên Ân Hoa Kỳ cúng dường do nhà may, nhà thiết kế Phạm Nghiêm Trai ở Sàigòn rất ư là đặc biệt. Xin vô cùng biết ơn về những việc này.

Đặc biệt kỳ này có Hòa Thượng Thích Trí Minh, Phương Trượng các Tự Viện Na Uy, đã hơn 10 năm rồi Hòa Thượng chưa ghé chùa Viên Giác, nhưng lần này Hòa Thượng đã dự cả 4 ngày và trong tất cả các lễ quan trọng đều có sự tham dự và chứng minh của Hòa Thượng. Không khí hòa hợp Tăng Già trở nên thân thiện và đầm ấm hơn. Vì tất cả chúng tôi, ai bây giờ cũng đã trên 70 tuổi rồi. Nếu những ngày còn lại với đời mà sống và gặp nhau có ý nghĩa như vậy thì còn gì hơn.

Khâu văn phòng, khâu ghi tên kỳ này tuy không bận rộn lắm như các Đại Lễ Phật Đản hay Vu Lan, nhưng mọi người đã hoạt động rất nhịp nhàng. Nhìn mọi người ai ai cũng nở những nụ cười tươi tắn trên hai làn môi cũng như khóe mắt. Đó là những điều nên gìn giữ lại suốt cả trong hành trình hộ pháp của mình.

Riêng tôi thì đã đón nhận được những pháp hỷ lạc ấy từ mọi người, mọi phương diện, mọi hình thức, nên biết nói gì đây cho hết, chỉ bằng cách rút hết những sợi tơ lòng của mình để dệt nên chữ nghĩa, viết thành lời, thành sách để tặng đến mọi người. Vì tôi nghĩ rằng: tiền của rồi cũng sẽ ra đi, nhưng tinh thần và chữ nghĩa thì vẫn luôn còn ở lại với đời, nên tôi đang thể hiện việc này qua giấy mực.

Kể ra như vậy, với cuộc đời của một người Tăng Sĩ bắt đầu từ chốn bùn nhơ nước đọng của quê hương xứ Quảng, cho đến khi vào Sàigòn hay lúc sang Tokyo và ngày nay ở Đức hay đi khắp nơi trên thế giới như cá nhân tôi, quả là hạnh phúc và vinh dự biết bao. Nên tôi xin niệm ân Tam Bảo, ân Thầy Tổ, ân Cha Mẹ và ân Đàn Na Tín Thí rất nhiều. Vì nếu không có họ, tôi sẽ không có được ngày hôm nay.

Bây giờ Tổ Đình Viên Giác, Tu Viện Viên Đức đã xong hết mọi nợ nần, quý Thầy Cô cũng đã trưởng thành, đầy đủ khả năng để gánh vác việc Phật sự, nên tôi không còn phải lo gì nữa. Nên kể từ năm 2021 trở đi, tôi sẽ đi và ở mỗi nơi từ 2 tuần lễ cho đến 1 hay 2 tháng và cứ đi mãi như thế khắp 5 châu, cho đến khi nào bệnh duyên đến mới thôi và những lễ lộc khác tại các Chi Hội hay các Chùa tại Đức cũng như Âu Châu tôi xin vắng mặt, để có thời gian thực hiện ý nguyện cuối cùng trong đời mình vậy. Giờ tôi chỉ dành thời gian đi đây đó, đọc Đại Tạng Kinh, viết cũng như đọc sách và nếu có gặp chỗ giảng pháp thì tôi sẽ tùy duyên, chứ không còn phải bị bó buộc như xưa nữa.

Bắt đầu từ cuốn sách thứ 67 này cũng như những sách về sau và về trước, tôi đã nhờ Phật Tử Nguyên Đạo và anh Nguyên Minh Nguyễn Minh Tiến, chủ trang nhà Rộng Mở Tâm Hồn cho chỉnh trang lại và đưa toàn bộ lên Amazon để khắp nơi trên thế giới quý vị có thể đặt mua, tiện lợi hơn là in ra mỗi lần 1.000 cuốn, không có chỗ để và bây giờ nếu ai thích thì đặt 1 hay 2 cuốn trên Amazon họ vẫn có thể in và gởi đến tận nhà cho mình. Như thế hay hơn. Tuy là vậy, nhưng chú Sanh cũng phải đánh máy, vì từ xưa đến nay tất cả sách dịch và viết, tôi đều viết tay, không có quyển nào tự đánh máy cả, nên những bản cảo chính vẫn còn đây, chừng 100 năm sau nữa, nếu có ai tìm đến những tác phẩm nguyên cảo của tôi viết, chắc sẽ có giá trị lắm. Sau khi đánh máy xong phải cần có người dò lại lỗi chính tả cũng như ý tứ câu văn và kỳ này chắc chắn tôi sẽ nhờ Tứ Nguyên gồm: Anh Nguyên Trí, Nguyên Đạo ở Đức, Anh Nguyên Tánh, Nguyên Minh ở Hoa Kỳ lo giúp giùm khâu này cho tôi thì sẽ được an tâm hơn nhiều. Anh Như Thân và Thầy Hạnh Bổn sẽ lo giúp phần layout sách sau khi đã dò lại xong và phần bìa sách sẽ do anh Nguyên Minh nhờ những người chuyên môn thực hiện vậy.

Đó là tất cả những gì tôi muốn nói và muốn viết ở phần cuối của tác phẩm này. Đây là một lời tâm sự, mà cũng có thể là những lời nhắn nhủ, gởi trao lại cho những người đi sau, vì chắc rằng một mai đây tôi sẽ không còn có mặt trên cõi đời này nữa, thì đây là tấm lòng của tôi, trân quý xin gởi lại quý vị vậy. Nếu tôi sống được 80 tuổi, thì chỉ còn 9 năm nữa, tôi ở lại với mọi người trên cõi thế này mà thôi. Nếu tôi sống được đến 75 tuổi, thì chỉ còn 4 năm nữa với quý vị. Đó là chưa kể chuyện vô thường, nếu ngày mai tôi ra đi, thì đây là những lời chia tay lần cuối vậy. Nếu không phải thế, thì tôi sẽ còn diện kiến quý vị thêm một thời gian nữa, rồi chúng ta cũng phải chia tay thôi.

Từ khi đặt bút xuống viết cho đến bây giờ là 341 trang viết tay, tôi đã chưa giở lại trang đầu để xem là tôi đã viết những gì. Do vậy trong sách này chắc chắn sẽ có nhiều nơi trùng lặp. Mong quý độc giả đọc qua chỉ cho những chỗ thiếu hay thừa như thế, thật là ý nghĩa vô cùng cho tác giả.

Lời cuối xin nguyện cầu cho thế giới hòa bình, chúng sanh an lạc và người người, nhà nhà từ vô tình cho đến hữu tình chúng sanh đều gội nhuần được ơn pháp vũ để hiểu đạo và lấy đó làm chất liệu cho tâm linh của mình trong cuộc sống hằng ngày. Và tôi mong rằng, khi quý vị đọc xong gấp sách Vua là Phật, Phật là Vua này lại, sẽ còn ít nhất vài chữ hay vài tư tưởng nhỏ còn sót lại nơi tâm thức của quý vị, thì đó chính là điều mà tác giả hằng mong muốn vậy.

Viết xong vào lúc 15 giờ chiều
ngày 11 tháng 10 năm 2019
tại Thư phòng của Tổ Đình Viên Giác
Hannover, Đức Quốc
khi bên ngoài cửa sổ
những chiếc lá vàng mùa thu
đang đùa giỡn với gió lay.

Thích Như Điển

Tài liệu tham khảo

- Toàn tập Trần Thái Tông của Giáo sư Lê Mạnh Thát.
- Toàn tập Trần Nhân Tông của Giáo sư Lê Mạnh Thát.
- Trang nhà www.quangduc.com
- Trang nhà thuvienhoasen.org
- Thơ Trần Nhân Tông, NXB Khoa học Xã hội.
- Trang nhà www.viengiac.de Thơ Văn Lý Trần.
- Tự điển Bách khoa toàn thư mở - Wikipedia tiếng Việt.

PHỤ LỤC

ĐÔI ĐIỀU CẢM NHẬN TÁC PHẨM VUA LÀ PHẬT, PHẬT LÀ VUA

- Nguyên Trí Nguyễn Hòa (Phù Vân - Tùy Anh)
- Nguyên Tánh Nguyễn Hiền-Đức
- Nguyên Đạo Văn Công Tuấn
- Nguyên Minh Nguyễn Minh Tiến

THƠ TÙY ANH

Nhiệm mầu hai chữ Sắc Không

"Vua là Phật, Phật là Vua"
Đọc xong tác phẩm ngỡ vừa chiêm bao!

•

Chiêm bao diễn tiến làm sao
Sao em không biết thời nào hả anh?
Việt Nam quốc sử rành rành
Cả ngàn năm đã lập thành nước Nam
Vào thời cuối Lý đầu Trần
Huệ Tông nhà Lý chẳng cần ngôi cao.
Bởi thêm Thủ Độ mưu sâu,
Chiêu Hoàng nhà Lý biết đâu mà lường
Đem Trần Cảnh vào phủ vương
Tuổi thơ con trẻ thế thường vui chơi
Dần dà cơ hội đến nơi
Thái Sư tuyên bố thành đôi vợ chồng
Thế là mưu sự đã xong
Ngai vàng truyền lại cho chồng... như chơi!

•

***Nhà Trần** dựng nghiệp tức thời*
Huệ Tông vua Lý bỏ ngôi lên ngàn
Xuất gia Pháp hiệu Huệ Quang
Hằng ngày nhổ cỏ ngỡ ngàng thứ dân
Thái Sư tìm đến hỏi thăm:
- "Nhổ cỏ tận gốc"- khỏi cần lo xa!
Không là câu nói qua loa
Nay mai tai họa nhà ta đến rồi.
Muốn tu mà cũng chịu thôi!
Thương thay họ Lý mấy đời diệt vong.
Chiêu Hoàng mười năm bên chồng
Không con, Thủ Độ "buộc lòng" phế ngay
Để đem chị vợ vào thay
Có bầu ba tháng chờ ngày khai hoa.
Ngọc Oanh tủi phận đàn bà
Chiêu Hoàng em hỡi đâu là phúc duyên!

***Thái Tông** chua xót niềm riêng*
Chị dâu, em rể kết duyên bẽ bàng.
Thời gian ơi hỡi thời gian
Quân Vương, Hoàng Hậu chỉ toàn bể dâu!
Còn đâu Khanh, Tướng, Công, Hầu
Nào ai hiểu thấu nỗi sầu Vương tôn?
Cải trang vào lúc đêm hôm
Vua tôi lặng lẽ vượt hơn dặm trường
Hoàng cung chẳng chút luyến thương
Ngai vàng như chiếc dép mòn đứt quai!
Thế rồi Thủ Độ đến đây
Tùy tùng xa giá rước Ngài về cung
Nhà Vua một mực không ưng,
Thủ Độ truyền lệnh lập cung nơi này.
Nơi này Yên Tử am mây
Rừng yên, núi tịnh tháng ngày thanh an

Thiền Sư Phù Vân thành tâm
Khuyên Vua "trị quốc an dân" nên về.
Dù bao tâm sự não nề
Lên xe nhìn lại sơn khê mỏi mòn.
Chờ ngày Thái tử lớn khôn
Thái Tông chuẩn bị trao con ngai vàng.

Thánh Tông *niên hiệu rõ ràng,*
Giã từ ngôi báu Phụ Hoàng đi tu.
Tìm nơi thanh vắng hoang vu
Đông Xuân an lạc, Hè Thu an nhàn
Tiêu dao dưới ánh thiều quang
Đêm trì kinh kệ, ngày bàn thơ văn.
Thánh Tông trị quốc an dân
Thông minh tài trí quần thần yêu thương
Nơi nơi xưng tụng minh vương
Luyện quân thủy, bộ biên cương giữ gìn.
Đến khi đã vững niềm tin
Lại truyền ngôi báu đi tìm thiền môn.

Nhân Tông *tài trí tinh khôn*
Điều quân luyện võ sớm hôm dưới cờ.
Quần thần một dạ tôn thờ
Nhân dân trăm họ quyết chờ báo ân.
Đến khi biết rõ chân tâm,
Gọi **Anh Tông** *đến ân cần truyền ngôi.*
Nhân Tông tìm đến một nơi,
Núi cao Yên Tử thảnh thơi tham thiền...

•

Nhà Trần đâu phải được yên,
Nguyên Mông nhiều đợt đem thuyền xâm lăng

Binh hùng tướng mạnh hung hăng
Tưởng là sớm muộn san bằng Thăng Long
Nào ngờ máu nhuộm sông Hồng
Hỡi ôi mấy vạn quân Mông tan tành.
Diên Hồng trống trận trường thành
Tuệ Trung, Hưng Đạo lừng danh muôn đời...

●

Nhà Trần Vua Chúa tuyệt vời,
Chiến chinh cùng với mọi người điều binh
Đến khi đất nước thanh bình
Nhường ngôi quyết chí tu hành báo thân
Lập nên Thiền phái Trúc Lâm
Chính Vua hóa Phật là Trần Nhân Tông
Nhiệm mầu hai chữ Sắc Không
Cư trần lạc đạo phiêu bồng tiêu dao
Phù vân kết tụ phương nào
Khi ra vô thỉ, khi vào vô chung
Mới hay thiền vị ung dung
***Vua hay là Phật** cũng cùng trái tim...*

● Tùy Anh (Hamburg, 15.01.2020)

Cảm tác từ tác phẩm
"Vua là Phật, Phật là Vua"
của Hòa Thượng Thích Như Điển.

NGUYÊN TRÍ

Nét Thiền vị trong tác phẩm "Vua Là Phật - Phật Là Vua" của Hòa Thượng Thích Như Điển

Nhóm anh em Tứ Nguyên gồm Nguyên Trí Phù Vân, Nguyên Tánh Nguyễn Hiền Đức, Nguyên Đạo Văn Công Tuấn và Nguyên Minh Nguyễn Minh Tiến, được Hòa Thượng Thích Như Điển giao trọng trách chăm sóc tác phẩm "Vua Là Phật - Phật Là Vua" của Thầy trước khi ấn hành. Và theo đề nghị của Nguyên Tánh, mỗi anh em trong Nhóm Tứ Nguyên nên viết một bài cảm nhận về tác phẩm này.

Riêng tôi, ngay trong "Lời vào sách", tôi cảm nhận được tính an nhiên tự tại của tác giả và sự bình thản chấp nhận ra đi khi vô thường đến. Đó có phải là sự liễu ngộ của một người xuất gia "dám chấp nhận, dám dứt bỏ những gì cần bỏ để đầy đủ tư lương bước vào con đường của các bậc Thánh, học hạnh của các bậc Trượng Phu. Tuy cư trần nhưng không bị trần gian làm ô nhiễm tâm và thân".

Điều gây cho tôi thật nhiều xúc cảm và thật sự ngưỡng mộ khi đọc được ước vọng của tác giả. Ước vọng rất tầm thường nhỏ nhoi là được làm những cánh hoa không tên, không hương sắc nép mình bên vệ đường, nhưng cũng góp phần tô điểm thêm vẻ đẹp cho cảnh sắc thiên nhiên, thêm vui mắt cho những khách nhàn du.

Nhìn lại trong quá trình hơn 70 năm thị hiện vào đời và hơn 55 năm hoằng pháp lợi sanh của tác giả, từ giáo dưỡng đệ tử xuất gia, cấp học bổng đào tạo Tăng tài... đến công tác phiên dịch kinh điển, viết sách v.v... Với khối lượng thành quả đó chỉ nhằm xây dựng mạng mạch của Giáo Hội, và góp phần phát triển cho nền văn học nghệ thuật Phật Giáo và văn hóa Việt Nam. Tác giả đã từng phát đại nguyện: *"Tôi nguyện mình là một dòng sông để chuyên chở những trong đục của cuộc đời và nguyện mình là mặt đất để hứng chịu những sạch nhơ của nhân thế."* Thế mà tác giả lại chỉ ước mong mình *"... sẽ góp cho đời được một cái gì đó thật nhỏ nhoi như cỏ cây bên vệ đường hay những giọt sương mai vào những buổi sáng tinh sương khi khí trời mùa hè oi ả. Hoặc một dòng nước nhỏ chảy qua khe rạch để nuôi sống cỏ cây, chuồn chuồn, muỗi mòng hay những loại côn trùng nhỏ nhoi nhất. Được như thế thì tôi cũng đã mãn nguyện lắm rồi."* Tại sao? Tại vì tác giả nghĩ rằng chúng ta sống vì đã nương nhờ và thụ hưởng quá nhiều của đất trời, thiên nhiên và vạn hữu, nên chúng ta cần phải cảm ơn và cần bảo vệ. Đó là *"... đức tính khiêm cung và từ ái của con người đối với muôn loài và muôn vật"*.

Có lẽ đây là ý niệm dẫn dắt tôi viết bài cảm nhận này. Tôi đã cố giữ kín trong lòng tiếng thổn thức về thân phận hẩm hiu, hầu như bị hất hủi ra khỏi hoàng cung của Công Chúa Thuận Thiên Lý Ngọc Oanh, sau là vợ của Tướng Quân Trần Liễu là anh của Trần Cảnh, và cuối cùng chịu cảnh "chị dâu em rể" kết duyên bẽ bàng với Trần Cảnh tức là Trần Thái Tông. Tội nghiệp cho em mình là Lý Chiêu Hoàng, từ một Hoàng Hậu bị phế xuống thành công chúa...

Xuyên xuốt tác phẩm này qua ba đời vua Trần Thái Tông, Trần Thánh Tông và Trần Nhân Tông với 3 cuộc chiến thắng chống Nguyên Mông vào các năm 1257, 1285 và 1288 hầu như bên tai tôi còn thoáng nghe tiếng vang lời thề "Quyết chiến" từ Hội Nghị Diên Hồng và tiếng thét "Sát Thát" của quân dân Đại Việt. Tôi cũng chỉ mường tượng thấy máu của quân ngoại xâm nhuộm đỏ sông Hồng, xác địch chất đầy trên chiến địa Tây Kết, Vạn Kiếp, Chương Dương, Hàm Tử, Bạch Đằng... Nhưng thực sự tôi nghe được tiếng vọng từ Chiêu Lăng - lăng của Vua Trần Thái Tông, khi Vua Trần Nhân Tông cùng quần thần tổ chức lễ hiến tiệp dâng tù binh lên tổ tiên mừng chiến thắng. Vua Trần Nhân Tông thấy chân ngựa đá có dính bùn, mới ứng khẩu cảm hoài:

"Xã tắc lưỡng hồi lao thạch mã
Sơn hà thiên cổ điện kim âu."

"Xã tắc hai phen chồn ngựa đá
Non sông nghìn thuở vững âu vàng."

(Lê Mạnh Thát dịch)

Chỉ bằng hai câu thơ thật dung dị nhẹ nhàng nhà vua đã nói lên được kiếp nạn của dân tộc qua hai cuộc chiến chống Nguyên Mông, không những người mà ngay cả ngựa đá cũng phải chịu chung khổ nạn. Chúng ta cũng thấy được tấm lòng từ bi, độ lượng và nhân hậu của Vua Trần Nhân Tông khi nhà vua tha tội chết cho Ô Mã Nhi và số tù binh Mông Cổ - là những người đã phá nát Chiêu Lăng của Trần Thánh Tông. Lễ hiến tiệp đối với nhà vua cũng chỉ để ấn chứng về chiến thắng với Trời Đất Tổ Tiên mà thôi. Nhà vua quan niệm cuộc chiến giống như cơn bão đã gây đổ nát cho quê hương rồi cũng đi qua, thanh bình rồi cũng trở lại. Trên đời thật khó tìm được một bậc chính nhân quân tử có tâm thái bình yên, tĩnh lặng như vua Trần Nhân Tông- một bậc Thiền Sư!

Tấm lòng từ bi độ lượng và lòng trung hiếu đối với tổ quốc và với vua cha là hai cánh thiên thần mang tâm hồn tôi đến một nơi tiêu dao tĩnh lặng, đến hành cung Thiên Trường - cung điện của Thái Thượng Hoàng Trần Thánh Tông tức Vô Nhị Thượng Nhân khi thoái vị. Nơi đó có:

Cảnh thanh u vật diệc thanh u,
Thập nhất tiên châu thử nhất châu.
Bách bộ sanh ca, cầm bách thiệt,
Thiên hàng nô bộc, quất thiên đầu.
Nguyệt vô sự chiếu nhơn vô sự,
Thủy hữu thu hàm thiên hữu thu.
Tứ hải dĩ thanh trần dĩ tĩnh,
Kim niên du thắng tích niên du.

(Hạnh Thiên Trường hành cung
- Trần Thánh Tông)

Nhà Vua đã cảm hứng sáng tác bài thơ này vào năm 1289 sau 2 cuộc chiến thắng Nguyên Mông vào các năm 1285 và 1288. Bài thơ đầy thiền vị, chỉ có người xuất gia liễu đạo như vua Trần Thánh Tông mới thấy lẽ vô thường của tạo hóa và mọi trần cấu không còn dính mắc mới sáng tác được.

Cảnh đâu thanh vắng lạ thường,
Vật kia lại cũng am tường như nhau.
Cớ sao mười một tiên châu,
Lại đem so với một châu mượt mà?
Còn đây trăm giọng chim ca,
Và trăm bộ sáo chỉ là góp vui.
Hàng ngàn cây quít ngọt bùi,
Do người chăm bón vun bồi mà nên.
Ánh trăng sáng tỏ êm đềm,
Con người ở giữa hai miền có không.
Thu này nước đã xanh trong,
Trời kia quang tạnh tấm lòng trung kiên.
Giờ đây bốn biển lặng yên,
Tấm lòng thanh bạch, lời nguyền thanh cao.
Bây giờ năm ấy thế nào?
Khác xưa muôn vạn bước vào năm nay.

(Dạo chơi hành cung Thiên Trường
- Thích Như Điển dịch theo lối thơ lục bát)

Bản tính thanh cao đúng phong thái của một vì vua; tâm cũng thanh cao đúng là tâm thanh tịnh - không đến không đi - không còn không mất. Mọi phiền não sẽ biến mất khi tâm tự tại, trí huệ sáng suốt...

Vâng, khi tâm đã tịnh, trí trống không thì hai cánh thiên thần lại đưa tôi đến vùng Đông Triều Quảng Ninh, núi rừng cao tột, mây phủ quanh năm; đây là "vùng đất Phật", là cái nôi của Thiền phái Trúc Lâm, nơi anh linh của Điều Ngự Giác Hoàng hay còn gọi là Phật Hoàng Trần Nhân Tông. Nơi này từ trong tâm khảm tôi lại được nghe rất nhiều tiếng thơ xa xưa đầy thiền vị của Phật Hoàng.

Cầm một cành hoa hân hoan đem tặng bạn, đâu ngờ chỉ là cơn mộng. Ngẩn ngơ tỉnh giấc, mường tượng còn nghe tiếng ngâm khúc ca Thúy vũ với tiếng tiếng sáo Họa long hồ mị đã nâng tâm hồn tôi lên tận hư không ướt đẫm sương trăng trên ải Ngọc Quan thuở nào.

Ngũ nhật kinh hàn lãn xuất môn
Đông phong tiên dĩ đáo cô côn (căn).
Ảnh hoành thủy diện băng sơ bạn,
Hoa áp chi đầu noãn vị phân.
Thúy vũ ca trầm sơn điếm nguyệt,
Họa long xuy thấp Ngọc Quan vân.
Nhất chi mê nhập cố nhân mộng,
Giác hậu bất kham trì tặng quân.

(Tảo Mai Kỳ Nhị - Trần Nhân Tông)

Năm ngày trốn lạnh chẳng ra,
Cửa kia khép kín rời nhà chẳng mong.
Gió xuân vừa ghé bên lòng,
Cây già gốc ấy không trong chẳng ngoài.
Mặt ai rọi dưới nước kia,
Bóng lung linh nhảy, băng lìa xa khơi.

Cành hoa trĩu nặng kia rồi,
Mùa xuân chưa đến như ngồi đó trông.
Chim vờn báo hiệu hoàng hôn,
Trăng kia ló dạng trên hòn núi cao.
Cành mai lạc đến nơi nao,
Giấc mơ của bạn chìm vào thuở xưa.
Tỉnh ra mới biết là thừa,
Làm sao trao bạn như vừa chiêm bao.

(Mai sớm (Bài 2) -
Thích Như Điển dịch theo lối thơ lục bát)

Mây trên núi, núi như xa như gần. Hoa trước ngõ, ngõ thương người đợi người. Nơi Bảo đài cổ kính, mùa xuân hoang liêu mới về trong ngõ hoa rợp nắng. Chiều. Tiếng sáo buông lơi, dòng nước trôi mãi, trôi mãi theo dòng thời gian. Tâm lại nhủ tâm, lòng lại nhủ lòng, trăm năm vẫn mãi thủy chung...

Địa tịch đài du cổ,
Thời lai xuân vị thâm.
Vân sơn tương viễn cận,
Hoa kính bán tình âm.
Vạn sự thủy lưu thủy,
Bách niên tâm ngứ tâm.
Ỷ lan hoành ngọc địch,
Minh nguyệt mãn hung khâm.

(Đăng Bảo Đài Sơn - Trần Nhân Tông)

Đài xưa đất vắng hoang vu,
Phải chăng chốn cũ sa mù là đây.
Xuân qua xuân lại chốn này,
Rượu xuân chuốc lấy hơi cay chửa nồng.
Gần xa xưa vẫn còn mong,
Mây bay nước biếc mà lòng vấn vương.
Nắng đầu xuân đượm hơi hương,
Hoa kia trước ngõ còn thương nhớ người.

Nước non muôn việc cho đời,
Nước kia theo mãi sáng ngời trong ta.
Trăm năm giấc mộng vèo qua,
Dặn lòng hai chữ mặn mà thủy chung.
Tựa bên hiên đứng ngại ngùng,
Nâng ngang sáo ngọc tiếng lòng chơi vơi.
Ngoài kia trăng sáng ngập trời,
Trăng đầy trước ngực, trăng rơi quanh thềm.

(Lên núi Bảo Đài
- Thích Như Điển dịch theo lối thơ lục bát)

Đêm về trong thôn vắng, mây tan mưa tạnh. Trăng đã hiện ra trên bến sông, trăng treo đầu cầu. Mùa xuân tĩnh lặng, thấp thoáng bóng triều dâng lung linh hình bóng của những ngọn tháp chùa Phổ Minh. Phải chăng là giấc chiêm bao, mà sao hình bóng của vua cha thường lung linh trong bát canh hay thấp thoáng trên vách tường trong mỗi lần ngự thiện. Thơ tỏ bày lòng truy niệm. Thơ ngưỡng mộ những bậc tiên hiền. Thơ thiền của vua Trần Nhân Tông vẫn luôn như thế.

Lục ám hồng hi bội tịch liêu
Tễ vân thôn vũ thổ hoa tiêu.
Trai đường giảng hậu tăng quy viện,
Giang quán canh sơ nguyệt thượng kiều.
Tam thập tiên cung hoành dạ tháp,
Bát thiên hương sát động xuân triều.
Phổ Minh phong cảnh hồn như tạc,
Phảng phất canh tường nhập mộng nhiêu.

(Phủ Thiên Trường - Trần Nhân Tông)

Màu xanh màu đỏ quanh đây,
Phủ đầy đêm trắng canh chầy vắng tanh.
Mây không còn sắc thiên thanh,
Cơn mưa vừa tạnh nhìn quanh sạch bùn.
Trai đường ngọc nhả châu phun,

Sư về dứt tiếng, tịch không trong ngoài.
Bên sông hàng quán sơ sài,
Trăng lên trời rộng bóng phai dưới cầu.
Giường ai xếp đặt từ lâu,
Ba mươi tiên nữ vào chầu thiên cung.
Tám nghìn tháp báu ung dung,
Như khua động nước triều dâng xuân về.
Phổ Minh chốn cũ sơn khê,
Trước sau như một chẳng hề đổi thay.
Trong mơ như tỉnh như say,
Bóng cha ẩn hiện những ngày ấu thơ.

(Phủ Thiên Trường
- Thích Như Điển dịch theo lối thơ lục bát)

Là người xuất gia, là một thiền sư nhưng Phật Hoàng Trần Nhân Tông cũng không giấu được cảm hoài khi nghe tin chị gái - Công Chúa Thiên Thụy ốm nặng, đã lặn lội từ núi Yên Tử về thăm. Sau đó trên đường về nhà vua ngủ lại trong một ngôi chùa cổ ở thôn Cổ Châu. Hôm sau, trước khi từ giã Ngài đề bài thơ trên vách khuyên người nên tinh tấn tu tập để thoát ma vương, tìm về cõi Phật an lạc.

Thế số nhất tức mặc,
Thời tình lưỡng hải ngân.
Ma cung hồn quản thậm,
Phật quốc bất thắng xuân.

(Đề Cổ Châu Hương Thôn tự - Trần Nhân Tông)

Cuộc đời thoáng chốc ai hay,
Kéo qua kéo lại như ngày và đêm.
Tình đời cũng thế chênh vênh,
Mắt kia ngấn lệ gập ghềnh sơn khê.
Cung ma vây chặt tứ bề,
Làm sao giải nổi tỉ tê cõi lòng.

Xưa nay cõi Phật thong dong,
Chi bằng đến đó hưởng ròng mùa xuân.

(Đề Chùa thôn làng Cổ Châu
- Thích Như Điển dịch theo lối thơ lục bát)

Tôi chỉ trích một số bài Thơ theo cảm quan của tôi trong hơn 40 bài Thơ Thiền của hai vị vua Trần Thánh Tông và Trần Nhân Tông trong tác phẩm "Vua là Phật - Phật là Vua" của Hòa Thương Thích Như Điển và chính tác giả đã chuyển thành thơ lục bát. Người thưởng ngoạn sẽ có cảm nhận khác nhau tùy theo sự đồng cảm và đồng điệu với các vị thiền sư.

•

Riêng tôi, viết bài cảm nhận này do một số tứ thơ lãng mạn tiềm ẩn đâu đó trong tác phẩm đã khơi dậy trong tiềm thức tôi những tháng ngày an bình của tuổi thanh xuân. Những tháng hè ở Huế rủ nhau đi cắm trại ở các lăng tẩm của các triều vua. Nằm dưới gốc thông già ở khiêm lăng Thiệu Trị, nhìn những vạt nắng loang lổ trên vách tường vôi, lòng chợt bâng khuâng nghĩ đến vua Tự Đức có tiếng là hiếu đạo, nhưng khi còn tại vị chỉ lo xây lăng của mình thật hùng vĩ tráng lệ, còn lăng của vua cha Thiệu Trị thì lại khiêm nhường chưa hoàn chỉnh. Phải chăng cuộc đời chẳng có gì là toàn bích, con người chẳng mấy ai là toàn thiện cả. Cũng nhiều khi vào ngắm sen hồng ở hồ Tịnh Tâm trong Đại Nội. Hương thơm, gió nhẹ, cảnh sắc u nhã, bình an. Cuộc đời thật bình dị thanh nhàn, nhưng cũng tự nhủ lòng đừng nghĩ đến cuộc đời của những phi tần cung nữ bị giam hãm tuổi thanh xuân trong vòng thành hào nhoáng hoàng cung... Những ảo vọng sắc phong, những bề dày sĩ diện của lớp hoàng tộc nay chỉ còn là những ấn tượng mờ phai. Lứa tuổi chúng tôi lại đam mê những chuyện phiêu lưu, thích khám phá những mới lạ trên các vùng rừng núi Thiên An, Bạch Mã, Hải Vân. Cũng có khi lang thang ở đồi Vọng Cảnh ngắm những dãy núi xanh mơ màng quấn những dải mây trắng liêu trai. Có khi muốn đáp chuyến đò Bến Than sang Điện Hòn Chén bên kia sông Hương trong những ngày lễ hội tưng bừng của Thiên tiên Thánh giáo. Hoặc có những đêm cùng anh em Hướng Đạo xuôi thuyền từ thượng nguồn Bãng Lãng, nằm nghe sóng vỗ mạn thuyền êm ả, và khi ngang qua chùa Thiên Mụ nghe tiếng chuông thu không để quên đời hay chìm trong cơn tĩnh lặng...

Cảm ơn tác giả đã cho tôi nỗi nhớ về tuổi thơ của những năm tháng bình yên ở quê nhà. Bây giờ, sau cuộc đổi đời mấy mươi năm xa lìa quê hương, chắc hẳn cảnh sắc, tình người cũng đã thay đổi hay biến dạng nhiều lắm. Nhớ về dĩ vãng chập chờn như một cơn huyễn mộng mà thôi...

40 năm lìa xa Tổ quốc,
Tháng 02 năm 2020

Nguyên Trí Phù Vân

NGUYÊN TÁNH

Tâm truyền tâm

Từ trái tim đến... trái tim

(Nhân đọc tác phẩm Vua là Phật, Phật là Vua của Hòa thượng Thích Như Điển)

Đối với chúng tôi, tác phẩm thứ 67 của Thầy Như Điển - Vua Là Phật, Phật Là Vua, là một "sự kiện" giàu ý nghĩa và đáng nhớ nghĩ. Đó là sự hội ngộ hiếm quý của tình huynh-đệ, tình thầy-trò. Bào huynh Thầy Như Điển là Thầy Bảo Lạc viết Lời Giới Thiệu, còn nhóm Tứ Nguyên được Thầy Như Điển khuyến khích, mỗi người từ một khía cạnh, một góc nhìn nào đó thì viết đôi lời cảm nhận về tác phẩm đưa vào cuối sách. Đặc biệt Thầy Như Điển còn dặn dò anh em chúng tôi "không được tương nhượng" với những sai sót (nếu có) của Thầy trong tác phẩm này. Với chúng tôi, lời dặn dò này là một bài học sinh động, quý giá của một người Thầy, một bậc danh Tăng, Qua đó, chúng tôi tự hào khẳng định rằng Phật Giáo là một tôn giáo coi trọng sự tự do tư tưởng và đề cao việc *"mỗi người hãy tự mình thắp đuốc lên mà đi"*.

Chúng tôi vừa đọc lại Tâm Kinh, rồi Nghĩ Từ Trái Tim (viết về Tâm Kinh) của Bác sĩ Đỗ Hồng Ngọc. Chúng tôi cảm nhận nôm na, cạn cợt rằng: Cốt lõi của Tâm Kinh chính là sự kỳ diệu của "từ trái tim đến trái tim", của "nói và viết từ trái tim". Trái tim của yêu thương; trái tim của chia sẻ; trái tim của trao và nhận.

Đôi điều cảm nhận
về Lời Giới Thiệu tác phẩm của Hòa thượng Bảo Lạc

Cảm nhận đậm nét của chúng tôi là sự bất ngờ, ngạc nhiên của bài viết này, vì sự mới, sự lạ về nhiều mặt khi đối chiếu với hồi ký Hương Lúa Chiều Quê và một số bài viết của Thầy Bảo Lạc. Vì sao? Và từ đâu?

+ Một Lời Giới Thiệu ngắn gọn, chưa đầy 2 trang để giới thiệu một tác phẩm độc sáng hơn 400 trang thì quả là điều ít thấy. Ở đây, không phải là độ ngắn, độ dài của bài viết mà chính là ở sự tổng hợp, phân tích rồi chắt lọc những điều chính yếu, cốt lõi của tác giả và tác phẩm để "dẫn dắt" và "mời gọi" người đọc, để gợi mở những góc nhìn, tầm nhìn, làm cho người đọc thấy thích thú và như bị lôi cuốn cần phải đọc Vua Là Phật, Phật Là Vua.

+ Đoạn mở Lời Giới Thiệu vỏn vẹn chỉ 6 dòng nhưng lại dung chứa những vấn đề cốt lõi của Đạo và Đời. Đoạn văn mang tính khái quát cao của một tổng luận sắc gọn mà giàu cảm xúc, giàu đạo vị, nhiều ý vị và cả thi vị nữa. Xin kính mời chư vị đọc đoạn này:

"Ở đời có những cuộc từ giã hùng tráng gây ấn tượng như tạo nguồn cảm hứng sâu đậm trong lòng người qua lịch sử đương thời và mai sau. Điều đó đủ chứng minh tiền nhân có lý do xác đáng để khước từ quá khứ tù hãm, nhắm hướng tương lai không chỉ cho riêng mình mà còn nghĩ tới đồng loại và chúng sanh. Những cuộc từ giã hay nói chính xác hơn là những cuộc vượt thoát can trường mới diễn tả đúng ngữ nghĩa và ngữ cảnh của mỗi sự kiện mà tôi cho rằng ở trong ba thời kỳ: cổ đại, trung hưng và hiện đại.

Thầy Bảo Lạc với lòng chân thành, niềm hãnh diện chính đáng đã xác quyết rằng: *"Thái Tử Tất Đạt Đa (Siddhattha), vua A Dục, Pháp sư Huyền Trang; vua Trần Thái Tông, Trần Nhân Tông và Đức Đạt Lai Lạt Ma 14... và còn nhiều nữa... những bậc Đạo sư, Bồ Tát, Thánh nhân làm bật lên sức sống hào hùng bằng tâm từ bi và tuệ giác của họ, làm nơi nương tựa vững chắc cho chúng ta."*

Thú thật, chúng tôi rất hồi hợp và lo lắng khi đọc những cụm từ "những cuộc từ giã hùng tráng", "những cuộc vượt thoát can trường"... mà chúng tôi tạm gọi là "những cụm-tính-từ". Những cụm-tính-từ này chỉ tính chất của một sự kiện lịch sử quan trọng, một hoặc nhiều nhân vật lịch sử kiệt xuất mà hậu thế bao đời dù trong đạo hay ngoài đời đều công tâm ghi nhận, tôn kính, ngưỡng mộ. Vì vậy, việc dùng những cụm từ này phải hết sức thận trọng và cân nhắc vì nếu không nó rất dễ rơi vào sự sáo rỗng, thậm chí dẫn đến sự lộng ngôn!

Hòa thượng Bảo Lạc, hơn ai hết đã "thấy", đã "biết" tường tận về điều này ngay từ đầu bài viết. Hòa thượng đã theo đúng chủ đích mà Ngài đã nêu lên là *"diễn tả đúng ngữ nghĩa và ngữ cảnh của mỗi sự kiện"*. Và đúng là Hòa thượng đã "diễn tả đúng ngữ nghĩa và ngữ cảnh của mỗi sự kiện", và nhờ sự tôn trọng lịch sử trên cơ sở khách quan, khoa học nên Hòa thượng Bảo Lạc đã đúc kết điều tuyệt vời, trọn vẹn và đủ đầy này: *"... Nhưng rất may mắn, nước Đại Việt của chúng ta có những vị anh hùng kiệt xuất vừa làm Tướng, làm Tăng và làm Phật như các vua đời nhà Trần, quả thật trong lịch sử chưa thấy tái hiện lại lần thứ hai."*

Đến đây chúng ta có thể an tâm và phấn chấn với Lời Giới Thiệu... của Hòa thượng Bảo Lạc về điều mà văn giới gọi là sự chắc tay, sự trên tài và bản lĩnh của một ngòi bút, một trí tuệ, một tâm hồn của một danh tăng.

Tiếp đến Hòa thượng nói đến duyên khởi tác phẩm của Hòa thượng Như Điển, rằng *"...Sách chuyển tải qua 4 chương: về công chúa Thuận Thiên, 3 vua nhà Trần: Thái Tông, Thánh Tông và Nhân Tông mà cả 3 ông đều có nhân duyên sâu dày với Phật pháp lâu đời..."*

Giới thiệu về tác giả cuốn sách, Hòa thượng Bảo Lạc viết vỏn vẹn chỉ có mấy dòng như thế này: *"Tác giả, Hòa Thượng Thích Như Điển là nhà tu Phật Giáo đồng chơn xuất gia từ năm 15 tuổi (1964), đã đầu tư năng khiếu và tuệ giác của mình để xây dựng và phát triển Phật Giáo Việt Nam tại Đức và Hải Ngoại nói chung."*

Chúng tôi thầm nghĩ, nhiều người kính trọng, ngưỡng mộ và noi gương sáng của nhị vị huynh đệ Hòa thượng Bảo Lạc - Hòa thượng Như Điển trong con đường tu học của mình sẽ không khỏi băn khoăn, thắc mắc về việc viết quá ít, quá ngắn gọn, quá kiệm lời khi giới thiệu tác giả và tác phẩm lớn của một danh tăng như Hòa thượng Như Điển.

Trong lúc đang tìm lời giải đáp thắc mắc này thì bỗng nhiên - như có một sự nhắc nhở vô hình nào đó, khiến chúng tôi nhớ và ghi ra đây 2 bài thơ của nhà nghiên cứu Phật học, nhà thơ, nhà thư pháp Trụ Vũ trong tập thơ Bút Hoa Đàm:

Mẹ Quan Âm
Mẹ trong tâm
Thơ hương trầm

Bụt là quê hương
Mẹ
Là quê hương

Qua 2 bài thơ đã dẫn, từ ngữ đơn sơ, mộc mạc, đời thường, thế nhưng lời thơ, ý thơ ẩn ẩn hiện hiện "ở đây" và "bây giờ". Thơ quá ngắn gọn nhưng lại mở ra những chân trời mênh mang, diệu vợi mang đến cho người đọc nhiều xúc cảm trong sáng và lắng đọng. Viết rất ngắn mà hay đến thế thì thật là quá tài tình, tinh tế. Và, đên đây chúng tôi hiểu ra, đúng hơn là đã "ngộ" ra được được điều này, đó là nụ cười của Tôn giả Ca Diếp, trong sát-na Ngài phá nhãn mỉm cười khi Đức Phật Thích Ca Mâu Ni đưa cành hoa lên khai thị. Đó là pháp môn Tâm Truyền Tâm. Sở dĩ chúng tôi dẫn lại pháp thoại này chỉ vì chúng tôi, qua liên hệ rồi cảm nhận nhị vị huynh đệ Hòa thượng Bảo Lạc, Hòa thượng Như Điển đã "Tâm Truyền Tâm" suốt mấy chục năm nay trong sự nghiệp "hoằng pháp vì lợi sanh". Và, bây giờ, thêm một lần nữa được thể hiện rất rõ, rất sáng trong Vua Là Phật...

Chúng tôi thưa tiếp: Theo đề nghị, chúng tôi gửi cho người bạn thân mấy Tựa sách ngắn mà tôi yêu thích, đó là: Tựa cuốn Cổ Văn Trung Quốc và Thế Hệ Ngày Mai của Nguyễn Hiến Lê, Tựa của nhà thơ, dịch giả Bùi Giáng, gồm: Hoàng Tử Bé, Khung Cửa Hẹp và Ngộ Nhận, Tựa Thắng Man Giảng Luận và Vô Môn Quan của Thầy Tuệ Sỹ, Lời ngỏ Nghĩ Từ Trái Tim và Gươm Báu Trao Tay của bác sĩ Đỗ Hồng Ngọc. Và đến nay chúng tôi tiến cử Lời Giới Thiệu (Tựa) cuốn Vua Là Phật, Phật Là Vua của Hòa thượng Bảo Lạc.

Cho phép chúng tôi được thưa với nhị vị huynh đệ Hòa thượng Bảo Lạc, Hòa thượng Như Điển và chia sẻ như kỷ niệm đáng nhớ ở quê nhà với bác sĩ Văn Công Trâm, kỹ sư Văn Công Tuấn (Đức quốc) rằng ở quê nhà chúng tôi là xã Xuyên Mỹ, huyện Duy Xuyên, tỉnh Quảng Nam. Ngày đó các cụ bô lão, thân hào nhân sĩ ở quê chúng tôi khi nghe một câu chuyện hay, khi chứng kiến một việc làm tốt, khi đọc được một bài thơ, bài văn hay thì các cụ thường gật gù mà rằng: *"Đáng đồng tiền bát "gộ"(gạo)!"* Điều ngược lại thì các cụ "phán" ngay: "Cái đồ, cái thứ tồ lô (tào lao) xịt bợp." Chính vì thế, bây giờ chúng tôi chân thành ghi nhận rằng, Lời Giới Thiệu này của Hòa thượng Bảo Lạc thật *"đáng đồng tiền bát gạo"* vậy.

Chúng tôi đã gửi lời cảm nhận ngắn này để cung kính xin Thầy Bảo Lạc và Thầy Như Điển cho ý kiến sửa chữa, bổ sung. Chúng tôi rất vui mừng và thật không ngờ rằng Thầy Bảo Lạc đã đọc rất kỹ, đã chỉ ra cho chúng tôi vài sơ sót trong cách dùng từ và dùng thiếu chính xác về tên tác giả bài viết cuối sách...

Và, điều làm chúng tôi thấy vui, thấy nhớ Quê Nhà qua những đặc ngữ Quảng Nam khi Thầy Bảo Lạc viết: "Nơi trang 4 anh có nhắc lời các cụ xưa ở quê mình qua câu "đáng đồng tiền bát gạo" làm cho tôi liên tưởng thêm từ "quê rẹt (rặt)" mà tôi còn khịa thành "quê một cục" nghe mới đã lỗ nhĩ!"

Một vài cảm nhận về Vua Là Phật, Phật Là Vua

Vua Là Phật, Phật Là Vua, là sự tiếp nối tất yếu và logique của Mối Tơ Vương Của Huyền Trân Công Chúa. Một sự tiếp nối rất mới lạ và đầy sáng tạo không những bổ sung cho Mối Tơ Vương... mà còn mở ra những chân trời rực rỡ về Triều Trần đòi hỏi chúng ta cần đầu tư nghiên cứu và tu học.

Cái "duyên" của sách Vua Là Phật, Phật Là Vua

Nhà văn, học giả Nguyễn Hiến Lê từ kinh nghiệm bản thân đã đúc kết: *"Thêm một lần nữa người xưa nói rất đúng rằng phải có duyên mới viết được một cuốn sách."* Vâng, phải có duyên mới viết được một cuốn sách. Vua Là Phật, Phật Là Vua, cũng có cái "duyên" của nó, xuất phát từ việc Thầy Như Điển được GS Lê Mạnh Thát đồng thuận để Thầy sử dụng 2 cuốn sách giá trị là Tuyển tập Trần Thái Tông, Tuyển tập Trần Nhân Tông. Đọc được sách quý của người tri âm, Hòa thượng Như Điển hỷ lạc lắm, phấn chấn lắm nên Thầy đã viết "ào ào", viết "một mạch" chỉ trong 100 ngày đã xong cuốn này. Còn những người đọc chúng tôi thì sao? Rất đơn giản, chúng tôi vui mừng ghi nhận rằng, Thầy Như Điển và Giáo sư Lê Mạnh Thát đã góp phần mình vào và vì "lợi mình, lợi người, lợi cả hai", và "lợi cho đời này và lợi cho đời sau" từ Vua Là Phật, Phật Là Vua.

Trong sách này, Hòa thượng Như Điển đã hết lời tán thán công đức vô lượng vô biên của Giáo sư Lê Mạnh Thát (ít nhất trong 6 đoạn). Và Hòa thượng khiêm cung biết bao khi khẳng định: "Nhờ vậy mà người viết tác phẩm này mới có cơ hội đọc cũng như tham khảo được những sự kiện quan trọng trong cuộc đời của vị Vua đầu nhà Trần nầy..." Và "Nhờ vậy mà Phật Giáo chúng ta mới có được những sử sách về Phật học đáng tin cậy hơn."

Mong quý độc giả cho phép chúng tôi được thưa trình thêm điều làm chúng tôi vô cùng vui mừng và cảm động mà đã hơn 55 năm rồi, chúng tôi vẫn nhớ rõ. Đó là sự tương kính nhau, đồng lòng phụng sự cho sự nghiệp hoằng pháp của Thượng tọa Thích Trí Quang và Thượng tọa Thích Minh Châu khi xuất bản bản dịch Trường Bộ Kinh, Theo đó:

Trong Lời Giới thiệu Trường Bộ Kinh tập I (1965), Thượng tọa Thích Trí Quang, Tổng Thư ký Viện Tăng Thống Giáo hội Phật giáo Việt Nam Thống Nhất viết: "... *Viện lại thấy công tác phiên dịch Tam Tạng Pali không thể trì hoãn nên thà tạm làm bởi một người, huống chi người ấy là Thượng tọa Minh Châu, bác sĩ văn học Pali xuất xứ từ Nalanda, nơi xưa kia đào tạo ra ngài Huyền Trang. Về nhuận sắc, Viện Tăng Thống có ý kiến hãy để nguyên dụng ngữ và văn khí của Thượng tọa Minh Châu, vì lẽ ai đã từng đọc dịch văn của ngài La Thập và ngài Huyền Trang thì thấy rõ là có những văn khí và từ ngữ mà nhìn vào tức khắc biết của người nào, chứa đựng ý nghĩa gì.*"

Trong Lời Tựa Trường Bộ Kinh tập I, Thượng tọa Minh Châu, viết: "... *Ở đây chúng tôi xin ghi ân Viện Tăng Thống và Thượng tọa Thích Trí Quang đã khuyến khích, giúp đỡ tôi dịch và xuất bản tập này. Cử chỉ cao đẹp hiếm có ấy chỉ có thể đến với những vị chân thành yêu quý văn hóa và tha thiết phụng sự hiểu biết."*

Chúng tôi tâm đắc câu này: *"Cử chỉ cao đẹp hiếm có ấy chỉ có thể đến với những vị chân thành yêu quý văn hóa và tha thiết phụng sự hiểu biết."* Chúng tôi không dám so sánh mà cảm nhận điều rất thực rằng sự gặp gỡ, sự chia sẻ vì lợi lạc chung giữa Giáo sư Lê Mạnh Thát và Hòa thượng Như Điển là kết quả tất yếu của *"cử chỉ cao đẹp hiếm có của những vị chân thành yêu quý văn hóa và tha thiết phụng sự sự hiểu biết"* vậy. Đáng kính và đáng quý biết bao!

Khái quát đôi điều về tác phẩm này:

+ "Tác phẩm này mang tên "Vua là Phật, Phật là Vua", ghi lại chuyện những vị vua đã từ giã ngôi vị đế vương quyền quý để xuất gia học làm Phật. Điều này không chỉ có ở Việt Nam, mà từ xa xưa ở Ấn Độ, Thái tử Tất Đạt Đa cũng đã làm như vậy, nên đề tài này quý độc giả có thể hiểu theo nghĩa rộng hơn. Bởi lẽ, đức Phật Thích Ca Mâu Ni cũng đã từng là Thái tử và Thái tử ấy đã bỏ ngôi vua để đi làm Phật. Điều này chứng minh rằng quả vị Phật cao hơn và giải thoát hơn là địa vị của một nhà vua đứng đầu thiên hạ..."

+ Hòa thượng Như Điển đã khéo léo dẫn chứng tài liệu lịch sử Việt Nam và lịch sử Phật Giáo Việt Nam để khẳng định điều riêng có và độc đáo *"Phật trong Vua và Vua trong Phật"* của các vua triều Trần như Hòa thượng Bảo Lạc đã xiển dương: "*... nước Đại Việt của chúng ta có những vị anh hùng kiệt xuất vừa làm Tướng, làm Tăng và làm Phật như các vua đời nhà Trần, quả thật trong lịch sử chưa thấy tái hiện lại lần thứ hai."* Qua đó, người đọc rất đồng thuận về nhan đề và nội dung của tác phẩm này.

+ Ai trong chúng ta mà không cảm động, không tâm đắc và không kính phục Hòa thượng Như Điển khi đọc lời tự bạch chân thành và tâm huyết này: (Trích)

  "... *Do vậy, việc viết lách, phiên dịch, diễn giảng của tôi là một trong những niềm an vui khi có được những ngày an lạc trú ngụ tại tu viện này. Tôi sẽ cố gắng làm một cái gì đó thật ý nghĩa cho cuộc đời.*

  Đôi khi, tôi vẫn thường so sánh với những bông hoa dại ven đường. Chúng nép mình vào những thảm cỏ xanh, tuy không tên gọi, nhưng mỗi khi hoa nở vẫn mang đến cho người những hương sắc đậm đà, khiến người qua đường cũng mát lòng khi cơn nắng hạ đang thiêu đốt. Vậy chúng ta là con người, phải làm sao cho xứng đáng với những gì ta đã tiêu thụ hằng ngày như: năng lượng mặt trời, đất, nước, gió, lửa, cơm gạo, tiền bạc, thuốc men, dầu, muối v.v..." (Hết trích)

  Thầy Như Điển chân thành và khiêm cung nhắc nhở mình, và qua đó chia sẻ, gửi gắm đến chúng ta "...*Cảm ân là một đức tính của con người cũng như khiêm cung và từ ái đối với muôn loài và muôn vật, nên tôi nguyện sẽ góp cho đời được một cái gì đó, dù thật nhỏ nhoi như cỏ cây ven đường hay những giọt sương mai vào buổi sáng tinh sương khi tiết trời mùa hè oi ả. Hoặc như một dòng nước nhỏ chảy qua khe rạch để nuôi sống cỏ cây, chuồn chuồn, muỗi mòng hay những loài côn trùng nhỏ nhoi nhất. Được như thế tôi cũng đã mãn nguyện lắm rồi.*"

+ Đọc sách nhiều khi chỉ cần một câu, một đoạn ngắn làm cho người đọc thích thú, thấm thía, tâm đắc. Ở đây, với chúng tôi là câu ngắn gọn này của Thầy Như Điển: "*Viết về Trần Thái Tông lâu nay đã có nhiều người viết; nhưng đa phần dưới cái nhìn của Nho giáo; còn Phật*

Giáo chỉ có thể tìm rải rác ở các văn kiện đơn lẻ rời rạc." Phải chi chúng tôi có được sự hướng dẫn, chỉ đường sáng suốt này thì chúng tôi đỡ lệch đường vì những hiểu nhầm đáng tiếc đã có,

+ Là người làm việc nhiều năm ở Viện Đại học Vạn Hạnh, được học hỏi, được giúp việc cho nhiều "nhân vật lịch sử" của Viện Đại học danh giá này, trong đó có cố Ni trưởng Thích Nữ Trí Hải, Thầy Tuệ Sỹ, Thầy Lê Mạnh Thát nên chúng tôi, từ đáy lòng mình rất vui mừng, trân quý và kính phục lời tán thán công đức vô lượng vô biên mà Thầy Như Điển dành cho những vị mà Cố Hòa thượng Thích Trí Thủ gọi là những viên Kim Cương quý giá của Phật Giáo Việt Nam, (xin phép được trích dẫn tóm tắt như sau):

* Về cố Ni trưởng Thích Nữ Trí Hải: "... dầu Ni Trưởng Thích Nữ Trí Hải bị tai nạn xe hơi đã ra đi vĩnh viễn ở cõi trần nầy; nhưng những tác phẩm và những dịch phẩm của Ni Trưởng từ tiếng Anh sang tiếng Việt như: Ghandi Tự Truyện, Thanh Tịnh Đạo Luận v.v... vẫn còn sáng ngời với văn học Phật Giáo và văn học Việt Nam."

* Về Thầy Tuệ Sỹ: "... Còn Thầy Tuệ Sỹ với mình hạc xương mai; nhưng tư tưởng của Thầy thì cao hơn núi Thái và vững hơn bàn thạch, sáng giá hơn kim cương, dầu cho Thầy có sống ở dưới bất cứ hoàn cảnh nào. Những bộ kinh như: Trường A Hàm, Trung A Hàm, Tạp A Hàm, Tăng Nhất A Hàm, Duy Ma Cật Sở Thuyết v.v... là những tài liệu, dịch phẩm có giá trị muôn đời về sau này cho Phật Giáo cũng như cho Dân Tộc."

* Về Thầy Trí Siêu Lê Mạnh Thát: "... Riêng Giáo sư học giả Trí Siêu Lê Mạnh Thát trí tuệ như là một ngọn hải đăng cháy mãi không bao giờ tắt lịm, dầu cho có

phong ba bão tố bao nhiêu đi chăng nữa thì viên Kim Cương ấy vẫn tỏa rạng hào quang soi sáng cho bao nhiêu thế hệ Tăng Ni cũng như Phật Tử ở đời sau này, nếu ai đó muốn nghiên cứu về sử học."

+ Trong Tựa Toàn tập Trần Nhân Tông, Giáo sư Lê Mạnh Thát viết: "... Nền văn hóa Việt Nam thời đại Trần Nhân Tông đã xuất hiện hai sự kiện có ý nghĩa hết sức trọng đại. Thứ nhất là việc dùng tiếng Việt như một ngôn ngữ hành chánh chính thức của triều đình cùng với tiếng Hán. Đây là lần đầu tiên việc sử dụng tiếng Việt đã được ghi lại bằng minh văn... Sự kiện thứ hai là việc vua Trần Nhân Tông đã thành lập dòng thiền Trúc Lâm Yên Tử thuần túy Việt Nam với chủ trương Cư trần lạc đạo."

Vua Trần Nhân Tông cho *"dùng tiếng Việt như một ngôn ngữ hành chánh chính thức của triều đình cùng với tiếng Hán"* là một sự kiện hết sức trọng đại nhờ đó mà nền văn hóa Việt Nam mà cốt lõi là nền văn hóa/ văn học Phật Giáo Việt Nam có điều kiện để tồn tại và phát triển mạnh mẽ. Chúng tôi kính mong chư vị nào có tài liệu về việc dùng tiếng Việt... này xin vui lòng cho chúng tôi được đọc. Địa chỉ: 5hien0110@gmail.com. Chúng tôi chân thành cám ơn và biết ơn.

Lời thỉnh cầu và mong ước...

Tuy mới phát hành một thời gian ngắn nhưng Mối Tơ Vương Của Huyền Trân Công Chúa đã được nhiều độc giả tìm đọc. Chỉ riêng chúng tôi đã phải đặt mua 30 cuốn để gửi tặng bạn bè. Từ đó, chúng tôi tin rằng cuốn Vua Là Phật, Phật Là Vua sẽ được đón chào nồng nhiệt hơn nữa. Vì vậy, chúng tôi thỉnh cầu và mong ước rằng, Thầy Như Điển, sau tác phẩm này sẽ viết tiếp mấy tác phẩm về triều Trần. Chúng tôi xin đề nghị 2 tác phẩm này:

Một là: Văn Học Phật Giáo Triều Trần.

Hòa thượng Như Điển đã khẳng định: *"Về phương diện văn học, thơ văn, Phật học v.v... Vua Trần Thái Tông xứng danh là một đại thi hào, một Phật học gia; một thiền sư liễu ngộ theo đạo thiền."*

Chúng tôi xin đưa thêm vài thông tin đáng chú ý. Tác giả Hoài Nam trên trang Văn Hóa Sài Gòn trong bài Người Mở Hướng Nghiên Cứu Văn Học Phật Giáo Việt Nam dẫn nhận xét của Giáo sư Nguyễn Đình Chú về công trình "Văn Học Phật Giáo Thời Lý - Trần", rằng: "Theo thời gian, nhiều người Việt càng ngày càng nhận thức thấu đáo hơn giá trị về vị trí của văn hóa Phật Giáo trong nền văn hóa chung của dân tộc. Muốn hiểu sâu nền văn hóa dân tộc, không thể không hiểu sâu văn hóa Phật Giáo, nhất là ở thời trung đại với văn hóa Phật Giáo - mà cốt lõi là văn học Phật Giáo."

Công trình khoa học giá trị này đã góp phần quan trọng vào việc khôi phục diện mạo văn học Phật Giáo thời Lý - Trần và trở thành Giáo trình giảng dạy của nhiều trường đại học, là giáo trình chính tại 3 học viện Phật Giáo Việt Nam tại TPHCM, Hà Nội, Huế khi học môn văn học Phật Giáo Việt Nam thời Lý - Trần.

Đọc bài này chúng tôi vui mừng và trân trọng đối với những vị giáo sư khả kính đã "mở hướng nghiên cứu văn học Phật Giáo Việt Nam", nhưng bên cạnh đó chúng tôi cũng thấy lòng nặng trĩu những băn khoăn... Và, sau đó chúng tôi được đọc bài "Văn Học Phật Giáo Việt Nam Một Hướng Tiếp Cận" của TT. TS Thích Hạnh Tuệ. Thầy Hạnh Tuệ cho biết:

"... hai triều đại Lý (1009-1225), và Trần (1225-1400 tồn tại dài lâu, viết nên những trang sử vàng của dân tộc Việt Nam. Thời này có nhiều tác gia và tác phẩm lớn, tiêu biểu như tác phẩm Quốc tộ của Pháp Thuận, Cáo tật thị chúng của Mãn Giác, Thị tịch của Vạn Hạnh, Tham đồ hiển quyết của Viên Chiếu, Khóa hư lục của Trần Thái Tông, Thượng Sĩ ngữ lục của Tuệ Trung Thượng Sĩ, Cư trần lạc đạo phú, Đắc thú lâm tuyền thành đạo ca của Trần Nhân Tông, Thị tịch của Pháp Loa, Vịnh Vân Yên tự phú, Diên hựu tự của Huyền Quang, Đề Gia Lâm tự của Trần Quang Triều..."

Với trí tuệ và tâm huyết của một tăng sĩ trẻ, Thầy Hạnh Tuệ mong muốn được chia sẻ cùng chúng ta: "Các tác phẩm văn học Phật Giáo đều lưu xuất từ thể tâm vi diệu, biểu hiện thành muôn hình vạn trạng hình tượng, khơi nguồn diệu dụng của tuệ giác, hóa thân thành ngôn ngữ, hình tượng, tạo nên một thế giới văn chương muôn màu muôn vẻ, vô cùng, vô tận, vi diệu và kỳ bí đầy sức tươi mới và hấp dẫn của thế giới văn học Phật giáo." "Và như thế, cánh cửa "không cửa" của thế giới văn học Phật Giáo luôn chào đón tất cả mọi người bước vào khám phá."

Hai là: Phật Hoàng Trần Nhân Tông - Sáng Tổ Một Dòng Thiền Việt Nam.

Giáo sư Cao Huy Thuần trong bài "Thiền Đời Trần, Thiền Việt Nam" viết: "... Còn thiền của ta thì sao? Thiền ở Nhật phát triển thành văn hóa thiền, còn ở ta đâu rồi cái chất trí tuệ vạm vỡ của dòng thiền Yên Tử? Trong tình trạng Phật giáo phát triển bề rộng mà thiếu chiều sâu, những cố gắng để làm sống lại tinh túy Yên Tử của Hòa thượng Thích Thanh Từ phải được mọi Phật tử xem như cố gắng của chính mình. Và không chỉ riêng Phật tử! Bất cứ người Việt Nam nào hãnh diện về lịch sử của nước mình đều muốn nước mình có một triều đại rực rỡ như thế, nhất là tình trạng xâm lấn hiện nay. Triều đại rực rỡ đó đã được xây dựng trên một nền văn hóa rực rỡ. Rực rỡ và độc lập."

Chúng tôi mời quý độc giả đọc thêm các tác phẩm rất có giá trị của cố Giáo sư Nguyễn Đăng Thục xuất bản trước năm 1975: Thiền Vạn Hạnh, Thiền Học Việt Nam, Lịch Sử Tư Tưởng Việt Nam... và nhiều tác giả khác.

Chúng tôi cung kính thỉnh cầu và mong ước Hòa thượng Thích Như Điển viết thêm hai tác phẩm mà chúng tôi vừa đề xuất, và chắc chắn còn nhiều vị thiện tri thức, Phật tử cũng rất mong chờ điều này sớm thành hiện thực, để tương đối hoàn chỉnh về Triều Trần như Thầy đã hằng ấp ủ.

•

Để kết thúc bài này, chúng tôi hết lòng kính mong quý độc giả thông cảm và lượng thứ về điều rất riêng tư này của chúng tôi. Đó là việc mấy tháng qua chúng tôi bị rơi vào tình trạng "khi tựa gối, khi cúi đầu..." đến nỗi Văn Công Tuấn từ Đức quốc xa xôi đã nhắc khéo rất tế nhị rằng chúng tôi nên tham khảo kinh nghiệm chữa trị bệnh trầm cảm của người bạn - bác sĩ Nguyễn Ngọc Giỏi đồng hương với bác sĩ Văn Công Trâm và Văn Công Tuấn. Văn Công Tuấn cũng báo rằng: Thầy Như Điển đang viết một cuốn sách theo lời đề nghị của anh đấy. Anh vui lên nhé! Sau khi nhận được bản thảo Thầy gửi, chúng tôi hăm hở đọc và đã vui, đã khỏe trở lại! Chúng tôi nghĩ đây cũng là cái "duyên" của tình thầy-trò.

Chúng tôi mượn 2 câu thơ rất dung dị mà sâu sắc, rất nhẹ nhàng mà giàu ấn tượng của nhà thơ Tùy Anh, trong bài *Nhiệm mầu hai chữ Sắc Không*:

"Vua là Phật, Phật là Vua"
Đọc xong tác phẩm ngỡ vừa chiêm bao!

Chúng tôi cung kính niệm ân Thầy Như Điển và hân hoan đón chào tác phẩm Vua Là Phật, Phật Là Vua - một tác phẩm hiếm quý, rất đáng đọc và cần phải đọc.

Santa Ana, CA
ngày 04 - 09 tháng 04 năm 2020

Nguyên Tánh Nguyễn Hiền-Đức

NGUYÊN ĐẠO

Tìm Ngọc

Không biết tôi có dại dột chăng khi viết những dòng này; viết về một tác phẩm đã quá tuyệt vời về cả hình thức lẫn nội dung? Dại dột hơn khi biết tác phẩm còn chở bao nhiêu điều kỳ bí về cuộc đời của những vị Vua công hạnh như Phật, những vị Phật từng là Vua. Các Ngài ấy lại là những thiền sư mà cũng là những thi sĩ. Thêm vào đó, tác phẩm lại có sự góp mặt của những vị đạo hạnh, những bậc tài danh hiện nay như Hòa Thượng Bảo Lạc, Hòa Thượng Như Điển và cả ba ông: Nguyên Trí, Nguyên Tánh, Nguyên Minh. Nhưng, như một lệnh đã truyền ra, Nguyên Đạo tôi phải xin vâng, phải vung tay múa mấy đường rìu vụng, gọi là vài điều tâm sự nỗi niềm trước tác phẩm lớn: *Vua là Phật, Phật là Vua*.

Điều trước tiên tôi muốn nói ở đây là lòng cảm phục.

Tôi học lịch sử biết rằng, hai thời đại Lý, Trần là hai thời đại cực thịnh về nền độc lập của sơn hà xã tắc, về đạo lý và cả về văn học... trong lịch sử Việt Nam. Biết là biết thế nhưng nổi trôi cuộc đời nên cũng gác nỗi niềm sang bên để lo cơm áo. Năm 20 tuổi tôi còn dùi mài kinh sử ở đại học Việt Nam, lo cắm đầu thi để có được tấm giấy "Hoãn dịch vì lý do học vấn". Năm 35 tuổi, đang ở hải ngoại, lại một lần nữa lo học đại học lần hai để thích nghi với môi trường mới ở Đức, để kiếm ngày hai bữa cho mình và gia đình.

Vậy mà ngày xưa có người mới 20 tuổi đã làm hoàng đế, lại là bậc anh quân đã lãnh đạo đất nước đánh thắng giặc ngoại xâm, đã xây dựng một đất nước thanh bình thịnh trị. Vị hoàng đế anh minh ấy, ở tuổi 35 đã nhường ngôi vua cho con và đi lên núi làm một ông thầy tu. Chuyện thật hiếm có trong lịch sử. Trong khi đó, theo thói thường, có rất nhiều ông vua lại lo đi tìm thuốc trường sinh bất tử, muốn cả đời ngồi chễm chệ trên ngai vàng.

Lý do thật dễ hiểu khi đọc được ý nguyện của Ngài trong sách này: *Làm vua chăn dân trăm họ, làm Phật cứu độ muôn loài.* Vì vậy Ngài không những là Vua mà còn là Phật: Phật Hoàng Trần Nhân Tông.

Nhưng sách này không chỉ nói về những khung cảnh thiền vị như Trúc Lâm Yên Tử. Sách cũng không chỉ nói về Phật Hoàng Trần Nhân Tông, mà còn viết rất rõ ngọn ngành các đời vua tiên đế là Trần Thái Tông và Trần Thánh Tông. Sách cũng đề cập chi tiết những chuyện đau từng khúc ruột trong chốn hoàng cung ở cuối triều Lý. Tác giả còn kể cả những chi tiết, những cảnh nồi da xáo thịt nhắc lại thật đau lòng. Cái hay là những sự kiện ấy được kể ra nhưng không khô khan như những dữ kiện, những con số, những niên đại mà người đọc cảm thấy như được ngồi nghe kể chuyện, như đang xem kịch nghệ trên sân khấu, nên rất dễ theo dõi và rất hồi hộp. Cái màn bí mật sau hậu trường sân khấu nhiễu nhương của những vị vua cả hai triều Lý-Trần, hai thời đại cực thịnh của lịch sử Việt Nam, được kể lại thật chi tiết nhưng cũng thật khách quan. Xem thế mới biết cuộc đời luôn có hai mặt, như đất trời luôn có đủ âm dương.

Điều thứ hai là cuộc hội ngộ này.

Chính anh Nguyên Tánh là người khởi xướng trước. Đó là một cuộc hội ngộ bằng chữ nghĩa giữa bào huynh bào đệ, giữa thầy và trò, giữa những thân hữu mang tên có chữ Nguyên.

Được ngồi họp mặt trên chiếc chiếu hoa này, dù chỉ ngồi ở mép chiếu cũng thật là một vinh dự. Những tên tuổi như Hòa Thượng Bảo Lạc, Hòa Thượng Như Điển, các anh Nguyên Trí, Nguyên Tánh, Nguyên Minh là những người tôi rất kính mến và khâm phục.

Lúc nhỏ đi sinh hoạt Oanh Vũ tại Gia đình Phật tử Hà Linh, tôi từng bị hút hồn bởi hình ảnh một vị tu sĩ dong dỏng cao, người mảnh khảnh hay cười và cũng hay đùa khi Thầy đến lễ Phật ở Chùa làng và hỏi thăm chúng tôi. Thầy đội trên đầu một chiếc nón lá, đi trên bờ mương nước cao. Tôi mê hình ảnh người đàn ông mặc áo dài (áo nhật bình) đội nón lá, bước đi thong thả ung dung như những tiên ông trong hòn non bộ của ông nội. Cũng có khi Thầy dừng lại ngó trời mây trông thật oai phong như hiệp khách hành (tài tử Vương Vũ) trong phim kiếm hiệp. Đó là hình ảnh nổi bật giữa những người nông dân áo vải đơn giản giữa cảnh đồng ruộng làng quê Xuyên Mỹ. Người ấy chính là Hòa Thượng Bảo Lạc. Rồi sau này khi tôi vào học đại học ngành giáo dục ở đại học Vạn Hạnh thì biết Thầy đang làm giáo sư Việt Văn ở Trung học lại càng nể hơn.

Còn về Hòa Thượng Như Điển, tác giả tác phẩm này thì tôi rất kính ngưỡng, đã viết nhiều về Thầy rồi, xin phép miễn lặp lại. Duy chỉ mỗi một việc cần nhắc. Trong những tháng ngày gần gũi tôi cảm nhận rằng chung quanh Thầy như luôn có một vòng an toàn bao bọc, bảo hộ bởi nhiều Thiện Thần, Hộ Pháp. Việc ấy cũng chẳng lạ gì, khi một người hơn 55 năm qua, mỗi ngày đều siêng năng trì tụng Lăng Nghiêm Thần Chú, cạnh những nghi thức lễ lạy bái sám khác. Lạy cả vạn lạy trong các mùa an cư, nhất bái nhất bộ giữa trời trưa nóng bức Linh Thứu Sơn Ấn Độ v.v... Hơn 55 năm không hề xao nhãng một ngày dù mưa hay nắng, công phu như thế thì chư Hộ Pháp không theo hộ trì Thầy sao được? Có thể vì vậy mà những Phật sự thầy làm đều thuận lợi, thành công.

Anh Nguyên Trí Phù Vân là người anh ở ngay tại địa phương Hamburg. Hai anh em chúng tôi đã cùng sát cánh qua bao nhiêu Phật sự cho Chi Hội Phật Tử Hamburg từ mấy mươi năm nay. Rất nhiều việc "không tên" đứng ở phông phía sau như tổ chức văn nghệ Vu Lan (nhưng không lên sân khấu), vận động thành lập Gia Đình Phật Tử (nhưng không là huynh trưởng, gia trưởng...). Vân vân và vân vân, kể không hết. Hai anh em khi làm việc rất hiểu ý nhau. Kể cả sau này những công việc sách báo cũng vậy.

Anh Nguyên Tánh Nguyễn Hiền-Đức chính là người đã "mang sách vở đến với tôi và mang tôi về với sách vở". Thuở còn nhỏ ở làng quê, chính anh đã mang từng cuốn sách về quê nghèo cho thằng bé nhà quê là tôi được đọc. Vào đại học Vạn Hạnh cũng được anh hướng dẫn nhiều việc lớn nhỏ. Lớn như lo chấm sửa morase cho Trường Bộ Kinh, Trung Bộ Kinh của Hòa Thượng Viện trưởng Thích Minh Châu. Nhỏ như chỉ cách đi ăn phở Pasteur, nhâm nhi cà phê Nắng Mới trước cổng Viện... Có thời gian dài hai anh em ít gặp nhau, do vì thằng bé nhà quê phải lưu lạc khắp nơi. Khi đã ổn định ở hải ngoại lại cắm cúi lo chuyện cơm áo gạo tiền, chúi đầu vào sách vở của Đức nên quên luôn chuyện văn chương Việt Nam thì anh lại xuất hiện và hối thúc viết văn. Anh nhắc rất khéo, chỉ cần gởi cho một tập sách và hỏi ý, hối thúc viết cái gì đó làm thằng bé ngứa tay. Lâu quá mà không thấy bài vở gì mới thì anh giả bộ hỏi thăm. Thú thực, không có anh Nguyên Tánh chắc tôi ít có hứng thú viết lách, do hoàn cảnh nên thời gian bị chia nhỏ cho quá nhiều thứ (cả đến bây giờ cũng cứ như vậy).

Nguyên Minh Nguyễn Minh Tiến thì khỏi nói. Anh là một dịch giả, nhà văn, một học giả uyên thâm tôi từng kính phục. Năm kia chúng tôi hẹn gặp nhau cùng tu tập tại Bồ Đề Đạo Tràng Ấn Độ. Ngay lúc đó anh được nhận giấy cho vào định cư tại Mỹ nên không đến được. Lúc một mình đến nơi, quý Thầy vẫn dành cho tôi phòng đôi có hai giường nằm. Buổi chiều đầu tiên, khi ngồi ở hiên trước, cũng là khách đường tôi thấy mấy thùng sách mới từ Việt Nam gởi sang. Tôi tò mò đến nhìn thì thấy cả mấy thùng sách Kinh Bi Hoa do anh dịch. Tôi vội mượn Chùa một cuốn và thỉnh về phòng, trải tấm khăn màu vàng trang trọng trên đầu giường kế bên và đặt quyển kinh trên đó, như có ông bạn dịch giả của tôi cũng có mặt cùng lễ bái. Thành ra suốt gần bốn tuần Nguyên Minh và tôi cùng ngồi thiền, cùng "tu tập virtual" ở đất Phật. Lần gặp nhau ở California suốt bốn ngày mùa hè năm 2019, chúng tôi có nhiều thì giờ trao đổi một số chuyện và phát hiện rằng chúng tôi có nhiều tâm nguyện, chí hướng giống nhau. Nhìn Nguyên Minh tôi cứ nghĩ đến Thầy Tuệ Sỹ. Cũng tạng người "ốm teo", cũng viết sách dịch kinh, cũng thông thái và cũng cũng rất... nghệ sĩ. Có việc ít người biết, Nguyên Minh còn là nhạc sĩ sáng tác nhiều bản nhạc rất đặc sắc.

Nói chung toàn là những thiện tri thức. Tôi thật quá may mắn, mấy ai trên đời này có được cái diễm phúc ấy.

Nhưng chưa hết, trong tác phẩm này tôi còn gặp được một người quen cũ là Giáo sư Lê Mạnh Thát. Thời ở Vạn Hạnh, đường Trương Minh Giảng, phòng tôi ở và phòng của giáo sư cùng ở tầng 4 khu nội xá, đối diện nhau. Lúc đó tôi vẫn gọi giáo sư bằng anh - anh Thát - như tôi gọi nhiều vị khác. Tình cảm ở Vạn Hạnh lúc đó quá ư là đậm đà và thiết thân. Ngay khi Viện dời về đường Võ Di Nguy, chúng tôi thỉnh thoảng cũng gặp nhau, khi tôi đến thăm Viện và Thầy Chơn Nguyên. Giáo sư Thát đúng là một thiên tài đặc biệt và xuất chúng của Phật giáo Việt Nam. Giáo sư đã bỏ công tham khảo, tra cứu hàng khối tài liệu từ các nguồn tư liệu bác học qua nhiều sinh ngữ, cổ ngữ khác nhau, dùng sở học uyên bác của mình để viết ra những tác phẩm vô cùng giá trị. Không những vậy, giáo sư cũng đã bỏ công lặn lội trong nhiều năm tháng đến tận những ngôi chùa xưa ở các làng quê hẻo lánh khắp mọi ngã đường Trung Nam Bắc, gõ cửa từng vị trụ trì để xin sưu tập, sao chép những tài liệu quý còn rơi rớt tại các ngôi chùa, tự viện xưa. Cũng nhờ tiếng tăm của giáo sư, nhờ cả công hạnh hoằng pháp lợi sinh mà tự viện nào cũng đón tiếp, đồng thuận và hỗ trợ các công trình, không nơi nào từ chối hoặc gây khó khăn. Năm 2007 giáo sư đến thăm chùa Viên Giác Hannover nhân lần đi thuyết trình tại Đại học Hamburg, tôi hay tin lái xe vượt gần 300 cây số chạy ngay đến. Gõ cửa phòng khách vào và chắp tay vái chào. Dù đã hơn hai mươi năm không gặp và không liên lạc, lại bất ngờ nhưng giáo sư đã nhận ra ngay, đưa tay gõ nhẹ vào đầu tôi và cười nói: "Biệt rồi, cái ni là thằng Tuận." (Giọng Quảng Trị: Biết rồi, đây là thằng Tuấn.)

Được "hội ngộ" với những tao nhân mặc khách trong quần hội anh hùng như thế, ai mà không mong muốn, dù tự lượng biết công lực mình còn yếu lắm. Tôi thật như anh chàng khờ Đoàn Dự trong Lục Mạch Thần Kiếm của Kim Dung, chỉ mang mấy đường học lóm "lăng ba vi bộ" này ra góp mặt vào đây.

•

Trước tác phẩm "Vua là Phật, Phật là Vua" giá trị này tôi không thể viết gì thêm mà không vấp phải những bước chân chắc nịch của các bậc trưởng thượng đã viết ra ở trước. Vì được giao trọng trách tổng hợp những dòng chữ câu văn đẹp cho tác phẩm này trước khi đưa xuất bản, nên đã tôi thật sự ngẩn ngơ khi đọc, khi bước vào vườn hoa ấy. Lại nữa, tôi cũng không muốn kể lể dài dòng, để dành sự ngạc nhiên cho độc giả khi tự mình bước chân khám phá hoa viên xinh đẹp này.

Khi tôi ngồi gõ những dòng này thì tiết trời đã vào xuân, giữa tháng 4 năm 2020. Chỉ còn chừng mười ngày nữa là ngày mà UNESCO đã quyết định chọn làm "Ngày sách và bản quyền thế giới" (World Book and Copyright Day) là ngày 23/4 hằng năm. Người xưa nói rằng: "Thư trung hữu ngọc", trong sách có ngọc quý. Sách nằm đó, biết cách lấy ngọc ra, rồi giũa, rồi mài, rồi đánh bóng... cho ngọc thành hữu dụng cho chính mình là tài năng của mỗi độc giả.

Cũng trong ý nghĩa "hội ngộ" ấy, nhân mùa xuân vừa đến trong lúc đại dịch Corona bao trùm thế giới, tôi lại xin chép từ tác phẩm "Phật là Vua, Vua là Phật" ra đây một cuộc hội ngộ kỳ thú của ba hồn thơ. Điểm đặc biệt thật thú vị: Cả ba, vừa là thiền sư vừa là thi sĩ.

春曉
睡起啟窗扉，
不知春已歸。
一雙白蝴蝶，
拍拍趁花飛。

Xuân hiểu

Thụy khởi khải song phi,
Bất tri xuân dĩ quy.
Nhất song bạch hồ điệp,
Phách phách sấn hoa phi.

(Vua Trần Nhân Tông)

Bản dịch của Giáo sư Lê Mạnh Thát:

Buổi sớm mùa xuân

Ngủ dậy mở cánh cửa,
Xuân về đã chẳng hay.
Bươm bướm một đôi trắng,
Phơi phới nhắm hoa bay.

Hòa thượng Thích Như Điển dịch sang thể thơ lục bát:

Buổi sớm mùa xuân

Sáng mai thức giấc ngỡ ngàng,
Mở toang cánh cửa sáng toan lọt vào.
Xuân đà đến đấy hay sao,
Mà ta chẳng biết ra vào chẳng hay.
Bướm kia bay lượn suốt ngày,
Báo cho ta biết xuân này vui chung.
Hoa kia là chốn trùng phùng,
Để ta theo với như cùng cánh tiên.

(Thích Như Điển)

Và còn có 35 bài thơ như thế, như 35 viên ngọc quý trong sách. Thú vị thay: *"Hoa kia là chốn trùng phùng, để ta theo với như cùng cánh tiên."*

Chỉ mỗi 35 bài thơ tuyệt tác này cũng đủ làm độc giả nghe lòng ngập tràn hạnh phúc, cảm phục và thích thú khi đọc tác phẩm *"Phật là Vua Vua là Phật"*. Cá nhân tôi đã phải nhấn con chuột chạy qua chạy lại nhiều lần suốt mấy ngày như thế vào cuối tuần này để so chữ sánh câu, để chiêm nghiệm, rồi gật đầu thán phục.

Cuối cùng, tôi phải mượn câu nói của nhà thơ người Bồ Đào Nha, thi sĩ Fernando Pessoa (1888-1935) mới có thể nói lên được tâm trạng của mình lúc đọc tác phẩm "Phật Vua-Vua Phật" này: *"Nếu con tim có thể tư duy, chắc nó sẽ ngừng đập ngay."* (Wenn das Herz denken könnte, würde es sofort stehen bleiben.)

Cũng may, cái đầu tôi còn đang suy nghĩ và tim vẫn còn đập đều đều, chở máu đi toàn thân.

Đức Quốc, tháng 4 năm 2020
Lập Xuân

Nguyên Đạo Văn Công Tuấn

NGUYÊN MINH

Lời Bạt

Xét theo những khái niệm thông thường về ngữ nghĩa thì tựa sách *"Vua là Phật, Phật là Vua"* dường như đã bộc lộ sự sai lệch về ý nghĩa và hàm chứa mâu thuẫn ngay trong chính nó. Vua không thể là Phật, và Phật càng không thể là vua. Đây là hai khái niệm phủ nhận lẫn nhau. Vua là bậc quân chủ, chịu trách nhiệm về sự an nguy của đất nước, về sự ấm no hạnh phúc của muôn dân, trong khi đó dưới mắt nhìn của Phật, một bậc giác ngộ, thì những an nguy hay ấm no hạnh phúc đó chẳng qua chỉ là những đợt sóng nhấp nhô trong dòng xoáy nghiệp lực, và Phật là người thoát ra khỏi đó cũng như vạch đường chỉ lối cho mọi chúng sinh đều được thoát ra như ngài. Cho nên, điều mà một vị Phật hướng đến cũng như đã làm được cho hết thảy chúng sinh - chứ không chỉ là người dân trong một nước - chính là chỉ ra con đường dẫn đến một cuộc sống an vui vĩnh cửu với hạnh phúc chân thật, chấm dứt mọi khổ đau. Điều này vượt ngoài khả năng và nỗ lực của mọi đấng quân vương trên khắp hoàn vũ chứ không riêng gì ở Việt Nam.

Phật không cần làm vua. Ngay cả đệ tử Phật khi vừa phát tâm xuất thế đã xem ngai vàng như cỏ rác, huống gì khi đã giác ngộ viên mãn thì có vị Phật nào lại muốn làm vua? Ngược lại, vua không thể làm Phật. Vua muốn làm Phật thì trước hết phải vất bỏ ngôi vua rồi dày công tu tập, trải qua nhiều thành tựu mới có thể thành Phật. Và cho dù vị Phật ấy đã từng làm vua, cũng không thể nói đó là vua làm Phật.

Thế nhưng, ta có thể thấy ngay rằng sự bất hợp lý trong tựa sách này là một chủ ý của tác giả. Hòa thượng Bảo Lạc khi viết lời giới thiệu đã nhận rõ điều đó nên đánh giá sách này là một *"tác phẩm mới lạ"*, và Hòa thượng cũng giải thích rõ ý lạ ở đây là *"vì tựa đề sách dễ gây sự chú ý cho người đọc"*. Dễ gây chú ý, chính là vì tác giả đã nêu lên một tiên đề bất hợp lý, khiến người đọc không thể không chú ý. Và nội dung xuyên suốt của tác phẩm thực sự không gì khác hơn là để "giải quyết" vấn đề bất hợp lý này, đưa người đọc đến với một nhận thức mới thật đúng đắn và phù hợp với Phật pháp, mang lại nhiều lợi lạc thiết thực trong đời sống cũng như làm khởi sinh một niềm tự hào chính đáng về lịch sử dân tộc gắn liền cùng Phật pháp.

Vậy nhận thức mới đó là gì? Thật thú vị khi người đọc dần dần nhận ra tác giả đã chuyển hai khái niệm "vua" và "Phật" từ phạm trù ngữ nghĩa hạn hẹp như trên sang cảnh giới mênh mông vô hạn của giáo pháp Đại thừa, mà cụ thể hơn là những tư tưởng thiền mang đậm bản sắc Việt của ba vị vua đầu tiên triều Trần. Bản thân ba vị vua này đều đã lần lượt *"phát túc siêu phương"*, khoác áo cà sa sống đời thoát tục. Và đáng khâm phục hơn nữa, chính họ đã hình thành thiền phái Trúc Lâm Yên Tử, một thiền phái mà cho đến nay vẫn còn được biết đến như một dấu ấn độc đáo trong tiến trình phát triển của Phật giáo Việt Nam.

Từ góc nhìn này, danh xưng "Phật" không chỉ được hiểu như một bậc giác ngộ cụ thể, giống như đức Phật Thích-ca Mâu-ni, người đã từng bước đi trên mặt đất này, mà cần được hiểu rộng như là phẩm tính giác ngộ sẵn có ở muôn loài muôn người. Vị Phật đó ẩn tàng nơi mỗi người chúng ta, và dù có nhận biết hay không, thỉnh thoảng trong đời sống này chúng ta vẫn đôi khi thoáng nhận ra sự hiện hữu ấy. Nói như Trịnh

Công Sơn thì đó là những lúc mà *"lòng chợt từ bi bất ngờ"*, còn Trung Niên Thi Sĩ Bùi Giáng thì gọi đó là những phút giây *"làm Phật lai rai"*. Nhưng dù là bất ngờ khởi sinh hay lai rai hiện hữu thì điểm chung ở đây chính là: Mỗi chúng ta đều sẵn có một tiềm năng giác ngộ. Và nói thật nghiêm túc đầy đủ như lời Phật dạy thì *"tất cả chúng sinh là Phật sẽ thành"*.

Hẳn nhiên tác giả sách này hiểu và tin điều đó cũng như muốn cho mọi độc giả của mình tin vào điều đó. Đây là lý do tác giả đã viện dẫn cả một giai đoạn lịch sử gần trăm năm cuối Lý đầu Trần để minh chứng cho sự vận dụng Phật pháp vào xây dựng vương triều và bình trị đất nước. Chính trong quá trình xây dựng cũng như bảo vệ đất nước, ba vị vua đầu triều Trần đã từng bước nỗ lực làm hiển lộ phẩm tính giác ngộ nơi bản thân mình, cũng như vận dụng những công năng của phẩm tính ấy, như từ bi, trí tuệ và lòng vị tha để mang lại cuộc sống an lành, ấm no và hạnh phúc cho muôn dân. Đồng thời, các vị cũng tự giải thoát bản thân mình ra khỏi mọi khổ đau triền phược.

Tác phẩm này thuộc thể loại tiểu thuyết phóng tác lịch sử, nghĩa là nó dựa trên những dữ kiện lịch sử có thật để chuyển tải những tư tưởng, cảm xúc của bản thân tác giả qua việc tiểu thuyết hóa những sự kiện được trình bày trong sách. Tuy nhiên, thành thật mà nói thì tác giả đã không tự thể hiện mình như một tiểu thuyết gia thực sự. Tuy chúng ta vẫn thấy được sự khéo léo sắp xếp để những sự kiện lịch sử được tái hiện như trong một câu chuyện liền mạch, nhưng chất keo dán của những cảm xúc thế tục và sự tô điểm của trí tưởng tượng phóng khoáng cần phải có cho một cuốn tiểu thuyết dường như không hiện diện nhiều trong tác phẩm, và do đó không quá khó để nhận ra tác giả không phải là một tiểu thuyết gia chuyên nghiệp. Điều này càng dễ hiểu hơn nếu độc giả biết được rằng trước đây rất lâu, vào năm 1979, tác giả sách này đã từng viết kịch bản và đạo diễn cho vở kịch "Cuộc đời Đức Phật" được công diễn ở Stadthalle

Hannover, để rồi sau đó tự "thú nhận" một cách rất "dễ thương" rằng *"thật rảnh việc khi một ông thầy tu lại đi viết kịch hay tiểu thuyết"*, nhưng chẳng qua vì là những việc cần làm thì phải làm mà thôi. Và sự "cần làm" ở đây khi thầy viết quyển sách này chính là mang đến cho người đọc bức tranh chân thực về một giai đoạn lịch sử đáng tự hào của dân tộc, nhưng đồng thời cũng là bài học sống động về những tấm gương tu tập Phật pháp mà bất cứ người Phật tử nào cũng phải hết lòng khâm phục và ngưỡng mộ. Những nỗ lực "không chuyên" của thầy cho ta thấy được tấm lòng tha thiết của một bậc chân tu trong việc tận dụng mọi phương tiện có thể được để đưa Phật pháp đến với muôn người.

Và khi chúng ta nhìn từ góc độ này thì sự *"không chuyên"* của tác giả lại trở thành một ưu điểm rất lớn. Tác giả đã giữ lại được cho người đọc một bức tranh lịch sử vô cùng trung thực khi trình bày phần lớn dữ kiện dựa trên sử liệu mà không tùy tiện để cho trí tượng tượng hay cảm xúc riêng tư dẫn dắt. Nhờ vậy, người đọc có thể tự mình nhận hiểu về từng nhân vật, từng sự kiện lịch sử qua nhãn quan và nền tảng tri thức cũng như kinh nghiệm tu tập của chính bản thân mình, thay vì bị dắt dẫn bởi những cảm xúc, tư tưởng chủ quan đã được tác giả định hình qua tác phẩm.

Và nói đến đây thì có đôi điều cần phải đề cập thêm về vấn đề sử liệu. Mặc dù không là một sử gia chuyên nghiệp, nhưng tác giả đã có một sự thận trọng vô cùng đáng quý khi giao phó bản thảo cho anh em chúng tôi - nhóm Tứ Nguyên - cùng tham gia rà soát, chỉnh sửa với lời dặn dò "nhất định không được nhẹ tay, dễ dãi". Chính sự khích lệ và tán thành của thầy đã giúp anh em chúng tôi có được niềm tự tin trong công việc và thẳng thắn thảo luận, hoàn thiện rất nhiều dữ kiện trước khi chính thức công bố cùng người đọc. Thiết nghĩ việc nêu ra ở đây đôi điều trong quá trình hoàn thiện tác phẩm cũng có thể là dấu ấn bảo chứng để tạo thêm niềm tin cho người đọc.

Như được dẫn chú nhiều nơi trong tác phẩm, tác giả đã biên soạn sách này chủ yếu dựa trên những công trình đã công bố của Giáo sư Lê Mạnh Thát như Toàn tập Trần Thái Tông, Toàn tập Trần Nhân Tông... Là một nhà nghiên cứu chuyên nghiệp và uy tín, Giáo sư Lê Mạnh Thát khi thực hiện những công trình của mình đã căn cứ vào các nguồn sử liệu chính thức hiện nay như Đại Việt Sử Lược, Đại Việt Sử Ký Toàn Thư, Khâm Định Việt Sử Thông Giám Cương Mục, cùng một số Thiền sử quan trọng như Thiền uyển tập anh, Tam Tổ thực lục, Thánh Đăng ngữ lục...

Tuy nhiên, ngòi bút của các sử gia ngày trước không phải lúc nào cũng hoàn toàn chính xác. Lấy ví dụ như khi viết về Lê Long Đĩnh, Đại Việt Sử Ký Toàn Thư ở phần Bản kỷ, quyển 1, trang 26, tờ b chép về Lê Long Đĩnh gọi ông là Ngọa Triều Hoàng Đế (臥朝皇帝) và nói: "帝恣行篡弑逞其淫虐 - *Đế tứ hành soán thí, sính kỳ dâm ngược...*" (Vua buông thả làm việc giết vua [trước] cướp ngôi, tánh thích sự dâm đãng bạo ngược...) Lại ở trang 30, tờ b chép: "冬十月辛亥帝崩于寢殿號臥朝以有痔疾臥而視朝也 - *Đông, thập ngoạt, Tân Hợi, để băng vu tẩm điện, hiệu Ngọa Triều, dĩ hữu trĩ tật, ngọa nhi thị triều dã.*" (Mùa đông, tháng 10, năm Tân Hợi [1009], vua băng ở phòng ngủ trong cung, gọi là Ngọa Triều vì có bệnh trĩ phải nằm mà dự buổi chầu." Sách này còn nói thêm: "野史云帝耽淫酒色發成痔疾 - *Dã sử vân, để đam dâm tửu sắc phát thành trĩ tật.*" (Dã sử nói rằng, vua đam mê tửu sắc mà phát thành bệnh trĩ.)

Tất nhiên, những chuyện từ đầu thế kỷ 11 đến nay, chúng ta không có cách nào để thực tế kiểm chứng, chỉ có thể dựa vào tính chất hợp lý để đánh giá, nhận xét về sự kiện được ghi chép mà thôi. Chẳng hạn, việc "đam mê tửu sắc" được nói đến ở đây có nghĩa là dâm dục quá độ, thường uống rượu nhiều. Thế nhưng, theo hiểu biết của y học ngày nay thì chưa hề nghe nói đó là nguyên nhân phát sinh bệnh trĩ. Mặt khác, theo mô tả ở các trích dẫn trên thì Lê Long Đĩnh là một ông vua tham dâm vô độ, bạo ngược tàn ác, mà hậu quả là sức khỏe suy sụp đến nỗi phải nằm khi tham dự triều chính, và cuối cùng chết [vì bệnh tật] vào tháng 10 năm 1009 khi chỉ mới 23 tuổi (ông sinh năm 986), độ tuổi của một thanh niên cường tráng.

Tuy nhiên, cũng trong phần này của Đại Việt Sử Ký Toàn Thư, ở trang 28, tờ b chép rằng: "宋景德四年春遣弟明昶掌書記皇成雅献白犀于宋乞大藏經文 - *Tống, Cảnh Đức tứ niên, xuân, khiển đệ Minh Sưởng, Chưởng thư ký Hoàng Thành Nhã hiến bạch tê vu Tống khất Đại Tạng Kinh văn.* (Niên hiệu Cảnh Đức thứ tư triều Tống [1007], mùa xuân, sai người em là [Lê] Minh Sưởng và Chưởng thư ký là Hoàng Thành Nhã mang tê ngưu trắng sang biếu nhà Tống để xin thỉnh Đại Tạng Kinh.)

Tìm hiểu nhiều hơn một chút trong Đại Việt Sử Ký Toàn Thư, chúng ta thấy chỉ trong 4 năm làm vua, Lê Long Đĩnh đã thân hành xuất chinh dẹp loạn 5 lần. Riêng trong năm 1005, sau khi dẹp loạn tranh chấp ngôi vua trong hoàng tộc, ông lại xuất quân đánh trại Phù Lan và rồi tiếp tục đi đánh giặc ở Cử Long. Năm 1008, ông xuất quân 2 lần. Lần thứ nhất đánh dẹp ở hai châu Đô Lương và Vị Long, lần thứ hai lại đánh dẹp ở châu Hoan và Thiên Liêu. Và lần xuất quân cuối cùng của ông là vào tháng 7, năm 1009, chỉ trước khi ông mất 3 tháng, đã đánh dẹp ở các châu Hoan Đường, Thạch Hà. Các vùng đất này thuộc tỉnh Nghệ An ngày nay, cách kinh đô Hoa Lư thời đó khoảng 200 km. Vua ngự thuyền rồng đã rời cửa Hoàn ra biển, gặp sóng to gió lớn nên ra lệnh quay thuyền về, sau đó lại bỏ thuyền đi đường bộ về kinh đô. Với những hoạt động quân sự dày đặc vất vả như thế và kéo dài cho đến lúc sắp chết, thật khó để tin rằng Lê Long Đĩnh là người dâm dục quá độ đến mức suy sụp sức khỏe.

Và hơn thế nữa, một ông vua bạo ngược, độc ác và ham mê tửu sắc, dâm dục quá độ thì liệu có động lực nào để sai em ruột mình sang tận Trung Hoa thỉnh Đại Tạng Kinh?

Dẫn ra một câu chuyện cần tiếp tục làm sáng tỏ như thế trong chính sử để thấy rằng, ngay cả khi chúng ta trung thành với sử liệu thì cũng chưa hẳn đã hoàn toàn tái hiện được sự thật lịch sử. Và trên tinh thần đó, không thể không dè dặt khi sử dụng bất cứ nguồn sử liệu hay tư liệu nào.

Và với phương thức làm việc đó, chúng tôi đã loại bỏ được rất nhiều sai sót không đáng có trong quá trình hiệu chỉnh. Chẳng hạn, khi chuyển dịch bài thơ Tức sự của Trần Nhân Tông, tác giả đã trích lại một bản dịch từ sách Thơ văn Lý Trần,[1] nguyên văn như sau:

Xã tắc hai phen chồn ngựa đá,
Non sông nghìn thuở vững âu vàng.

Tác giả ghi đây là bản dịch của Trần Trọng Kim, theo sách Thơ Văn Lý Trần. Và sách Thơ Văn Lý Trần lại tiếp tục ghi trích dẫn này là từ sách Việt Nam Sử Lược của Trần Trọng Kim. Sách Việt Nam Sử Lược của Trần Trọng Kim được xuất bản lần đầu tiên vào năm 1920.

Tuy nhiên, cũng ngay sau đó, tác giả đã trích dẫn cũng hai câu thơ dịch này và ghi là của Lê Mạnh Thát. Và nếu là của Lê Mạnh Thát, thì như tác giả cho biết trước đó, chắc chắn đã được trích từ sách Toàn tập Trần Nhân Tông.

Trong lần rà soát thứ nhất, anh em chúng tôi đã cắt bỏ 2 câu được ghi là bản dịch của Lê Mạnh Thát. Điều này là hợp lý, vì khi hai bản dịch hoàn toàn giống hệt nhau, nó chỉ có thể thuộc về một trong hai dịch giả. Trần Trọng Kim là người đã xuất bản sách Việt Nam Sử Lược từ năm 1920, nghĩa là trước xa so với Lê Mạnh Thát, nên bản dịch này chỉ có thể được ghi cho Trần Trọng Kim.

Khi được giao đọc lại bản thảo lần cuối, bản thân tôi chợt khởi sinh nghi vấn về điều này. Cả hai nguồn trích dẫn như đã nêu trên đều đáng tin cậy, nhưng lẽ nào Giáo sư Lê

---

[1] Thơ văn Lý Trần, Tập 2, quyển thượng, UBKHXH Việt Nam, Viện Văn Học thực hiện, NXB Khoa Học Xã Hội, Hà Nội, 1988, trang 483.

Mạnh Thát lại là người "copy" bản dịch của Trần Trọng Kim? Nhưng nếu cắt bỏ bản dịch của Lê Mạnh Thát ra khỏi sách này thì cũng đồng nghĩa với việc thừa nhận một sự thật khó tin như vậy. Cảm thấy không yên lòng với kết luận này, tôi đã tìm đọc lại trong cả 2 quyển sách nguồn được trích dẫn, và quả nhiên ở cả hai nơi đều ghi đúng bản dịch này, chỉ khác ở chỗ trong Toàn tập Trần Nhân Tông là của Lê Mạnh Thát, nhưng trong Thơ Văn Lý Trần ghi rõ là của Trần Trọng Kim.

Tiếp tục quá trình kiểm chứng, tôi tìm đọc trong Việt Nam Sử Lược, bản in của Nha Học Liệu, Bộ Giáo Dục Việt Nam Cộng Hòa (trước năm 1975).

Quả nhiên, vấn đề đã được làm sáng tỏ. Trong Việt Nam Sử Lược thật ra Trần Trọng Kim đã dịch hai câu này là:

Xã tắc hai phen bon ngựa đá,
Non sông thiên cổ vững âu vàng.

Như vậy, tác giả đã không sai khi trích dẫn từ hai nguồn sách đáng tin cậy, nhưng chính các soạn giả sách Thơ văn Lý Trần đã phạm sai lầm nghiêm trọng khi gán hai câu thơ dịch của Lê Mạnh Thát cho Trần Trọng Kim mặc dù có dẫn nguồn rõ rệt. Trong trường hợp này, đối với những độc giả không có điều kiện khảo chứng thì việc khởi sinh hoài nghi đối với Lê Mạnh Thát là điều tất yếu.

Mặt khác, về niên đại cũng phát sinh nhiều vấn đề cần kiểm chứng và cân nhắc giữa các nguồn tư liệu khác nhau. Chẳng hạn, khi đề cập đến thời điểm xuất gia của Thượng Hoàng Trần Nhân Tông, nếu căn cứ theo Toàn tập Trần Nhân Tông[1] thì Giáo sư Lê Mạnh Thát cho rằng đó là tháng 7 năm 1294. Giáo sư cho biết đã căn cứ vào Đại Việt Sử Ký Toàn Thư, quyển 6,[2] trang 2, tờ b và dẫn nguyên đoạn trích này như sau:

[1] Sau đây sẽ gọi tắt là Toàn tập.

[2] Các trích dẫn tiếp theo chúng tôi sẽ ghi tắt là Toàn thư và khi không nói số quyển thì xin hiểu là dẫn từ quyển 6.

"Bấy giờ Thượng hoàng đến Vũ Lâm, vào chơi hang đá. Cửa núi đá hẹp. Thượng hoàng ngự chiếc thuyền nhỏ, thái hậu Tuyên Từ ở đuôi thuyền, gọi Văn Túc Vương lên mũi thuyền, chỉ cho một phu chèo thuyền thôi. Đến khi xuất gia, lúc xe vua sắp ra, cho mời Văn Túc vào điện Dưỡng Đức cung Thánh Từ ngồi ăn các món hải vị."

Tuy nhiên, Toàn tập cũng dẫn Khâm Định Việt Sử Thông Giám Cương Mục,[1] quyển 8, trang 23, tờ b, nói rằng *"việc xuất gia này vào tháng 6 năm Ất Mùi (1295), sau khi Thượng hoàng đã đi chinh phạt Ai Lao trở về."* Và sau khi dẫn thêm vài sự kiện mang tính so sánh, Toàn tập kết luận: *"Sự kiện Thượng hoàng xuất gia tại núi Vũ Lâm, như thế, đã xảy ra vào năm 1294, như ĐVSKTT cho biết."*

Trong thực tế, Cương mục được Quốc Sử Quán Triều Nguyễn biên soạn phần lớn dựa vào Toàn thư kết hợp so sánh các nguồn sử liệu khác, kể cả Nguyên sử của Trung Hoa. Do vậy, Cương mục chỉ đưa ra các thông tin khác biệt một khi có căn cứ là Toàn thư đã nhầm lẫn hoặc thiếu sót, và trong trường hợp đó các soạn giả thường ghi chú rõ lý do cũng như nguồn sử liệu khác biệt mà họ đã căn cứ để chỉnh sửa.

Trong trường hợp này, chúng tôi đã xem kỹ lại đoạn sử liệu được Toàn tập trích dẫn và nhận ra đó là một đoạn ngắn trong một phần sử liệu dài hơn, bắt đầu từ chữ thứ 3 trong dòng 3 thuộc trang 1, tờ b, và kéo dài cho đến hết trang 2, tờ b, với câu văn mở đầu là: "秋七月三日上将太師昭明大王光啓卒年五十四 - *Thu, thất ngoạt, tam nhật, Thượng tướng Thái sư Chiêu Minh Đại vương Quang Khải tốt, niên ngũ thập tứ."* (Mùa thu, ngày 3 tháng 7, Thượng tướng Thái sư Chiêu Minh Đại vương Quang Khải mất, được 54 tuổi.)

Theo sau câu văn mở đầu cho đến hết phần này đều là thuật lại những chuyện liên quan đến người vừa chết, tức

[1] Sau đây sẽ gọi tắt là Cương mục.

Trần Quang Khải, chấm dứt bằng câu: "德澤深厚與王室相為始終焉 - *Đức trạch thâm hậu, dữ vương thất vi thủy chung yên.*" (Phước đức ân trạch [của Quang Khải] sâu dày, cùng tông thất nhà vua gắn bó thủy chung.)

Như vậy, đoạn trích của Toàn tập là nằm trong phần văn kể chuyện, không phải nói việc đang xảy ra trong tháng 7 năm 1294. Việc xảy ra duy nhất trong tháng 7 được Toàn thư ghi chép ở đây là việc Thượng tướng Trần Quang Khải qua đời. Những người biên soạn sách Cương mục cũng hiểu như vậy nên lược bớt đi đoạn văn kể chuyện này vì cho là không quan trọng. Đây là lý do có sự khác biệt giữa hai sách Toàn thư và Cương mục. Để làm rõ hơn vấn đề, chúng ta đọc tiếp một đoạn chép sự kiện tiếp theo của Toàn thư, bắt đầu từ chữ thứ 11 của dòng 7, trang 3, tờ a: "夏六月上皇回京師出家居武林行宫而復回也 - *Hạ lục ngoạt, Thượng hoàng hồi kinh sư, xuất gia cư Vũ Lâm hành cung nhi phục hồi dã.* (Mùa hạ, tháng 6 [năm 1295], Thượng hoàng trở về kinh đô, xuất gia ở lại nơi hành cung Vũ Lâm, nhưng rồi sau trở về.)

Như vậy, không phải chỉ riêng Cương mục chép việc Trần Nhân Tông xuất gia vào tháng 6 năm 1295 như Toàn tập nhận xét, mà cả Toàn thư cũng chép như vậy.

Ngoài ra, xét lại đoạn văn mà Toàn tập trích từ Toàn thư như trên, chúng ta thấy yếu tố kể chuyện còn bộc lộ rõ ở các địa danh được đề cập. Chẳng hạn, câu "*Bấy giờ Thượng hoàng đến Vũ Lâm, vào chơi hang đá...*" là kể chuyện lúc Thượng hoàng đến chơi hành cung Vũ Lâm; "*Đến khi xuất gia... cho mời Văn Túc vào điện Dưỡng Đức, cung Thánh Từ ...*" là kể chuyện khi Thượng hoàng xuất gia và chuyện xảy ra ở cung Thánh Từ. Hai chuyện này *đều không phải xảy ra trong tháng 7 năm 1294*, mà chỉ là được đề cập vì có liên quan đến Trần Quang Khải, bởi Văn Túc Vương Trần Đạo Tái là con trai của Trần Quang Khải.

Cung Thánh Từ là nơi ở của Thượng hoàng tại kinh thành, còn hành cung Vũ Lâm nằm ở tỉnh Ninh Bình. Do đó, đây rõ ràng là những chuyện xảy ra vào các thời điểm khác nhau, ở hai nơi khác nhau, chỉ cùng được đề cập ở đây vì có liên quan đến Trần Quang Khải mà thôi. Như vậy, không thể dựa vào những chữ *"đến khi xuất gia"* trong đoạn này để kết luận là Trần Nhân Tông đã xuất gia vào năm 1294.

Cuối cùng, để củng cố cho lập luận trên, chúng tôi đã tìm đọc trong Việt Nam Sử Lược của Trần Trọng Kim và thấy viết như sau:

"Đến khi Nhân Tông đi đánh Lào trở về, thì bỏ đi tu, trước ở chùa Võ Lâm (làng Võ Lâm, phủ Yên Khánh, tỉnh Ninh Bình), sau về ở An Tử Sơn (huyện Yên Hưng, tỉnh Quảng Yên)."[1]

Như vậy, Trần Trọng Kim cũng nhận hiểu là Trần Nhân Tông đã xuất gia sau khi *"đi đánh Lào về"*, tức là vào tháng 6 năm 1295. Chỉ không biết ông căn cứ vào đâu mà diễn dịch 4 chữ *"nhi phục hồi dã"* (nhưng rồi trở về) là về núi Yên Tử, trong khi theo ngữ cảnh đoạn này thì phải hiểu là về lại kinh đô.

Việc ghi chép theo cách dẫn đến dễ hiểu sai về thời gian như đoạn văn vừa rồi vẫn thường gặp trong Toàn thư. Chẳng hạn, ở quyển 5, trang 26, tờ b chép rằng: "元封帝為安南國王賜以西錦三金熟錦六 - *Nguyên phong đế vi An Nam Quốc Vương, tứ dĩ tây cẩm tam, kim thục cẩm lục.*" (Nhà Nguyên phong vua làm An Nam Quốc Vương, ban cho 3 tấm gấm tây, 6 tấm gấm kim thục.) Đoạn sử này đang chép việc của năm 1261, và như vậy dùng danh xưng "nhà Nguyên" không phù hợp thời gian, vì đến năm 1271, tức là 10 năm sau đó, Hốt Tất Liệt mới thành lập triều Nguyên, trước đó vẫn là triều đình Mông Cổ. Nếu căn cứ vào ghi chép này mà cho rằng triều Nguyên đã có từ năm 1261 sẽ hoàn toàn không đúng.

[1] Việt Nam Sử Lược, Trần Trọng Kim - Bản in của Nha Học Liệu, Bộ Giáo Dục Việt Nam Cộng Hòa.

Đúc kết tất cả những quan sát, phân tích và so sánh như trên, chúng tôi tin rằng Trần Nhân Tông đã xuất gia vào tháng 6 năm 1295 chứ không phải tháng 7 năm 1294 như Toàn tập kết luận.

Một vấn đề quan trọng khác nữa là việc chuyển dịch các đoạn sử liệu, tư liệu hoặc kinh văn được trích dẫn trong sách này. Khi có điều kiện trích dẫn nguyên bản Hán văn, chúng tôi đều tự chuyển dịch sang Việt ngữ. Do đó, người đọc sẽ nhận ra ít nhiều khác biệt so với các bản dịch đã có.

Sở dĩ chúng tôi phải hết sức cẩn trọng trong công việc như vậy là vì luôn nghĩ đến trách nhiệm nặng nề khi thực hiện sách này. Người xưa từng nói *"thư trung hữu ngọc"* (trong sách có ngọc), huống chi trong sách này tác giả đã cất công thu nhặt rất nhiều ngọc quý từ các sách khác. Do vậy, nếu chúng tôi không khéo léo và cẩn trọng trong sự bày biện, trau chuốt, ắt sẽ phụ lòng tin cậy ủy thác của tác giả cũng như có lỗi với độc giả gần xa. Tuy nhiên, mỗi một viên ngọc nơi đây vốn luôn tỏa sáng theo nhiều cách khác nhau, mà tùy theo góc nhìn của mỗi người, sự tỏa sáng đó lại còn được tiếp nhận theo một cách khác hơn nữa. Cho nên, nếu không tỉnh táo và cẩn trọng ắt không tránh khỏi bị "lóa mắt" trước những viên ngọc rực rỡ này mà không nhìn thấy được những tì vết nhỏ hay những vết bụi mờ. Đành rằng một đôi khuyết điểm nhỏ hẳn cũng không làm mất đi giá trị lớn, nhưng anh em chúng tôi vẫn luôn tâm niệm phải nỗ lực hết sức mình để lau chùi mài giũa cho từng viên ngọc, nhằm mang đến cho người đọc những giây phút sảng khoái hơn nữa khi thưởng lãm sách này.

Đó là nói sơ qua về tâm nguyện và những nỗ lực của nhóm Tứ Nguyên chúng tôi khi thực hiện sách này.

Riêng bản thân tôi, khi được ủy nhiệm viết lời bạt cuối sách này đã hết sức băn khoăn ngần ngại, bởi thú thật tôi cảm thấy có phần khó khăn khi chấp bút.

Cái khó đầu tiên là vì những tên tuổi chói sáng đã xuất hiện ngay từ đầu sách cũng như trong suốt quyển sách này. Đối với các vị, nhận thức của một kẻ hậu học tầm thường như tôi quả thật chưa đủ để nêu ra dù chỉ là những lời khen tặng một chiều, nói chi đến việc phân tích, nhận xét hay đúc kết, bởi từ rất lâu xa trước đây, các vị đã từng nhận được những lời xưng tán, ngợi khen của bao người thuộc thế hệ đi trước về rất nhiều những thành tựu khác nhau.

Từ những tháng năm tôi còn bắn bi tố vụ giữa sân trường tiểu học thì các vị như Hòa thượng Bảo Lạc, Hòa thượng Như Điển đã lên đường *"phát túc siêu phương"* theo chí hướng xuất trần, và những anh Nguyên Trí Phù Vân, Nguyên Tánh Nguyễn Hiền, Nguyên Đạo Văn Công Tuấn đều đã chững chạc bước vào giảng đường đại học. Hơn thế nữa, những gì mà quý thầy đã làm được trong sự nghiệp hoằng pháp lợi sinh nơi hải ngoại thật quá lớn lao, và những bậc đàn anh tôi vừa nhắc đến đều đã đóng góp rất nhiều cho nền văn chương, học thuật cũng như đạo pháp trong những năm qua. Chẳng hạn, anh Nguyễn Hiền từng là trợ lý đắc lực của Hòa thượng Minh Châu trong công việc chuyển dịch và ấn hành Đại Tạng Kinh Nam truyền hồi trước năm 1975; anh Phù Vân là Chủ bút Báo Viên Giác từ năm 1995 đến nay, là tờ báo Phật giáo tiếng Việt chẳng những đã ra đời từ rất sớm ở hải ngoại mà còn là tờ báo "sống lâu" bậc nhất, đến nay đã trải qua 41 năm phụng sự đạo pháp và nhân sinh; anh Văn Công Tuấn là người *"mang chuông đi đánh xứ người"* hết sức thành công với tác phẩm viết chung cùng Giáo sư Tiến sĩ Olaf Beuchling - Xuôi dòng Cửu Long đậu bến Elbe (Vom Mekong an die Elbe) bằng hai ngôn ngữ Việt-Đức, hoặc những tản văn hết sức nhẹ nhàng nhưng đi vào lòng người trong các sách Cổ thụ lặng bóng soi, Chớ quên mình là nước v.v... được lưu hành từ nhiều năm qua.

Với chừng ấy các vị tiền bối là những bậc thầy, những bậc đàn anh như thế, đã chấp bút "ký tên" trong sách trước mình, ví như tôi không tự biết thân biết phận mà miễn cưỡng nói lên bất cứ lời khen tặng nào đối với các vị, e rằng cũng không tránh khỏi sự lặp lại gây nhàm chán cho người đọc.

Do vậy, tôi chỉ dám nhân cơ hội viết lời bạt này để trân trọng cảm ơn tác giả, một bậc thầy tôi hằng ngưỡng vọng, cùng các bậc đàn anh khả kính đã có sự cảm thông và không e ngại khi cho phép tôi được cùng góp sức trong việc thực hiện sách này. Riêng đối với quý độc giả gần xa, lời bạt này chỉ nhằm nêu lên một vài "góc khuất" trong quá trình thực hiện, mong quý vị hiểu thêm về tâm nguyện cũng như nỗ lực của những người thực hiện sách, để từ đó có thể tiếp nhận món quà tinh thần quý giá này với nhiều lợi lạc hơn.

Nguyện cho thế giới an lành và nhân loại sớm vượt qua dịch bệnh lần này.

Westminster, California

Tháng 6 năm 2020

Nguyên Minh Nguyễn Minh Tiến

Hòa Thượng Thích Như Điển

- Thế danh: Lê Cường. Pháp tự: Giải Minh. Pháp hiệu: Trí Tâm
- Sanh: 28.06.1949 tại Xuyên Mỹ, Duy Xuyên, Quảng Nam.
- Học lực: Cử nhân giáo dục và Cao học Phật giáo tại Nhật Bản.
- Xuất gia năm 1964 tại Tổ Đình Phước Lâm, Hội An.
- Năm 1971: Thọ Tỳ Kheo giới tại giới đàn Tu Viện Quảng Đức, Thủ Đức.
- Năm 1972: Du học Nhật Bản.
- Năm 1977: Đến Đức vào với Visa du lịch; nhưng sau đó xin tỵ nạn tại Đức và ở Đức từ đó cho đến nay.
- Tháng 4 năm 1978 thành lập Niệm Phật Đường Viên Giác và sau đó trở thành Chùa Viên Giác tại Hannover.
- Từ năm 1978, 1979: Sáng lập Chi Bộ Giáo Hội Phật Giáo Việt Nam Thống Nhất Đức Quốc, thành lập Hội Sinh Viên và Kiều Bào Phật Tử Việt Nam tại Đức.
- Năm 1988 được tấn phong lên hàng Giáo phẩm Thượng Tọa tại giới đàn Đại Nguyện chùa Pháp Hoa Marseille, Pháp quốc.
- Ngày 28.6.2008 được tấn phong lên hàng Giáo phẩm Hòa Thượng tại Đại Giới Đàn Pháp Chuyên tại chùa Viên Giác Hannover, Đức Quốc.
- Ngày 8 tháng 7 năm 2011 tại Colombo thủ đô nước Tích Lan, Hội Đồng Tăng Già Tích Lan đã trao giải thưởng cao quý cho HT Thích Như Điển và HT Thích Minh Tâm.
- Đệ Nhị Chủ Tịch Hội Đồng Điều Hành GHPGVNTN Âu Châu nhiệm kỳ 2015-2020.
- Phó Chủ Tịch Hội Đồng Tăng Già Thế Giới (World Buddhist Sangha Council - WBSC).
- Sáng tác gần 70 tác phẩm và dịch phẩm từ các tiếng Việt, Anh, Hán, Nhật và Đức ngữ.

Cùng Một Tác Giả

1	Truyện cổ Việt Nam 1 & 2	Nhật ngữ	1974, 1975
2	Giọt mưa đầu hạ	Việt ngữ	1979
3	Ngỡ ngàng	Việt ngữ	1980
4	Lịch sử Phật Giáo Việt Nam Hải Ngoại trước và sau năm 1975	Việt & Đức ngữ	1982
5	Cuộc đời người Tăng sĩ	Việt & Đức ngữ	1983
6	Lễ nhạc Phật Giáo	Việt & Đức ngữ	1984
7	Tình đời nghĩa đạo	Việt ngữ	1985
8	Tìm hiểu giáo lý Phật Giáo	Việt & Đức ngữ	1985
9	Đời sống tinh thần của Phật Tử Việt Nam tại ngoại quốc	Việt & Đức ngữ	1986
10	Đường không biên giới	Việt & Đức ngữ	1987
11	Hình ảnh 10 năm sinh hoạt Phật Giáo Việt Nam tại Tây Đức	Việt & Đức ngữ	1988
12	Lòng từ Đức Phật	Việt ngữ	1989
13	Nghiên cứu Giáo Đoàn Phật Giáo thời nguyên thủy I, II , III	dịch từ Nhật ngữ ra Việt & Đức ngữ	90, 91, 92
14	Tường thuật về Đại hội Tăng già Phật Giáo thế giới kỳ 5 khóa I tại Hannover, Đức Quốc	Việt, Anh, Đức ngữ	1993
15	Giữa chốn cung vàng	Việt ngữ	1994
16	Chùa Viên Giác	Việt ngữ	1994
17	Chùa Viên Giác	Đức ngữ	1995
18	Vụ án một người tu	Việt ngữ	1995
19	Chùa Quan Âm (Canada)	Việt ngữ	1996
20	Phật Giáo và con người	Việt & Đức ngữ	1996

21	Khóa giáo lý Âu Châu kỳ 9	Việt & Đức ngữ	1997
22	Theo dấu chân xưa * (Hành hương Trung quốc I)	Việt ngữ	1998
23	Sống và chết theo quan niệm của Phật Giáo	Việt & Đức ngữ	1998
24	Tiếp kiến với Đức Đạt Lai Lạt Ma	Việt & Đức ngữ	1999
25	Vọng cố nhân lầu (Hành hương Trung Quốc II)	Việt ngữ	1999
26	Có và Không	Việt & Đức ngữ	2000
27	Kinh Đại Bi * (dịch từ Hán văn ra Việt văn)	Việt & Đức ngữ	2001
28	Phật thuyết Bồ Tát Hành Phương Tiện Cảnh Giới Thần Thông Biến Hóa Kinh	dịch từ Hán văn ra Việt ngữ	2001
29	Bhutan có gì lạ?	Việt ngữ	2001
30	Kinh Đại Phương Quảng Tổng Trì	dịch từ Hán văn ra Việt ngữ	2002
31	Cảm tạ xứ Đức	Việt & Đức ngữ	2002
32	Thư tòa soạn báo Viên Giác trong 25 năm (1979 - 2003, 2004)	Việt ngữ	2003
33	Bổn Sự kinh	Dịch từ Hán văn sang Việt ngữ	2003
34	Những đoản văn viết trong 25 năm qua	Việt & Đức ngữ	2003
35	Phát Bồ Đề Tâm kinh luận	Dịch từ Hán văn sang Việt ngữ	2004
36	Đại Đường Tây Vức Ký	Dịch từ Hán văn sang Việt ngữ	2004
37	Làm thế nào để trở thành một người tốt	Việt ngữ	2004
38	Dưới cội bồ đề	Việt ngữ	2005

39	Đại Thừa Tập Bồ Tát Học Luận	Dịch từ Hán văn sang Việt ngữ	2005
40	Bồ Đề Tư Lương luận	Dịch từ Hán văn sang Việt ngữ	2005
41	Phật nói luận A Tỳ Đàm về việc thành lập thế giới	Dịch từ Hán văn sang Việt ngữ	2006
42	Giai nhân và Hòa Thượng	Việt ngữ	2006
43	Thiền Lâm Tế Nhật Bản	Dịch từ Nhựt ngữ sang Việt ngữ	2006
44	Luận về con đường giải thoát	Dịch từ Hán văn sang Việt ngữ	2006
45	Luận về bốn chân lý	Dịch từ Hán văn sang Việt ngữ	2007
46	Tịnh Độ tông Nhật Bản	Dịch từ Nhật ngữ sang Việt ngữ	2007
47	Tào Động tông Nhật Bản	Dịch từ Nhật ngữ sang Việt ngữ	2008
48	Phật Giáo và khoa học	Việt ngữ	2008
49	Pháp ngữ	Việt ngữ	2008
50	Những mẩu chuyện linh ứng của Đức Địa Tạng Vương Bồ Tát	Dịch từ Nhật ngữ sang Việt ngữ	2009
51	Nhật Liên tông Nhật Bản	Dịch từ Nhật ngữ sang Việt ngữ	2009
52	Chân Ngôn tông Nhật Bản	Dịch từ Nhật ngữ sang Việt ngữ	2010
53	Chết an lạc, tái sanh hoan hỉ	Dịch chung với T.T. Nguyên Tạng từ Anh ngữ sang Việt Ngữ	2011
54	Chuyện tình của Liên Hoa Hòa Thượng	Việt Ngữ	2011
55	Tư tưởng Tịnh Độ Tông	Việt ngữ	2012
56	Những bản kinh căn bản của Tịnh Độ Tông Nhật Bản	Dịch từ Đức ngữ sang Việt ngữ	2012

57	Dưới bóng đa chùa Viên Giác	Việt ngữ, viết chung với Trần Trung Đạo	2012
58	Diệu Pháp Liên Hoa kinh / Văn cú	Dịch từ chữ Hán sang tiếng Việt	2013
59	Hương Lúa Chùa Quê (Hoài Niệm Tuổi Thơ)	Việt ngữ viết chung với H.T. Thích Bảo Lạc	2013
60	Hiện tượng của tử sinh	Việt ngữ	2014
61	Nhật Bản trong lòng tôi	Việt ngữ	2015
62	Nước Úc trong tâm tôi	Việt ngữ	2016
63	Nước Mỹ bao lần đi và đến	Việt ngữ	2017
64	Thiền quán về Sống và Chết	Dịch từ Anh ngữ sang Việt ngữ với TT. Thích Nguyên Tạng	2017
65	Mối tơ vương của Huyền Trân Công Chúa	Việt ngữ	2018
66	Phật Giáo Việt Nam tại Âu Châu	Việt ngữ	2019
67	Vua là Phật . Phật là vua	Việt ngữ	2020

Quý vị muốn download những bài giảng pháp
của Hòa Thượng Phương Trượng Chùa Viên Giác Hannover
xin vào trang: www.viengiac.de hoặc www. quangduc.com

Để có bản sách in trên giấy, xin vào Viên Giác Tùng Thư Online
tại địa chỉ: https://www.amazon.com/author/thichnhudien/

Chùa Viên Giác

Karlsruher Strasse 6

30519 Hannover - GERMANY

Tel: 0511 - 879630 - Fax: 0511- 8790963

Homepage: htttp://www.viengiac.de

Email: info@viengiac.de

www.ingramcontent.com/pod-product-compliance
Lightning Source LLC
LaVergne TN
LVHW090221051026
849517LV00001B/153
9798662640986